அ.மாதவையா தமிழ்நாட்டின் தனிப்பெரும் நாவலாசிரியர். திருநெல்வேலி மாவட்டம் பெருங்குளம் என்னும் சிற்றூரில் ஆகஸ்டு 16, 1872ஆம் ஆண்டில் பிறந்தார். சென்னைக் கிறிஸ்தவக் கல்லூரியில் முதுகலைப் பட்டம் பெற்று, பின்னர் அரசாங்க உப்பு-சுங்க இலாகாவில் அதிகாரி யாகப் பணியாற்றினார். மாதவையா சிறந்த படைப்பாற்றலும் ஆழ்ந்த புலமையும் உடையவர். தமிழிலும் ஆங்கிலத்திலும் தரமான பல நூல்களைப் படைத்திருக்கிறார். அவர் கட்டுரை, கவிதை எழுதுவதிலும் வல்லவர். 1923 முதல் 1925 வரை தமது சொந்த அச்சுக்கூடத்தில் *பஞ்சாமிர்தம்* எனும் பல்சுவை தமிழ் மாத இதழை நடத்திவந்தார். தமது 27ஆம் வயதில் எழுதிய *பத்மாவதி சரித்திரம்* அவர் காலத்திலேயே ஐந்து பதிப்புகள் வெளிவந்து, தமிழ் நாவல் இலக்கிய வரலாற்றில் அழியாப் புகழுடன் விளங்குகிறது. தமிழ் அவருடைய முழுமூச்சாக இருந்தது. சென்னைப் பல்கலைக்கழகத்தின் செனட் சபையில் 1925ஆம் ஆண்டு அக்டோபர் மாதம் 22ஆம் தேதி தமிழைப் பற்றி உற்சாகமாகப் பேசி முடித்து அமர்ந்ததும் அவர் உயிர் பிரிந்தது. அப்போது அவருக்கு வயது 53.

சரோஜினி பாக்கியமுத்து ஆங்கிலப் பேராசிரியராகவும் சாராள் தக்கர் கல்லூரி முதல்வராகவும் திருநெல்வேலியில் பணியாற்றினார். ஆங்கில, தமிழ் இலக்கியங்களில் ஈடுபாடு உடையவர். வடகிழக்கு இந்தியாவின் நாகர் மலையின மக்களுக்கு எழுத்தாளர் பட்டறைகள் மூலம் முதல் முதலாக சிறுகதை எழுதக் கற்றுக்கொடுத்து, நாகர் இலக்கிய வரலவாற்றில் முதல் சிறுகதைத் தொகுதியை *Naga Short Stories* என்ற தலைப்பில் வெளியிட்டுள்ளார். கணவருடன் இணைந்து *நண்பர் வட்டம்* என்ற இலக்கிய மாத இதழைத் தொடங்கி ஏழு ஆண்டுகள் சிறப்பாக நடத்திவந்தார். அதன் வாயிலாக வெளிவந்த நூல்களில் இவருடைய கட்டுரைகளும் வெளிவந்தன. ஐந்தாம், ஆறாம் உலகத்தமிழ் மாநாடுகளில் பங்குபெற்று ஆய்வுக்கட்டுரையை வழங்கியுள்ளார். சாகித்திய அகாடெமிக்காக *மக்களின் குரல்* என்ற அசாமிய நாவலைத் தமிழாக்கம் செய்துள்ளார்.

கிளாரிந்தா

வரலாற்று நாவல்

அ. மாதவையா

தமிழில்
சரோஜினி பாக்கியமுத்து

அடையாளம்

முதல் அடையாளம் பதிப்பு 2016
© வரலாற்றுக் குறிப்புகள் தமிழாக்கம்: அடையாளம்
வெளியீடு: அடையாளம், 1205/1 கருப்பூர் சாலை, புத்தாநத்தம் 621310, திருச்சி மாவட்டம், இந்தியா, தொலைபேசி: 04332 273444
நூல் வடிவம்: த பாபிரஸ், அச்சாக்கம்: அடையாளம் பிரஸ், இந்தியா
ISBN 978 81 7720 242 7
விலை: ₹ 230

claarinthaa is a Tamil Novel by A. Madhaviah, Translated from English by Sarojini Packiyamuthu, Published by Adaiyaalam, 1205/1 Karupur Road, Puthanatham 621310, Thiruchirappalli District, Tamilnadu, India, email: info@adaiyaalam.net

பெருமதிப்பிற்குரிய
ஸ்ரீநிவாச சாஸ்திரி
அவர்களுக்கு

பொருளடக்கம்

முன்னுரை	ix
மொழிபெயர்ப்பாளர் குறிப்புகள்	xii
பதிப்புரை	xiv

முதலாம் பாகம்

1	தஞ்சைக் கோட்டையில் பரபரப்பு	1
2	மந்திராலோசனை	6
3	பேரிடி	15
4	பழைய நண்பர்கள்	19
5	வரலாறும் புராணமும்	25
6	அவர் இங்கே இருந்திருந்தால்!	32
7	சிறிய தோட்டக்காரி	37
8	மஹமதுவும் மலையும்	40
9	பெண்ணினத்தின் பரிந்துரையாளர்	46
10	லாலியின் வெறி	52
11	வீரர்க்கே வெற்றி	58
12	சோதிடம்	65
13	விடுவிக்க வந்தவர்	74
14	மரணமும் திருமணமும்	83

இரண்டாம் பாகம்

1	புகுந்த வீடு	91
2	சிலந்தி வலை	96
3	ஆசை வெறி	105
4	பொறாமைக் கணவன்	110
5	வினை விதைத்தவன்...	116
6	நெருப்புடன் விளையாட்டு	123
7	சதிகாரச் சகோதரர்கள்	128
8	நிபந்தனை	132
9	கமலாபாயின் கண்டுபிடிப்பு	139

10	தந்தையும் மகனும்	144
11	ஆர்மஸும் அரிமனும்	153
12	ஆண்டவனே அது மாத்திரம் வேண்டாம்!	157
13	நாமொன்று நினைக்க...	163
14	...தெய்வமொன்று முடிக்கும்	171

மூன்றாம் பாகம்

1	தடம் புரண்டது	175
2	நினைவு வருதல்	181
3	மாதவன் ஊர் திரும்புகிறான்	187
4	காதலர் சந்திப்பு	193
5	ஆசானும் மாணவியும்	206
6	லிட்டில்டன் சொன்ன கதை	211
7	நலம் கருதி ஒரு பொய்!	219
8	ஒளியும் நிழலும்	223
9	உண்மை வெளிப்பட்டது	228
10	மாசற்ற முத்து	235
11	என்னை மன்னிப்பாயா?	241
12	விடுதலை	247
13	அற்புத மருந்து	256
14	பணி செய்து கிடப்பதே	261

பின்னிணைப்பு: வரலாற்றுக்குறிப்புகள்   267

முன்னுரை

என் தந்தை அ. மாதவையா தமிழ் நவீனத்தின் மூன்று மூலகர்த்தாக் களில் ஒருவராவர். அவர் ஆங்கிலத்திலும் தமிழிலும் பல திறப்பட்ட நூல்களை எழுதிக் குவித்திருந்த போதிலும், இந்த ஒரு முறையில், தமிழ் இலக்கியச் சரிதையில் இடம் பெறுவது திண்ணம். இன்று தமிழாக்கமாக வெளிப்போந்துள்ள *கிளாரிந்தா* (Clarinda) என்ற நூல் ஆங்கிலத்தில் அவர் சரித்திர சம்பந்தமாக இயற்றிய நவீனமாகும். இதன் அச்சுப் பிரதிகளே இப்பொழுது கிடைப்பது மிக அரிதாகிவிட்டது. இந்த நவீனத்தின் பின்னணி 1746ஆம் ஆண்டில் கர்நாடக நவாபின் வாரிசு மயூஸ்கான் தலைமையில் இந்தியப் படைக்கும், என்ஜினீயர் பராடிஸ் தலைமையில் பிரஞ்சுப் படைக்கும் நடந்த கடும் போருடனும், தஞ்சாவூரில் ஆண்ட மராட்டிய அரசர் பிரதாப சிம்மரின் ஆட்சியுடனும் இயங்கி நிற்கின்றது. தென்னிந்திய சரித்திரத்தில் அது மிகவும் குழப்பமான, தெளிவில்லாத காலம். ஒரு பக்கம் கர்நாடக நவாபுகள், ஒரு புறம் மராட்டிய அரசரின் தஞ்சாவூர் ஆட்சி, ஒரு புறம் கிழக்கிந்திய கம்பெனியாரின் (East India Company) முற்போக்கு, ஒரு சார்பு புதுச்சேரியில் பிரெஞ்சுக்காரர் ஆதிக்கம் செலுத்துவது, இவ்வாறாக பல சூழ்ச்சிகளின் புகை சூழ்ந்த சரித்திரத் தொடர்பு. இதை எவ்வளவு நுட்பமாகவும் விவரங்கள் சிதறிப் போகாமலும் ஆசிரியர் நூலை இயற்றியுள்ளார் என்று நோக்கினால், எவ்வளவு மூல நூல்களின் ஆராய்ச்சியின் பின் இது வெளிப்போந்தது என்பது தெளிவாகும்.

2. ஆனால் உண்மையில், இது சரித்திரமே தழுவிய வெறும் தொடர் கதை அல்ல. மனித இயல்புகளை மிக ஆழத்தில் ஆய்ந்து விளக்கும் ஓர் உருக்கமான காதல் கதை. இதன் கதைக்கரு (plot), மிகச்சிறிய அளவில் மெய்யாக நடந்த ஒரு சம்பவமாகும். கிளாவரிந்தாபாய் என்ற மிக உயர்ந்த அரசர் குல மராட்டியப் பெண்மணி, இறந்த கணவருடன் உடன்கட்டை ஏறி சதியாகும்படி, நெருங்கிய உறவினரால் சம்மத மின்றியே வற்புறுத்தப்படுகிறாள். லிட்டில்டன் என்ற கிழக்கிந்திய ‘கம்பெனி’ இராணுவத் தலைவர், அது கண்டு அவளைத் தீயிலிருந்து மிகு வீரத்துடன் எடுத்துச் செல்கிறார். அதனால் கிளாவரிந்தா குலத்திலிருந்து முற்றிலும் விலக்கப்பட்ட அநாதையாகி, தன் உயிரையே காத்த வீரர்

லிட்டில்டனுடன் காதலாகி, கிறித்துவ மதத்தில் சுவார்ட்ஸ் (Schwartz) பாதிரியாரிடம் ஞானஸ்நானம் பெற்று, பாளையங்கோட்டையில் லிட்டில்டனுடன் 'திருமண' வாழ்வு செலுத்துகிறாள். லிட்டில்டன் காலமான பின்பும் அவள் பல நற்பணிகளிலும், கிறிஸ்துவச் சேவையிலும் ஈடுபட்டுப் புகழெய்தி இறுதியில், பாளையங்கோட்டையில் தான் எழுப்பிய புனிதக்கோயிலின் கல்லறையில் அடக்கம் பெற்றாள். அப்புனிதக் கோயில் 'கிளாரிந்தா தேவாலயம்' என்று இன்றும் உள்ளது. புராதனக் கட்டிடங்கள் சட்டத்தின் கீழ் (Ancient Monuments Act) இன்னும் காக்கப்பட்டு வருகின்றது.

3. மறைந்த ஏ.வி. சுப்பிரமணி ஐயர் தமது இலக்கிய விமர்சனக் கட்டுரைகளில், *கிளாரிந்தா* நவீனத்தை ஆய்ந்து, மிகச் சிறப்பான புகழுரைகள் வழங்கியிருக்கிறார். மெடோஸ் டெய்லர் (Meadows Taylor) என்ற சிறந்த ஆங்கில எழுத்தாளர் பல ஆண்டுகள் முன்பு இயற்றிய *சீதா (Sita)* என்ற இந்துப் பெண் சரிதைக்கும் *கிளாரிந்தா* நவீனத்துக்கும் சில பொருத்தங்கள் இருப்பதை விளக்கியுள்ளார். ஆனால் *சீதா* என்ற நூலை என் தந்தையார் என்றும் படித்ததாக ஒரு சான்றும் இல்லை. அந்த நூல் நான் அறிந்த அளவில், அவருக்கு அறிமுகமே இல்லையென்று நம்புகிறேன். 'கிளாரிந்தா'வின் மெய்ச்சுவை, மனித இயல்புகளையும் புனிதக் காதலின் பண்பையும் விளக்குவதாகும். அமாத்தியா, கமலாபாய் போன்ற பயங்கரப் பாத்திரங்களும் நவீனத்தில் இடம்பெறுகின்றனர். அவ்வகையான ஆண்களும் பெண்களும் மெய்யுலகில் இலரென்றாவது, அரிதென்றாவது நாம் கூற இயலுமோ? கேவலம் உடலின்ப நுகர்ச்சியையே பற்றிய மாதவராயரின் பொய்க் காதலும், கிளாரிந்தா-லிட்டில்டன் இருவரின் இறுதியான புனிதக் காதலும் நன்கு எடுத்துக்காட்டாக ஓவியம் பெறுகின்றன. இது உயிர்பெற்ற பாத்திரங்கள் நடமாடும் அரிய நவீனமென்பதில் ஐயமே இல்லை.

4. நான் என் அலுவல் ஆண்டுகள் முற்றிலும் பெரும் பகுதியாக நீதிமன்றங்களில் உழைத்தவன். ஆகையால் பாரபட்சமின்றி நோக்குதலும் ஒரு சார்பும் சரியாமல் சீர்தூக்குதலும் எனக்கு அநேகமாய் இயல்பாகி விட்டது. *கிளாரிந்தா* நூலின் சிறப்புகளை எடுத்தோதுவதில், ஆசிரியர் என் தந்தையார் என்ற பற்றுதல் எனக்குச் சிறிதளவிலும் இல்லை. இந்த நவீனத்தைப் படிப்பவர்க்கே இது நன்கு புலனாகும் என்று நம்புகிறேன்.

5. என் தந்தையாரின் மதக் கோட்பாடுகளை ஓரளவு விளக்க நான் கடமைப்பட்டவன். அவர் ஒரு நாளும் கிறிஸ்தவ மதத்தைத் தழுவி ஞானஸ்நானம் பெறவேண்டும் என்ற ஆசை கொண்டவரல்ல. இருந்த போதிலும் 'மத்தேயு' போன்ற சுவிசேஷங்களில் கூறப்பட்டிருக்கும்

ஏசுநாதரின் போதனைப் பொன்வசனங்களில் அவருக்கிருந்த ஈடுபாடு இந்த நூலின் பல சான்றுகளிலிருந்தே நன்கு விளங்கும். ஏசுநாதரின் புனித வாழ்வு அவர் மனதை மிகவும் கவர்ந்ததென்று கூறிவிடலாம்.

6. இறுதி மொழியாக, இதனைத் தமிழாக்கம் செய்துள்ள திருமதி சரோஜினி பாக்கியமுத்துவின் திறன், புலமை, முதல் நூல் போக்கை ஆய்ந்த நுண்ணறிவு இவைகளைப் பாராட்டாமலிருக்க முடியவில்லை. சுருங்கக்கூறின், படிப்பவர் எவர்க்கும் இது மொழிபெயர்ப்பே அல்ல, மூல நூலாகும் என்ற எண்ணம்தான் உதிக்கும். இதை வெளியிட்ட கிறிஸ்தவ இலக்கிய சங்கம் தமிழ்நாட்டிற்கே ஓர் தொண்டு புரிந்துள்ளது என்றும் கூறலாம்.

மா. அனந்த நாராயணன்

மேனாள் தலைமை நீதிபதி
உயர்நீதிமன்றம், சென்னை

மொழிபெயர்ப்பாளர் குறிப்புகள்

'பிற நாட்டு நல்லறிஞர் சாத்திரங்கள் தமிழ் மொழியில் பெயர்த்தல் வேண்டும்' என்று பாரதி முழங்கினார். இந்த மொழிபெயர்ப்பு நூலான கிளாரிந்தா பிறநாட்டுச் சரித்திரமல்ல. நம் நாட்டுச் சரித்திரமே ஆகும். தமிழிலும் ஆங்கிலத்திலும் ஒருங்கே புலமை பெற்றிருந்த மாதவையா கிளாரிந்தாவை ஆங்கிலத்தில் எழுதி 1915ஆம் ஆண்டில் தாமே பதிப்பித்தார். இலக்கிய நயத்தில் பத்மாவதி சரித்திரத்திற்குச் சற்றும் குறைந்துவிடாத இந்த வரலாற்று நாவல் 60 ஆண்டுகளுக்குப் பின்னர் இன்று தமிழாக்கம் பெறுகின்றது.

பதினெட்டாம் நூற்றாண்டின் பிற்பகுதி தென்னிந்திய வரலாற்றில் முக்கியம் வாய்ந்ததாகும். முகலாய சாம்ராஜ்யம் ஆட்டம் கண்டு, சோழநாட்டில் மராத்தியர் ஆதிக்கம் ஒடுங்கி, பிரெஞ்சியரும் ஆங்கிலேயரும் வணிக நோக்கங்களை விடவும் அரசியல் வெற்றி களைக் குறிவைத்துப் போட்டியிடத் தொடங்கிய காலம் அது. சமுதாயமோ எனில் இந்த அரசியல் நிகழ்ச்சிகளைக் கண்டு சிறிதும் அயர்ந்து விடாமல் தன்போக்கில் பழைய தடத்தில் ஊர்ந்துகொண்டி ருந்தது. அப்பொழுது அடுத்த நூற்றாண்டுகளில் வரவிருக்கும் பெரிய சமுதாய மாற்றங்களுக்கெல்லாம் ஆரம்பமே போன்று ஒரு சம்பவம் நடந்தது. அது கிளாவரிந்தா என்ற மராத்திய பிராமணச் சிறுமி தாங்கொணாத் துயரங்கள் அடைந்து பின் விமோசனம் பெற்றதாகும்.

இந்த உண்மைக் கதை நிகழ்ந்து சற்றேறக்குறைய 150 ஆண்டுகள் கழித்து வாழ்ந்த மாதவையாவின் கற்பனை ஒளி அவளைச் சுற்றி வியாபிக்கிறது. பிரிட்டிஷ் சாம்ராஜ்யம் வேரூன்றி, கிறிஸ்தவ மதமும், ஆங்கிலமும், மேனாட்டுக் கல்வியும், நாகரிகமும் பெருமளவில் பரவி, அவற்றில் ஓரளவு தம் மனதைப் பறிகொடுத்து, ஆனால் இந்தியப் பண்பாட்டில் ஸ்திரமாகக் காலையூன்றிக் கொண்டிருந்த ஆசிரியர், நாவலில் மேற்கையும் கிழக்கையும் சந்திக்கவைத்து மோதவிட்டு ஒப்புரவு செய்துவைக்கிறார்.

தமது ஆங்கிலப் பதிப்பின் முன்னுரையில், 'நமது கதாநாயகி ஒரு சரித்திரப் பாத்திரம், வியப்பு மிகுந்த அவள் வாழ்க்கையைப் பற்றிச் சில

விவரங்களே கிடைக்கின்றன. பிறவற்றை உத்தேசத்தாலும் கற்பனை யாலும் இட்டு நிரப்பவேண்டியுள்ளது. நாவலில் அவள் வாழ்க்கைச் சித்திரத்தை முழுமையாகத் தீட்ட முயன்றிருக்கிறேன். நான் கற்பனை செய்திருக்கும் விவரங்கள் நடந்திருக்க முடியாதனவல்ல; பயனில்லாத வையுமல்ல என்று நம்புகின்றேன்' என்று மாதவையா சொல்லுகிறார். அப்பதிப்பின் பின்னால் அவர் சேகரித்த வரலாற்றுக் குறிப்புகளைத் தொகுத்துக் கொடுத்திருக்கின்றார்.

அவற்றைத் திறம்பட ஆராய்ந்து, அவற்றின்மேல் தம் கற்பனை யையும் புலமையையும் கொண்டு கதையைச் சொல்லிக்கொண்டு போகிறார். வேதங்களும், விவிலியமும், ஜென்ட்-அவெஸ்தாவும், குர்ஆனும், பத்ருஹரியும், காளிதாசனும், வள்ளுவரும், ஷேக்ஸ்பியரும், கம்பனும், வொர்ட்ஸ்ஓர்த்தும் மற்றும் பல மேதைகளும் களிநடம் புரிகின்றனர். தத்துவ விசாரணைகளை அலசுவதும், பல்வேறு சமயக் கொள்கைகள், அனுஷ்டானங்களை ஒப்புவமிப்பதும், கதாபாத்திரங் களின் யதார்த்த சித்திரமும், அவர்களின் பால்வழித் தோன்றும் அந்தரங்க எண்ணங்களைச் சொல்லும் நேர்மையும் சமுதாயப் பிரச்சினை களை அணுகும் துணிவும், சமுதாயச் சீர்திருத்த வேகமும், நடையின் செறிவும், கதையின் கச்சிதமும் நம்மைப் பிரமிக்க வைக்கின்றன.

இந்த வரலாற்று நூல், இலக்கியச் சிறப்புடையதாயினும் அந்தக் காரணத்துக்காக மட்டுமன்றி, இன்றைய சமுதாயத்துக்கும் ஏற்ற நூல் என்பதாலும் மொழிபெயர்க்கப்பட்டது. இதைத் தமிழாக்கம் செய்ய அரிய வாய்ப்பை அளித்துப் பதிப்பித்த கிறிஸ்தவ இலக்கியச் சங்கத்தாருக்கு என் உளமார்ந்த நன்றி உரித்தாகுக. பூவோடு சேர்ந்த நாரும் மணம் பெறுவதுண்டாதலால், மாபெரும் மேதை மாதவையாவின் இந்த நூலைத் தமிழுலகிற்கு அறிமுகப்படுத்தும் பணியில் என் பங்குபற்றி மகிழ்ச்சியும் பெருமையும் கொள்கிறேன்.

சரோஜினி பாக்கியமுத்து

பதிப்புரை*

அமரர் அ. மாதவையாவின் கிளாரிந்தாவைத் தமிழில் வெளியிடுவதில் அளவில்லா மகிழ்ச்சியடைகிறோம். 1915ஆம் ஆண்டு கிளாரிந்தா ஆங்கிலத்தில் வெளியாயிற்று. மாதவையா தமது படைப்பை மகாகனம் திரு. ஸ்ரீநிவாச சாஸ்திரியாருக்குச் சமர்ப்பணம் செய்திருக்கின்றார். தமிழ்நாட்டில் வெளிவந்த முதல் வரலாற்று நாவல் இதுவேதான்.

இந்த நாவலில் அடங்கிய வரலாற்று நிகழ்ச்சிகள் பல அண்மைக் காலத்தே நடந்தவை. ஆங்கிலேயரும் பிரெஞ்சுக்காரரும் தங்கள் செல்வாக்கைத் தமிழ்நாட்டிலும் இந்தியாவிலும் நிலைநாட்ட முயன்ற காலம். தஞ்சாவூரில் அப்போது மகாராஷ்டிர மன்னரின் ஆட்சி இருந்துவந்தது. தரங்கம்பாடியில் சீகன்பால்கு என்ற ஐரோப்பிய புராட்டஸ்டாண்டு மிஷனெரி வந்திறங்கி புராட்டஸ்டாண்டு கிறிஸ்தவப் பயிரை நட்டுச் சென்றபின், அதற்கு நீர்ப் பாய்ச்ச கிறிஸ்டின் பிரெடெரிக் சுவார்ட்ஸ் என்ற ஜெர்மானிய மிஷனெரி எஸ்பிஸிகே (SPCK) சங்கத்தின் சார்பாக சோழமண்டலத்திற்கு வந்துசேர்ந்தார். அவர் இந்த நாவலில் ஒரு கதாபாத்திரமாக வருவது சிறப்பான அம்சமாகும்.

'துயரப்படுகிறவர்கள் பாக்கியவான்கள், அவர்கள் ஆறுதலடை வார்கள்' என்ற இயேசு பெருமானின் மலைப்பிரசங்க வாசகத்திற்கிணங்க, கிளாரிந்தாவின் துயரக் கதையையும், இறுதியில் அவள் பெற்ற ஆறுதலையும் வாசகர் மனமுருகச் சொல்லி முடிக்கிறார் மாதவையா. சமூகக் கொடுமையென்னும் சிறைச்சாலையில் அகப்பட்டுத் தவிக்கும் பெண் இனத்தின் விடுதலைக்காக மாதவையா குரல் எழுப்புகிறார். குழந்தை மணம், சதி (உடன்கட்டை ஏறல்) மூடப் பழக்கங்கள், மனிதன் மனிதனுக்குச் செய்யும் கொடுமைகள் முதலியவற்றை எடுத்துக்கூறி, கல்வியும், விதவை மணமும் பெண்ணுக்கு விடுதலை அளிக்கும் வழிகள் என விளக்குகிறார். சாதி சமயத்தின் பேரால் செய்யும் பித்தலாட்டங் களையும் அவர் சாடுகிறார்.

* இப்பதிப்புரை கிறிஸ்தவ இலக்கியச் சங்கம் வெளியிட்ட பதிப்புக்காக எழுதப் பட்டது. சில திருத்தங்களுடன் இப்பதிப்பிலும் இடம்பெறுகிறது. (ப-ர்)

இப்போது சீர்திருத்தம் பேசுவது எளிது; அதற்காகப் பரிசும் பட்டமும்கூடத் தட்டிக் கொள்ளலாம். ஆனால், மாதவையாவின் காலம் வேறு. வெளியே வாய்திறந்து சொல்ல முடியாத காலம்! இராஜாராம் மோகன்ராய், ஈஸ்வர சந்திர வித்தியா சாகரர், பண்டித இராமாபாய், வீரேசலிங்கம் பந்தலு ஆகிய முன்னோடிகளின் வரிசையில் ஒருவராகத் தமது பேனா முனையால் சீர்திருத்தம் பேசினார் மாதவையா. அவர் முயன்ற சீர்திருத்தங்களுக்கெல்லாம் அவருடைய மனிதாபிமானமும் நாட்டுப்பற்றும் அடிப்படையாக நின்றன.

கதைச் செறிவும், கருத்தாழமும், சுவையுமிக்க இந்திய நாவல்களை விரல்விட்டு எண்ணிவிடலாம். இவ்வரிசையில் கிளாரிந்தா சிறந்த முன்னணி நாவலாகத் திகழ்கின்றது. ஆசிரியர் விரும்பிய சீர்திருத்தங் களுள் சில நடந்துவிட்டன. சில இப்போது பழமையாகக் கூடத் தோன்றலாம். நடந்துவிட்ட ஒரு சிலவும் இன்னும் சமுதாயத்தில் வேர்கொள்ளாத நிலையில்தான் இருக்கின்றன. பரந்து கிடக்கும் இந்தச் சமுதாயம் அவற்றை உவந்து ஏற்கும் காலம் இன்னும் ஏனோ தோன்ற வில்லை. அதற்குரிய மனோபாவமும் திடனும் மக்களிடமும் உருவாதல் வேண்டும்.

மாதவையாவின் மூத்த மகனும், தமிழ்நாடு உயர்நீதிமன்றத்தின் முன்னாள் தலைமை நீதிபதியுமான மாண்புமிகு மா. அனந்த நாராயணன், ஐஸிஎஸ் (ICS) அவர்கள் இத்தமிழ்ப் பதிப்புக்கு முன்னுரை அளித்திருக் கிறார். அதை, மகன் தந்தைக்காற்றும் உதவியாகக் கொண்டு, இவன் தந்தை யென்னோற்றான் கொல் என்று திருவள்ளுவரின் சொல்லால் அனந்த நாராயணன் அவர்களுக்கு நன்றி சொல்லுகிறோம்.

மிகப் பழைய ஒரு நூல் பட்டியலில் மாதவையாவின் கிளாரிந்தா இடம்பெற்றிருந்ததை சில ஆண்டுகளுக்கு முன் ‘கண்டுபிடித்து’ நூலாசிரியரின் நெருங்கிய உறவினரும், முதுபெரும் எழுத்தாளருமான பெ.நா.அப்புசுவாமி அவர்களிடம் ஓடோடிச் சென்று விவரம் கேட்டோம். அவர்கள் ‘சங்கல்பத்தி’னால் எடுத்துத் தருவதுபோல் *கிளாரிந்தா* ஆங்கிலப் பிரதியொன்றைத் தந்து உதவினார்கள். அவர் களுக்கு எமது ஆழ்ந்த நன்றியைத் தெரிவித்துக் கொள்ளுகிறோம்.

கிளாரிந்தா தொண்டாற்றிய பாளையங்கோட்டையில் தோன்றிய ஆங்கிலப் பேராசிரியர் திருமதி சரோஜினி பாக்கியமுத்து கிளாரிந்தாவை அழகிய தமிழில் தந்திருக்கிறார்கள். அவர்களுக்கு எமது மனமார்ந்த நன்றி.

***

இந்த வரலாற்று நாவலை நீண்ட நாட்களுக்குப் பிறகு, மீண்டும் வெளியிட ஒப்புதல் தந்தவர் கிறிஸ்தவ இலக்கியச் சங்கப் பொதுச் செயலாளர் அருட்திரு லாரென்ஸ் ஜெபதாஸ்; இந்தப் பதிப்பின் இறுதியில் இடம்பெற்றுள்ள வரலாற்றுக் குறிப்புகளை மொழி பெயர்த்தவர் உமா பாலு; அனைவருக்கும் நன்றி.

கிளாரிந்தா

முதலாம் பாகம்

1

தஞ்சைக் கோட்டையில் பரபரப்பு

தஞ்சாவூர்க் கோட்டையின் தெற்கு வாசலை நோக்கி அந்த நான்கு குதிரைகளும் பாய்ந்து வந்துகொண்டிருந்தன. அதன்மீது சவாரி செய்து வந்த வீரர்களிடையே ஒரே பரபரப்பு! ஏதோ முக்கிய செய்தியாகத் தான் இருக்க வேண்டும். ஒருவேளை தஞ்சைத் தளபதி முராரிராவுக்கும் இராமநாதபுரம் தளவாய்க்கும் இடையே நடைபெற்ற சண்டையைப் பற்றி இருக்குமோ?

இந்திய நாடே அரசியல் குழப்பத்தில் ஆழ்ந்திருந்த காலம் அது. அப்போதுதான் நடந்து முடிந்திருந்த **சான்தோம் சண்டை** மக்களிடையே பீதியைக் கிளப்பிவிட்டிருந்தது.

1746ஆம் ஆண்டு நவம்பர் நாலாம் தேதி அடையாற்றங்கரையில் கர்நாடக நவாபின் வாரிசு மயூஸ்கான் தலைமையில் இந்தியப் படைக்கும் என்ஜினீயர் பராடிஸ் தலைமையில் பிரெஞ்சுப் படைக்கும் இடையே கடும்போர் மூண்டது. நவாபின் பக்கத்தில் பத்தாயிரம் வீரர்கள் துப்பாக்கி ஏந்திப் போரிட்டனர். பிரெஞ்சுப் படையிலோ இருநூற்று ஐம்பது ஐரோப்பிய வீரர்களும், எழுநூறு சிப்பாய்களும் மட்டுமே இருந்தார்கள் என்றாலும் ஐரோப்பிய வீரர்களின் துணிவுக்கு முன்னால் இந்தியப் படை புறமுதுகு காட்டி ஓடவேண்டியிருந்தது.

இப்போர் இந்திய வரலாற்றில் ஒரு புதுத் திருப்பத்தை ஏற்படுத்தியது. வாணிபம் செய்யவந்திருந்த ஐரோப்பியரின் செல்வாக்கை அதிகரித்தது. அவர்கள் கை ஓங்கியது. இந்திய மன்னர்களோ தங்களுக்குள்ளேயே சண்டையிட்டுப் பிரிய ஆரம்பித்தனர். இந்த வேளையில் தஞ்சைக்கும் இராமநாதபுரத்துக்கும் இடையே நடந்த சண்டை முக்கியத்துவம் பெற்றதில் வியப்பில்லை!

தஞ்சைக் கோட்டை மதிலில் நின்றுகொண்டிருந்த காவற்படைத் தலைவர் ஹவில்தார் ரகோஜிதான் அவர்களை முதலாவதாகப் பார்த்தார்.

அந்தக் கிழவர் அருகிலிருந்த வீரனிடம் ‘ஷெர்கான்! ஒரு புழுதிப் படலம் தெரிகிறதே. குதிரை வீரர்கள் சிலர் கடும் வேகமாக இங்கு வருகிறார்கள். ஏதோ அவசர காரியமாக இருக்கும் போலிருக்கிறது.

அவர்கள் யாரென்று இப்போது தெரியவில்லை. ஆனால் என்ன? யாரா யிருந்தாலும் உஷாராக இருக்கவேண்டும்' - என்று கட்டளையிட்டார்.

அருகிலிருந்த மற்றொரு வீரனிடம் திரும்பி, 'நாயக் காவல் வீரரை எச்சரித்து வையும்' என்றார்.

'ஆமாம்! இரைதேடும் கழுகின் கண்களைவிட உங்கள் கண்கள் கூர்மையாகத்தான் இருக்கவேண்டும். நான் கீழே சென்று எச்சரித்து வருகிறேன்' என்று அவசரமாக இறங்கினார் நாயக்.

'ரகோஜியின் கண்களுக்குப் புலப்படாதது ஏதும் உண்டோ?' என்று பெருமிதத்துடன் சொல்லிய வண்ணம் ஹவில்தார் குதிரைகள் வரும் திசையை உற்றுப்பார்த்தார். சில நிமிடங்களில் நாயக் திரும்பி விட்டார்.

'காவற்படையினரை எச்சரித்துவிட்டேன். சத்திரக்காரனிடமும் ஒரு வார்த்தை சொல்லி வைத்திருக்கிறேன். வருகிறவர்கள் ஒருவேளை அந்நியராய் இருக்கலாமல்லவா?' என்றார் நாயக்.

'மிகவும் நல்லது' என்று பாராட்டினார் ஹவில்தார் ரகோஜி.

ரகோஜி ஒரு மராட்டியர், நல்ல வீரர். வலிமையும் உரமும் வாய்ந்த கட்டான உடல் அம்புபோல் நிமிர்ந்திருந்தது. இவர் மிகவும் குள்ளமாக இருந்தார். வயது 64 ஆகியிருந்தாலும் இளமையாகத் தோற்றம் அளித்தார். கரடுமுரடான அவர் முகத்தில் வலது கண்ணுக்குக் கீழே இருந்த ஒரு நீண்ட வடு - அவர் ஆண்மையை இன்னும் எடுப்பாகக் காட்டிற்று. இடக்கண் மாறுகண். அந்த மாறுகண் பார்வைதான் அவர் கலகலப்பாகப் பழகுபவர் என்பதற்கு அடையாளம். மற்றபடி மொத்தத்தில் சற்றுக் கடுமையானவராகத்தான் தோற்றமளித்தார். அவர் அணிந்திருந்த வெள்ளைச் சொக்காயின் ஓரங்களில் சிவப்பு வெல்வெட் துணி வைத்துத் தைத்திருந்தது. அதில் கயிறு இணைத்து உடலை வளைத்துச் சுற்றி முடிச்சுகள் போட்டிருந்தார். இறுக்க மான கால்சராய், சப்பாத்து வடிவத்தில் மராட்டியத் தலைப்பாகை; அதில் அவர் அந்தஸ்தைக் காட்டும் விருது! கைகளில் வளைந்த குட்டையான வாளும், அலங்காரக் கைப்பிடியுள்ள குத்துவாளும் மின்னிக் கொண்டிருந்தன.

நாயக்கின் உடையும் அதுபோலவேதான் இருந்தது. ஆனால் கால்சராய் தொளதொளப்பாக இருந்தது. அவர் அணிந்திருந்த தலைக் கவசம் அவரை ஒரு முசல்மான் என்று காட்டிற்று. வாள்பிடியில் அலங்காரம் எதுவும் இல்லை. ஒல்லியாகவும் உயரமாகவும் வளர்ந்திருந்த அந்த இளைஞர், தோற்றத்தில் அந்த அனுபவசாலிக் கிழவருக்கு நேர்மாறாக இருந்தார்.

'அவர்களைப் பார்த்தால் அறந்தாங்கிக் கோட்டையிலிருந்து வருவதுபோலத் தோன்றுகிறது. நமது பண்டிதராவின் மகன், வீர

மறவர்களின் தளபதியைப் பிய்த்து வாங்கியிருப்பார்-' என்றார் நாயக்.

ஹவில்தார் இலேசாகச் சிரித்தார். 'ஷெர்கான், உமக்கு எப்போதுமே அளவுக்கு மீறிய நம்பிக்கை. உமது உலக அறிவு, நமது சங்கீத அறிவு மாதிரி, அந்த அறியாமையினால்தான் நீர் சந்தோஷமாக இருக்கிறீர். உமது கற்பனைக்கு ஏற்றாற்போல் நிகழ்ச்சிகளையும் மாற்றிக் கொள்ளுவீர். இராமநாதபுரத்து மறவர்களைப் பற்றி உமக்கு என்ன ஐயா தெரியும்? அவர்கள் தளவாயைப் பற்றியும் எளிதாக நினைத்து விட்டீரா? ஒவ்வொருத்தனும் பிறவி வீரன் ஐயா பிறவி வீரன்! அதிலும் அதுவே அவர்கள் தாய்நாடு. சும்மா விடுவார்களா? மேலும் இப்போது சேதுபதியிடம் இருக்கும் தளவாய் பெரிய தந்திரசாலி வேறு. நிச்சயம் ஒரு பிராமணப் பையனிடம் தோற்றுப் போகக்கூடியவர் அல்ல.'

'பிராமணர்கள் எதற்காகப் புரோகிதத் தொழிலை விட்டுவிட்டு சண்டைக்கு வரவேண்டுமோ தெரியவில்லை. பண்டிதராவை எனக்கு ஐம்பது ஆண்டுகளாகத் தெரியும். பள்ளியில்கூட ஒன்றாகவே படித்தோம். ஏழையாகத்தான் இருந்தார். இந்த ராகவனோடே பழகுவதைக்கூடக் குறைவாக நினைக்கமாட்டார். பிறகு பள்ளியை விட்டுவிட்டு மேலே படிக்கப்போனார். இப்போ பெரிய அறிவாளி என்று பெயர்வாங்கி யிருக்கிறார். அவர் என்கூடப் படித்தார் என்பதே எனக்குப் பெருமை தான். நமது பழைய மகாராஜா துகோஜிக்கு இவர்தான் குருவாக இருந்தார். இன்றைய மகாராஜா துகோஜி மகாராஜாவின் வாரிசு தானே. சொந்த மகன் இல்லையே என்றாலும் பண்டிதராவின் முயற்சி யால்தான் மகாராஜா ஆனார். அதனால் பிரதான்ஜியைக் காட்டிலும் பண்டிதராவின் ஆலோசனையைத்தான் மகாராஜா அதிகம் கேட்கிறார் என்பதில் என்ன ஆச்சரியம்? எனக்குக்கூட மகிழ்ச்சிதான். அது மட்டுமில்லை, என்னைப்போல் அவருக்கும் பரங்கிக்காரனென்றால் பிடிக்காது. ஆனாலும் அதிகாரம் இருக்கிறது என்பதனால் இவர் இப்படித் தன் ஒரே மகனை இந்தப் படையெடுப்புக்குத் தலைவனாக்கி இருக்கவும் வேண்டாம்; போர்க் களத்துக்கு அனுப்பியிருக்கவும் வேண்டாம். பையனுக்கும் இரத்தத்தைக் கண்டாலே வலிப்பு வந்து விடும் போலிருக்கு. யானை தன் தலையில் தானே மண்ணை வாரிப் போட்டுக்கொள்கிற கதைதான் பாருங்கள் – நாட்டுக்கு இதிலே என்ன நன்மை? இந்தக் காரியத்தில் பிரதான்ஜிக்கும் சேனாதிபதிக்கும் சம்மத மில்லையாம். முதலில் அரசரும் அனுமதி கொடுக்கவில்லையாம். ஆனால் பண்டிதராவ் விடாப்பிடியாக இருந்து – அரசவையை விட்டு விட்டு சந்நியாசியாகப் போய்விடுவதாகப் பயமுறுத்தினாராம். அவர் மனைவி இறந்ததிலிருந்தே இப்படிப் பயமுறுத்திக் கொண்டுதான் இருக்கிறார். கடைசியில் மகாராஜா இணங்க வேண்டியதாகிவிட்டது. வேறு என்ன செய்ய முடியும்?'

'எதனாலே அவருக்கு இப்படி ஓர் ஆசை? பிள்ளை பக்கத்திலேயே இருக்கவேண்டுமென்று தோன்றும் இந்த வயதுக் காலத்திலே வேறு எதற்காகத் தன் ஒரே மகனைப் போருக்கு அனுப்பினார்?'

'பண்டிதராவுக்கு வேதங்கள் மட்டுமல்ல, சோதிடமும் கூடத் தெரியும். அவருடைய மகன் ஜாதகப்படி இருபத்து மூன்றாவது வயதிலே, அதாவது இந்த ஆண்டிலே பெரிய இராணுவ வெற்றிபெறுவான் என்றிருக்கிறதாம். அதனால்தான் புகழ்மிக்க தளவாயைக் கூடத் தோற்கடித்து விடுவான் என்று நினைக்கிறார். எப்படி...?'

'உங்களுக்கு சோதிடத்திலே நம்பிக்கை இல்லையோ?' என்று நாயக் கேட்டார். உதட்டிலே ஒரு மென்னகை நெளிந்தது.

வாளின் கைப்பிடியை அசைத்துக் காட்டி, 'என் நம்பிக்கையெல்லாம் இதில்தான்' என்றார் ஹவில்தார். 'அது மட்டுமா, இதிலும் கூடத்தான்! பிரம்மன் எழுதியதை யார் அழித்து எழுத முடியும்?' என்று தலையையும் தடவிக்கொண்டார்.

'தலையெழுத்தை எழுதவோ மாற்றவோ முடியும் என்று சோதிடர் களும் சொல்லவில்லையே. அதை முன்கூட்டியே சொல்லமுடியும் என்றுதானே சொல்லுகிறார்கள். இருபத்து மூன்றாவது வயதில் வெற்றிபெறுவான் என்று விதி இருந்தால் அவர் ஏன் தளவாயைத் தோற்கடிக்க முடியாது?'

'சோதிடத்தை எப்படி நம்புவது? இரு பொருள் கொடுத்து இரண்டகம் பண்ணுகிற சாஸ்திரமாச்சே அது. நமக்கு வெற்றி வரட்டும். வேண்டா மென்று சொல்லவில்லை. ஆனால் ஒரு பிராமணப் பையனிடம் தோற்றுப் போகும்படியாக அந்தத் தளவாய் நரி தலையிலே எழுதி யிருக்குமா என்பதுதான் எனக்குச் சந்தேகம். முராரிராவ் புறப்படுகிற போது சகுனம் சரியில்லை என்று வேறு கேள்வி. அவர் மனைவிக்கு சீக்கிரமே குழந்தைப்பேறு இருக்கும்போலும். அவள் வேறு கண்ணீர் வடித்தாளாம். பெண்கள் அழுதால் - சரி, சரி, அதெல்லாம் எதற்கு. அதோ வீரர்கள் கிட்ட வந்துவிட்டார்கள். அட! வெங்கோபா அல்லவா? அவனுடைய கரும்பேய்க் குதிரையில் பாய்ந்து வருகிறான். நிச்சயமாய் அறந்தாங்கிச் செய்திதான் வருகிறது. வாரும், நாம் கீழே போய் விசாரிக்கலாம் - பண்டிதராவ் மகன் என்ன செய்தார் என்று தெரிந்து கொள்ளலாம்.'

இருவரும் கீழே இறங்கிக் கோட்டை வாசலைக் கடந்து வெளியே வந்தார்கள். குதிரை வீரர்கள் நெருங்கி வந்துவிட்டார்கள். நல்ல திடகாத்திரமான மராத்திக் குதிரைகள்தான். ஆனால் சோர்வடைந் திருந்தன. சட்டென்று பார்க்கும்போது சேணப் பொருள்கள்தான் சற்றுப் புதுமையாகத் தோன்றின. தோல், இரும்பு இவைகளுக்குப் பதிலாக வண்ணத் துணி, நூல், கயிறு, பித்தளைதான் அதிகமாகத்

தெரிந்தன. வீரர்கள் ஏறத்தாழ ஹவில்தாரைப் போலவே உடை அணிந்திருந்தார்கள். இடையிலே வாள், தோளிலே நீண்ட வில். அம்பறாத் தூணியில் எருமைத்தோல் மூடிய கவசத்தில் கூரிய அம்புகள் கண்ணைப் பறித்தன. கள்ளர் குல வழிகாட்டி ஒருவன் வேல் ஏந்தி முன்னால் வந்தான். அவனுடைய தலையில் செந்நிறக் குதிரை மயிரும் சிறிய மணியும் இணைந்திருந்த குடுமி, காண்போர் கவனத்தைக் கவர்ந்தது. வேறு இரு வீரர்கள், கூரிய ஈட்டிகள் தாங்கி வந்தனர்.

நடுவில் ஓர் அழகிய கருங்குதிரை துடிப்புடன் தாவி வந்தது. அதன்மீது கம்பீரமாக வீற்றிருந்த அந்த வீரன் கையில் மட்டுமே துப்பாக்கி இருந்தது. அவன்தான் தலைவன் போலிருக்கிறது.

வீரர்கள் நெருங்கி வந்துவிட்டார்கள். ஹவில்தார் முன்னால் வந்து, 'என்ன வெங்கோபா, ஏன் இவ்வளவு அவசரம்? சுப செய்திதானே' என்று கேட்டார்.

கடிவாளத்தை இழுத்துக்கொண்டே, 'ஹவில்தார்ஜியா?' என்றான் தலைவன்.

'ஹவில்தார்ஜி, மகிழ்ச்சியான செய்திதான். நமது படைத்தலைவர் வீரத்தை எப்படிச் சொல்ல முடியும்? ஆனால் எங்களுக்கு ஒரு கண்டிப்பான உத்தரவு. செய்தியை முதலில் அவர் தந்தைக்கும், மகாராஜாவுக்கும்தான் சொல்ல வேண்டுமாம். சேனாதிபதிக்கும்கூட அப்புறம்தான். அதனால் - தயவுசெய்து மன்னித்துவிடுங்கள்' என்று கூறிக்கொண்டே வெங்கோபா கடிவாளத்தைச் சுண்டினான். மீண்டும் குதிரைகள் கோட்டையை நோக்கிப் பறந்தன. ஹவில்தாருக்கு அதற்கு மேல் எதுவும் பேச இயலவில்லை.

'நான் சொல்லவில்லையா, ஹவில்தார்ஜி' என்று எக்களிப்புடன் சொன்னார் நாயக் .

கிழவரின் எரிச்சல் இன்னும் அதிகமாகியது. 'அவசரப்படாதே' என்றார் கோபமாக. 'ஈட்டி எறியவும் அம்பு எய்வதற்கும் இந்தப் பயலுக்குக் கற்றுக் கொடுத்ததே நான்தான். சுத்த மரியாதை கெட்ட சின்னப் பயல். எங்கள் கொல்லைத் தோட்டத்தில் மாதுளம் பழம் திருடிவிட்டுப் பிரம்புப் பூசை வாங்கியது எல்லாம் மறந்துவிட்டது போலிருக்கிறது - அவன் தாத்தா வயது எனக்கு. என்கிட்டே இப்படிப் பேசிவிட்டுப் போகிறானே! கலிமுத்திப் போச்சுடாப்பா. உலகமே முடியப்போகிறது' என்றார் ஹவில்தார்.

'எல்லாம் இராணுவக் கட்டுப்பாடுதான். அதுதான் அப்படி நடந்துகொள் கிறான்' என்று கூறி அவரைச் சமாதானப்படுத்த முயன்றார் ஷெர்கான்.

என்ன செய்தியோ என்று அறியும் ஆவலில் அரண்மனையை நோக்கி விரைந்தனர் இருவரும்.

2

மந்திராலோசனை

அரசரின் அவசர அழைப்புக்கு இணங்கி பிரதான், சேனாதிபதி, பிராத்விவாகா (தலைமை நீதிபதி), திவான், புரோகிதர் முதலியோர் ஆஸ்தான மண்டபத்தில் குழுமியிருந்தனர். என்னவோ ஏதோ என்ற பதற்றம் அனைவருக்கும் இருந்தது. பெரிய வாசல் அருகே கூடிநின்று தாழ்ந்த குரலில் பேசிக்கொண்டிருந்தனர். திவான் ஒருவர்தான் நாற்பது வயதுக்கு உட்பட்டவர். மற்றவர் அனைவரும் வயது சென்றவர்கள். பிரதம நீதிபதி மட்டும் தமிழ்ப் பிராமணர்; மற்றவர்கள் மராட்டியர். எல்லோருமே தர்பார் உடை அணிந்திருந்தனர். வெள்ளைப்பட்டு வேட்டி உடுத்தி நீலப் பட்டால் ஆகிய நீண்ட அங்கி அணிந்து அங்கிக்கு மேல் ஜரிகைக் கரையிட்ட வெள்ளைத் துணி ஒன்றையும் இடுப்பில் கட்டியிருந்தனர். கால்களில் ஒன்றும் அணிந்திருக்கவில்லை. புரோகிதரையும் பிராத்விவாகாவையும் தவிர மற்றவர்கள் பெரிய மீசையுடனும் கிருதாவுடனும் பூதாகாரமாகக் காட்சியளித்தனர்.

‘போர்க்களத்திலிருந்து செய்தியா? அதெப்படி? எனக்கல்லவா செய்தி வந்திருக்கவேண்டும்’ என்று வெடித்தார் சேனாதிபதி மங்கோஜி. அவர் ஒரு திறமைசாலி. ஆனால் பதவிப் பிரியர். பெரிய அரசியலறிஞராக விளங்க ஆசைப்பட்டார்.

‘செய்தி, நேரே பண்டிதராவுக்குத்தான் வந்ததாம். மகன் அனுப்பி யிருப்பான்போலும். எனக்கு ஒன்றுமே தெரியவில்லை’ என்றார் பிரதான்ஜி. அகலமான நெற்றி அவருடைய ஆழ்ந்த அறிவைப் புலப் படுத்தியது- அதுமட்டுமல்லாமல் அரசரின் குடிகளில் அவர்தான் செல்வந்தர் என்று வேறு பேச்சு அடிபட்டது. அரசருக்கு மறுபேச்சுப் பேசாமல் அடிபணியும் முதல் அமைச்சர் அவர்.

திவான் ராமண்ண பண்டிதர் சற்று எரிச்சலுடன், ‘பண்டிதர் மகன் என்றால் என்ன கொம்பா முளைத்திருக்கிறது? அவனும் சேனாதிபதிக்குக் கீழே உள்ள தலைவன்தானே? இராணுவ இரகசியங்களை சேனாதிபதிக்கு அனுப்பாமல் தன் தகப்பனாருக்கு ஏன் அனுப்புகிறான்?’ என்றார்.

'ஏனென்று எதிரொலிதான் அறியும்' என்றார் நீதிபதி இரத்தினச் சுருக்கமாக.

'அப்பனைப்போல் பிள்ளை' என்று புரோகிதர் தம் பங்குக்குச் சொல்லி வைத்தார்.

'பண்டிதராவுக்கு தான்தான் ராஜாவென்ற நினைப்பு! பிரதான்ஜீக்கும் மேலாக எல்லா மந்திரிகளுடைய அதிகாரத்தையும் பிடுங்கிக்கொண்டு அரசரையும் வேறு ஆட்டி வைக்கிறார்.'

'ஸ்...ஸ்... மெதுவாகப் பேசும்... இந்த மண்டபச் சுவர்களுக்குக் கூடக் காதுகள் உண்டு. அதோ அந்தக் காவலன் நம் பேச்சை ஒட்டுக் கேட்பது போல் தெரிகிறது. ம்...உள்ளே போய்ப் பேசலாம்' என்று பிரதான் எச்சரித்தார்.

மூவரும் கொலுமண்டபத்தினுள் நுழைந்தனர்.

'பண்டிதராவின் மகன் தளவாயை முறியடித்து வெற்றி வீரனாகத் திரும்பினால், நமது கதி என்ன ஆகுமோ? இப்போதே அவர் அகம்பாவம் சகிக்க முடியவில்லை. இந்தப் பெருமை வேறு சேர்ந்து விட்டால்... ஹூம்... நாமெல்லாம் பதவியைத் துறந்துவிட்டு காட்டுக்கு ஓட வேண்டியதுதான்...' என்று பெருமூச்சுவிட்டார் சேனாதிபதி.

'ஹூம், அவர் மகன் முராரிராவ் நேற்றுவரை வேதபாராயணம் பண்ணிக்கொண்டிருந்தவன். அப்பனைப்போல் அறிவாளியாக வேண்டுமென்று நினைத்துக்கொண்டிருந்தவனைப் பிடித்துச் சண்டைக்கு அனுப்பிவிட்டார். புத்தகப் புழு வாள்பிடிப்பதென்ன இலேசான காரியமா? கிரகங்கள் வேறு சாதகமாயில்லை. நீர் ஏன் பயப்படுகிறீர் சேனாதிபதியாரே! பண்டிதராவின் அழிவுகாலம் நெருங்கிவிட்டதென்றே எனக்குப் படுகிறது' என்றார் திவான்.

'மகாராஜா சூட்சும அறிவு படைத்தவர்தான். இருந்தாலும் பண்டிதராவின் பின்பாட்டுக்குத்தான் இன்னும் ஆடிக்கொண்டிருக்கிறார். அவருடைய செல்வாக்கினாலும், தந்திரத்தினாலும்தான் தமக்கு அரசுரிமை கிடைத்தது என்று நினைக்கிறார்போலும். சேனாதிபதியும் நானும்கூட அதற்காக எவ்வளவோ முயற்சி செய்தோம் என்பது கடவுளுக்குத் தெரியும். இருக்கட்டுமே, அதற்காக, அரசர் என்று சிம்மாசனத்தில் இருப்பவர் இன்னொருவருக்குச் சதா பணிந்து கொண்டா இருப்பது? பண்டிதராவ் மகாராஜாவுக்குச் சொக்குப்பொடி போட்டிருக்கிறார் என்று ஜனங்கள் பேசிக்கொள்வதுகூட உண்மை தானோ, என்னவோ?' என்றார் பிரதான்.

'சோழச் சக்கரவர்த்தி மகா ராஜாதிராஜா மகாராஷ்டிர வீரசிரோமணி ஸ்ரீ பிரதாப்சிங் மகாராஜா பஹதுர் வாழ்க' என்று கட்டியக்காரன் முழங்கிக்கொண்டே மந்திரிகள் அருகில் வந்துவிட்டான். பேச்சில் மூழ்கியிருந்த மந்திரிகள் ஒருகணம் திடுக்கிட்டுவிட்டனர். சேவகன்

பட்டுத் திரையை விலக்க தஞ்சை அரசர் மகாராஜா பிரதாப்சிங் கொலு மண்டபத்துக்குள் நுழைந்தார். மந்திரிகள் தாழ்ந்து வணங்கினர்.

புன்முறுவலுடன் தலையசைத்து விட்டு அரியணையில் அமர்ந்தார் அரசர். நடுத்தர உயரம், சற்றுப் பருமனான சரீரம். ஆடம்பரமற்ற உடை கூட அவருடைய அழகான உருவமைப்புக்குப் பொருத்தமாக இருந்தது. அமாத்யா (அந்தரங்கச் செயலாளர்) வெங்கண்ண பண்டிதர் அரசருடனே வந்து சிம்மாசனத்தின் பின்னே ஒதுங்கி நின்றார். அவர் திவானின் தம்பி. பார்ப்பவர்களை அச்சுறுத்தும் வகையில் கபடமும் சூதும் தெரியும் முகம். அகத்தின் அழகு முகத்தில் தெரியுமல்லவா?

பின்னர் வளர்ந்து மெலிந்த உடலோடும், நன்கு சவரம் செய்த கடுமையான முகமும் கொண்ட ஒரு முதியவர் உள்ளே நுழைந்தார். கவலையாலும், யோசனையாலும் அவர் நெற்றியில் சுருக்கங்கள் விழுந்திருந்தன. எதையோ ஒன்றைப்பற்றித் தனக்குள்ளே தீவிரமாகச் சிந்தித்துக் கொண்டிருப்பவர் போல் தோன்றினார். வரும்போதே மந்திரிகள் ஒவ்வொருவர் முகத்தையும் கூர்ந்து கவனித்துக்கொண்டே வந்தார். அவர் பார்க்கும் நபரின் எண்ண அந்தரங்கங்களையெல்லாம் துருவிப் படம் பிடித்து விடுவது போலிருந்தது அவர் பார்வை. மற்றவர்களைப் போல இல்லாமல் வேட்டி உடுத்து, மேலே வெளிறிய சாம்பல் நிறச் சால்வையைப் போர்த்தியிருந்தார்.

அரசர் அமர்ந்தவுடன் மந்திரிகள் மேடை முன்னால் எதிரெதிராக இருந்த ஆசனங்களில் உட்கார்ந்தார்கள். இடதுபுறத்தில் இருந்த முதல் ஆசனத்தில் யாரும் அமரவில்லை. முதியவருக்கான ஆசனம் அது. ஆனால் அவர் அதில் உட்காராமல் மெதுவாகச் சென்று மேடை மீது அரசருக்கு வலதுபுறத்தில் அமர்ந்துகொண்டார். தீட்டுக் காரணமாக தாம் விலகி அமர்வதாகச் சொன்னார்.

'நல்லவேளை! மேடைமேல் இன்னொரு சிம்மாசனம் போடச் சொல்லாமல் போனாரே' என்று உரக்கவே முணுமுணுத்தார் சேனாபதி.

அரசர் பேசத் தொடங்கினார். 'மந்திரி பிரதானிகளே! அலுவல்களைத் தொடங்குவதற்கு முன்னால் ஒரு மங்களகரமான செய்தியைக் கூறிக்கொள்ள விரும்புகிறேன். நமது அருமை பண்டிதராவுக்கு இன்று காலையில் பேத்திக் குழந்தை பிறந்திருக்கிறது. தாயின் உடல்நிலை நன்றாக இல்லையாம். ஆனால் தன் கணவனின் வீரச்செயல்களைப் பற்றிக் கேட்டவுடன் அவள் ஆரோக்கியம் அடைந்துவிடுவாள். நமது அவையின் சார்பாகப் பண்டிதராவுக்கு நம் மகிழ்ச்சியைத் தெரிவித்துக் கொள்வோம்' என்றார் அவர்.

பண்டிதராவ் மெதுவாக அளந்து பேசினார்: 'அரசருக்கு என் நன்றி. எல்லாம் அந்த மகாதேவன் கருணையும் மகாராஜா மற்றும் உங்களுடைய தயவும் ஆகும். இருபத்து மூன்று ஆண்டுகளுக்கு முன்

முராரி பிறந்தததற்குப் பிறகு இப்பொழுதுதான் எங்கள் வீட்டில் ஒரு குழந்தை பிறந்திருக்கிறது. எனக்கு அதில் மகிழ்ச்சி. ஆனால் தாயின் உடல் நிலை திருப்தியாக இல்லை. அவள் என் தங்கை மகள்தான் என்பதும், என் வீட்டில் என் மகளைப்போலவே வளர்ந்தாள் என்பதும் உங்களுக்குத் தெரியும். அவள் நலம்பெறப் பிரார்த்திக்குமாறு உங்களை வேண்டிக்கொள்கிறேன். மகாதேவன் குழந்தையை ஆசீர்வதிப்பாராக!'

அவ்வாறே ஆகுக; ததாஸ்து' என்றார் பிரதம புரோகிதர் அமைதி யான குரலில்.

'எனக்கு ஓர் எண்ணம். இன்று அதிகாலையில் கிடைத்த செய்தியின் படி முராரிராவ் **கிளாவிருந்தபுரத்தில்** தீரச்செயல் புரிந்துள்ளான். அதைப் பாராட்டும் முகமாகக் குழந்தைக்கு அந்தக் கிராமத்தின் பெயரையே சூட்டலாம் என்று நினைக்கிறோம். அவள் தந்தையின் அதிதீரத்தையும் சாதனையையும் நினைவுகூரும்படி நாம் அவளை, **கிளாவிருந்தபாய்** என்றே அழைப்போம்' என்றார் அரசர்.

'நல்ல யோசனை' என்று அமைச்சர்கள் எல்லோரும் ஒரு முகமாகச் சொன்னார்கள். பண்டிதராவும் அரசர் கருத்தை நன்றியுடன் ஏற்றுக் கொண்டார்.

சேனாதிபதி மங்கோஜிக்கு இதற்கு மேலும் பொறுத்திருக்க முடிய வில்லை. தாங்களும் மகிழ்ச்சியில் கலந்துகொள்ளுமாறு போர்க்களத்துச் செய்தியைத் தங்களுக்கும் தெரிவிக்குமாறு கேட்டுக் கொண்டார்.

'அதற்காகத்தான் இந்த ஆலோசகர் சபையைக் கூட்டுவித்ததே. செய்தியைச் சுருக்கமாகச் சொல்லிவிடுகிறேன்! இராமநாதபுரம் தளவாய்ப் பெரும்படையைப் பின்னால் விட்டு விட்டு, இருபதுபேர் துணையுடன் கிளாவிருந்தபுரத்தில் இராத் தங்கியிருக்கிறார். இந்தச் செய்தி கிடைத்தவுடன் இருநூறு ஆட்களை மாத்திரம் தம்முடன் கூட்டிக்கொண்டு, இரவோடிரவாகப் பதினைந்து மைல் நடந்து தளவாயைத் திடீரென்று தாக்கிவிட்டார் நமது தளபதி முராரிராவ். திடீர்த் தாக்குதலால் திகைத்த தளவாய் நிபந்தனையின்றி நமது தளபதியிடம் சரணடைந்துவிட்டார். இந்தப் படையெடுப்பைப் பற்றி நமது மந்திரிகளுக்கு வலுத்த சந்தேகம் இருந்தது. இத்தனை துரிதமாகவும் வெற்றிகரமாகவும் முடிந்ததில் அவர்கள் மகிழ்ச்சியடைவார்கள் என்பதில் ஐயமில்லை. முராரிராவும் தமது தந்தையின் நம்பிக்கை வீண்போகாமல் நடந்துகொண்டுவிட்டார்' என்றார் அரசர் மகிழ்ச்சி யுடன். கூடியிருந்த சபை சந்தோஷ மிகுதியில் ஆரவாரம் செய்தது.

'சந்தோஷமான செய்திதான்' என்றார் பிரதம மந்திரி.

மங்கோஜி ஆர்வத்துடன், 'முக்கியப் படை இப்போது தளபதி முராரிராவோடு சேர்ந்துவிட்டதா?' என்று கேட்டார்.

'இன்னும் இல்லை. அவர்களை வீணாக அலைப்பானேன் என்று

அறந்தாங்கியிலேயே நிறுத்திவிட்டான் முராரிராவ். தளவாயைக் கைதுசெய்துகொண்டு அவனே இந்நேரம் முக்கியப் படையைச் சேர்ந்திருப்பான். கிளாவிருந்தபுரத்தை விட்டுப் புறப்பட்டுவிட்டதாக இரண்டு மணி நேரத்திற்கு முன்பே செய்தி வந்துள்ளது' என்றார் பண்டிதராவ்.

'முராரி கிளாவிருந்தபுரத்திலிருந்து புறப்படுமுன் வீரமறவரின் முக்கியப் படை அங்கு வந்திருந்தால் என்ன ஆகும்? அல்லது அவர் அறந்தாங்கிக்குத் திரும்பும் வழியில் அவரைத் தாக்கவும் வழி இருக் கிறது. தளபதியின் சமயோசிதத்தைச் சந்தேகப்படுவதாகப் பொருள் கொள்ளக்கூடாது. ஆனால் தளவாய் அஞ்சாத வீரர். அனுபவஸ்தர். இவ்வளவு எளிதில் பொறியில் விழக்கூடியவரல்ல என்பது நம் அனைவருக்கும் தெரியும்' – பொடிவைத்துப் பேசினார் சேனாபதி.

'சண்டையில் வெற்றிபெறும் பொருட்டுக் கோவிலில் பலி பூஜை போடுவதற்காகத்தான் தளவாய் கிளாவிருந்தபுரம் போயிருப்பதாக முராரிக்குத் தகவல் கிடைத்திருக்கிறது. முராரியின் தாக்குதல் உண்மை யாகவே சற்றும் எதிர்பாராதது என்று சொல்லலாம். தளவாயைப் பரிவாரத்தோடு ஒருவன்கூடத் தப்பமுடியாதபடி நன்றாகச் சூழ்ந்து கொண்டார்கள். அந்த வேளையில் தளவாயின் முக்கியப் படை முப்பது மைல்களுக்கு அப்பால் இருந்ததாக நமது ஒற்றர்கள் சொல்லுகின்றனர். அவர்களுக்குச் செய்தி எட்டும் முன்பு தளவாயைப் பத்திரமாக அறந்தாங்கிக்குக் கொண்டு வந்து சேர்த்திருப்பார்கள் என்று நினைக் கிறேன்' என்றார் பண்டிதராவ்.

'ஆனால் தளவாய் பெரிய தந்திரசாலி என்று கேள்விப்பட்டிருக்கிறேன். தீங்கு ஏதும் நேரிடாது என்று நம்புகிறேன்' என்றார் சேனாதிபதி.

பண்டிதராவ் அவசரமாக மறுமொழி சொன்னார். 'தீங்கு நேரிடு மென்று பயப்படுவதற்கு இடமேயில்லை. சபை கலைவதற்கு முன்னால் முடிவான செய்தி வந்துவிடலாம் என்று எதிர்பார்க்கிறேன். முராரியைப் படைத் தலைவனாக நியமிக்கும் போதே சேனாதிபதிக்கு ஐயம்தான். ஆனால் அந்தச் சந்தேகம் ஆதாரமற்றது என்று இப்போது தெரிந்து விடும். சரி தற்போதைய பிரச்சினைக்கு வருவோம். பிடிவாதமும் தொந்தரவும் பிடித்த வீரமறவர்களை எப்படிச் சமாளிப்பது என்பதைப் பற்றித்தான் யோசிக்கவேண்டியிருக்கிறது. பாம்பனாற்றுக்கு வடக்கே பட்டுக்கோட்டையில் நமது பிராந்தியத்தை அவர்கள் ஆக்கிரமித்துக் கொண்டு முள்ளாக உறுத்தி வருகின்றனர். தளவாய்தான் இப்போது அவர்களின் பலம். அவரைப் பிடித்துவிட்டதால் மேலே செய்ய வேண்டிய காரியங்களைக் கவனிக்கவேண்டும்.'

'முதலில் பறவை நமது கையில் சிக்கட்டும்' என்றார் சேனாதிபதி வறட்சியான குரலில்.

'ஆமாம், அதுதான் நல்லது' என்றார் பிரதானும்.

'அதனால் ஒன்றும் அதிகத் தாமதம் ஆகிவிடாது. தளவாய் இன்னும் இரண்டு மூன்று நாட்களில் வந்துவிட்டால் சேதுபதி சார்பாக அவர் என்ன சொல்லுகிறார் என்பதை அவரிடமே நேரடியாகக் கேட்டுக் கொள்ளலாமே!' என்றார் பிரதான்.

பண்டிதராவ் பொறுமை இழந்தவராகச் சொல்லலானார்: 'நாம் தாமதிக்கவேண்டிய தேவையேயில்லை. தளவாயிடம் கலந்து கொள் வதும் அவசியமில்லை. நாம் கட்டளையிட, அவர் கீழ்ப்படிய வேண்டியதுதான். இப்போதைய சேதுபதி அவர் கைப்பொம்மை. ஏறத்தாழ அறுபது ஆண்டுகளுக்கு முன் நாம் பட்டுக்கோட்டைப் பிராந்தியத்தை வென்று கைப்பற்றினோம். நடுவில் சிலகாலம் அதை வீரமறவர் ஆக்கிரமித்திருந்தாலும், பதினாறு ஆண்டுகளுக்கு முன் முடிவாக பாம்பனாற்றின் வடபகுதி நமது இராஜ்யத்தோடு இணைக்கப் பட்டு விட்டது. அப்போது குட்டத்தேவர் காலத்தில் வீரமறவர் நாடும் ஒழுங்குபடுத்தப்பட்டது. ஆனால் அவர் காலத்துக்குப் பின் தளவாய் மிகக் கவனமாக வருமானத்தை அதிகரித்து படைப் பயிற்சியும் அளித்து வந்திருக்கிறார். நம்முடைய அரசோடு அவரது உறவு எப்போதும் பகையாக இருந்து வந்திருக்கிறது. நமக்கு விரோதமாக நவாபைத் தூண்டியதுமல்லாமல் உதவியும் செய்தார். மதுரை இளவரசனுக்கு உதவுமாறு நாம் கேட்டபோதும் மறுத்துவிட்டார். அதன் விளைவாக, பழம்பெரும் பாண்டிய மன்னரின் வாரிசான வங்காரு திருமலை நாயக்கர், நவாபின் சமஸ்தானத்தில் மாதாந்திரப் பிச்சையாக ஏதோ வாங்கிக்கொண்டு அவரைச் சார்ந்த அற்பத் தொழும்பனைப் போல் வாழ்க்கை நடத்திவர நேரிட்டுவிட்டது. நிலக்கோட்டையிலும், தொண்டைமானிலும் சின்னமறவர்களிடம் நமக்கு இருக்கும் உறவை யும் கெடுத்துவருகிறார். இதெல்லாம் போதாதென்று இப்போது பாம்பனாற்றின் வடக்கில் நமது பகுதியைத் திடீரெனத் தாக்கி ஆக்கிர மித்துக் கொண்டிருக்கிறார். முடிவாக என்னுடைய ஆலோசனை இதுதான்: ஒன்று இந்தத் துரோகியை மரணத்திற்குட்படுத்தவேண்டும் அல்லது தலைநகரில் கடுஞ்சிறையில் வைக்கவேண்டும். சேதுபதிக்குச் சரிவர நாட்டை ஆளும் திறமை இல்லாததால் அவரைப் பெயருக்குத் தலைவராக்கி அரசாட்சி செய்வதற்கு நமது அதிகாரி ஒருவரை அங்கு அனுப்பவேண்டும்.'

'சேதுபதிக்கு இதுவே அதிகம்' என்று அரசரும் பண்டிதரின் பேச்சை ஆதரித்தார். 'நமது பிரதான்ஜியின் எண்ணம் என்னவோ?' என்று கேட்டார்.

பிரதானர் மிகவும் ஜாக்கிரதையாக, 'சேதுபதிக்கு இது வேண்டியது தான். ஆனால்-' என்று இழுத்தார்.

'என்ன ஆனால்-' என்றார் பண்டிதராவ் குறுக்கிட்டு.

'நாம் இந்த நடவடிக்கை எடுத்தால் நவாபும் பிரெஞ்சுக்காரரும், ஆங்கிலேயரும் என்ன செய்வார்கள் என்பதை நாம் கவனிக்கவேண்டும்' என்று மெதுவாகச் சொன்னார் பிரதான்.

'நவாபுக்கும் பரங்கிகளுக்கும் இதில் என்ன வந்தது? வீரமறவர் நமது ஆதிக்கத்துக்குட்பட்டவர்கள். மானியக்காரன் தவறாக நடந்து கொண்டால் எஜமானுக்கு அவனைத் தண்டிக்க உரிமையுண்டு. நவாப் நம்மைக் கலந்துகொண்டா தமது பாளையக்காரரை நீக்கவோ தண்டிக்கவோ செய்கிறார்? அவருக்குக் கப்பம் கிடைத்துக் கொண்டிருக்கிறவரையில் சரி. நமது உள்நாட்டு விவகாரத்தில் அவர் தலையிட மாட்டார். பரங்கிகளுக்கும் இதில் தலையிட எவ்வித உரிமையும் கிடையாது. அவர்கள் வியாபார காரியமாக நமது நாட்டில் நுழைந்தால் கூட ஐந்து பணம் ஆள்வரி கட்டிவருகிறார்களே?' என்று பண்டிதராவ் காட்டமாகக் கூறினார்.

சேனாதிபதி சொன்னார்: 'சமீபத்தில் ஏற்பட்ட தொல்லைகளின் போதும், அரசர் பிராயமடையாமல் இளையவராக இருந்த போதும் நவாப் நமது உள்நாட்டு விவகாரங்களில் எத்தனை அக்கறை காட்டி வந்தார் என்பதை பண்டிதராவ் அறியாதவர் அல்ல. நாம் விரும்பினாலும், விரும்பாவிட்டாலும் அவர்தான் நமது மண்டலாதிபதி. நாமும் ஆண்டு தோறும் கப்பம் செலுத்தி வருகிறோம். இதற்கு முன் அரியணையில் வீற்றிருந்தவர், அரசுரிமை உள்ளவர் அல்ல. ஆயினும் அரசராகி விட்டார். அவரை அரசர் என்று பாராமல் நவாபின் வேலையாள் அவரைப் பட்டப்பகலில், இந்த மண்டபத்தில் துணிந்து, சலுகையுடன் குத்திக் கொல்லவில்லையா? நவாபின் உதவி என்று சொல்லாவிடினும் அவருடைய அனுமதியின் பேரில்தான் தாங்கள் இந்த அரசு கட்டில் ஏறினீர்கள் என்பதை மறந்துவிட முடியாது. சையத் செய்த் செல்வாக்கையும் மறந்துவிடுவதற்கில்லை. நமது நல்லகாலம் அவர் கொலையுண்டு போனார்.'

'நவாபுக்கு சேதுபதி மீது பிரியம் அதிகம் என்பதைப் பண்டிதராவ் ஒப்புக்கொள்கிறார். அப்படியானால் தளபதி நமது கையில் சிக்கி யிருக்கிறார் என்பதனால் நாம் சேதுபதி மீது எடுக்கும் இந்தத் திடீர் நடவடிக்கையை நவாப் ஒப்புக்கொள்வாரா?' என்று பிரதானர் கேட்டார்.

'நமது அரசு நம்மைச் சிறுமைப்படுத்தும் பிறர் ஆதிக்கத்தை அறவே ஒழித்துவிட்டுத் தன் பழைய சுதந்திரத்தை மீண்டும் நிலைநாட்டிக் கொள்ளவேண்டும். நவாப் இதில் தலையிட முயற்சி செய்வார் என்பதை நான் அறிவேன். ஆனால் அவரை எதிர்ப்பதற்கு உரிய வலிமை இப்போது நம்மிடம் உள்ளது என்றே நம்புகிறேன். இது அதற்கான

நல்ல தருணமும்கூட' என்றார் பண்டிதராவ் மிக அழுத்தமாக.

'நமது நியாயமான உரிமைகளை நிறைவேற்றுவதற்கு நாம் யாரிடமும் பயப்படவேண்டியதில்லை' என்று அரசர் ஒத்துப்பாடினார்.

'தளவாயை அவர் செய்த துரோகத்துக்காக நாம் தண்டிக்கலா மென்றாலும் அவருடைய இடத்தில் வேறு ஒருவரை நியமிப்பது சேதுபதியின் உரிமையாகும். அதை நாம் ஏன் பறித்துக்கொள்ள வேண்டும்? அந்தப் பகுதியின் நிர்வாகத்தை நாம் எடுத்து நடத்த வேண்டிய அவசியம் என்ன?' என்று சேனாதிபதி வினவினார். மேலும் தொடர்ந்து, 'போரில் வெற்றிகொண்ட உரிமையால் மகாராஜா அவரது அதிபதி ஆகிறீர்கள். அது உண்மைதான். ஆனால் இராமநாதபுரத்து சேதுபதிகள் நாட்டின் அந்தப் பகுதியைப் பல நூற்றாண்டுகளாக ஆண்டு வருகிறார்கள். இந்த மராட்டிய அரசு நிறுவப்படுவதற்கு முன்னால், ஏன் அது கற்பனையில்கூட தோன்றுவதற்கு முன்னால் இருந்தே அவர்கள் அங்கே ஆட்சி செலுத்தி வந்திருக்கிறார்கள். நாம் அதை மறந்துவிடுவது நீதியாகாது' என்றார்.

அரசர் மௌனமாகப் பண்டிதராவை நோக்கினார்.

'நீதியையும் தர்மத்தையும் நிலைநாட்ட சேனாபதி முன் வந்திருப்பது எனக்கு மகிழ்ச்சியைத் தருகிறது' என்றார் பண்டிதராவ் கேலிக்குரலில். தொடர்ந்து:

'நாட்டுப்பற்று சிறிதும் இல்லாமல் துணிந்து இந்தச் சமூகத்தில் இப்படிப் பேசுவதை நான் சற்றும் எதிர்பார்க்கவில்லை. சேனாபதி கூறும் பிரச்சினையை நான் சிந்திக்காதவன் அல்ல. தீர ஆலோசித்தபின் தான் அந்த எண்ணத்தைக் கைவிட்டேன். ஏனென்றால் இப்போதைய சேதுபதியின் இயல்பையும் கருத்தில் கொள்ளவேண்டும். அவரை அரசாள அனுமதித்தால் அது முடிவில்லாத சூழ்ச்சிகளுக்கும் தொல்லை களுக்கும் இடம் தரும். வீரமறவர் குறுநிலம் ஒரு தனிப்பட்ட ஆட்சி யாகவே இயங்கிவரும். அதைப்பற்றிப் பயப்படவேண்டிய தேவை இல்லை. சேதுபதி சரிவர நிர்வகிக்கும் சக்தி பெறும்வரை மகாராஜா நியமிக்கும் அதிகாரி அங்கு ஆட்சி செய்வார். அவர் மகாராஜாவுக்கு நேரடியாக உத்தரவாதமுள்ளவராக இருப்பார். இப்படிச் செய்வதன் மூலம் நாம் நமது அதிகார உரிமையை நிலைநாட்டிக் கொள்ளலாம். அதுமட்டுமல்லாமல், எதிர்காலத்தில் நமது மானியக்காரர்களுடன் நாம் எடுக்கப்போகும் நடவடிக்கைகளுக்கு இது ஒரு சிறந்த எடுத்துக் காட்டாகவும் அமையும்' என்றார்.

'காற்று எந்தத் திசையில் அடிக்கிறது என்று இப்போது தெரிகிறது' என்று சேனாபதி தனக்குள் முணுமுணுத்தார். 'இராஜப் பிரதிநிதி யார் என்பதையும் என்னால் ஊகிக்க முடிகிறது. வென்றவன் அல்லாமல் வேறு யார் நாட்டை அரசாளுவான்? ஆனால் முதலில் அவன்

மந்திராலோசனை ✦ 13

தளவாயைப் பிடித்துக்கொண்டு வரட்டும் பார்ப்போம்' என்று நினைத்துக் கொண்டார்.

அரசர் அரியணையில் அமர்ந்ததும் அகன்றுவிட்ட கட்டியக்காரன் இப்போது திரும்பிவந்து அமாத்யாவின் காதில் ஏதோ கிசுகிசுத்தான். அமாத்யா உடனே போர்க்களத்திலிருந்து இன்னொரு தூதன் வந்திருப்பதாகவும் அரச சமூகத்துக்குக் காத்திருப்பதாகவும் தெரிவித்தார்.

'அப்படியா? அவனை உள்ளே அனுப்பு' என்று கட்டளையிட்டார் அரசர்.

3

பேரிடி

முராரிராவின் அந்தரங்க ஊழியர்களின் ஓர் அதிகாரிதான் அந்தத் தூதன். அவன் உடை புழுதி படிந்து இரத்தமாய் இருந்தது. இடது கை துண்டிக்கப்பெற்று உதிரம் கொட்டிக் கொண்டிருந்தது. அவன் சோர்ந்து, மயங்கும் நிலையில் இருந்தான். நகர்ப்புறத்தில் குதிரை செத்து விழுந்து விட்டதாகவும் தான் ஒரு மைல் ஓடியே வந்ததாகவும் மிகவும் சிரமத்துடன் சொன்னான். முதலில் அவன் பண்டிதராவின் வீட்டுக்குப் போயிருந்ததால் அங்கிருந்து ஒரு பெரிய கூட்டம் அவனைத் தொடர்ந்து வந்து அரண்மனையின் வெளியில் நின்றது.

தாழ வணங்கிய அவனை, செய்தியைச் சொல்லுமாறு அரசர் பணித்தார். இந்த விவரங்களைத் தெரிவிக்குமுன்னால் தன் நாக்கு அறுந்து போகக்கூடாதா என்று அங்கலாய்த்துப் பேசத் தொடங்கினான். கள்ளர் துரோகி கொடுத்த தகவல் ஏமாற்று என்றும், தளவாயின் உடனடி சரணாகதி அநாவசியச் சண்டையைத் தவிர்க்கவும், காலந்தாழ்த்தவும் செய்யப்பட்ட தந்திரம் என்றும் தெரிவித்தான். இராமநாதபுரம் படை இரவெல்லாம் நடந்து விடியற்காலையில் கிளாவிருந்தபுரத்தை அடைந்து, முராரிராவ் படையை நன்கு சூழ்ந்து கொண்டது. முராரிராவ் நிபந்தனையின்றி சரண் அடைந்தால் உயிர்ப்பிச்சை அளிப்பதாகத் தளவாய் கூறினார். ஆனால் முராரிராவ் வாளை உருவிக்கொண்டு தளவாய் மீது பாய்ந்தார். வீரர்களும் வெற்றி அல்லது வீரமரணம் அடைவது என்று முழங்கிக்கொண்டு வெறியுடன் தாக்கத் தொடங்கினார்கள். உக்கிரமான சண்டை நடந்தது. ஆனால் பகைவரின் எண்ணிக்கை பலத்தால் முராரி உட்படப் பலர் வாளேந்தியபடியே விழுந்துவிட்டனர். அவர்கள் உடல்கள் கண்டதுண்டமாக்கப் பட்டன. பன்னிரெண்டு பேருக்குமேல் தப்பவில்லை. தப்பியவர்கள் குதிரைகள் மீது ஏறி ஓடினார்கள். அறந்தாங்கியில் உள்ள முக்கியப் படைக்கு ஆபத்தைத் தெரிவிக்கும்படி அவர்களை அனுப்பிவிட்டு, அவன் இன்னொரு வீரனோடு நேராகத் தஞ்சைக்கு விரைந்தான்.

அறந்தாங்கியில் உள்ள முக்கியப் படையையும் ஒருவேளை தளவாய் திடீரெனத் தாக்கிப் பிடித்திருக்கலாம் என்று கவலையுடன் கூறினான்.

இந்த அவலக் கதையின் தொடக்கத்திலேயே பண்டிதராவ் கலங்கி விட்டார். ஆனால் தம் பெருஞ்செல்வத்தின் ஏகவாரிசும், ஆசைக் கனவுகளுக்கெல்லாம் நடுநாயகமுமான தன் ஒரே மகன் கண்ட துண்டமானான் என்று கேட்டதும், தலையைத் தாழ்த்திச் சால்வையால் முகத்தை மூடிக்கொண்டார். விவரங்களைச் சொல்லி முடியும்வரையில் அந்நிலையிலேயே இருந்தார். அதிகாரி பேசி முடித்ததும் ஒரு பயங்கர அமைதி நிலவியது. எல்லோருடைய கண்களும் பண்டிதராவையே பார்த்தன. அவர் கைகளால் முகத்தை மூடிக்கொண்டு குலுங்கிக் குலுங்கி அழுதார். அப்போது அவர்கள் நாட்டுக்கு ஏற்பட்டிருக்கும் இடுக்கணைப் பற்றி நினைக்கவே இல்லை. மந்திரியின் மகத்தான துக்கமே பெரிதாகத் தோன்றியது.

அப்போது அரண்மனையின் உள்வாசல் வழியாக ஒரு பெண் விரைந்து மண்டபத்துக்குள் நுழைந்து வந்தாள். என்ன சேதி என்று அரசர் அவளை விசாரித்த போது அவள் சொன்னாள். தன் கணவன் இறந்த செய்தியைக் கேட்டதும், முராரிராவின் மனைவி கதறிக் கொண்டே மயங்கிவிட்டதாகவும், அடுத்த அறையிலிருந்த அரண்மனை வைத்தியர் உள்ளே ஓடிச்சென்று பார்த்தபோது அவள் இறந்து விட்டதாகவும் தெரிவித்தாள்.

கேட்ட அனைவரும் திடுக்கிட்டுப் பீதியடைந்தனர். அடிமேல் அடியாக வந்த அனர்த்தங்களைப் பார்த்து, ஏதோ தெய்வகோபம் ஏற்பட்டுவிட்டதோ என்று திகில் பிடித்தவர் போலானார்கள். ஆனால் ஓரிரண்டுபேர் தங்களையும் அறியாமல் 'இவள்தான் சதி, சதி! உண்மை யான சதி, ஆண்டவன் கிருபை' என்று பாராட்டி முணுமுணுத்ததும் கேட்டது.

இந்தச் செய்தியைக் கேட்டதும் முதியவர் முகத்திலிருந்து கைகளை எடுத்தார். முகம் சவம்போல் வெளுத்திருந்தது. பணிப்பெண்ணைப் பார்த்து நைந்த குரலில்:

'அப்படியானால் அவளும் போய்விட்டாளா? இந்தக் கிழவனைத் தனியாக இந்தப் பூமியில் விட்டுவிட்டு அவர்கள் எல்லோருமே போய்விட்டார்களா? அவள் பதிவிரதை. நினைத்த மாத்திரத்தில் கணவனைப் போய்ச் சேர்ந்துவிட்ட புண்ணியவதி. என் நெஞ்சு கல் நெஞ்சு. அதனால்தான் அந்த உத்தமியைப் பின்பற்றாமல் வயது காலத்திலும் என் உயிரை இரும்புச் சங்கிலியால் கட்டியதுபோல் பிடித்து வைத்துக் கொண்டிருக்கிறேன். இந்த நிலையை அடைவதற்குப் பழம் பிறவிகளில் என்ன கொடும்பாவமெல்லாம் செய்தேனோ? இந்த நாளைக் கண்டபின்னும் என் கண் இன்னும் அவிந்து போகாமல்

இருக்கிறதே' என்று அங்கலாய்த்தார்.

அரசர் உடனே அவரை நெருங்கி ஆறுதலாக அணைத்துக் கொண்டார்: 'பண்டிதரே, தெய்வ பக்தியில்லாதவர்கள் இந்தத் துன்பத்தைத் தாங்குவது மிகக் கடினமே. ஆனால் தாங்கள் அறிவாளி. வயது முதிர்ந்தவர், பக்திமான், தாங்கள் கவலைப்படலாமா? இன்பத்தை வரவேற்கும் நாம் இடுக்கண் வருங்காலும் நகுவதே சிறப்பாகும் என்று கற்றுத் தந்ததே தாங்கள்தானே! ஆண்டவன் கொடுக்கிறான். ஆண்டவனே எடுத்துக்கொள்கிறான். உங்கள் துன்பம் மிகக் கொடுமை யானதுதான். சாதாரண மனிதன் இதைத் தாங்கிக்கொள்ள இயலாது. ஆனால் ஞானியாகிய தாங்களும் கவலைக்கு இடங்கொடுக்கலாமா? தங்கள் ஒரே மகனும் என் சிறந்த நண்பனும் வீண் மரணமா அடைந்து விட்டார்? இல்லையே! மானமே பெரிதென்று கருதி நாட்டுக்காகப் போரிட்டு வீர மரணமடைந்தார். அந்தச் சந்தர்ப்பத்தில் வீரன் எவனும் அவர் செய்ததுபோலவே செய்திருப்பான். இத்தனை காலம் நீங்கள் எனக்கு குருவாகவும் நம்பிக்கைக்குப் பாத்திரமான மந்திரியாகவும் மாத்திரம் இருக்கவில்லை; அன்பிற்குகந்த தந்தையாகவும் இருந்து வந்திருக்கிறீர்கள். இப்பொழுதும் என்னைத் தங்கள் மகனாகக் கருதிக் கொள்ளுங்கள். என்னோடு இந்த அரண்மனையிலேயே தங்கிவிடுங்கள். எதிர்பாராமல் நாட்டுக்கு நேர்ந்திருக்கும் இந்த இக்கட்டான சமயத்தில் அரசாட்சியில் எனக்கு உதவி செய்யுங்கள். தாங்கிக் கொள்ளுங்கள் ஐயா, இங்கேயே என்னோடு இருந்துவிடுவதாக வாக்குக் கொடுங்கள். நான் உங்கள் மகனைப் போலவே இருந்து நீங்கள் இந்தப் பெருந் துன்பத்தை மறக்க என்னாலானதைச் செய்வேன்' என்று அரசர் ஆறுதல் கூறினார்.

பண்டிதராவ் சிறிது ஆறுதலடைந்தவராகப் பேச ஆரம்பித்தார்:

'பிரதாப், நீங்கள் நல்லவர், தீர்க்காயுசாக இருந்து இந்த நாட்டை அரசாளுவீர்களாக. முராரி மீதும் முக்தாம்பாள் மீதும் நான் எவ்வளவு வாஞ்சை கொண்டிருந்தேன் என்பது உங்களுக்குத் தெரியும். ஒன்றன்பின் ஒன்றாகச் சடுதியாக வந்த துன்பம் மிகக் கொடுமையானது. துக்கத்தில் என்னை மறந்து ஏதேதோ பேசிவிட்டேன். நீங்கள் சொன்ன ஆறுதல் மொழிக்காகக் கடவுள் உங்களை ஆசீர்வதிப்பார். ஆனால் என் அரசவை நாட்கள் இன்றோடு முடிந்துவிட்டன என்றே நினைக்கின்றேன். நான் உங்களிடம் வேண்டுவதெல்லாம் வீண் பெருமைக்காகச் சேர்த்த என் சொத்துக்களைத் தகுந்த அறப்பணிகளில் செலவிட நீங்கள் உதவிட வேண்டும். அவசரமாகச் செய்யவேண்டும் என்பதில்லை. நாட்டை விவேகமாக ஆள்வதற்குரிய தகுதி உங்களுக்கு இருக்கிறது. தேர்ந்த மந்திரிகளும் இருக்கிறார்கள். நீங்கள் பெருந்தன்மையாகச் சொன்ன யோசனையை ஏற்றுக்கொள்ள முடியாத நிலையில் இருக்கின்றேன்.

அதற்காக வருந்தவேண்டாம். பிரிந்தவர்களுக்குச் செய்யவேண்டிய ஈமக்கடன்களை ஆற்றச் செல்லுமாறு எனக்கு விடை கொடுங்கள். என் உயிர் நல்லகதி அடைய அவர்கள் எனக்கு ஈமக்கடன்களைச் செய்வார்கள் என்று இறுமாந்திருந்தேன். ஹூம், சேனாதிபதி உடனே தகுந்த படையோடு அறந்தாங்கி சென்று இனி நடக்கவேண்டியதைக் கவனிக்கட்டும்' - இவ்வாறு சொல்லிக் கொண்டே பெரியவர் எழுந்து மெதுவாக நடந்து வெளியில் அவருக்காகக் காத்திருந்த பல்லக்கை நோக்கிச் சென்றார். அரசரும் அவையினரும் மௌனமாக அவரை வழியனுப்பி வைத்தார்கள்.

4

பழைய நண்பர்கள்

அன்று ஊரே விழாக்கோலம் பூண்டிருந்தது. தெருக்களெல்லாம் கொடிகளும் தோரணங்களுமாகக் காட்சியளித்தன. இடையிடையே உயர்ந்த வளைவுகள் ஓங்கி நின்றன. பகட்டான துணிகளும் கதம்ப மாலைகளும் அவற்றை அலங்கரித்தன. தூண்களில் கட்டியிருந்த ஓலைகள் ஒயிலாகச் சாய்ந்தாடிக் கொண்டிருந்தன. வீட்டு முகப்புகளில் சிறிய பித்தளை விளக்குகள் ஒளிவீசிக் கொண்டிருந்தன. பணக்காரர் மாளிகைகள் பகட்டிலும், தீபாலங்காரத்திலும் ஒன்றையொன்று போட்டி போடுவதைப் போலத் தோன்றின.

வெண்ணாறு சத்திரம் என்ற பெயரில் மகாராஜா பிரதாப்சிங் ஒரு புதிய சத்திரத்தைத் திறந்துவைத்தார். இறந்துபோன அவருடைய தாயாரின் ஞாபகார்த்த புண்ணிய காரியங்களுக்காக இத்திருப் பணியைச் செய்திருந்தார் அவர்.

ஆயிரக்கணக்கான மக்கள் சத்திரத்தில் இலவசமாக உணவைப் பெற்று உண்டு மகிழ்ந்தனர். அரசர் கையால் பரிசுப்பொருட்களையும் பெற்று ஆரவாரித்தனர்.

இதுமட்டுமன்றி, பலவித வேடிக்கைகளும் விளையாட்டுகளும் ஊரை நிறைத்தன. வாள் வித்தைக்காரர், மல்லர், ஜாலவித்தையாளர், இசையாளர், நாட்டியக்காரர், கணிகையர் உட்பட ஆங்காங்கே மக்களுக்கு வேடிக்கை காட்டிக் கொண்டிருந்தார்கள். கெம்பீரமான யானைகள், உயரமான ஒட்டகங்கள், தரையைத் தொடும் தாடியுடைய பெரிய காளைகள், சிலிர்க்கும் குதிரைகள் முதலியன ஆடம்பரமான அலங்காரங்களுடன் வீதிகளில் பவனி வந்தன. வேடிக்கை பார்க்கும் சிறுவர்களும் நாட்டுப்புறத்தாரும் அவைகளின் பின்னே போய்க் கொண்டிருந்தார்கள். மேளக்காரர், நாதஸ்வரக்காரர், கொட்டுக்காரர் எல்லோரும் தெருவெல்லாம் இசை முழக்கிக் கொண்டிருந்தனர். மிட்டாய், விளையாட்டுச் சாமான்களின் வியாபாரம் பலமாக நடந்தது.

சத்திரத்தின் உள்ளும் புறமும் நூற்றுக்கணக்கான பிராமணர்கள் ஏகோபித்த குரலில் வேதம் ஓதினார்கள். கடல் அலைபோல் எழுந்த அந்த ஓசை அரண்மனை மேள வாத்தியக்காரர்களின் முழக்கத்தை மூழ்கடித்தது.

மானம்புச் சாவடியின் அருகில் இரண்டு தெருக்கள் சேருமிடத்தில் மகாராஷ்டிரத்திலிருந்து சமீபத்தில் வந்த வாள் வீரன் ஒருவன் ஆபத்தான வேடிக்கைகள் காட்டிக் கொண்டிருந்தான். மொட்டைத் தலையில் எலுமிச்சம்பழத்தை வைத்து, கைகளில் கூர்மையான வாள்களைப் பிடித்து வீசிக்கொண்டு கொட்டுமேளத்திற்கு இசைய ஆடிக்கொண்டிருந்தான். பெரும்பாலும் சிப்பாய்களாலான பெருங் கூட்டமொன்று அவனை வியந்து வேடிக்கை பார்த்துக் கொண்டிருந்தது. நடுநடுவே கடினமான அல்லது ஆபத்தான வித்தை ஏதாவது செய்த போது கூட்டம் பலமாகக் கைதட்டி ஆரவாரித்தது. கூட்டத்தின் வெளிவட்டத்தில் ஹவில்தார் ரகோஜி முன்னங்காலை ஊன்றி நின்று கத்தியவாறே வேடிக்கையை உன்னிப்பாகக் கவனித்துக் கொண்டிருந்தார். அவர் சீருடை அணிந்திருக்கவில்லை. பகட்டாகத் திருவிழா உடை அணிந்திருந்தார். குட்டையாக இருந்ததால் கால்களை உன்னிக் கழுத்தை நிமிர்த்திச் சிரமப்படவேண்டியிருந்தது.

ஏறத்தாழ மூன்று வயதுள்ள அழகான சிறுமி ஒருத்தி அவர் வலது தோள்மீது குறுக்கே உட்கார்ந்திருந்தாள். அவள் வெள்ளிச் சரிகை போட்ட பட்டு உடுப்பு அணிந்திருந்தாள். கூந்தல் கருத்து அடர்ந்து சுருண்டு இருந்தது. தலைமயிர் கட்டுக்கடங்காமல் அவள் கண்கள் மீது வந்து விழுந்தது. அதை விலக்குவதற்காகத் தலையைக் குலுக்கினாள். அது தண்ணீரில் மூழ்கி வெளிவந்த நாய்க்குட்டி உடலைச் சிலிர்ப்பது போலிருந்தது. அவளுடைய கரிய பெரிய கண்கள் அழகாக இருந்தன. கீழே விழுந்துவிடாமலிருப்பதற்காக ஹவில்தாரின் தலைப்பாகையை இரண்டு கைகளாலும் இறுகப் பிடித்துக் கொண்டிருந்தாள். கொட்டு இசைக்கு ஏற்ப ஆடத் தோன்றும்போதெல்லாம் தன் இரு கால்களாலும் அவரது நெஞ்சையும் முதுகையும் ஓங்கி ஓங்கி அறைந்து கொண்டிருந்தாள். அவளைவிட இரண்டு மூன்று வயது அதிகமான இன்னொரு சிறுமி சாதாரணமான உடை அணிந்து ஹவில்தாரின் அருகில் அவரது இடது கையைப் பிடித்தவாறு நின்றுகொண்டிருந்தாள். அவள் தனக்கு வேடிக்கை ஒன்றும் தெரியவில்லையென்றும், தன்னையும் தோளில் தூக்கி வைத்துக்கொள்ள வேண்டுமென்றும் தன் பாபாவிடம் புகார் செய்வதும் கெஞ்சுவதாகவுமிருந்தாள். ஆனால் வாள்வித்தை பார்ப்பதில் மூழ்கிப் போன பாபா, சிறுமிகளின் நடவடிக்கைகளைக் கவனித்த தாகவே தெரியவில்லை.

ஆனால் சிறிது நேரத்தில் கீழே நின்ற சிறுமி வீறிட்டு அலறி

பயத்தினால் அவரை இறுகப் பிடித்துக்கொண்டாள். ஹவில்தார் திரும்பிப் பார்த்தார். ஒரு குதிரையொன்று தன் சவாரியை எறிந்து விட்டு வெறியுடன் வீதியில் பாய்ந்து வந்தது. அந்தக் குதிரைக்குப் பயந்து ஓடிய ஒருவன் குழந்தையின் கால்களைப் பலமாக மிதித்து விட்டிருந்தான். அவன் ஒரு பிராமணன். கால் கோணியிருந்ததால் பக்கவாட்டில் நடக்கின்றவன், அவன் உயரத்தைவிட அவனுக்குச் சுற்றளவு அதிகமிருக்கும் போலத் தெரிந்தது.

'கண் எங்கே ஐயா போச்சு?' என்றார் ஹவில்தார் ஆத்திரமாக. உங்களுக்கெல்லாம் கடவுள் பிடரியிலேயும் ரெண்டு கண் வச்சிருக்க வேண்டியதுதான்.'

'கோபப்படாதீங்கோ' என்றார் பிராமணர். 'ஓடிவந்த அவசரத்திலே குழந்தையைக் கவனிக்கலை...அடடே! ரகோஜியா?'

'அடடே ராமசாஸ்துருலு! இத்தனை வருஷமா காணோமே! எங்கே போயிருந்தாய்?' ஹவில்தாருக்கு ஒரே வியப்பு! ராமசாஸ்துருலு ஹவில்தாரின் பாலிய சிநேகிதனும் பள்ளித் தோழனுமாவார். பல ஆண்டுகள் கழித்து இப்போதுதான் சந்திக்கிறார்.

'காசியிலிருந்து எப்போ திரும்பி வந்தாய்? நீ, எங்கே திரும்பி வரப் போகிறாய்னு நாங்கள் எல்லாம் நினைத்தோம். கங்கையிலுள்ள முதலைகள் உன்னைச் சாப்பிட்டு அஜீரணத்தால் கஷ்டப்படுவதாக இங்கே பேச்சு' என்றார். 'ஹா,ஹா,ஹா' என்று சாஸ்துருலு பலமாகச் சிரித்தார். 'உயிரோடுதான் இருக்கேன். இப்பத்தான் நீயே பார்க்கிறயே! சாகிறதுக்கு மனசு வரல்லை. ஆமாம் இது யாரு இந்தச் சின்னம்மா? உன் பேத்திதானே! ஹும், அவள் போட்டிருக்கிற பட்டு உடுப்பைப் பார்த்தா உனக்கு சண்டையிலே கொள்ளை பலமாகக் கிடைச்சிருக்கும்னு தோணுறது.'

'அவள் என் பேரப் பெண்ணில்லை. இறந்து போயிட்டாரே நமது பழைய சிநேகிதர் பண்டிதராவ், அவர் பேத்தி.'

'என்ன, பண்டிதராவ் காலமாயிட்டாரா?'

'ஆன மாதிரித்தான். ஒருவேளை ஆகியும் இருக்கலாம். ஆமா நீ காசியிலிருந்து எப்போது திரும்பி வந்தாய்? இந்தச் சங்கதி எல்லாம் தஞ்சாவூரிலே சின்னப் பிள்ளைக்குக்கூடத் தெரியுமே.'

'நேத்து சாயங்காலம்தான் வந்தேன்.'

'சாப்பாட்டுக்கும் தானத்துக்கும் கணக்கா வந்திருக்கே. பிராமண னுக்குச் சொல்லியா தரணும்?'

'அப்படித்தான் தோணும். ஆனா ரகோஜி இந்த விழாவைப் பத்தி நான் கேள்விப்படவே இல்லை. காசிக்குப் போனதிலேயிருந்து புரோகிதத் தொழிலை விட்டுவிட்டேன். பிறர் சமைச்சதைச் சாப்பிடறது மில்லை. நான் வந்திருப்பதைக் கேள்விப்பட்டு புரோகிதர் சொல்லி

அனுப்பியிருந்தார். பசுவும் சால்வையும் கொடுக்கிறதாகவும் இருந்தது. ஆனால் நான் விருந்துக்குப் போகவில்லை. பொருள்களை வாங்கிக் கொள்ளவும் இல்லை. அதிருக்கட்டும், பண்டிதராவ் சமாச்சாரத்தை முதலில் சொல்லு. அவர் பேத்தி உங்கிட்ட எப்படி வந்து சேர்ந்தாள்? இப்போ காலை மிதித்தேனே அந்தக் குழந்தைதான் உன் பேத்தியா?'

'ஆமாம். காவேரிதான் என் பேத்தி. என் மகன் ரகுநாத் தெரியு மில்லை உனக்கு. அவன் மகள்தான் இவள். இன்னும் இரண்டு சிறிசு இருக்கு. ஒரு பையன்;' அடுத்தது பொண்ணு-'

'அப்படியானால் நீ இப்போ படையில் இல்லையா?'

இல்லை. இப்போ மூணு வருஷமா இல்லை. வா அந்த மண்டபத்தில் உக்காந்து பழங்கதை பேசலாம். எல்லாம் விவரமாகச் சொல்றேன். அப்பப்பா, நாம் ஒருத்தரை ஒருத்தர் பார்த்து, பதினோரு வருஷம் ஆகிறதில்லியா?'

அருகில் கூட்டம் அதிகமில்லாமல் இருந்த மண்டபத்தை நோக்கி இருவரும் நடந்தார்கள். ரகோஜி தோளிலிருந்த குழந்தையைக் கீழே இறக்கிவிட்டார். அங்கேயே விளையாடிக் கொண்டிருக்கும்படி சிறுமி களிடம் சொல்லிவிட்டு இருவரும் படிகளில் உட்கார்ந்து கால்களை நீட்டிக்கொண்டு நெடுநேரம் கதை பேசுவதற்குத் தயாரானார்கள்.

'அப்படியானால் நீ காசிக்குப் போன பிறகு இங்குள்ள செய்தி எதுவுமே கேள்விப்படவில்லையா?' என்று பேச்சைத் தொடங்கினார் ஹவில்தார்.

'ராமேஸ்வரத்திலிருந்து திரும்பிய பைராகிகள் சிலரை ஹரித்துவாரத்தில் கண்டேன். சேதுபதியின் தளவாய், பண்டிதராவின் மகனைப் போரில் கொன்றுவிட்டாரென்றும் பிறகு நமது சேனாபதி போர்த்தலைமை ஏற்று பெரிய மறவர்களை வென்றுவிட்டதாகவும் சொன்னார்கள். பண்டிதராவைப் பற்றி ஒன்றுமே கேள்விப்படவில்லையே!'

'தளவாய் வைத்த பொறியில் இந்தப் பெண்ணின் தகப்பன் மாட்டிச் சண்டையில் இறந்த நாளில்தான் இவள் பிறந்தாள். கணவன் இறந்ததைக் கேட்டதுமே இவளைப் பெற்றவள் உயிரை விட்டுட்டாள். பதிவிரதை அவள்தான். பண்டிதராவுக்கு வேறு பிள்ளைகள் கிடையாதே! தஞ்சாவூரில் உறவினர்களும் கிடையாது. ஒரேயடியா உடைஞ்சு போயிட்டார். ஒருநாள் என்னைக் கூப்பிட்டுவிட்டார். எனக்கு எல்லாமே வெறுத்துவிட்டதப்பா. அப்படியே காட்டுக்குப் போறேன். நீ இந்தக் குழந்தையைப் பார்த்துக்கொள்ளணுமே என்றார். என்னாலும் மறுத்துச் சொல்ல முடியலே.'

'எல்லோரையும் விட்டுவிட்டு எப்படி உன்னைப் போய்ப் பிடித்தார்?'

'எனக்குத் தெரியவில்லை. பழைய பள்ளிச் சிநேகத்தை நினைச்சுப் பார்த்திருப்பார்னு தோணுது. அந்த நாட்களைப் பத்திப் பிரியமாப்

பேசினார். நாம் செஞ்ச சிறு குறும்புகளை எல்லாம் நினைவிலே வச்சிருந்தார். நாம் எல்லோரும் தினமும் எப்படி ஆத்தங்கரையில் விளையாடினோம் என்கிறதையெல்லாம் நினைவு வச்சுப் பேசினார். உன்னைப் பத்தியும் பேசினார். நீ தஞ்சாவூரை விட்டுப் போயிட்டியேன்னு சொல்லிக் கொள்வார். திவானோட அப்பா மாதவ பண்டிதனும் அவர் சிநேகிதரும் ஒருநாள் நம்மோட சண்டைக்கு வந்தது, நாம் அவங்களைப் பிய்ச்சுக் கட்டினது எல்லாத்தையும் நினைவில் வைச்சிருந்தார். அவ்வளவு துக்கத்தையும் மனசிலே தாங்கிக்கொண்டு, சின்னக் குழந்தையாட்டம் பழைய நாட்களைப் பத்திப் பேசியதைக் கேட்டதும் எனக்குக் கண்ணீர் வந்துட்டது. அவர் காலிலே விழுந்து கெஞ்சினேன் போகவேபடாதுன்னு. ஆனால் கேக்கல. மகாராஜாவும் எவ்வளவோ சொல்லிப் பார்த்தாரு. ஒண்ணும் நடக்கல.'

'பிராமணப் பெண் குழந்தை உன்னோடு என்னமா இருக்க முடியும்?'

'அவள் என்னோடு இருக்கலை. வல்லத்தில் ஒரு சின்ன வீட்டில் இருக்கிறாள். பண்டிதராவின் செத்துப்போன மனைவியின் உறவினர், ஒரு வயசான கைம்பெண், அவளைக் கவனித்துக் கொள்கிறாள். வேலைக்கு ஒரு சூத்திரப் பெண்ணும் இருக்கிறாள். நான்தான் மேற்பார்த்துக்கொள்கிறேன். முக்கால் வாசிப்பொழுதை அங்கேதான் கழிப்பேன். இன்னிக்கு இந்தத் தமாஷ் காட்டறதுக்காகக் குழந்தைகளை மாட்டுவண்டியில் வச்சு கூட்டிக்கிட்டு வந்தேன்.'

'உனக்கு இந்த வேலைக்கு சம்பளம் உண்டா?'

உண்டு. மாசம் அஞ்சு பகோடாவும், வருஷத்துக்கு அம்பது கலம் நெல்லும் கிடைக்குது.'

'நிலபுலங்களைப் பார்க்கிறது யாரு?'

'மகாராஜாவையே பார்த்துக்கச் சொல்லிவிட்டார்னு நினைக்கிறேன். எங்களுக்கு வேண்டிய அரிசியை அமாத்யா அனுப்பிடுறார். மேல் செலவுக்கு என்னிடம் எப்பவும் பத்து பகோடா இருக்கும். செலவாக ஆக வாங்கிக் கொள்வேன். என் சம்பளத்தை ஒழுங்காகக் கொடுத்துடுறார். இராணுவம் மாதிரி இல்லை.'

'நல்ல யோகக்காரன்தான் நீ' என்றார் பிராமணர் புன்சிரிப்புடன்.

'உன்னிடம் உள்ளதைச் சொல்றேனே. ஹவில்தார் வேலையிலேயே நான் திருப்தியாய் இருந்திருப்பேன். ஒளிக்காமல் சொல்றேன், பண்டிதராவ்மேல் எனக்குக் கோபம். வேலையை விட்டு ஓய்வுபெற்ற பிறகு என்னை வெளியில் கண்டால் தெரிஞ்சதாகவே காட்டிக்க மாட்டார். அவர் மனைவியை எனக்குச் சின்னதிலே தெரியும். படையிலே சேர்றதுக்கு முன்னால் அவள் தகப்பனாரிடம் வேலை பார்த்தேன். அவள்கூட எனக்காக ஒன்றிரண்டு தடவை அவரிடம்

பேசிப் பார்த்தாள். ஆனால் அவர் எனக்காக சேனாபதியிடம் பேசவே இல்லை. அதனாலே எனக்குக் கசப்பாக இருந்தது. அவர் கூப்பிட்டு அனுப்பியபோது விறைப்பாக நடந்துகொள்ளணும்னு நினைச்சுக் கிட்டுத்தான் போனேன். ஆனால் அவர் என்னிடம் நடந்து கொண்ட தையும் பாலிய நாட்களைப் பற்றிப் பேசியதையும் பார்த்தபோது நான் பொம்பளை மாதிரி அழுதுட்டேன். அந்த நாட்களை எண்ணி அவருக்காக உயிரையும் கொடுக்கத் தயாராகி விட்டேன்.'

'அப்புறம் என்ன நடந்தது?'

'நாங்கள் எல்லோரும் வல்லத்துக்குப் போய் கொஞ்ச நாள் இருந்தோம். அவரை எப்படியும் இங்கே தங்க வைக்கணும்னு மகாராஜா முயற்சி பண்ணினார். முடியவில்லை. தகுந்த பரிவாரத்தோடு காசிக்கு அனுப்பி வைக்கச் சம்மதித்தார். இதற்குள் சேனாபதி வெற்றியடைஞ்ச செய்தி கிடைச்சது. மறுநாள் காலை பண்டிதராவைக் காணலை. மகாராஜா எங்கெங்கோ ஆட்களை அனுப்பித் தேடச் செய்தார். அவர் அகப்படலை. காசிக்கு இரண்டு பேரை அனுப்பித் தேடினார். அவர் கிடைக்கவேயில்லை. மனமுடைஞ்சு எங்கேயாவது தெரியாத இடத்தில் செத்துப்போயிருப்பார்னு எனக்குப் படுது. ஒருவேளை தற்கொலை செய்து0கொண்டாரோ என்னவோ?'

'ரொம்பப் பரிதாபம். கேட்கச் சங்கடமாயிருக்கு...'

'சரி, சரி, நான் என் கதையைச் சொல்லியாச்சு. நீதான் இனி உன் கதையைச் சொல்லணும். ஆனால் இன்னைக்கு நேரமாயிடிச்சு. குழந்தையை உடனே வல்லத்துக்குக் கொண்டு போய்ச் சேர்க்கணும். நீ ஒருநாள் அங்கு வாயேன். வந்து கதையெல்லாம் சொல்லு' என்றார் ஹவில்தார்.

'கண்டிப்பா வர்றேன். அதுவும் சீக்கிரமே வருகிறேன்' என்று விடைபெற்றுச் சென்றார் பிராமணர் ராமசாஸ்துருலு.

5

வரலாறும் புராணமும்

கர்நூல் ஜில்லாவில் நல்ல மலைத் தொடரின் மையம். சுற்றிலும் அடர்ந்த காடு; கொடிய வனவிலங்குகளும், நச்சுப் பாம்புகளும் மலேரியாக் கொசுக்களும் சஞ்சாரம் செய்யும் இடம். நாற்பது சதுர மைல்களுக்கு மனித சஞ்சாரமே கிடையாது. அங்கே மகோன்னதமான கோவில் ஒன்று இருக்கிறது. இந்தியாவின் மிகச் சிறந்த, மிகப் புனிதமான கோவில்களில் அதுவும் ஒன்று. மகேஸ்வரர், தம்மைத் தரிசிக்க விரும்பும் பக்தர்களின் உள்ளத்தைச் சோதிக்க விரும்பி அவர்களுக்குத் தொல்லை களும் இன்னல்களும் கொடுக்க வேண்டுமென்று நினைத்தால் இதைவிடச் சிக்கலான இடத்தில் எழுந்தருளியிருக்க முடியாது. அடைவதற்கு எளிதான இடமுமல்ல; தங்குவதற்குச் சுகமான ஸ்தலமும் அல்ல. செல்வமும் சக்தியும் படைத்த எந்தப் பக்தனும் தன் பக்தியை எடுத்துக் காட்ட இதைவிட மகத்தான ஆலயத்தை நிர்மாணித்திருக்கவும் முடியாது.

கோவிலிலிருந்து கீழே இரண்டு மைல் தொலைவில் காட்டில் ஒடுங்கிய பள்ளத்தாக்கில் கிருஷ்ணாறு ஓசையில்லாமல் ஓடிக் கொண்டிருக்கிறது. இங்கே ஆறு அகலமாயில்லை. சமவெளியின் நெல்வயல்களுக்கு நீர்ப்பாய்ச்சும் அதன் எண்ணிறந்த வாய்க்கால் களைப் போன்று ஒடுங்கியே செல்கின்றது. காடு மிக நெருக்கமாகவும் பள்ளத்தாக்கு ஒடுங்கியும் இருப்பதால் நடுப்பகலில்கூட கதிரவன் ஒளி அங்கு நுழைவது கடினம். கிருஷ்ணாவின் இருண்ட தண்ணீர் மௌனமாக ஓடுகின்றது. மனதை மயக்கும் அவ்விடத்தின் பயங்கர அமைதி எளிதில் கலைவதே இல்லை. பள்ளத்தாக்கின் இரு மருங்கிலும் உள்ள மலைச் சரிவில் குகைகளும் பிளவுகளும் ஏராளமாக இருக்கின்றன. ஆனால் ஆற்றிலிருந்து கோவிலுக்குச் செல்ல கற்கள் பாவிய பாதை ஒன்று உள்ளது. பாதையின் பக்கங்களில் நடு நடுவே இளைப்பாறிக் கொள்ள மண்டபங்களும் உண்டு. ஆற்றுக்குச் சுமார் ஓர் அடி மேலுள்ள பாறையில் நதியை நோக்கி ஒரு சிறிய குகை இருக்கிறது. ஆழ்ந்த தியானத்தில் ஒரு மனித உருவம் தென்படுகிறது.

மூப்பினாலும் தவத்தாலும் உடல் மெலிந்திருந்தது. அந்த மனிதர் கண்களை மூடிப் பத்மாசனத்தில் அமர்ந்திருந்தார். முதுகும் மடிமீதிருந்த கைகளும் மரக்கட்டை போன்று நேராக இருந்தன. குளிரையும் பொருட்படுத்தாமல் காவித்துண்டு ஒன்றை மாத்திரம் இடையில் உடுத்தியிருந்தார். தலை வழுக்கையாக இருந்தது. மூச்சுவிடும் அசைவு கூடத் தெரியவில்லை. ஏதோ ஒரு மெழுகுப் பொம்மையோ என்று ஐயுறும் வண்ணம் இருந்தது அவர் உருவம்.

திடீரென்று இரண்டு துப்பாக்கிக் குண்டுகள் ஒன்றன் பின் ஒன்றாகப் புதர்களினூடே பாய்ந்துவந்தன. அவற்றின் சத்தம் மலைகளில் மோதி முன்னும் பின்னும் மாறி மாறி எதிரொலித்தது. அது அடங்கியதும் ஒரு பெண் புலியின் வேதனைக் கதறல் கேட்டது.

ஓர் ஐரோப்பியன் கையில் துப்பாக்கியுடன் விரைவாக ஓடி வந்தான். துப்பாக்கி முனை இன்னும் புகையைக் கக்கிக் கொண்டிருந்தது. துறவி சிந்தனை கலைந்து கண்களைத் திறந்தார். அவரைக் கண்டதும் ஐரோப்பியன் வியப்படைந்து ஒரு அடி பின்வாங்கி நின்றான். ஊன்றிய துப்பாக்கி மீது சாய்ந்தபடியே சிறிது நேரம் அசையாமல் நின்று விட்டான்.

குறி சிறிது பிசகியிருந்தால் மனித வேட்டையாக முடிந்திருக்கும் என்றும் கண்டுகொண்டான். துறவியின் கண்ணிமைகள் திறந்தனவே தவிர உடலின் வேறெந்தப் பகுதியிலும் சிறு அசைவுகூட ஏற்பட வில்லை. தீர்க்கமான அந்தக் கண்கள் ஐரோப்பியன் மீது சில விநாடிகள் மட்டுமே பதிந்தன. அவை மீண்டும் மூடிக்கொள்வதற்குள் ஐரோப்பியன் ஹிந்துஸ்தானியில் கேட்டான்:

'யார் ஐயா நீர்? இங்கு என்ன செய்து கொண்டிருக்கிறீர்? புலியை அடித்த குண்டு உம்மீது பாய்ந்திருந்தால்-'

'அதனால் ஒன்றும் பாதகமில்லை-' என்றார் துறவி அமைதியான வறண்ட குரலில்.

'பாதகமில்லையா?' என்றான் ஐரோப்பியன் வியப்புடன். 'ஒரு வேளை உமது உயிர் உமக்குப் பெரிதாகத் தோன்றாமல் இருக்கலாம். அதனால்தான் வனவிலங்குகள் மத்தியில் ஆயுதமில்லாமல் இருக்கின்றீர். ஆனால் நான் அப்படியல்ல. அறியாமல் செய்த பிழையெனினும், மனித வேட்டையாடி விட்டோமே என்ற மனப்பளுவுடன் ஆயுட் காலத்தைக் கழிக்க வேண்டியதிருக்கும். ஆனால் நீர் தனியாக இந்தப் பாறை மீது அமர்ந்து என்ன செய்துகொண்டிருக்கிறீர்?

'என்னைப் போன்றவனுக்கு மனிதனைவிடக் கடவுளும் இயற்கை யுமே உகந்த துணை' என்றார் முனிவர். சிறிது நேரத்தில் தனக்குள்ளாகச் சொல்லிக்கொள்பவர் போல 'எல்லோருக்குமே எக்காலத்திலும் சிறந்த துணை அதுதான்' என்றார்.

ஐரோப்பியன் ஒரு பாறையில் உட்கார்ந்தவாறு, 'நினைத்துப் பார்த்தால் தெய்வமும் இயற்கையும் எங்கும் இருக்கிறது. மனிதர்களில் சிலர் கெட்டவர்களாக இருக்கிறார்கள் என்பதில் சந்தேகமில்லை. ஆனால் என்னைப் பொறுத்தவரையில் புலி சிறுத்தைகளைவிட மனிதர் துணை ஏற்றது என்பேன். ஆமாம், நீர் இந்தத் தள்ளாத காலத்தில் எப்படி இங்கு வந்து சேர்ந்தீர்?' என்று கேட்டான்.

கேள்விக்குப் பதிலளிக்காமல் துறவி, 'இறைவன் எங்கும் இருக் கிறான். உண்மை. ஆனால் லௌகிகர்களுக்கு அவன் எங்குமேயில்லை. பொருளாசையும் ஆடம்பரமும்தான் அவர்களுக்கு உல்லாசமாக இருக்கிறது' என்றார்.

'கடவுளின் படைப்புகளிலெல்லாம், மனிதன்தான் மகோன்னத மான படைப்பாவான். அவன் நோக்கங்களும் விருப்புகளும் உயர்ந்தன வாக இருக்கலாம்; தாழ்ந்தனவாக இருக்கலாம். அவன் செயல்கள் சிறந்தனவாக இருக்கலாம்; அற்பமாக இருக்கலாம். எப்படியிருப்பினும் நாம் அவனை ஏற்றுக்கொள்ள வேண்டும். அவன் கடவுளின் மிகச் சிறந்த கைவேலை. அவனை நன்கு பயன்படுத்திக்கொள்வதே சிறப் பாகும்' என்றான் ஐரோப்பியன்.

'இள வயதாயிருந்தாலும் உங்களுக்கு நல்ல ஞானம் இருக்கிறது. உங்கள் இனத்தவர் எல்லோரும் இப்படி இருப்பதில்லை' என்ற பெரியவர், முதன் முறையாக அந்த ஐரோப்பியன் மீது சற்றுக் கவனம் செலுத்தத் தொடங்கினார்.

'எங்கள் இனத்தவரைப் பற்றி உமக்கு என்ன தெரியும்?' என்று சிரித்துக்கொண்டே கேட்டான் ஐரோப்பியன்.

பெரியவர் பதில் சொல்லவில்லை. ஐரோப்பியன் மீண்டும் கேட்டான்: 'ஆமாம், நீங்கள் ஆளண்டாத இந்த நடுக்காட்டுக்கு எப்படி வந்து சேர்ந்தீர்கள்? கொடிய காட்டு விலங்குகள் நிறைந்த இடம் இது. நீங்களே ஆயுதமில்லாமல் இருக்கிறீர்கள். தள்ளாத வயது வேறு; அல்லது மனிதரைவிட, கடவுளும் இயற்கையுமே சிறந்த துணை என்று நினைத்து நெடுங்காலமாகவே இங்கு வாழ்ந்து வருகிறீர்களா?'

'இப்போது இது மனித நடமாட்டமில்லாத பயங்கரமான இடம் தான். ஆனால் ஒரு காலத்தில் இது ஒரு பேரரசின் தலைநகரமாக இருந்தது. பல துன்ப நிகழ்ச்சிகள் இங்கு நடந்திருக்கின்றன. அதோ, அந்தப் பொற்கோயில் அதற்கெல்லாம் சாட்சி' என்றார் துறவி.

'இந்த இடமோ, ஆதிகாலம் தொட்டே காடாக இருந்தது போலிருக் கிறது. அந்தப் பிரமாண்டமான கோவிலைப் பார்த்து இன்று முழுவதும் வியந்துகொண்டேயிருந்தேன். நீங்கள் சொல்லும் அரசைப் பற்றியும் அங்கு நடந்த துன்ப நிகழ்ச்சிகளைப் பற்றியும் சொல்லுவீர்களா?' என்று கேட்டான் ஐரோப்பியன் ஆவலுடன்.

வரலாறும் புராணமும் ✱ 27

'பழங்காலத்தில் அதோ அந்த மலையின் மறுபுறம் இருக்கும் மேட்டு நிலத்தில் ஒரு பெரிய நகரம் இருந்தது. மலைமேல் ஏறிப்பார்த்தால் கோட்டையின் ஒரு பகுதியும் அகழி இருந்த சின்னங்களும் இப்போது கூடத் தெரியும். சந்திரகுப்தன் என்ற அரசன் அந்த நகரத்தை ஆண்டு வந்தான். இந்த இடம் புண்ணியமானது என்பதை அவன்தான் முதலாவதாக அறிந்து இந்தக் கோவிலைக் கட்டுவித்தான். இதைக் கட்டுவதற்கென்றே பன்னிரண்டு ஆண்டுகள் தலைநகரையும் விட்டு விட்டு இங்கே வந்து முகாமிட்டிருந்தான். கோவில் வேலை முடிந்து நகரத்துக்குத் திரும்பியதும் அரண்மனையில் அழகான பெண்ணொருத்தியைக் கண்டு காதல் கொண்டான். பன்னிரண்டு ஆண்டுகளுக்குமுன் கைக் குழந்தையாக இருந்த தன் சொந்த மகளே அவள் என்பதை அவன் அறிந்திருக்கவில்லை. அரசி அதை எடுத்துச் சொன்னபோது பொறாமையின் காரணமாக அவள் பொய் சொல்லுவதாக நினைத்து நம்ப மறுத்து விட்டான். காதல் தன் வயப்பட்டவர்களை மிருகமாக்கிவிடக்கூடியது. அது புறக் கண்களையும், அகக் கண்களையும் ஒருங்கே குருடாக்கி விடும். தன்னடக்கத்துக்குப் பழக்கப்படாத அரசனால் காமவெறியைக் கட்டுப்படுத்த முடியவில்லை. பிரம்மராவதியைப் பலவந்தப்படுத்தினான். தன்னையும் தன் தந்தையையும் பெரும் பாவத்திலிருந்து விலக்கிக்கொள்வதற்காக பிரம்மராவதி ஆற்றில் விழுந்து உயிரை விட்டாள். நீர் இப்போது உட்கார்ந்து கொண்டிருக்கும் பாறையிலிருந்து தான் குதித்ததாகப் பாரம்பரியம்...'

ஐரோப்பியன் தன்னையறியாமலே வேறொரு பாறைக்குத் தாவி உட்கார்ந்தான்.

'அப்புறம் அந்த அரசன் என்ன ஆனான்?' என்று கேட்டான் கதை கேட்கும் ஆர்வத்துடன்.

'அவள் மரணம் அவன் கண்களைத் திறந்தது. உண்மையை அறிந்து கொண்டதும், அதே பாறையிலிருந்து நீரினுள் பாய்ந்து உயிரை மாய்த்துக் கொண்டான்.'

'என்ன பயங்கரம், என்ன பரிதாபம்' என்று உணர்ச்சி வசப்பட்டான் அந்த ஐரோப்பியன். ஆனால் சில வினாடிகள் கழித்து, 'உங்கள் நாட்டில் தான் இதுபோன்ற புராணக் கதைகளுக்குப் பஞ்சமே கிடையாதே. இதுவும் அதில் ஒன்றுதானே?' என்றான்.

'இது உண்மைதான் என்பதற்கு அதோ தெரியும் கோவிலும் அதிலுள்ள சிற்பங்களும்தான் சாட்சி. பிறகு அரசனும் இளவரசியும் உயிர்பெற்று கிருஷ்ணவேணியின் இருண்ட வயிற்றிலிருந்து வெளியே வந்தார்கள்' என்றார் துறவி. ஐரோப்பியனைப் பார்த்து: 'ஆமாம், நீங்கள் யார்? வேட்டைக்காகவா இவ்வளவு தூரம் வந்திருக்கிறீர்கள்? இந்த நாட்டில் வெகுகாலம் இருந்திருக்கமாட்டீர்கள் என்றே தோன்றுகிறது. ஆனால்

ஹிந்துஸ்தானி அழகாகப் பேசுகிறீர்களே' என்றார்.

'நீங்கள் சொல்லுவது சரிதான். நான் இந்த நாட்டுக்கு வந்து இரண்டு ஆண்டுதான் ஆகிறது. கும்பினி காரியமாக கர்நூல் நவாபைப் பார்க்க வந்தேன். புகழ்பெற்ற இந்தக் கோவிலைப்பற்றிக் கேள்விப்பட்டேன். இந்தப் பக்கத்தில் கொடிய விலங்கு வேட்டை கிடைக்கும் என்றும் சொன்னார்கள். அப்படியே ஒரு வார விடுமுறையில் துப்பாக்கியை எடுத்துக்கொண்டு கிளம்பிவிட்டேன். ஆமாம், நீங்கள் யார்? இங்கே என்ன செய்துகொண்டிருக்கிறீர்கள்?'

'நான் ஒரு துறவி. அதனால் கடந்த கால வாழ்க்கையைப் பற்றிப் பேசுவதும், நினைப்பதும்கூட தகாது. நீங்கள் பிரெஞ்சுக்காரரா, டச்சுக்காரரா? இல்லை, இல்லை. ஆங்கிலேயர்தான் என்று நினைக்கிறேன்' என்றார் பெரியவர். இதைக் கேட்டு ஆச்சரியம் அடைந்தான் ஐரோப்பியன்.

'நான் ஆங்கிலேயன்தான். என் பெயர் லிட்டில்டன். ஆனால் நான் ஆங்கிலேயன் என்று எப்படி ஊகம் செய்தீர்கள்?' என்று கேட்டான்.

'பூர்வாசிரமத்தில் பரங்கியரை எனக்கு நன்கு தெரியும்,' என்றார் துறவி. பின் லிட்டில்டன் வைத்திருந்த துப்பாக்கியைக் கவனித்து விட்டு, 'மிக அருமையான துப்பாக்கி. உங்கள் தளபதி ஒருவர் நிஜாம் நாசர்ஜங்குக்கு இதைப்போன்ற ஒரு துப்பாக்கியை அளித்தார். அதுவாகவேகூட இருக்கலாம் இது' என்றார்.

லிட்டில்டனுக்கு வியப்புத் தாங்க முடியவில்லை. இந்த அற்புதக் கிழவரைப்பற்றித் தெரிந்துகொள்ள வேண்டும் என்ற ஆவலும் அதிகரித்தது.

'நீங்கள் சொல்வது சரிதான். நிஜாம்தான் இதை எனக்குக் கொடுத்தார். தஞ்சாவூரை விடுவிக்க நாங்கள் இருவரும் ஒன்றாகச் சென்றிருந்த போது அவருக்குச் செய்த ஒரு சிறு உதவிக்காக நினைவுப்பரிசாக இதை எனக்கு அளித்தார். ஆனால் உங்களுக்கு இதெல்லாம் எப்படித் தெரியும் என்பதை நீங்கள் எனக்குச் சொல்லவேண்டும்' என்றார்.

'தஞ்சாவூரை விடுவிக்கவா?' என்று வியப்பும் பரபரப்பும் நிறைந்த குரலில் துறவி வினவினார்.

'தஞ்சையை யார் முற்றுகையிட்டது? எதற்காக? எப்படி முடிந்தது? தயவுசெய்து அதைப்பற்றி முதலில் சொல்லுங்கள். துப்பாக்கியைப்பற்றி நான் உங்களுக்குச் சொல்லுகிறேன்.'

தஞ்சாவூர் முற்றுகையில் கிழவர் காட்டிய பரபரப்பைக் கண்ட லிட்டில்டனுக்கு அவரைப்பற்றி அறிந்துகொள்ள வேண்டும் என்ற ஆவல் மேலும் அதிகமாகியது. **ஆம்பூர்ச் சண்டைக்குப் பிறகு, பிரதாப்சிங் மராட்டியரை உதவிக்கு வரவழைத்ததைப் பழி வாங்கும் பொருட்டு சந்தாசாகிப் தஞ்சைநகரை முற்றுகையிட்ட விவரத்தைக் கூறினார்.

'நீங்கள் என்ன கதை சொல்லுகிறீர்கள்? சந்தாசாகிப் மகாராஷ்டிர சிறையில் அல்லவா அடைந்து கிடந்தான்?' என்றார் துறவி குறுக்கிட்டு.

'நான் ஒன்றும் கதை சொல்லவில்லை ஐயா' என்றார் லிட்டில்டன். 'நீங்கள் வெகுகாலமாக இந்தக் காட்டில் அடைந்து கிடக்கிறீர்கள் என்பது இப்பொழுது தெளிவாகத் தெரிகிறது. டூப்ளேயின் குறுக்கீட்டின் பேரில் மகாராஷ்டிர அரசன் சந்தாசாகிபை விடுதலை செய்தான். விடுதலையானதும் அவன் முஸாபர்ஜங்கோடு சேர்ந்து கர்நாடகத்தின் மேல் படையெடுத்து ஆம்பூர்ச் சண்டையில் நவாப் அன்வாருத்தீனைக் கொன்று விட்டான். பிறகு டூப்ளே அவனை ஆற்காட்டு நவாபாக நியமித்தான்.'

'எப்படி முடிந்தது?' என்று துறவி கேட்டார்.

'நிஜாம் தஞ்சையை விடுவிக்க விரைந்திராவிட்டால், அது எளிதில் சந்தாசாகிப்பிற்கு இரையாகியிருக்கும். அவருக்கு உதவியாக ஆங்கிலேயரும் ஒரு கிளைப் படையை அனுப்பினார்கள். அந்தப் படைத் தலைவரின் அதிகாரிகளில் ஒருவனாக நானும் சென்றிருந்தேன். ஆனால் நாங்கள் சென்று சந்தாசாகிப்பை விரட்டுவதற்குள் அந்த எத்தன் அப்பாவி பிரதாப்சிங்கிடம் **46** லட்சம் ரூபாய்க்கு ஒரு வாக்குறுதிப் பத்திரம் எழுதி வாங்கிவிட்டான்.'

'நாற்பத்தாறு லட்சம் ரூபாய்க்கா?' என்று அங்கலாய்ப்புடன் சொன்னார் துறவி. பிறகு தமக்குள்ளாகவே 'பாவம் பிரதாப்சிங், பாவம் பிரதாப்சிங்' என்று முணுமுணுத்தார்.

லிட்டில்டன், 'ஐயா நீங்கள் கேட்ட எல்லாவற்றையும் நான் சொல்லிவிட்டேன். உங்கள் வாக்குப்படி துப்பாக்கி விஷயம் பற்றி இப்பொழுது நீங்கள் எனக்குச் சொல்லவேண்டும்' என்றார்.

துறவி ஆங்கிலேயனைக் கூர்ந்து பார்த்துக்கொண்டே, 'நீங்கள் இன்னும் எல்லாவற்றையும் சொல்லவில்லை. தகராறு நிச்சயம் அதோடு முடிந்திருக்க முடியாது. உங்கள் ஆட்களும் சரி, நிஜாமும் சரி, சந்தாசாகிப்பைத் தொடர்ந்து ஆற்காட்டு நவாபாக இருக்க அனுமதித்திருக்க மாட்டீர்களே?' என்றார்.

'அந்த விஷயம் இன்னும் முடிவாகவில்லை. இனிமேல்தான் முடிவு செய்வார்கள். பிரெஞ்சுக்காரர் சந்தாசாகிப்பை ஆதரிக்கிறார்கள். எங்களுக்கு தேவிகோட்டை கிடைத்து விட்டதில் அவர்களுக்கு மிகுந்த பொறாமை.'

'தேவிகோட்டை தஞ்சை அரசைச் சேர்ந்ததாயிற்றே! அது உங்களுக்கு எப்படிக் கிடைத்தது? பிரதாப்சிங்கிடம் சண்டையிட்டுப் பிடுங்கவில்லையே? பிரதாப்சிங் ஆங்கிலேயரோடுதானே கூட்டுச் சேர்ந்த நண்பனாக இருந்தான்?'

'அரசியல் நட்பு மது நட்பைப் போன்றதுதானே?' என்றார் லிட்டில்டன் சிரித்துக்கொண்டே.

பிரதாப்சிங் அப்படியொன்றும் எங்களிடம் தீவிர நட்புக் கொள்ள வில்லை. எங்களுக்கும் பிரெஞ்சுக்காரருக்கும் நடுவே மதில்பூனை போல்தான் உட்கார்ந்து கொண்டிருந்தார். காலமான ராஜா சாயாஜி எங்களோடு உறுதியான நட்பும் நன்றியுணர்வும் உடையவராக இருந்தார். ஆகவே அவர் மீண்டும் தஞ்சை அரியணை ஏறவேண்டு மென்று எங்கள் உதவியை நாடியபோது பிரதாப்சிங்குக்கு விரோதமாக அவருக்கு ஆதரவு அளிப்பதென்று முடிவு செய்தோம். மேஜர் லாரென்ஸ் தலைமையில் ஒரு படையை அனுப்பினோம். அது தேவிகோட்டை யைப் பிடித்தது. அதற்குள்ளாகப் பிரதாப்சிங் எங்கள் பக்கம் சார்ந்து சமாதானம் கோரினார். பரிசாக தேவிகோட்டையை விட்டுக் கொடுத்தார்.'

மறுபடியும் துறவி, 'பாவம் பிரதாப், பாவம் பிரதாப்' என்று இரக்கத்துடன் முணுமுணுத்தார்.

'இப்பொழுது எல்லாவற்றையும் சொல்லிவிட்டேனோ?' என்று சற்று உரத்துக் கேட்டார் ஆங்கிலேயர்.

'மரியாதை தெரியாமல் கேள்விகள் கேட்பதாக நினைத்து மனஸ்தாபம் கொள்ளவேண்டாம். என்னுடைய பூர்வாசிரமத்தைப் பற்றிப் பேசுவதற்கு என் சந்நியாச விதிகள் இடந்தராது. ஆனாலும் சிலவற்றையாவது உங்களுக்குச் சொல்லக் கடமைப்பட்டிருக்கிறேன். நான் தஞ்சாவூர் அரசவையில் உயர்ந்த பதவியிலிருந்தேன். அப்பொழுது நான் இந்தத் துப்பாக்கியைப் பார்த்திருக்கிறேன். எனக்குப் பழக்கமான நிஜாமின் அதிகாரி ஒருவர் அதை வைத்திருந்தார். அதிலிருக்கும் பொற்பிறையை அடையாளம் கண்டுகொண்டேன். நிஜாமுக்கு அது பரிசாகக் கிடைத்தபின் அவர் அந்தப் பொற்பிறையை அதில் பதித்ததாகக் கேள்விப்பட்டிருந்தேன். தஞ்சையின் விதியைப் பற்றிக் கவலையுடன் விசாரித்ததன் காரணம் இப்பொழுது ஒருவேளை உங்களுக்குச் சிறிது புரியலாம்' என்றார்.

விட்டில்டன் சிறிது நேரம் பெரியவரை வியப்புடனும் மரியாதை யுடனும் பார்த்துக்கொண்டே இருந்தார். பிறகு, 'நான் கேள்விப்பட்ட புகழ்வாய்ந்த பிராமண மந்திரி நீங்கள்தான் என்று நினைக்கிறேன். அவருக்குப் பரங்கிகளைப் பிடிக்காது என்றும், மகாராஜா அவர் கைக்குள் அடக்கம் என்றும் சொன்னார்கள். நாலைந்து வருடங்களுக்கு முன் குடும்பத்தில் நேர்ந்துவிட்ட ஒரு பெருந்துன்பத்துக்குப் பின் அவர் மாயமாய் மறைந்துவிட்டார் என்றும் சொல்லக் கேள்விப்பட்டேன்' என்றான்.

'இருக்கலாம்' என்று மெல்லிய குரலில் பதில் வந்தது.

6

அவர் இங்கே இருந்திருந்தால்!

பிரதாப் சிங் இப்பொழுது அனுபவம் பெற்ற அரசராக விளங்கினார். ஆனால் பல இடைஞ்சல்களும் தொல்லைகளும் இருந்து வந்தன. அரியணைக்கு உரிமை கொண்டாடிக் கொண்டு போலியாக ஒருவன் இருந்தான். அவன் இருமுறை தற்காலிகமாக சிம்மாசனத்தில் அமரவும் செய்திருந்தான். சமீபத்தில் ஆங்கிலேயர் அவனை ஆதரித்திருந்தனர். இரண்டு நவாபுகள் ஒருவருக்கொருவர் நாய்களைப்போல் போட்டி யிட்டுக்கொண்டு தஞ்சாவூரை எலும்பாகக் கௌவக் காத்துக் கிடந்தனர். வெற்றி பெற்றவன் நிச்சயம் தஞ்சையை நொறுக்கி விழுங்கிவிடுவான். பெரிய மறவரும் சின்ன மறவரும் எப்பொழுது தஞ்சையரசின் நிலவுடைமைகளைக் கவரலாம் என்று சமயம் பார்த்துக்கொண்டே இருந்தார்கள். பிரெஞ்சியரும் ஆங்கிலேயரும் சதா தங்களுக்குள் சண்டையிட்டுக்கொண்டு அந்தச் சண்டையில் பிரதாப்சிங்கை எப்படி இழுக்கலாமென்று திட்டம் வகுத்துக் கொண்டிருந்தார்கள். பிரதாப்சிங் கிற்கு எப்போதும் யாரையாவது சார்ந்திருக்கவேண்டும். இத்தனை தொல்லைகளுக்கிடையே முசநாட்டில் தன் அரசு ஆடிக்கொண்டி ருப்பதைக் கண்டதும் குடிமக்களின் நல்லெண்ணத்தையும் ஆதரவையும் தேடத் தொடங்கினார். வரிச் சுமையைக் குறைத்தார். பண்டிதராவின் திடீர் இறப்புக்குப் பிறகு அமைச்சர்கள் பதவி வேட்டைக்காகக் குத்துப்பிடி போட்டார்கள். சேனாபதி மங்கோஜி தந்திரமும் பேராசையும் கொண்டவர். எளிதில் அரசரின் அபிமானத்தைப் பெற்று விட்டார். இக்கட்டு வேளையில் வீரமறவரை முறியடித்து விரட்டியது அவருக்குச் சாதகமாக இருந்தது. பழைய மந்திரியின் சுயநலத்தாலும் முட்டாள்தனத்தாலும் தான் அது நேர்ந்தது என்று அடிக்கடி சொல்வார். ஆனால் பண்டிதராவுக்கு அரசரிடம் இருந்த செல்வாக்கு இவருக்கு ஒருநாளும் ஏற்படவில்லை. அவருடைய நற்பெயரைக் கெடுப்பதற்கு ஏதாவது சொல்லிக் கொண்டேயிருப்பார். வஞ்சகமாகப் பேசிப்

புகழ்வதுபோல் அவரை இகழ்வார். சில வேளைகளில் வெளிப்படை யாகவே குற்றஞ்சாட்டுவார். மற்ற மந்திரிகளும் இந்த ஆண்மையற்ற விளையாட்டில் அவருடன் கலந்துகொள்வார்கள். மங்கோஜிக்கு இரண்டு பலம்வாய்ந்த எதிரிகள் இருந்தார்கள். திவான் ராமண்ணா பண்டிதரும், அவர் தம்பி அந்தரங்க அமைச்சர் வெங்கண்ணா பண்டிதரும்தான் அவர்கள். சேனாபதியைவிட இவர்களுக்கு அரசரோடு தொடர்பு அதிகம். தவிர சேனாபதி சேனையோடு அடிக்கடி வெளியூர் போய்விட வேண்டியிருக்கும்.

அன்றைய சோதிடர்களில் சிறந்தவர் என்று திவான் பெயர் பெற்றிருந்தார். அரசருக்கு அவர் சொல்லிய சோதிடங்களும் சில பலித்திருந்தமையால் அவருக்கு அவர்மீது சற்று அபிமானம் ஏற்பட்டி ருந்தது. தம்பி அமாத்யாவோ அதிகம் பேசமாட்டார். பேராசை அதிகம். சூது உண்டு. கொள்கை அற்றவர். பண்டிதராவ் கூட இவரைப் பலம் வாய்ந்த எதிரியாகவே கருதி வந்தார். பண்டிதராவிடம் கொண்டி ருந்த பயபக்தியும் வாஞ்சையும் அரசருக்கு இவர்களிடம் கிடையாது. அனுபவமும் தன்னம்பிக்கையும் சிறிது வளர வளர தாமாகவே செயல்படவும் தொடங்கினார்.

அன்று அரசரும் அமைச்சர்களும் நாயக்கர் தர்பார் மண்டபத்தில் கூடியிருந்தனர். வரலாற்றுப் புகழ்பெற்ற ஆற்காடு நவாபுரிமைச் சண்டை யில் தஞ்சை என்ன பங்கெடுக்க வேண்டுமென்று பேச்சு நடந்தது.

'ஆங்கிலேயரைவிடப் பிரெஞ்சியர்தான் நமக்கு மிக அருகில் இருக்கின்றனர். அதனால் நன்மையோ தீமையோ அவர்களால்தான் அதிகம் உண்டு. அதுவுமில்லாமல் டூப்ளேக்கு இணையாக ஆங்கிலே யரிடம் அரசியல்வாதியோ தளபதியோ இல்லை' என்றார் பிரதம மந்திரி.

'டூப்ளேயின் போர்த்திறமையைப் பற்றி எனக்குச் சந்தேகமாகவே இருக்கிறது. மேஜர் லாரன்ஸூம் ஒன்றும் இளைத்தவரல்ல. மேலும் தேவிகோட்டையில் ஆங்கிலப் படையில் ஒரு துடுக்குக்கார சூரனைக் கண்டேன். அவன் பெயர் கிளைவ் என்று நினைக்கிறேன். அவன் சீக்கிரமே லாரென்ஸை மிஞ்சி விடுவான். பத்து டூப்ளேக்களையும் விழுங்கி ஏப்பம் விட்டு விடுவான். ஆனால் துடுக்குத்தனமாய் ஏதாவது செய்து சண்டையில் செத்து வைக்காமலிருக்க வேண்டும்! எனக் கென்னவோ ஆங்கிலேயர் மேல் நம்பிக்கை இருக்கிறது. உறுதி வாய்ந்தவர்கள்' என்றார் சேனாபதி.

'தேவிகோட்டை சம்பவத்திற்குப் பிறகுமா இப்படிச் சொல்லு கிறீர்கள்?' என்று சற்றுக் காட்டமாகக் கேட்டார் அரசர். 'ஆங்கிலேயர் நம்பிக்கைத் துரோகம் செய்கிறார்கள். நம்மிடம் நட்பு பூண்டிருப்பதாகப் பலமுறை உறுதி அளித்து விட்டு, அந்தப் போலியைக் காட்டிலிருந்து

கொண்டுவந்து என்னை விரட்டிவிட்டு அவனை அரசனாக்கப் பார்த்தார்களே?'

'ஆங்கிலேயர் யாரையும் எளிதில் நம்பி விடுகிறார்கள் என்று சொல்லு கிறார்கள். சாயாஜியின் பொய்க் கூற்றுக்களை நம்பி விட்டார்கள்' என்றார் மங்கோஜி.

'அப்படியானால் தேவிகோட்டையை நமக்குத் திருப்பித் தந்து விடுவதற்கென்ன?' என்று கேட்டார் அரசரின் பின்னால் நின்று கொண்டிருந்த அமாத்யா.

சேனாபதி பதில் சொல்ல முடியாமல் தவித்தார். சிறிது நேரம் கழித்து, 'முதலாவது சாயாஜிக்காக அதை நம்மிடமிருந்து எடுத்துக் கொண்டார்கள். இப்பொழுது சாயாஜிக்கு உதவி செய்யாமலிருப் பதற்குப் பரிசாக அதை வைத்துக் கொண்டிருக்கிறார்கள். கொள்ளிடத்தின் முகத்துவாரத்தில் இருக்கும் மண் திடலை அகற்றிவிட்டுத் தங்கள் கப்பல்கள் வந்து இறங்க அதைத் துறைமுகமாக்கிக் கொள்ளலாம் என்று நினைக்கிறார்கள். அவர்கள் நாடு ஒரு தீவு. அவர்கள் பலம் அவர்கள் கப்பல் படைதான். பிரெஞ்சியருக்கு அருகில் அப்படியொரு தளம் அவசியம் என்று கருதுகிறார்கள்' என்றார்.

அரசர் வருத்தத்துடன், 'சந்தாசாகிப் நம்மை ஏமாற்றி வாங்கிக் கொண்ட வாக்குறுதிப் பத்திரம்தான் எனக்கு மிகுந்த கவலையைத் தருகிறது. சில நாள் கடத்தியிருந்தால் இதைத் தவிர்த்திருக்கலாம். சில வேளைகளில் அதில் கையெழுத்திட்ட கையை வெட்டி எறிந்து விடலாமா என்றுகூடத் தோன்றுகிறது. முன்பின் யோசிக்காமல் இரவில் வேதியன் வீட்டுக் கதவைத் தட்டிவிட்டு, பின் வருந்தி கையை வெட்டிக் கொண்ட பாண்டிய மன்னன் செய்த குற்றத்தைவிட நான் செய்த தவறு பெரிது. உங்களுள் யாராலும் அதைத் தடுக்க முடியாமல் போயிற்றே' என்றார் மனக் கசப்புடன்.

'பார்க்கப்போனால் ஒரு துண்டு கடுதாசிதானே' என்றார் திவான்.

சேனாபதி 'பலவந்தமாக வாங்கிய வாக்குறுதி செல்லாது. மேலும், பணம் கட்டவேண்டிய வேளையில் அதைப்பற்றிக் கவலைப்பட்டுக் கொண்டால் போதும்' என்றார்.

'ஆனால் சந்தாசாகிப் நவாபாகி விட்டால் அவன் உடனடியாகப் பணம் கேட்பான்' என்றார் அரசர் வருத்தமாக.

'அதனால்தான் நான் சொல்லுகிறேன். நாம் இப்பொழுது பிரெஞ்சி யரோடு சேர்ந்துகொண்டால், அந்தப் பத்திரத்தை ரத்து செய்யும்படி அவர்கள் நமக்காக அவனிடம் பேசலாம்.'

'நானும் அதே நோக்கத்தோடுதான் ஆங்கிலேயருடன் சேரும்படிச் சொல்கிறேன். ஆங்கிலேயரோடு சேர்ந்து உரிமைக்கார நவாபை ஆதரித்தால் சந்தாசாகிப் பத்திரத்தைப் பயன்படுத்தும் அவசியமே எழாது.'

'உரிமைக்கார நவாப்தான் எப்படியும் கடைசியில் நவாபாவான்' என்றார் அமாத்யா ஓரப்பார்வையுடன்.

'சண்டையில் யாருக்கு வெற்றி கிடைக்கிறதோ இப்பொழுது ஒன்றும் சொல்ல முடியாது. வெற்றியடைந்தவன்தான் நவாபாவான். ஆனால் பிரெஞ்சியரோடு சேர்ந்து சந்தா சாகிப்பை ஆதரித்தால் பத்திரத்தை ரத்து செய்யும்படி துணிந்து கேட்கலாம். குறைந்தபட்சம் தொகையையாவது குறைக்கச் சொல்லலாம். தேவிகோட்டையில் ஆங்கிலேயர் நமக்குத் துரோகம் செய்துவிட்டால், இப்பொழுது நாம் பிரெஞ்சியரோடு சேர்வதற்காக அவர்களும் நம்மைக் குற்றஞ் சொல்ல முடியாது' என்றார் பிரதம மந்திரி.

'நமது **ஜோஸியர்** திவான் என்ன சொல்லுகிறார்? யார் ஆற்காட்டு நவாபாவான்?' என்று அரசர் ராமண்ணா பண்டிதரைப் பார்த்துக் கேட்டார்.

'நூற்றுக்குக் கீழே ஒரு எண் சொல்லுங்கள்!'
'ஐம்பத்தி ஒன்று.'

திவான் வாய்க்குள்ளேயே கணக்குப் போட்டார். மற்றவர்கள் அவரையே பார்த்துக் கொண்டிருந்தார்கள். பின் 'இந்த ஆண்டு முடிவ தற்குள் ஆற்காட்டு நவாப் கெட்ட மரணம் அடைவான்' என்றார். எதிர்பாராத இந்தப் பதிலால் எல்லோரும் ஆச்சரியம் அடைந்தார்கள்.

அரசர் சிறிது நேரம் கழித்து, 'இப்பொழுது இரண்டுபேர் கர்நாடகத் துக்கு நவாபுரிமை கொண்டாடுகிறார்கள். அதில் இறந்து போவது யார் என்று தெரிந்தாலல்லவா நல்லது' என்றார்.

'அவர்கள் ஜாதகத்தைப் பார்த்தால் அன்றி அதைச் சொல்ல முடியாது' என்றார் திவான். எல்லோரும் சிரித்தார்கள்.

'பண்டிதராவ் மாத்திரம் இப்பொழுது இங்கே இருந்திருந்தால் சந்தாசாகிப் இப்படியொரு பத்திரத்தை நம்மிடமிருந்து வாங்கியிருக்க முடியாது' என்றார் அரசன்.

'அவருக்குப் பரங்கிகளையே பிடிக்காது. யாருடனும் சேராமல் நடுநிலையை அனுசரிக்கச் சொல்லியிருப்பார் என்று நினைக்கிறேன்' என்றார் பிரதம மந்திரி.

'பிரெஞ்சியர் நமது சமுதாயத்தை வெறுக்கிறார்கள். அதனால் ஆங்கிலேயரே பரவாயில்லை என்பதுதான் அவர் கருத்து. அந்த ஒரு விஷயத்தில் எங்கள் இருவருக்கும் ஒற்றுமை இருந்தது' என்று சொல்லிச் சிரித்தார் மங்கோஜி.

'நாம் இன்னும் சிறிது காலம் நடுநிலைமையே அனுசரித்து வர வேண்டும். கட்சிக்காரர்கள் அவர்களுக்குள் சண்டையிட்டுத் தீர்த்துக் கொள்ளட்டும். ஆனால் நாமும் சண்டையில் சேரத் தயாராக இருப்பது போல இரண்டு கட்சியினரும் நினைக்கவேண்டும். தங்கள் கட்சியில்

தான் நாம் சேரப் போவதாகவும் அவர்கள் நினைத்துக் கொண்டிருக்க வேண்டும்' என்றார் அரசர். பிரதானரை அதற்கு வேண்டிய ஏற்பாடுகளையும் செய்யச் சொல்லிவிட்டு அரசர் எழுந்தார். மற்றவர்களும் எழுந்து மேடையினின்று இறங்கினர்.

7

சிறிய தோட்டக்காரி

'இப்படியும் ஒரு பிள்ளை குறும்பு பண்ணுமா' என்று சொல்லிக் கொண்டே சூத்திரப் பணிப்பெண் சாரதா முகத்தைச் சுளித்துக் கொண்டாள். 'இப்பத்தான் துளசிப் பாத்திக்குத் தண்ணி பாய்ச்சி யிருக்கேன்; இது அதுக்குள்ளேயும் வரப்பை வெட்டித் தண்ணியை வெளியேவிடுது' என்றாள்.

'தண்ணி அவ்வளவையும் வெளியே விடலை, சாரதா! என் ரோஜாச் செடிக்குக் கொஞ்சம் தண்ணி அதுலேந்து பாய்ச்சிருக்கேன்' என்று சொல்லிக்கொண்டே ஒரு ஐந்து வயதுப் பெண்குழந்தை தொடர்ந்து நீர்ப்பாய்ச்சும் வேலையைக் கவனித்துக் கொண்டிருந்தாள்.

'அடி என் ராசாத்தி! நான்தான் உன் ரோஜாச் செடிக்குக் காலை யிலேயே தண்ணி ஊத்திட்டேனே. நீ வேறே பாய்ச்சி அதை முழு கடிச்சிராதே' என்றாள். 'நீ, சரியா ஊத்தலை. அது வாடிக் கிடக்கு, பாரு' என்றாள் அந்தச் சிறுபெண்.

'பெரிய தோட்டக்காரிதான் போ. எங்கப்பாவைவிட உனக்கு ரோஜா வளப்பைப் பத்தித் தெரியுமோ? இரு, உங்க மாமிகிட்டச் சொல்றேன். செடிக்குத் தண்ணி ஊத்தும்போது உன்னைத் தோட்டத்துக் குள்ளே விடப்படாதுன்னு சொல்லிவைக்கணும். துளசிப் பாத்தியைக் கிண்டிக் கிண்டிப் போட்டிருக்கியா, மாமி பார்த்தா சண்டைக்கு வரப்போறா' என்றாள் சாரதா.

'மாமியை வேணா அழைச்சிண்டு வா, நான் ஒண்ணும் அவ துளசிப் பாத்தியைக் கிண்டிப் போடலை' என்றாள் குழந்தை. 'அம்மம்மா, பிடிவாதம் பிடிச்சது; யாருக்கும் பயப்படாது' என்று செல்லமாகக் கடிந்துகொண்டே குழந்தையை வாஞ்சையுடன் பார்த்தாள். பின் வெறுங்குடத்தைத் தரையில் வைத்துவிட்டு குழந்தையைத் தூக்கி யணைத்து முத்தமிட்டாள். குழந்தை கால்களை உதைத்துப் பிடியி லிருந்து திமிறியது, கீழே இறங்கிவிட்டாள். சாரதா தன் சேலை யைப் பார்த்து விட்டு? 'சை, உன் சகதிக் காலாலே என் சேலையை

நாசமாக்கிப்பிட்டியே. நான் உனக்கு முத்தங் கொடுத்ததுக்கு நீ இப்படிப் பதில் செஞ்சிருக்கியே' என்றாள்.

'நான் வேலை செய்யறப்போ உன்னை யார் என்னைத் தூக்கச் சொன்னா?' என்று குழந்தை குறும்புத்தனமாய்ச் சொல்லிவிட்டுத் தன் நீர்ப்பாசன வேலையில் ஈடுபடலானாள்.

'இவ அம்மா இவ வயசிலே இப்படியேதான் செய்வா. இந்தச் சின்ன ராசாத்தி செய்யற குறும்பைப் பார்க்க பெரிய எசமான் கிட்ட இல்லையே! இதையெல்லாம் பார்த்தா எப்படிச் சந்தோசப்படுவாரு. பாவம் பெரிய எசமான் இருக்காரோ அல்லது செத்துப் போயிட்டாரோ!' என்று தனக்குள்ளாகவே சாரதா சொல்லிக் கொண்டாள்.

இவள் பேசுவதைக் கேட்டுக்கொண்டே ஒரு வயதான பெண் தோட்டத்துக்குள் வந்தாள். 'உயிரோடே இருந்தாலும் இருப்பாரு. ஆனா நம்மவரைக்கும் போயிட்ட மாதிரிதான். அஞ்சு வருஷத்துக்கு மேலேயே ஆச்சு அவர் மறைஞ்சு, ஆமா இன்னிக்கு என்ன திடீர்னு அவரை நினைச்சுக்கிட்டே?' என்று கேட்டாள் அவள்.

'சின்னம்மா தோட்டத்திலே விளையாடறதைப் பார்த்தா அவ அம்மா நினைவு வந்துட்டுது. பெரிய எசமான் இதைப் பார்த்தா எவ்வளவு சந்தோசப்படுவாருன்னும் நினைச்சிக்கிட்டேன். பாயீ, மாமி வந்திருக்கா இங்கே வா' என்று கூப்பிட்டாள்.

சிறுமி ஈரமண்ணில் விளையாடிட்டிருப்பதைக் கவனித்த மாமி, 'சாரதா, இவள் உடம்பும், துணியும் அழுக்கா இருக்கு, கழுவி விடு. துணியையும் மாத்து' என்று உத்தரவிட்டாள். 'செடிக்குத் தண்ணி ஊத்தியாச்சு. இதோ வாறேன்' என்றவள் சிறுமியைப் பார்த்து 'உன்னைத் திரும்பவும் குளிப்பாட்ட வேண்டியதுதான்; சளி பிடிக்கப் போவுது' என்றாள்.

சிறுமி குதிபோட்டுக் கொண்டே, எனக்குக் குளிக்க ரொம்பப் பிடிக்கும்; சளி ஒண்ணும் பிடிக்காது' என்றாள். மாமியைப் பார்த்து, 'மாமீ, உங்க துளசிப் பாத்தியிலேயிருந்து என் ரோஜாச் செடிக்கு வாய்க்கால் வெட்டியிருக்கேன் பாருங்கோ' என்றாள்.

'அட! நல்லா இருக்கே, பெரிய அணைக்கட்டு கட்டின சோழன் தோத்துப் போவான் போலிருக்கே! ஆனா உன் துணியெல்லாம் அழுக்காப் போச்சு பாரு; உனக்கு என்ன வேணுமோ அதை சாரதா கிட்டே சொன்னாத்தான் அவா செஞ்சு தருவாளே!'

'சாரதா எனக்குச் செஞ்சுதர வேண்டாம். நானே என் செடிக்குத் தண்ணி ஊத்தினால்தான் நெறையப் பூக்கும்' என்று குழந்தை உறுதி யாகச் சொன்னது. 'இத்துனூண்டு இருந்தாலும் அவ நெனைச்சதை செஞ்சு முடிச்சுடுவா. குடும்பத்துக் குணம் அது. விரையொன்று போட்டால் கரையொன்று முளைக்குமோ? எனக்கு இது பிடிக்கும். இது

பிடிக்காதுன்னு சொல்லிட வேண்டியது. மத்தவா அதை அனுசரிச்சு நடந்துக்கணும்' என்றாள் மாமி.

அப்பொழுது தோட்டத்தைச் சுற்றியிருந்த தாழ்ந்த மண் சுவருக்கு மேல் இரண்டு பேர் எட்டிப் பார்த்துக்கொண்டிருந்ததை மாமி கவனித்தாள். அவர்களில் ஒருவர் ஹவில்தார் ரகோஜி, அடுத்தவர் சந்நியாசியைப் போல் காவியுடை அணிந்திருந்தார். அவரைப் பார்த்தால் பழக்கமானவர்போல் தோன்றிற்று. ஹவில்தாரைப் பார்த்தவுடன் மாமி, 'ரகோஜியா? இராக்காவலுக்கு இன்னிக்குச் சீக்கிரமே வந்துட்டியே' என்றாள்.

ஒரு நாளுமில்லாத குதூகலமான குரலில் ரகோஜி, 'உங்களுக்கு ஒரு விருந்தாளி கொணந்திருக்கேன். ஒரு சந்நியாசி நம்ம ஊருக்கு இப்ப வந்திருக்கார். உங்களையும் பாயியையும் பார்க்க அவரை அழைச்சிட்டு வந்திருக்கேன்.' அவர் இடது கண்ணில் குறும்பு நெளிந்தது. 'தெரியுது' என்றாள் மாமி சற்றுக் கண்டிப்புடன். 'சாமியாரை முன்வாசல் வழியாக இந்தக் குடிசைக்குள் அழைச்சுண்டு வரக்கூடாதா? கதவு திறந்துதான் இருக்கு. முன்வழியாய்க் கூட்டிக்கொண்டு வா' என்றாள்.

சிறுமி இன்னும் ரோஜாச் செடியைத்தான் கவனித்துக் கொண்டிருந்தாள். மாமியும் ஹவில்தாரும் பேசிக்கொண்டிருக்கையில் கிழச் சந்நியாசி அஸ்தமன சூரியனின் கதிர்கள் முகத்தில் விழா வண்ணம் கையைக் கண்களுக்கு மேல் வைத்து மறைத்தபடி அந்தக் குழந்தை யையே வாஞ்சையுடன் உற்றுப் பார்த்துக்கொண்டிருந்தார். அவர் முகத்தில் குழந்தைப் புன்முறுவல் ஒன்று தவழ்ந்தது. தோட்ட வேலை செய்யும் குழந்தையை ஒரே முகமாய்ப் பார்த்ததால் மாமியையோ அவள் ரகோஜியுடன் பேசியதையோ கவனிக்கவேயில்லை.

பணிப்பெண் சாரதாவும் அந்த அந்நியனை ஏறிட்டுப் பார்த்தாள். மாமியைவிட அவளுக்குக் கண்கள் கூர்மை. சிறிது சிறிதாக அவள் முகத்தில் வியப்புப் படர்ந்தது. தண்ணீர்க் குடத்தைக் கீழே இறக்கிவிட்டு 'பெரிய எசமானில்லா வந்திருக்காரு!' என்று கூவினாள்.

'அவரேதான்' என்றார் ரகோஜி.

சிறிய தோட்டக்காரி ✦ 39

8

மஹமதுவும் மலையும்

மானம்புச்சாவடியிலிருந்த இந்த வீட்டுக்கருகில்தான் ஹவில்தாரின் வீடும் இருந்தது. வல்லத்தைவிட்டுத் தஞ்சைக்கு வந்தபின் இங்குதான் குடியிருந்து வந்தார்கள். மாலை நேரங்களில் தம் வீட்டில் பேரக் குழந்தைகளோடு விளையாடிக் கொண்டிருப்பார். ஒருநாள் மாலை கண்ணாமூச்சி விளையாடுகையில் அவர் பேத்தி காவேரி அவர் கண்களை இறுகக் கட்டிவிட்டாள். அவர் கத்திக்கொண்டே கட்டைத் தளர்த்திப் பார்க்க முயன்றார். அதற்குள் யாரோ தெரு வாசலில் நின்றுகொண்டு 'ராகவா' என்று கூப்பிட்டது கேட்டது. அவருக்குப் பழக்கமானவர்களும் நண்பர்களும்கூட அவரை ரகோஜி அல்லது ஹவில்தார்ஜி என்றுதான் அழைப்பார்கள். ராகவா என்று அழைக்கக் கூடியவர்கள் வெகு சிலரே இருந்தார்கள். அவசரமாகத் துணியை உதறிவிட்டுக் கண்ணைக் கசக்கிக்கொண்டு வெளியே பார்த்தார். வாசலில் ஒரு கிழச் சந்நியாசி நின்றுகொண்டு வெளியே வருமாறு சைகை காட்டியதைக் கண்டார். இயந்திரம் போல் வெளியே வந்தார் ரகோஜி. வெளியே வந்தவுடன் ஆச்சரியத்தில் திகைத்து நின்றார். பூர்வாசிரமத்தில் பண்டிதராவாக இருந்த சந்நியாசி – நாம் இனி அவரை சந்நியாசி என்றே அழைக்கலாம் – முதலாவது வல்லத்துக்குப் போயிருந்தார். அங்கு அவர் குடும்பத்தினரைக் காணாமல், நேரே தஞ்சையிலிருந்த ஹவில்தாரின் வீட்டுக்கு வந்திருந்தார். ரகோஜிக்குத் தமது வியப்பைத் தெரிவிப்பதற்குக்கூட அவகாசம் கிடைக்கவில்லை. சந்நியாசி கேள்விமேல் கேள்விகேட்டுத் துளைத்தார். ஐந்து வருடங்களில் குடும்பத்தில் நடந்த சங்கதிகளை, சில நிமிடங்களுக்குள் சொல்ல வேண்டியிருந்தது. குழந்தையைப் பற்றிப் பேச்சு வந்தவுடன் தன்னை உடனே தோட்ட வீட்டுக்கு அழைத்துச் செல்லுமாறு சந்நியாசி கட்டளை யிட்டார். ரகோஜி தலைப்பாகையை எடுத்து வருவதற்காக வீட்டுக்குள் ஓடினார். அவர் மகன் ரகுநாத் இரவு அரண்மனைக் காவலுக்குப்-போவதற்குமுன் சாப்பிட்டுக் கொண்டிருந்தான். அவனிடம், பண்டிதராவ்

திரும்ப வந்திருப்பதாகவும் அவர் இப்பொழுது சந்நியாசியாக இருப்ப தாகவும் அரசரிடமும் அமாத்யாவிடமும் சொல்லி விடும்படியாகச் சொன்னார். அதன்பின் இரண்டு கிழவர்களும் தோட்ட வீட்டை அடைந்தார்கள்.

தோட்ட வீட்டில் சந்நியாசியை ஆனந்தக் களிப்புடன் வரவேற்றார்கள். சிறிது நேரம் கழித்து சந்நியாசி, தாம் வந்திருப்பதைத் தமது அனுமதி யில்லாமல் யாரிடமும் தெரிவிக்கவேண்டாம் என்று ஹவில்தாரிடம் கூறினார். உடனே ஹவில்தார் திடுக்கிட்டவராய் அறியாமையினாலும் ஆனந்தத்தினாலும் தான் ஏற்கெனவே அதைச் சொல்லி விட்டதைத் தெரிவித்தார். இனி ஒன்றுஞ் செய்ய இயலாது என்பதை சந்நியாசியும் உணர்ந்தார்.

சுமார் ஒரு மணி நேரத்தில் அமாத்யா தோட்ட வீட்டுக்கு வந்து விட்டார். அரசர் தமது அன்பிற்குகந்த குருவுக்கு வாழ்த்துக்கள் அனுப்பி யிருப்பதாகவும் அரண்மனைக்கு அழைத்து வரச் சொன்னதாகவும் தெரிவித்தார். சமீபத்தில் நடந்திருந்த அரசியல் நிகழ்ச்சிகளைப் பற்றி சந்நியாசி அமாத்யாவிடம் கேட்டுத் தெரிந்துகொண்டார். இந்த இக்கட்டான வேளையில் அரசர் தமது குருவின் ஆலோசனையை மிகவும் விரும்புவதாகவும் அமாத்யா சொன்னார். அரசரின் அன்பை உணர்ந்த சந்நியாசி மகிழ்ச்சியடைந்தபோதிலும் அவரின் அழைப்புக்கு உடன்படவில்லை. அரண்மனைக்கு வரவோ அரசியலில் கலந்து கொள்ளவோ இயலாது என்று உறுதியாகச் சொல்லிவிட்டார். தமது ஆசிகளையும் வாழ்த்துக்களையும் அரசருக்குத் தெரிவிக்கச் சொன்னார். அவருக்காகவே அனுப்பியிருந்த அலங்காரமான தந்தப் பல்லக்கு வெறுமையாகத் திரும்பிற்று.

அன்று நள்ளிரவில் வீட்டில் எல்லோரும் தூங்கிக் கொண்டிருந்தார்கள். சந்நியாசி தோட்டத்தில் நிலாவொளியில் ஒரு சாய்வு நாற்காலியில் அமர்ந்து அருகே தரையில் உட்கார்ந்திருந்த ஹவில்தாரோடு அளவளாவிக் கொண்டிருந்தார். யாரோ வெளிக் கதவைத் தட்டினார்கள். இந்த வேளையில் வருவது யாராக இருக்கலாம் என்று யோசித்த வண்ணம் சென்று அடிதண்டாவை நீக்கினார் ரகோஜி. அவர் மகன் ரகுநாத் அரண்மனையிலிருந்து வந்திருந்தான். மகாராஜா குருவைக் கண்டு செல்ல நேரில் வந்துகொண்டிருப்பதாகவும் அதை அறிவிக்கத் தன்னை முன்கூட்டி அனுப்பியதாகவும் சொன்னான். அரசருடைய அன்பைக் கண்டு நெகிழ்ந்தார் சந்நியாசி. அதற்குள்ளாகவே அரண்மனை பல்லக்குத் தூக்கிகளின் பாட்டு தொலைவில் கேட்டது. வீட்டை நெருங்கியதும் அரசர் உத்தரவுப்படி பல்லக்குத் தூக்கிகள் பாட்டை நிறுத்தி விட்டார்கள். சில நிமிடங்களில் தஞ்சை அரசர், மகாராஜா பிரதாப்சிங் அந்த எளிய தோட்டத்துக்குள் நுழைந்தார். ஹவில்தார்

மஹமதுவும் மலையும் ✦ 41

வழிகாட்டிச் சென்றார். அவருக்குப் பின்னால் நறுமண எண்ணெயில் எரிந்த வெள்ளி விளக்கைப் பிடித்த வேலையாள் நடந்தான். பின்னர், பூக்கள், பழங்கள், தித்திப்புப் பண்டங்கள் வைத்த பொறத்தட்டைத் தாங்கிக் கொண்டு அமாத்யா வந்தார்.

அவருக்குப் பின்னால் அரசர் பிரதாப்சிங்கும், கடைசியாக ரகுநாத்தும் வந்தார்கள். மற்றப் பரிவாரம் தெருவிலேயே தங்கிவிட்டது. சந்நியாசி இருந்த இடத்தை அரசர் அடைந்ததும் அமாத்யா மங்கலத் தட்டை மகானின் எதிரில் வைத்தார்.

'துகோஜியின் மகனும், தங்கள் எளிய மாணவனுமான பிரதாப்சிங் தங்கள் தாமரைப் பாதங்களை வணங்குகிறான்' என்று சொல்லிக் கொண்டே வெறுந்தரையில் நெடுஞ்சாண்கிடையாய் விழுந்து வணங்கினார். சந்நியாசி, 'தீர்க்காயுசும் வெற்றியும் உண்டாவதாக' என்று ஆசி அளித்தார்; பின் ஆசனத்தைக் காட்டி அமரச் சொன்னார். அவர் உட்கார்ந்து வெகுநேரம் கிழவரின் முகத்தையே பரிவுடன் நோக்கிக் கொண்டிருந்தார். சந்நியாசிதான் முதலாவது மௌனத்தைக் கலைத்தார். அரசரின் உடல் நலத்தையும் அவர் குடும்பத்தினரைப் பற்றியும் விசாரித்தார். நெடுங்காலமாகத் தவமிருந்த அரசிக்குப் பெண் குழந்தை பிறந்திருப்பதில் தம் மகிழ்ச்சியைத் தெரிவித்தார். பின் அமாத்யா ஏதோ சைகை காட்டவே வேலையாட்கள் சற்றுத் தொலைவுக்குப் போய் விட்டார்கள். மூவரும் தனியாக இருந்தனர்.

'எல்லாம் உங்கள் கிருபை' என்றார் பிரதாப்சிங்.

'மகாதேவன் கிருபை என்று சொல்லு, பிரதாப். எல்லாம் அவன் சித்தம், அவன் திருவிளையாடல் அல்லவா? மனிதனால் என்ன ஆகும்?'

சமீபத்திய நிகழ்ச்சிகளைப் பற்றி அமாத்யா விளக்கினார்.

'நான் ஸ்ரீசைலக் காட்டில் இருந்தபொழுது ஒரு ஆங்கிலேயன் மூலமாகவும் அதைப்பற்றிக் கேள்விப்பட்டேன். நான் திரும்பி வந்தமைக்கு அதுவும் ஒரு காரணம் ஆகும்' என்றார் சந்நியாசி.

'இதைக் கேட்க எனக்கு மகிழ்ச்சியாக இருக்கிறது' என்றார் அரசர் ஆர்வத்துடன். தொடர்ந்து:

'குரு திரும்பி வந்திருக்கும் செய்தியை இன்று மாலை கேட்டதும், என் வேண்டுதலுக்கு இணங்கி பிரஹதீஸ்வரரே இந்த ஆபத்து வேளையில் அவரை அனுப்பியிருக்கிறார் என்று நினைத்துக்கொண்டேன்' என்றார்.

'கேவலம் மனிதர் என்ன செய்துவிட முடியும்? ஆங்கிலேயன் மூலமாக எல்லாவற்றையும் அறிந்தேன். நான் உலகத்தைத் துறந்தவன் தான். என்றாலும் செய்தியைக் கேட்டதும் உனக்காகக் கவலைப் பட்டேன். இந்தத் தஞ்சையரசைப் பற்றிப் பெருங்கனவுகளும் ஆசைகளும் கொண்டிருந்தேன் என்பது உனக்குத் தெரியும். இதோ வீட்டினுள் தூங்குகிறாளே அந்தக் குழந்தையின் பாதுகாப்புக்காகவும்

கவலைப்பட்டேன். முக்தாம்பாள்மீதும் முராரி மீதும் எத்தனை பற்று வைத்திருந்தேன். ஹூம், அவர்கள் நினைவாக இருப்பது இவள் ஒருத்திதானே. அவளைப் பார்க்க வேண்டுமென்ற ஆவலும் எழுந்தது. ஆனால் திரும்பவேண்டும் என்ற எண்ணத்தைக் கட்டுப்படுத்த முயன்றேன். என் மனம் அமைதியை இழந்து சஞ்சலப்பட்டது. அதற்கு மேலும் காட்டில் இருக்கமுடியாமல் இதோ வந்துவிட்டேன். என்ன இருந்தாலும் துறவி கவலைப்படுவது தவறல்லவா?' என்றார் சந்நியாசி.

'அதில் தவறில்லை. மகான் வித்யாரண்யா ஒரு பெரும் அரசை நிலைநாட்டவில்லையா?' என்று கேட்டார் அரசர் ஆர்வமாக.

'இல்லை, இது அகங்காரம், வீண்மாயை, சுயநலம், தன்னையே ஏமாற்றிக்கொள்வது - இந்த உணர்ச்சிகளை எதிர்க்கவேண்டும். ஆனால் சிலவேளைகளில் நான் பெரிய தியாகம் செய்வது போலவும் எனக்குத் தோன்றுகிறது' என்றார் அமைதியாக.

சிறிது நேரம் கழித்து, 'இந்தக் குழந்தையின் மழலைப் பேச்சையும் குறும்புகளையும் கண்டு நான் அவளுக்கு அடிமையாகிவிட்டேன். அவளைப் பார்க்கும்போதெல்லாம், துர்ப்பாக்கியவதியான அவள் தாயின் நினைவே வருகிறது. கண்களும் சிரிப்பும் அவளைப் போலவே இருக்கிறது. ரொம்பச் சூட்டிகையாக இருக்கிறாள்...' பின்னர் எண்ணங்களைக் கட்டுப்படுத்தியவராய் அரசரிடம், 'பிரதாப், நொந்து போன இந்தக் கிழவனை மதித்து இந்த வேளையில் பார்க்க வந்திருக் கிறாயே' என்றார்.

'நான் தன்னலத்தைக் கருதியே உங்களிடம் வந்திருக்கின்றேன். அலைமோதிக் கொந்தளித்துக் கொண்டிருக்கும் இந்த அரசியல் கடலில் உங்கள் அனுபவத்தாலும் விவேகத்தாலும் அரசுக் கப்பலைச் செலுத்த எனக்கு உதவுவீர்களானால் அது பெரிய தர்மமாகும்' என்றார் அரசர்.

'நான் இங்கே இருக்கும்வரைக்கும் என் ஆலோசனையை உனக்குச் சொல்வதற்கென்ன? ஆனால் இனி தீவிரமாக அரசியலில் கலந்து கொள்ள முடியாது, பிரதாப். வெங்கண்ணா சொல்வதிலிருந்து, நீ பிரெஞ்சியரோடு சேர்ந்து சந்தாசாகிப்பை ஆதரிப்பதா அல்லது ஆங்கிலேயருக்கு உதவி மஹமது அலியை ஆதரிப்பதா என்று தெரியாமல் திகைக்கிறாய் என்று தெரிகிறது. வாக்குறுதிப் பத்திரமும் உன்னைக் குழப்பியிருக்கிறது. எனக்குப் பரங்கி இனத்தவர் என்றாலே பிடிக்க வில்லை. கூடுமானவரை அவர்களில் யாரிடமும் தொடர்பு இல்லா மலிருப்பதே நல்லது. ஆனால் நடை முறையில் இனி அப்படி முடியாது என்றே தோன்றுகிறது. ஆகவே அங்கும் இங்கும் காற்றாடியைப் போல் அசையாமல் ஏதாவது ஒரு கொள்கையை வகுத்துக்கொண்டு அதையே கைப்பிடித்து வா. சந்தாசாகிப் நம்மிடம் எப்பொழுதும்   பகைமை

பூண்டு வந்திருக்கிறான். அவனையும் டூப்ளேயையும் நம்ப முடியாது. இருவருமே பேராசைக்காரர், கொள்கையற்றவர்கள், மஹமது அலி ஆற்காட்டு நவாபின் மகனாதலால், அவனுக்குத்தான் நவாபுரிமை இருக்கிறது. சமீபத்தில் ஆங்கிலேயர் நம்மிடம் சரியாக நடந்துகொள்ள வில்லை யெனினும் பிரெஞ்சியரைவிட அவர்கள் நம்பத்தகுந்தவர்கள் என்றே கருதுகிறேன். அவர்கள் தளபதிகளும் சிறந்தவர்கள் என்று கேள்விப்பட்டேன். பிரெஞ்சியருக்கு மதவெறி அதிகம், சமய சகிப்பினை கிடையாது. பொதுவாக இதுவரை நாம் ஆங்கிலேயரோடுதான் சற்று அதிகமாக நட்புக்கொண்டு வந்திருக்கிறோம். ஆகையால் நடுநிலைமை வகிக்க முடியாத பட்சத்தில் ஆங்கிலேயருடன் சேர்ந்து உரிமைக்கார நவாபை ஆதரிப்பதே மேல் என்பது எனது கருத்து. ஆனால் அதையும் அளவுடன்தான் செய்யவேண்டும். மிலேச்சர்களுக்கு உதவி செய்யப் போய் நமது பலத்தையே இழந்து விடக்கூடாது. ஏதோ எனக்குத் தெரிந்ததைச் சொன்னேன்' என்று முடித்தார்.

வழக்கத்துக்கு விரோதமான இந்த அடக்கம் அமாத்யாவுக்கு ஆச்சரியத்தை அளித்தது. ஆனால் ஒன்றும் பேசவில்லை.

'உங்களுக்கு என் மனமார்ந்த நன்றி. உங்கள் ஆலோசனைகளையும் ஆசியையும் எனக்கு எப்பொழுதும் தந்து உதவ வேண்டும்' என்றார் அரசர்.

'மனிதன் என்ன செய்யமுடியும் பிரதாப், மகாதேவன்தான் எல்லாம் அறிந்தவன்; எல்லாம் வல்லவன். அவனிடம் வேண்டிக்கொள். உனக்கும் இந்த நாட்டுக்கும் எல்லா மங்களங்களையும் அருள்வான்' என்றார்.

'நான் தினமும் அவனை வணங்கித்தான் வருகிறேன். ஆனால் என் குருதான் எனக்குக் கண்கண்ட தெய்வம். இன்னல்கள் ஏற்படும்பொழுது உங்கள் பாதங்களைத்தான் தேடுவேன்' என்று பதிலளித்தார் அரசர்.

'கடவுள் பக்தி, பெரியவர்களிடம் வினயம், குடிமக்களின் நலத்தைப் பற்றி என்றும் மாறாத விசாரம், அறவொழுக்கத்தில் உறுதி, கருணை யுடன் கலந்த நீதியுணர்ச்சி, அயல் நாட்டுக் கொள்கையில் முன் யோசனையுடன் ஜாக்கிரதை, சுயபுத்தி, சொற்புத்தி இவைதான் ஒரு விவேகமான அரசனுக்கு இருக்க வேண்டிய குணங்கள். இவை யெல்லாம் அனேகமாக உன்னிடம் இருக்கின்றன. அனுபவமும் காலமும் குறைகளை ஈடுசெய்துவிடும். நீ வரியைக் குறைத்திருக்கிறாயென்றும் வசூல் விஷயத்தில் தயவுகாட்டுகிறாய் என்றும் கேள்விப்பட்டேன். அதற்காகச் சிலர் உன்னை வாழ்த்துகிறார்கள். சிலர் கேலி செய்கிறார்கள். பதவியிலிருப்பவர்கள் விதி அதுதான். அதைப்பற்றிக் கவலைப்படாதே. நான் வைத்திருந்த குறைந்தபட்சத் தொகை கஜானாவில் இருந்து வருகிறதென்று நம்புகிறேன்.'

'கஜானா அநேகமாகக் காலியாக இருக்கிறது' என்றார் அமாத்யா.

'ஆங்கிலேயர் சாயாஜியை ஆதரித்துத் தஞ்சைமீது படையெடுத்த போது, குடிமக்களின் தயவையும் நல்லெண்ணத்தையும் சம்பாதிக்கும் பொருட்டு வரிப்பளுவைக் குறைத்தேன். அதன் பின்னும் செலவுகள் ஒன்றன்பின் ஒன்றாய் வந்து சேர்ந்துவிட்டன. அதனால் கஜானாத் தொகையை அப்படியே வைத்திருக்க முடியாமல் போயிற்று. உப்பூர் வருமானத்தைக் கொண்டு அறப்பணிகள் செய்யுமாறு தாங்கள் சொல்லியிருந்தீர்கள். அதுவும் செய்ய இயலாமலே போய்விட்டது. அந்த வருமானத்தை நான் கடனாக எடுத்துச் செலவழித்து வந்திருக்கிறேன்' என்று வெட்கத்துடன் அரசர் சொன்னார்.

சில வினாடிகள் ஒரு அமைதி நிலவிற்று. சந்நியாசியின் முகமும் வேறுபட்டது. ஆனால் சில வினாடிகள் தான். திரும்பவும் அமைதியான முகத்துடன், 'உனக்குப் பல தொல்லைகளும் இன்னல்களும் ஏற்பட்டு விட்டன. அதனால் அதைக் கவனிக்க உனக்கு அவகாசம் இல்லாமல் போயிற்று. அரசாங்கப் பணி செய்து தேடிய செல்வத்தைக் கொண்டு தான் அந்தக் கிராமத்தை வாங்கினேன். அதன் வருமானம் உனக்குப் பயன்படுவதானால் அது எனக்கு மகிழ்ச்சியே. நான் உயிருடன் இருக்கும்வரை நீ அதைப் பயன்படுத்தி வரலாம். வசதி ஏற்படும் போது அறப்பணிகள் நிறுவிவிட்டால் போதுமானது' என்றார்.

'நான் அவ்வளவு இழிவானவன் அல்ல; நான் எடுத்துக் கொண்டிருக்கும் ஒவ்வொரு பைசாவையும் திரும்பத் தந்து விடுவேன். அமாத்யா துல்லியமாகக் கணக்கு வைத்துக் கொண்டு வருகிறார். பணக்கஷ்டம் மிகுந்த சமயத்தில் மங்கோஜியும் அமாத்யாவும் அந்த யோசனை சொன்னார்கள். நான் அவர்கள் யோசனையை ஏற்றுக்கொண்டேன். ஆனால் அப்பொழுதே அது எனக்கு அவமானமாகத்தான் தெரிந்தது' என்றார் அரசர்.

'இல்லை அப்படியெல்லாம் நினைக்கவேண்டாம். நான் அந்தச் சந்தர்ப்பத்தில் இருந்திருந்தால் நானே அதைக் கொடுத்திருப்பேன். ஆனால் பிரதாப், ஓர் எச்சரிக்கை. மங்கோஜியிடம் யோசனை கேட்க வேண்டாம். அவர் கொள்கை இல்லாதவர். பேராசை பிடித்தவர். உன் மனச் சான்றுபடியே எப்போதும் நடந்துகொள்' என்றார் சந்நியாசி.

9

பெண்ணினத்தின் பரிந்துரையாளர்

'எதற்காகப் பெண்ணினத்தை அவதூறு செய்கிறார்கள்? ஆண் களெல்லாருமே குணசீலர்கள் என்று சொல்வதுபோல் அல்லவா இருக்கிறது. தந்திரமுள்ள பெண் குயிலைத்தான் இந்தக் கவிஞர் பெண் குலத்துக்கு உதாரணமாகச் சொல்லுகிறார்! அதன் முட்டைகளை அடைகாத்துப் பொரித்து வளர்க்கும் பெண் காகங்களுக்கு அவர்களை ஒப்பிட்டுச் சொன்னாலென்ன! ஆண்களுக்குப் பெண்களைக் குறை சொல்வதே வேலையாகிவிட்டது!' என்று ஆத்திரப்பட்டாள் அந்தப் பெண். சாகுந்தலத்தில் வந்திருந்த கீழ்க்காணும் அடிகளே அவளது கோபத்தைக் கிளறிவிட்டிருந்தன:

கற்றுக்கொடாமலே பெண்பாலுக்கு உரிய இத்தகைய தந்திரம், தாழ்ந்த விலங்குகளின் பெண் இனத்தில்கூடக் காணப்பட்டால், பகுத்தறிவுடைய மக்களிடத்தில் இன்னும் எவ்வளவு அதிகமாகக் காணப்படும்!' தன் குஞ்சுகள் வானில் பறக்கும்வரையில் குயிற்பேடைகள் வேறு பறவை களைக் கொண்டு தம் குஞ்சுகளை வளர்த்து வருவது உண்மையன்றோ?

பன்னிரண்டு வயதிருக்கும் அவளுக்கு. வயதுக்கு மீறிய உயரம், ஒல்லியான உடல், மென்மையான முகவெட்டு; இருண்டு சுருண்ட கூந்தல்; விசாலமான கறுத்த பிரகாசமான கண்கள்; வளைந்து செறிந்த கறுத்த புருவங்கள்; அறிவுக்களை சுடர்விடும் முகம். அவள் உடுத்தி யிருந்த சரிகையிட்ட நீலப்பட்டு அவள் உடலை நளினமாகத் தழுவி அவள் நிறத்தை எடுத்துக் காட்டிற்று. அவள் அதை அணிந்திருந்த முறை யிலிருந்து அவளுக்கு இன்னும் மணமாகவில்லை என்றும் தெரிந்தது.

அவள் யாரிடம் இந்தக் கேள்வியைக் கேட்டாளோ அவருக்குச் சிரிப்பு வந்திருக்கவேண்டும். ஆதலால் சிறிது நேரம் பதில் எதுவும் வரவில்லை. அவள் மீண்டும் கேள்வியைப் போட்டாள்; 'எதற்காக பாபாஜி, கவிஞர் இப்படிப் பெண்ணினத்தை இழிவாகப் பேசுகிறார்?'

'பெண்கள் தந்திரமானவர்கள் என்று சொல்வதால், ஆண்கள் அப்பாவிகள் என்று ஆகிவிடாது' என்றார் சந்நியாசி.

'இல்லையே, படைப்பிலுள்ள எல்லாப் பெண்ணினத்தையும் அவதூறாகச் சொன்னால் ஆணினம் புனிதமானது என்று சொல்வதாகத் தானே கொள்ளவேண்டும்.'

'இது நாடகம் அம்மா' என்றார். அவருடைய வயோதிக முகம் மகிழ்ச்சிப் புன்னகையால் மலர்ந்திருந்தது. 'நாடகப் பாத்திரங்கள் வாயால் பேசச் செய்வதையெல்லாம் கவிஞருடைய கருத்துக்கள் என்று நினைத்துவிடக்கூடாது' என்றார்.

'ஆனால் இந்தக் கருத்தை அப்படி ஒதுக்கிவிட முடியாது' என்றாள் அந்தப் பெண்.

'அப்படியானால் நீயே அதை உண்மையென்று உறுதிப்படுத்துவதா கிறது! வயது கொஞ்சமானாலும் அறிவு கூர்மையாக இருக்கிறது உனக்கு. கவிஞர் சொல்வது உனக்குப் பொருத்தமாக இருப்பதால்தான் உனக்கு ஆத்திரம் வருகிறதோ என்று எனக்குச் சந்தேகமாக இருக்கிறது!'

'ஐயோ! பாபாஜி இது பெரிய அநியாயம். ஏன் இப்படிப் பெண்களைப் பழிக்கிறார்கள் என்று சொல்லுங்களேன். காளிதாசர் மட்டுமல்ல, பத்ருஹரியும் நிறைய இப்படி எழுதியிருக்கிறார். இவர்கள் யாருமே பெண்களைப் பற்றிக் குறைவாகச் சொல்ல வாய்ப்புக் கிடைத்தால் அதை விடுவதில்லை' என்று வாதிட்டாள் அச் சிறுபெண்.

சந்நியாசி உள்ளுக்குள் சிரித்துக்கொண்டார். ஆனால் முகத்தைச் சிரத்தையுடன் வைத்துக்கொண்டு, 'ஆண்கள் தங்கள் அனுபவத்தில் அப்படிக் கண்டிருக்கலாம், அம்மா. பெண் எப்படியும் ஆணை ஏமாற்றி விடுகிறாள்; எழுத்தறிவில்லாத மூடப் பெண்கள் எத்தனையோ பேர் தங்கள் அறிவாளிக் கணவர்களை ஆட்டிவைக்கிறார்கள் அல்லவா? பெண் எப்பொழுதுமே ஆணைத் தவறு செய்யத் தூண்டுபவளாகவே இருக்கிறாள். ஆதி மனிதனை ஆதிப்பெண் கடவுளுக்கு விரோதமாகப் பாவஞ் செய்யுமாறு ஆசை காட்டித் தூண்டியதால்தான் உலகத்தில் மரணமும் எல்லாத் துன்பங்களும் வரக் காரணமாயிற்று என்று யூதர்கள் சொல்லுகிறார்கள்.'

'பெரிய மூடக் கதையாக அல்லவா இருக்கிறது' என்றாள் அச்சிறுபெண். 'இந்தக் கதை கடவுளை முன்யோசனையும் சக்தியும் இல்லாதவராக அல்லவா ஆக்கிவிடுகிறது! அறிவுடையோர் யாராவது இந்தக் கதையை நம்புவார்களா?'

'கோடிக்கணக்கான நாகரிக மக்கள் இன்றும் அதை நம்புகிறார்கள்.'

'நாமெல்லாரும் பழக்கத்துக்கும் பாரம்பரியத்துக்கும் அடிமைப் பட்டவர்கள் என்று நீங்கள் சொல்வது உண்மையென்று இதிலிருந்து தெரிகிறது. ஆமாம்; பெண்தான் ஆணின் அழிவுக்குக் காரணம் என்று சொன்னீர்களே, அது எப்படி உண்மையாகும்?'

'ஏன் சீதைதானே ராமனின் துன்பங்களுக்கெல்லாம் காரணம்.

பெண்ணினத்தின் பரிந்துரையாளர்

வனவாசத்திலும், பின் அவனுக்குப் பட்டாபிஷேகம் ஆகும்வரையிலும் அவனுக்கு ஏற்பட்ட இன்னல்கள் அனைத்தும் அவளால்தான். ஒரு பாவமுமறியாத ஆயிரக்கணக்கான மக்கள் மடியக் காரணமாயிருந்த குருக்ஷேத்திரத்துக்குக் காரணம் திரௌபதிதானே?'

'பாபாஜி! இன்று உங்கள் உதாரணங்கள் ரொம்பப் பலவீனமானவை. நல்ல காலம், இப்பொழுதெல்லாம் ராமர் சீதையைத் துன்புறுத்திய மாதிரி எந்தக் கணவனும் மனைவியைத் துன்புறுத்துகிறதில்லை. சீதை பவித்திரமானவள். அவள் செய்த குற்றமெல்லாம் ராமர் மீது அன்பு செலுத்தியதுதான். அவரோ அவளிடம் அநியாயமாகவும் இழிவான முறையிலும் நடந்துகொண்டார். சீதை தந்திரசாலி என்று யாரும் சொல்லமுடியாது. அவள் எளிமைக் குணம் படைத்தவள். சொல்லப் போனால் அந்தக் குணத்தால்தான் அவள் வாழ்க்கையில் அவதிப் பட்டாள். திரௌபதி விஷயம் வேறு. அவள் கணவன்மார் வீரர்கள் என்று புகழ் வாங்கியிருந்ததுதான் மிச்சம். அவர்களைவிட அவளுக்குத் தான் தன்மான உணர்ச்சி அதிகமாக இருந்தது. அவர்கள் தங்கள் கடமையைக் கண்ணியமாகச் செய்துவர அவள்தான் சதா அவர்களைத் தூண்டவேண்டியதிருந்தது. பாண்டவர்களைப் போல் எளிமையாய் இருப்பதைவிட திரௌபதியைப் போல் தந்திரமாக இருப்பதையே நான் விரும்புவேன்!'

'வயதுக்கு மீறிய அறிவு அம்மா, உனக்கு' என்றார் சந்நியாசி. அவள் முகத்தையே வாஞ்சையுடன் பார்த்துக் கொண்டிருந்துவிட்டு, 'உனக்குத் தகுந்த கணவனை எப்படிக் கண்டுபிடிக்கப்போகிறேன் என்பதுதான் என் கவலையெல்லாம். உன் அன்பைக் கவர்ந்து உன்னைப் போற்றி வைத்துக் கொள்ளக்கூடியவன் பெரிய அதிருஷ்டசாலி. ஆனால், பாயீ, ஒரு விஷயத்தில் உன்னை எச்சரிக்கவேண்டும். இந்தப் புதுமைக் கருத்துகளும் வாதங்களும் உன் கிழட்டுத் தாத்தாவிடம் சரியாய்ப் போய்விடும். ஆனால் கணவனும், புக்ககத்துக்காரர்களும் இதை யெல்லாம் சகித்துக்கொள்ள மாட்டார்கள். இனி மேல் நாவை அடக்கிக் கவனமாகப் பேசக் கற்றுக்கொள்ளவேணும் அம்மா' என்றார்.

'கல்யாணம் ஆனதும் ஊமையாகிவிடவேண்டுமோ?' என்றாள் அந்தப் பெண் போக்கிரித்தனமாகச் சிரித்துக்கொண்டு.

'ஒரு நாட்டுப் பெண்ணுக்கு எந்த விஷயத்தைப் பற்றியும் சொந்த மாகக் கருத்துக்கள் இருக்கக்கூடாது. இருந்தாலும் அவற்றைப் பெரியவர் களிடம் வெளிப்படையாகச் சொல்லவோ அவற்றைப்பற்றி வாதம் செய்யவோ கூடாது. உனக்கு உலகம் சரியாகத் தெரியாது, அம்மா. ஊரைவிட்டு ஒதுங்கிய இந்தத் தோட்ட வீட்டில் காட்டு மானைப் போல் சுதந்திரமாக வளர்ந்துவிட்டாய். என்னையும் இந்த வயதான மாமியையும்தான் உனக்குப் பழக்கம். உன்னைப் போலொத்த

பெண்கள் மற்றப் பிராமணக் குடும்பங்களில் எப்படி வளர்கிறார்கள் என்பதே உனக்குத் தெரிந்திருக்கவில்லை. எந்நாளும் நீ இப்படியே இருக்கமுடியாது என்பதை நான்கூட சிலவேளைகளில் மறந்தே விடுகிறேன். உன்னைவிட இருமடங்கு வயதான சமஸ்கிருதப் புலவர் களுக்குக்கூட உன்னைப் போன்று கூர்மையும் பயிற்சி அறிவும் இருக்காது. ஆனால் உன் வயதில் பாதியே ஆன சிறு பெண்கள்கூட உன்னைவிட அதிகமாகக் குடும்பப் பழக்க வழக்கங்களையும் உலக நடப்பையும் தெரிந்து வைத்திருப்பார்கள்' என்றார்.

'ஏன் பாபாஜி நாம் இப்படியே இந்தத் தோட்ட வீட்டில் இருந்து சுகமாகக் காலம் கழிக்க முடியாதா?' என்று கேட்டாள் பேத்தி.

'அப்படிக் கழிக்க முடிந்தால் நன்றாகத்தானிருக்கும்' என்றார் சந்நியாசி பெருமூச்சுவிட்டவண்ணம்.

'ஆனால் அப்படி முடியாதே அம்மா, அது சரியுமல்ல. நான் உனக்குத் தகுந்த கணவனை விரைவாகத் தேடிக் கண்டுபிடிக்கவேண்டும்' என்றார்.

'எனக்கொன்றும் கல்யாணம் வேண்டாம். இப்படியே உங்களோடும் மாமியோடும் இருப்பதுதான் எனக்குப் பிடிக்கிறது' என்றாள் பெண்.

சந்நியாசி சிந்தனையுடன், 'அதெப்படியம்மா? ஒரு பெண் எந்தப் பருவத்திலும் சுதந்திரமாக இருக்கமுடியாது. நமது சாஸ்திரங்கள் அதற்கு அனுமதி அளிக்கவில்லை. பார்க்கப் போனால் அது சரிதான் என்று தோன்றுகிறது. அவள் முறையே தந்தை, கணவன், மகன் இவர்கள் ஆதரவிலேயே இருக்கவேண்டியவளாகின்றாள். *நா பஜேட் ஸ்திரி ஸ்வதந்திரம்* என்று மனு விதித்திருக்கிறார்' என்றார்.

'நீங்கள் என்னுடைய பாட்டனார். அதனால் நான் உங்கள் ஆதரவிலேயே இருந்தால் என்ன? இப்பொழுது நான் சந்தோஷமாக இருக்கிறேனே?' என்றாள்.

'நீ இன்னும் சிறு குழந்தை. அதனால் தான் இப்படிப் பேசுகிறாய். என் காலம்வரைக்கும் நீ என்னோடு இருக்கலாம். சரி, ஆனால் நான் சாகா வரம் வாங்கி வந்தவன் இல்லையே. எனக்கோ வயதாகிவிட்டது. தள்ளாமை அதிகமாகிறது. உயிர் மெல்லிய இழையில் ஊசலாடிக் கொண்டிருக்கிறது. என் காலத்துக்குப் பிறகு கல்யாணமாகாத அழகான இளம் பெண்ணாகிய உன்னை யார் பாதுகாப்பார்கள்? பழங்காலத்தில் சில பெண்கள் திருமணம் வேண்டாமென்று சொல்லிப் பூணூல் அணிந்து தங்கள் காலத்தைப் படிப்பிலும் தியானத்திலும் கழித்தது உண்மைதான். ஆனால் அது அந்தக் காலம். இப்பொழுது காலம் மாறிவிட்டது. ஒவ்வொரு பெண்ணுக்கும் நல்ல பாதுகாவலன் வேணுமம்மா. நான் அமரன் இல்லையே. அதோ தெரியும் அந்த நிலவு இன்று அஸ்தமிக்கும் முன்கூட நான் இறந்துவிடலாம்' என்றார் சந்நியாசி.

'ஆறிலும் சாவு நூறிலும் சாவு. நான்கூட ஒருவேளை உங்களுக்கு முன் இறந்துவிடலாம். நெல்லும் கோதுமையும் சோளமும் அறுவடை செய்யக் காலம் உண்டு. ஆனால் ஈவிரக்கமற்ற எமனுடைய அரிவாள் மனித உயிர்களை அறுவடை செய்வதற்குக் காலம் இல்லை.'

'இப்படி மனம்போன போக்காகப் பேசாதே பாயி, சாவைப் பற்றி மாத்திரம் என்னிடம் பேசிவிடாதே' என்றார் சந்நியாசி படபடப்பாக.

'ஆண்டவனே! நினைத்தாலே பதறுகிறது. உள்ளே போ அம்மா, தூங்குவதற்கு நேரமாகிவிட்டது. அழகான இளைஞனைக் கனவில் கண்டு காலையில் என்னிடம் சொல்லு. எனக்கு வேலை குறைந்துவிடும்' என்றார் சந்நியாசி.

பாயி, தான் படித்துக் கொண்டிருந்த *சாகுந்தலம்* பனையோலை ஏடுகளைச் சேர்த்துக் கட்டிக்கொண்டே, 'கண்டிப்பாகக் கல்யாணம் ஆகத்தான் வேண்டுமென்றால் இன்னும் சில வருடங்கள் கழித்துச் செய்துகொள்ளக் கூடாதா? சகுந்தலை ஒன்றும் துஷ்யந்தனை இப்படிச் சிறு வயதில் கல்யாணம் செய்துகொள்ளவில்லை. ஏன் திரௌபதி, தமயந்தி, ருக்மணி, உஷை, மாலதி, சுபத்ரை, சாவித்ரி யாருமே அப்படிச் செய்துகொள்ளவில்லை. நான் படித்த பழைய நூல்களில் எந்தப் பெண்ணுமே சிறுவயதில் திருமணம் செய்ததாகத் தெரியவில்லை.

'சகுந்தலை செய்த மணம் கண்டிக்கத்தக்கது. காளிதாசரும் இரகசிய மணத்தைக் கண்டிக்கவே செய்கிறார். ஆனால் அவர் அவசரக் கல்யாணங்களையும் ஒப்புக்கொள்ளவில்லை. இரண்டு உள்ளங்களும் ஒன்றையொன்று அறியாவிட்டால், அந்த உறவு வெறுப்பில்தான் முடியும் என்று கூறியுள்ளாரே. திருமணத்துக்கு முன் இருதரப்பினரும் நன்கு பழகிப் புரிந்து அன்பு செலுத்தியிருக்கவேண்டும் என்று சொல்லு கிறாரே' என்றாள்.

சந்நியாசி சொன்னார்: 'காலம் மாறுகிறது பாயி. அதற்கேற்ப பழக்கவழக்கங்களும் மாறுகின்றன. நம்மை வைத்துக்கொண்டு திருவிளையாடல் புரிகின்றானே அந்த மகாதேவனின் திருவுள்ளம் அது. நல்ல வழக்கம்கூட நாட்செல்லச் செல்ல தீமையாகிவிடுகிறது. ஆகவே காலத்துக்கும் சந்தர்ப்பங்களுக்கும் ஏற்றவாறு வழக்கங்களும் மாறிக்கொண்டே வருகின்றன. ஏதோ காரணங்களுக்காகக் குழந்தை மணம் அவசியமாகி பழக்கத்துக்கும் வந்துவிட்டது. வயது வந்த விவாகத்தையும் பெண்கள் மணஞ் செய்துகொள்ளாமல் இருப்பதையும் நமது சாஸ்திரங்கள் தடுக்கவில்லை. ஆனால் பிராமண சமூகத்தில் பெண் கற்பையும், ஜாதி சுத்தத்தையும் பாதுகாக்கப் பிற்காலத்தில் இளமை விவாகத்துக்கு நியதி வகுத்தார்கள். உன் தாய் உன் தந்தையைக் கலியாணம் செய்யும்போது அவளுக்கு ஏழு வயதுதான். உன் தந்தைக்கோ உனது இப்போதைய வயதைவிடக் குறைவு. இருதரப்பினருடைய

இயல்புகள் எப்படி இருந்தபோதிலும், திருமண வாழ்க்கை இன்பமாகச் செல்ல நியதிகள் இருக்கின்றன. தன் கணவன் காதலிக்கும் சக்களத்தி களிடமும் அன்பு செலுத்தும்படி ஓர் இந்து மனைவிக்குக் கற்றுக் கொடுத்திருக்கிறார்கள்' என்றார்.

'இது அநியாயம், சுயநலம், நான் ஆண்மகனாக இருந்தால் இதற்காக வெட்கப்பட்டிருப்பேன்' என்றாள் பாயி ஆத்திரமாக. பின் மெல்லிய குரலில், 'தாத்தா, என் அம்மாவும் அப்பாவும் இளமையில் கலியாணஞ் செய்துகொண்டார்களே அவர்கள் சந்தோஷமாக இருந்தார்களா? அவர்களைப் பற்றிப் பின்னால் சொல்லுகிறேன் என்று அடிக்கடி சொல்லியிருக்கிறீர்கள். இப்பொழுது கொஞ்சம் சொல்லுங்களேன். மாமி ஏதாவது கொஞ்சம் சொல்லுவாள். ஆனால் அவள் விஷயங்களைக் குழப்பிவிடுகிறாள். சொல்லும்போதே அழுகை வந்துவிடுகிறது. நீங்களாவது சொல்லுங்களேன்' என்று கெஞ்சினாள்.

அதற்குள்ளாக மாமியின் கீச்சுக் குரல் தோட்ட வாசலிலிருந்து கூப்பிடுவது கேட்டது: பாயீ! நேரமாகுது உள்ளே வா! வாடைக் காத்திலே இராத்திரி நேரம் தோட்டத்திலே இருக்கக்கூடாது. உங்க பாபாஜீக்கு இது தெரியாது?' என்றாள்.

'நான் சொல்லவில்லையா?' என்றார் சந்நியாசி. 'உன் மேலே மழை ஊத்துது. என் மேலேயும் தூவானம் தெறிச்சுடுத்து. இப்போ நல்ல குழந்தையா உள்ளே போய்ப் படுத்துக்கோ. நான் சொன்னதை நினைவில வச்சு ஒரு நல்ல புருஷனைக் கனவில் கண்டு காலையில் என்னிடம் சொல்லு' என்றார்.

10

லாலியின் வெறி

கி.பி. 1758ஆம் ஆண்டு, ஜூலை மாதம் ஐந்தாம் நாள், இரவு பத்து மணி. வல்லத்தில் சந்நியாசியின் வீட்டைச் சார்ந்திருந்த தோட்டத்திலிருந்த ஓலை வேய்ந்த சாவடியில் அவர்கள் கூடியிருந்தார்கள். சந்நியாசி மான்தோலில் அமர்ந்து மூலைத்தூணில் சாய்ந்துகொண்டிருந்தார். அரசர் அவரருகில் தாழ்ந்த திண்டுபொருந்திய ஆசனமொன்றில் அமர்ந்திருந்தார். அவருக்குப் பின்னால் அமாத்யா நின்று கொண்டிருந்தார். பிரதானரும், சேனாபதி மங்கோஜியும், திவான் ராமண்ணா பண்டிதரும் எதிரில் விரித்திருந்த சமுக்காளத்தின் மீது உட்கார்ந்திருந்தார்கள். வெள்ளித் தண்டின் மீது விளக்கு எரிந்துகொண்டிருந்தது. வெளியே மேகம் சூழ்ந்த நல்ல இருள். அமைதியும்கூட. அரசரின் பரிவாரத்தைச் சேர்ந்த சிறு கும்பல், குழாய்களைப் புகைத்துக் கொண்டும் வெற்றிலையை மென்று கொண்டும் ஒரு பெரிய மாமரத்தடியில் இராட்சத தீப்பந்த ஒளியில் தாழ்ந்த குரலில் பேசிக்கொண்டும் நின்றிருந்தது. இன்னொரு சிறிய கூட்டம், பல்லக்குகளும் குதிரைகளும் நிறுத்தப்படிருந்த வாசலருகில் நின்று கொண்டிருந்தது.

திவான் ராமண்ணா பண்டிதர் பின்வருமாறு சொல்லிக் கொண்டிருந்தார்: 'அவன் பரிசுகளை எட்டியும் பார்க்கவில்லை. அவை தன்னை அவமானப்படுத்துவதாக எடுத்துக் கொண்டான். அவற்றை அனுப்பிய மகாராஜாவுக்கும் அது இழிவு என்றும் சொல்லியிருக்கிறான். கோபத்தில் துடித்துக் கொண்டிருக்கிறானாம். அவன் நாகூரைக் கொடுத்துவிட்டது உண்மைதான். ஹீஸார்களின் தலைவனான பிஷர் என்பவனுக்கு இரண்டு லட்ச ரூபாய்களை வாங்கிக் கொண்டு அதைக் கொடுத்து விட்டான். ஊரை உங்கள் மனம்போல் கொள்ளையடித்து அழித்துக் கொள்ளுங்கள் என்று வேறு சொல்லிவிட்டானாம். அவன் வருவதைக் கேள்விப்பட்டு வியாபாரிகள் தங்கள் பொக்கிஷங்களை ஒளித்து வைத்து விட்டார்களாம். அதனால்தான் நாகூரை இப்படித் தள்ளி விடுவது உசிதம் என்று நினைத்துவிட்டான். கீவாளூரைக் கொள்ளையடித்ததிலும்

அவனுக்கு அதிகமாகக் கிடைக்கவில்லை. இந்த லாலி, டூப்ளேயைப் போலில்லை. பத்திரத் தொகையின் மீதிப் பணத்தை இந்த ஒன்பது வருடங்களுக்குரிய கூட்டு வட்டியோடு உடனே கேட்கிறான். அப்படி உடனே செலுத்தாவிட்டால் தஞ்சாவூரை அழித்து எரிக்கப் போவ தாகவும், மகாராஜாவையும் ராஜ குடும்பத்தினரையும் சிறைப்படுத்தி மாரீஷியஸ் தீவுக்கு அடிமைகளாக அனுப்பப் போவதாகவும் பயமுறுத்துகிறான்' என்றார்.

'செய்வதைவிடச் சொல்லுவது எளிது' என்றார் சேனாபதி மங்கோஜி.

'இந்த நிலைமைக்கும் வந்துவிட்டோம்' என்றார் சந்நியாசி விசனத் துடன். 'ஒரு காலத்தில் நமது வாசலில் நமது சமூகத்துக்குக் காத்துக் கிடந்தவர்கள், நமக்குச் சுங்கம் கட்டி நம்மிடம் வியாபார உரிமைக் காகக் கெஞ்சியவர்கள், இப்பொழுது நமக்குக் கட்டளையிடுகிறார்கள். மகா சிவாஜி வெங்காஜியின் வம்சத்தினரைச் சங்கிலியிட்டு அடிமை யாக்குவதாகப் பயமுறுத்துகிறார்கள்! இந்தப் பரங்கியர் ஆச்சரிய மானவர்கள் என்பதை ஒப்புக்கொள்ளத்தான் வேண்டும்' என்றார்.

'பிரஹதீஸ்வரர் கோவில் கோபுரத்தில் பரங்கியர் சித்திரம் ஒன்று இருக்கிறது; ஆயிரம் ஆண்டுகளுக்கு முன்னால் தீர்க்க திருஷ்டியாக வரையப்பட்டது என்கிறார்கள். அப்படியானால் எப்படியும் ஒரு நாள் இந்தப் பரங்கியர் நம்மை ஆளுவார்கள். தெய்வசித்தம் இது. தேவி கோட்டையில் ரகளை செய்தானே அந்த ஆங்கிலேய இளைஞன் சென்ற ஆண்டு வங்காள நவாபை ஓட ஓட விரட்டி விட்டானாமே! வங்காள நவாப்தான் முகலாயச் சக்கரவர்த்தியின் பெரிய மானியக் காரர்' என்றார் ராமண்ணா பண்டிதர்.

'பரங்கிச் சித்திரம் வெறும் புரட்டு. சுமார் நூற்றைம்பது ஆண்டு களுக்கு முன்னால் நாயக்க மன்னர் தஞ்சையை ஆண்ட காலத்தில் அவர்கள் கோவில் கோபுரத்தில் வைஷ்ணவச் சித்திரங்களை வரைவித் தார்கள். ரகுநாத நாயக்கர் காலத்தில் ராஜ்யத்தைப் பார்க்க வந்த ரோலந்து கிரேப் என்ற **டேனிஷ்காரன்** சித்திரம் வரைவதில் உதவி செய்தான். அப்பொழுது தந்திரமாகத் தன் உருவத்தையும் நடுவே புகுத்திவிட்டான். எண்ணூறு ஆண்டுகளுக்கு முன் கோவிலைக் கட்டு வித்த ராஜராஜ சோழன் பரங்கிகளைப் பற்றிக் கேள்விப்பட்டிருக்கவே முடியாது. ஆமாம். இந்தப் பிரெஞ்சுக்காரன் திருவாரூரிலே இருபது பிராமணரை, பீரங்கி வாயில் வைத்துச் சுட்டான் என்கிறார்களே, அது உண்மைதானா?'

'உண்மைதான்' என்றார் ராமண்ணா. 'இருபது அல்ல, ஆறு பேர். திருவாரூர்க் கோவில் தர்மகர்த்தாக்கள், லாலி படை ஊரை நெருங்கி வந்ததும், கோவில் நாசமாகிவிடக் கூடாதே என்று பயந்து அவனை நேரில் சந்தித்து மரியாதை செலுத்திவிட்டு வரலாம் என்ற நோக்கத்துடன்

அவனிடம் சென்றார்கள். ஆனால் லாலி அவர்களை ஒற்றர்கள் என்று நினைத்து விட்டான். அவர்கள் எவ்வளவோ மறுத்துச் சொல்லியும், கெஞ்சியும் கேட்காமல் பீரங்கியால் சுட்டுவிட்டான். அவன் நாசமாய்ப் போக!' என்றார்.

'ஒரு காலத்தில் இதே திருவாரூரில் மனுநீதிச் சோழன் தன் ஒரே மகன் கவனப் பிசகாக தேரையோட்டி கன்றுக்குட்டியைக் கொன்று விட்டதற்காக இளவரசன் மீது தானே தேரைச் செலுத்தி நீதியை நிலை நிறுத்தினான். இப்பொழுது ஓர் அயல் நாட்டான் இங்கு வந்து, நியாய மான முறையில் மரியாதை செய்த குற்றத்திற்காக பிராமணர்களைப் பீரங்கி வாயில் வைத்துச் சுடுகிறான். பிரதாப், சேனாபதி, இதெல்லாம் நீங்கள் சிந்திக்க வேண்டிய விஷயம்தான்' என்றார் சந்நியாசி.

'நான் போர்வீரனானால் இதைப் பழிவாங்கியே தீருவேன். ஆங்கிலேயர் இப்படி அடாவடிச் செயல்கள் செய்கிறதில்லை. பிரெஞ்சியர் பழிபாவத்துக்கு அஞ்சாதவர்கள், கொள்ளைக்காரர்கள். மதவெறி பிடித்துத் திரிகிறார்கள்' என்றார் மங்கோஜி.

'ஆங்கிலேயர் சற்று உறுதியானவர்கள். நய நுட்பமறிந்தவர்களுங் கூட. ஆனால் இந்த அந்நியர்கள் எது செய்வார்கள் எது செய்ய மாட்டார்கள் என்று யாராலும் நிச்சயமாய்ச் சொல்ல முடியாது. அவர்கள் விரித்த வலையில் வகையாய் மாட்டிக் கொண்டிருக்கிறோம். இனி நடப்பது நடந்தே தீரும். நிலைமை கவலைக்கிடமாக இருப்பதை எடுத்துச் சொல்லி திருச்சிராப்பள்ளியிலும் சென்னையிலுமிருந்தும் உதவி கேட்கவேண்டும். நவாபும் ஆங்கிலேயரும் இப்பொழுது நம்மைக் கைவிட்டால் நமது கதி அதோகதிதான்' என்றார் சந்நியாசி.

'பிரெஞ்சியர் நாகூருக்குள் நுழைந்ததுமே சென்னைக்குச் செய்தி அனுப்பிவிட்டேன். திருச்சிராப்பள்ளியிலிருந்து ஏற்கெனவே ஒரு சிறு படை வந்திருக்கிறது. மேற்கொண்டு அனுப்புவதாகவும் வாக்களித் திருக்கிறார்கள். உடனே ஒரு தூதுவனை அங்கே அனுப்புகிறேன்' என்றார் பிரதானர்.

'தொண்டைமானிடமிருந்தும் சேதுபதியிடமிருந்தும் துணைப் படைகளைச் சேர்த்து அனுப்பும்படியும் நவாபுக்குச் சொல்லியனுப் புங்கள். ஆங்கிலேயரும் தங்களால் அனுப்ப இயலும் துருப்புக்களையும் பீரங்கிப் பட்டாளத்தையும் அனுப்பட்டும். சென்னையிலிருந்து நேராகக் காரைக்காலுக்குக் கப்பல் படையையும் அனுப்புமாறு சொல்லுங்கள். பிரெஞ்சியருடைய போர்த்தளத்தையே தாக்க வேண்டும். இந்த அடாவடிப் பிரெஞ்சுக்காரன் இப்படி மதம் பிடித்துத் திரியவிடக் கூடாது. வந்த வழியே திரும்பிவிடச் செய்யவேண்டும். நாமும் வரிந்து கட்டிக்கொண்டு அவனை எதிர்த்துப் போக வேண்டும். அவன் இப்படி ஊர்களையும் நகரங்களையும் தீ வைத்துக் கொளுத்திக்கொண்டும்,

பிராமணர்களைப் பீரங்கி வாயில் வைத்து வெடித்துப் பொசுக்கிக் கொண்டும் நாட்டுக்குள் நுழைவதை எப்படியும் தடுத்தாகவேண்டும். நாம் கையைக் கட்டிக்கொண்டு அவன் வரும்வரை காத்திருந்தால் எப்படி?' என்றார் சந்நியாசி.

'நான் அவ்வளவு வெட்கங்கெட்ட கோழை அல்ல. அப்படி இருந்தால் இந்த அரியணையில் உட்காரத் தகுதி வாய்ந்தவனல்ல. இந்தக் கொள்ளைக்காரனை எதிர்த்து நானே படைக்குத் தலைமை தாங்கி நடத்திச் செல்வேன். நோயற்றவனுக்கும் நோயாளிக்கும், அரசனுக்கும் ஆண்டிக்கும் ஒருநாள் இல்லாவிட்டால் ஒருநாள் சாவு வந்தே தீருகிறது. தங்கள் முன்னோரின் சொத்தையும், கோவில் தெய்வங் களையும், தங்களை நம்பியிருக்கும் பெண்டு பிள்ளைகளையும் காப்பாற்றப் போர் செய்து மடிவதைக் காட்டிலும் உயர்ந்த மரணம் வேறு என்ன இருக்கிறது?' என்றார் அரசர்.

'நீ போர்க்களத்திற்குச் செல்ல வேண்டாம் பிரதாப். அது தலை நகரத்தைப் பலவீனப்படுத்திவிடும். தலைநகரம்தான் ஒரு நாட்டின் உயிர்நாடி. மேலும் அது எதிரியை அதிக கௌரவப்படுத்துவதுமாகி விடும். சேனாபதியும் உப சேனாபதி சித்தோஜியும் படையை நடத்திச் சென்று எதிரி முன்னேறி வருவதைத் தடுக்கட்டும்' என்றார். பின் சிறிது நேரம் கழித்து 'இந்தப் படையெடுப்பு நாமாக வருவித்துக் கொண்டது என்றுதான் சொல்லவேண்டும். கொடுத்த வாக்கை மீறி சந்தாசாகிப்பைக் கொன்றது பெருந் துரோகம். என் ஆலோசனைப்படி நயமாகப் பேசி அவனிடமிருந்து பத்திரத்தை வாங்கிக் கொண்டிருக்கவேண்டும் அல்லது அந்தத் தொகைக்கு ஒரு ரசீது கொடுக்கும்படியாகவாவது அவனை வற்புறுத்தியிருக்கலாம். கொடுத்த வாக்கை மீறித் துரோகம் செய்து நெஞ்சழுத்தமாக அவனைக் கொன்ற பாவத்தினால்தான், தெய்வ கோபம் ஏற்பட்டு திருவாரூரில் அந்த ஆறு பிராமணர்களும் அநியாயமாய்க் கொலையுண்டார்களோ என்றுகூடத் தோன்றுகிறது' என்றார் சந்நியாசி.

சேனாபதி மங்கோஜி சற்றுக் காட்டமாக, 'சுவாமிஜி விவேகி; நான் அவரை எதிர்த்துப் பேசுவதாக நினைக்கக் கூடாது. ஆனால் ஆறு பிராமணர்களுடைய உயிரை ஒரு மிலேச்சனுடைய உயிருக்குச் சமப் படுத்திப் பேசுவது எனக்குச் சரியாகத் தோன்றவில்லை. அதிலும் அவன் சரியான படுபோக்கிரி, குர்ஆனுக்குப் பதில் ஒரு செங்கல்லை வைத்து நாயக்க ராணியை ஏமாற்றினானே - தெய்வ கோபம் இந்தப் பிரெஞ்சுப் பிசாசு மூலமாக வெளிப்படும் என்பது வேடிக்கையாக இருக்கிறது. சந்தாசாகிப் நமது பத்திரத்தை ஏற்கனவே பிரெஞ்சியருக்குக் கொடுத்து விட்டான். நாம் என்ன முயன்றும் அதை ரத்துச் செய்திருக்க முடியாது. பிரெஞ்சியரும் சந்தாசாகிப்பும் வெகுகாலமாகவே நண்பர்கள்.

பிரெஞ்சியர் நம் நாட்டில் கால் ஊன்றுவதற்கு அவன் உதவியாக இருந்திருக்கிறான். காரைக்காலைத் தான் அவர்களுக்குப் பரிசாக அளித்ததாகப் பீற்றிக்கொள்வான். அந்த மூர்க்கனைக் கொல்ல வேண்டியதன் அவசியத்தை நான் மகாராஜாவுக்குத் தெளிவாக எடுத்துக் காட்டியிருக்கிறேன். வாக்குத் துரோகமானாலும் அது என் சுயநலனுக்காகவோ என் குடும்ப நலனுக்காகவோ அல்ல; நாட்டின் நன்மையைக் கருதியே செய்யப்பட்டது. ஸ்வாமிஜி அதை நெஞ்சழுத்தக் கொலை என்று கூறுகிறார். ஆனால் தெய்வம் அதை அப்படிப்பட்ட பாவமாகக் கருதாது என்றே நம்புகிறேன்' என்றார்.

இருவரும் தனக்கு வேண்டிய ஆலோசகர்கள் ஆதலால் அநாவசிய வாதத்தைத் தவிர்க்கும் எண்ணத்துடன் அரசர், 'இப்பொழுது அதெல்லாம் எதற்கு? இந்த விஷயத்தில்தான் பண்டிதராவுக்கும், இல்லை, சுவாமிஜிக்கும் சேனாபதிக்கும் என்றைக்குமே கருத்தொற்றுமை இருந்ததில்லையே. நடந்தது நடந்துவிட்டது. நிவர்த்திக்க முடியாத ஒன்றைப் பற்றி வீணாகச் சிந்திப்பது அறிவுடைமை ஆகாது. சுவாமிஜியின் ஆலோசனைப்படி, மேற்கொண்டு உதவிகோரி திருச்சிராப்பள்ளிக்கும், காரைக்காலைக் கடல்வழியாகத் தாக்கும்படி சென்னையில் ஆங்கிலேயருக்கும் பிரதானர் செய்தி அனுப்புவார்; எதிரியை நோக்கி நமது படை எதிர்த்துச் செல்ல, சேனாபதி வேண்டிய ஏற்பாடுகளைச் செய்வார்' என்றார்.

'ஆண்டவன் கிருபையால் இன்னும் இரண்டு வாரங்களுக்குள் எதிரியை எதிர்த்துச் சண்டையிட்டு விரட்டி விடலாம்' என்றார் மங்கோஜி.

'அந்த மகாதேவன்தான் அவன் பிள்ளைகளுக்கு இரக்கம் காட்ட வேண்டும்' என்றார் சந்நியாசி.

'இன்னொரு விஷயம்' என்றார் அரசர்.

'இனிமேலும் சுவாமிஜி இவ்விடத்தில் இருப்பது பாதுகாப்பாக இருக்காது. எதிரி எந்த நிமிடமும் இந்தப் பிராந்தியங்களைப் படை யெடுக்கலாம். வல்லத்து அரண் பலமானதுதான். கோட்டைப் படையும் இருக்கிறது. எனினும் தஞ்சைக் கோட்டையைப் போல் பாதுகாப்பானது அல்ல. மேலும் சுவாமிஜி அருகில் இருந்தால் இந்த இக்கட்டுச் சமயத்தில் ஆலோசனைக்காக அடிக்கடி அவரைக் கலந்து கொள்ளலாம். ஆதலால் அவர் குடும்பத்தோடு தஞ்சைக் கோட்டைக்கு வந்துவிடட்டும். வேண்டிய வாகனங்களையும் வழித்துணையையும் அமாத்யா நாளைக் காலை அனுப்பி வைப்பார்.'

'அப்படியே நடக்கட்டும். பிரதாப், நீ காட்டும் சிரத்தைக்கு நான் மிகவும் கடமைப்பட்டவன். என்னைப்போன்ற கிழட்டுத் துறவி எதற்கும் அஞ்ச வேண்டியதில்லை. ஆனால் மற்றவர்களும்

இருக்கிறார்களே. இந்த ஏழு ஆண்டுகளாக நான் மிகவும் மகிழ்ச்சியாக இருந்தேன். மேடுபள்ளம் நிறைந்த பலதரப்பட்ட என் வாழ்க்கையை நினைத்துப் பார்க்கும்போது இந்தப் பருவம்தான் உண்மையிலேயே மகிழ்ச்சியானது என்று சொல்லவேண்டும். மகாதேவன் என்னிடம் மிகுந்த கருணை காட்டியிருக்கிறான். பயனற்ற இந்த உயிரை அந்த அனாதைக் குழந்தைக்காகக் காப்பாற்றி வைத்திருந்தார்போலும். ஒரு நல்ல இளைஞனைப் பார்த்து அவளைக் கொடுத்துவிட்டேனானால் என் கவலையெல்லாம் ஒழிந்துவிடும். காசிக்குச் சென்று விஸ்வநாதன் காலடியில் உயிரை விட்டுவிடலாம்' என்றார் சந்நியாசி.

'இந்தத் தொல்லைகள் எல்லாம் தீரட்டும். பிறகு அதைப்பற்றி யோசிப்போம். எனது நண்பனின் மகள் கிளாவிருந்தாபாய் இப்பொழுது மிக அழகிய யுவதியாக வளர்ந்திருக்கிறாள் என்று அமாத்யா சொன்னார். சிறந்த சமஸ்கிருதப் புலமை பெற்றிருப்பதாகவும் சொன்னார். அவள் அந்தஸ்துக்குக்கும் தகுதிகளுக்கும் ஏற்றாற்போல் நல்ல கணவனாகத் தேர்ந்தெடுக்கவேண்டும். அதற்கு வேளை வரும். முதலில் இந்தப் புயல் ஓயட்டும்' என்றார் அரசர்.

அரச பரிவாரம் உடனே தஞ்சைக்குத் திரும்பிவிட்டது.

11

வீரர்க்கே வெற்றி

தஞ்சைப் பெரிய கோட்டையினுள் அரண்மனை போன்ற ஒரு பெரிய வீட்டில் சந்நியாசி தங்கியிருந்தார். 1758ஆம் ஆண்டு ஆகஸ்டு 9ஆம் தேதி காலையில் அந்த வீட்டுத் தலைவாசலை யாரோ தட்டினார்கள். கடந்த ஒரு வாரமாக, பிரெஞ்சுப் பீரங்கிகள் விடாமல் கோட்டைத் தளங்களைச் சுட்டுக்கொண்டிருந்தன. 7ஆம் தேதி, சின்னக் கோட்டையின் தென்கிழக்கு மூலையில் ஆறடி அகலத்தில் ஒரு துளையும் ஏற்பட்டது. பீரங்கி வெடிச் சத்தம், முற்றுகை ஏற்படுத்திய ரகளை, எதிரி துளைபோட்டுவிட்டதால் உண்டான பரபரப்பு, இவற்றால் யாருமே தூங்கவில்லை.

ஜூலை 24ஆம் தேதி, சேனாபதி மங்கோஜி தனது பாதிப்படையான 3000 குதிரை வீரரோடும், 5000 காலாட்களோடும் பிரெஞ்சுப் படையை எதிர்த்துச் சென்று வெளியில் சண்டையிட்டார். ஆனால் லாலி அவரை முறியடித்து விட்டான். ஆகவே அவர் தஞ்சைக் கோட்டைக்குள் பின்வாங்கி அங்கிருந்து பாதுகாப்பு வேலையில் ஈடுபட்டிருந்தார். திருச்சிராப்பள்ளியிலிருந்து ஆங்கிலேயர் இரண்டு சிறு துருப்புகளை அனுப்பியிருந்தனர். ஒன்று ஆங்கிலச் சிப்பாய்களடங்கியது. மற்றது புதுக்கோட்டையிலுள்ள கள்ளர் கொரில்லாக்களைக் கொண்டது. பெரிய துருப்பு வருமென்று எந்நேரமும் ஆவலுடன் எதிர்பார்த்துக் கொண்டிருந்தனர். மகுடம் அணிந்த தலை சுகமாகத் தலைசாய்க்க முடியாது. அரசர் அங்கலாய்ப்பைச் சொல்ல இயலாது. மந்திரிகள் முற்றுகை வேலையை ஒருவரோடொருவர் போட்டியிட்டு மும்முரமாகச் செய்தனர். குடிமக்களும் எதுவந்தாலும் எதிரிக்கு வணங்குவதில்லை என்று உறுதியாக இருந்தார்கள்.

அப்பாவிப் பிராமணர்களும் தலைவிதியே என்று இருப்பவர்களும் கூட வீர உணர்ச்சியால் உந்தப்பட்டு போர்வீரர்களுக்கு உதவிசெய்ய முன்வந்தார்கள். பிரெஞ்சியர் அந்தக் காலத்தில் தீவிரமாக மத சகிப்பின்மை காட்டிவந்ததால் இந்துக்கள் அவர்களை வெறுத்து

வந்தனர். பெண்கள்கூட தங்கள் கணவர்களையும் சகோதரர்களையும் பாதுகாப்புப் பணியில் ஊக்கமூட்டினர். எண்பத்தைந்து ஆண்டுகளுக்கு முன்னால் மதுரைப் படை தஞ்சையை முற்றுகையிட்டுக் கோட்டை யைத் தகர்த்து அரண்மனை வாசலில் வந்து நின்றபோது, தஞ்சை மன்னன் நாயக்கர் வழித்தோன்றலான விஜயராகவன் செய்ததை மெய்சிலிர்ப்புடன் நினைவுபடுத்திக் கொண்டனர். அம்மன்னன் அந்தப்புரத்தை வெடிமருந்து வைத்துக் கொளுத்திவிட்டு வாளைக் கையிலேந்தி தன்மகன் மன்னாரோடு அரண்மனையினின்று வெளியில் பாய்ந்து எதிரிகள் நடுவில் புகுந்து சண்டையிட்டு வீரமரணம் எய்தினான். அழியாப் புகழ்பெற்ற அந்த மன்னனே மீண்டும் தோன்றி வீர உணர்ச்சியை மூட்டிக் கொழுந்துவிட்டெரியச் செய்ததாகத் தோன்றிற்று. அரண்மனை யின் வடமேற்கு மூலையில் இடிபாடுகளுடன் விளங்கிய அந்த நாயக்க அந்தப்புரம், வழிகாட்டிச் செல்லும் ஆகாச தீபமாகத் தோன்றியது. ஆனால் கோட்டையில் துளை ஏற்பட்ட பின்னும் திருச்சிராப்பள்ளியி லிருந்து உதவி வராததால், அஞ்சாநெஞ்சங்களும் தளர்ந்து போயிருந்தன. ஆனால் துளையிட்டபின் ஏனோ எதிரிகள் சுடுவதை நிறுத்தியிருந்தனர். இது விளங்காத புதிராக இருந்தது.

பலதரப்பட்ட யூகங்கள் எல்லாம் கிளம்பின. கோபத்தில் குமுறிக் கொண்டிருக்கும் பிரெஞ்சுக்காரன் இரவிலே கோட்டையைத் தகர்க் கலாம் என்றிருக்கிறானோ? அல்லது ஏதாவது ரகசியப் புதுவழியில் ஒரே போடாகப் போடலாம் என்று காத்துக்கொண்டிருக்கிறானோ? இப்படி ஒரு துளை ஏற்படுத்திய பின்னும் அதைத் தொடர்ந்து வேலை நடத்தாமல் சோம்பி இருப்பானேன்? அரசர், மந்திரிகள், படை அதிகாரிகள், போர்வீரர்கள், தொண்டர்கள், யாருமே ஒரு வாரமாக படைக்கலங்களைக் கீழே வைக்கவுமில்லை தலைசாய்க்கவுமில்லை. 8ஆம் தேதி இரவு கோட்டையில் பயங்கர அமைதி சூழ்ந்திருந்தது. ஆனால் ஒரு வாரத்துக்குப்பின் இன்றுதான் வெளியிலிருந்து சுடுவது நின்றிருந்தது. ஆகவே பாதுகாப்பில் நேரடியாக ஈடுபடாதவர்கள், ஒரு வாரமாகத் தூங்காமல் இருந்தவர்கள் எல்லாரும் இன்று உறக்க தெய்வத்தின் அரவணைப்பில் மெய்மறந்து தங்கள் வாழ்நாளில் ஒரு நாளும் இல்லாதவண்ணம் ஆழ்ந்து தூங்கினார்கள்.

ஹவில்தார் ரகோஜியும் அந்த நிலையில்தான் இருந்தார். இரவு வெகுநேரம் விழித்திருந்துவிட்டு அதிகாலையில் ஆழ்ந்து தூங்கிக் கொண்டிருந்தார். வாசல்கதவைத் தட்டியவர் நாலைந்துமுறை தட்டிய பின்னரே, ஹவில்தார் திடுக்கிட்டு விழித்தார். யாரோ வீட்டுக்குள் வரவிரும்புகிறார்கள் என்று தெரிந்தது. சந்நியாசியும் வீட்டின் பக்கத்தை யொட்டிய தோட்டத்தில் உலாவிக்கொண்டிருந்ததைக் கண்டார். தட்டுவது யாரென்று கவனிக்கும்படியாக அவர் தன்னைக் கூப்பிட்டுக்

கொண்டிருந்ததும் ரகோஜிக்குக் கேட்டது.

'இதோ போகிறேன்' என்று பதிலுக்குக் கூறிவிட்டு வாசலுக்குச் சென்று மூன்று அடிதண்டாக்களையும் அகற்றினார். குதிரைக் குட்டியின் கடிவாளத்தைப் பிடித்தவாறே வெங்கோபா படியில் நின்று கொண்டிருந்தான். ரகோஜிக்கு எரிச்சல் வந்தது. வாழ்க்கை குறுகியது என்பதை மறந்துவிட்டுச் சிலர் தங்களுக்கு எப்பொழுதோ ஏற்பட்ட அவமானத்தை – அது நிஜமோ, கற்பனையோ – மனதில் போற்றி வைத்துக் கொண்டிருப்பார்கள். ரகோஜியும் இந்த வகையைச் சேர்ந்தவர்தான். இந்தக் கதையின் முதல் அத்தியாயத்தில் சொன்னவாறு பன்னிரண்டு ஆண்டுகளுக்கு முன் வெங்கோபா தன்னை அவமதித்ததை அவர் மறக்கவில்லை!

வெங்கோபா மரியாதையாக வணக்கம் தெரிவித்தான். ஹவில்தார்ஜி பதிலுக்கு, 'என்னய்யா வேணும் இந்த வேளை கெட்ட வேளையிலே? அந்தக் கறும் பிசாசுக்குட்டி வேறே வந்திருக்கோ?' என்றார்.

'ஒரு நாளும் இல்லாத திருநாளாய் எதுக்காக இன்னிக்குப்போய்க் கோவிச்சுக்கிறீங்க, ஹவில்தார்ஜி?' என்றான் வெங்கோபா சுமூகமாக. மேலும், 'நீங்க தூங்கலேன்னா, கோழி கூவாது, சூரியன் உதிக்காது அல்லது அதிருஷ்டம் நமக்கு வராதுன்னு நினைச்சுட்டிங்களா? இந்தக் கறுப்புப் பிசாசைக் கொஞ்சம் பிடிச்சுக்கிடுங்க. நான் சாமிகளிடத்திலே போய் மகாராஜா சொல்லி அனுப்பிய செய்தியைச் சொல்லிவிட்டு வறேன்' என்றான்.

ஹவில்தாருக்குக் கோபம் தாங்கமுடியவில்லை. சுகமாக உறங்கிக் கொண்டிருந்தவரை நடுவில் எழுப்பி, வெங்கோபா, குதிரைக் குட்டியைப்பிடி என்று சொல்வது அநியாயமாகப் பட்டது.

'நீதானே, பிடிச்சுக்கோ அல்லது எங்கேயாவது ஒழிஞ்சு போகட்டும். நான் உனக்கு குதிரைக்காரன்னு நினைச்சுகிட்டியா என்ன? சங்கதியைச் சொல்லிவிட்டுப்போ. நான் சாமிகளிடத்திலே சொல்றேன்' என்றார்.

வெங்கோபா சச்சரவை இழுத்துக்கொள்ள விரும்பவில்லை. ஹவில்தாரைச் சட்டைசெய்யாமல் வீட்டு முன்னாலிருந்த கம்பமொன்றில் குதிரையைக் கட்டினான். தோட்டத்திலிருந்து சந்நியாசி கூப்பிட்டது அவன் காதிலும் விழுந்திருந்தது. ஆகவே பக்கத்திலிருந்த வாசல்வழியாகத் தோட்டத்துக்குள் நுழைந்து சந்நியாசியின் அருகே வந்ததும் நெடுஞ்சாங்கிடையாய் வணங்கினான். அவர் எழுந்திருக்கச் சொன்னதும் எழுந்து கைகட்டி வாய்பொத்தி அமைதியாக நின்றான்.

'என்ன செய்தி, வெங்கோபா? பிரெஞ்சியர் தாக்குதலை மீண்டும் தொடங்கிவிட்டார்களா என்ன? இத்தனை வேகமாக அதிகாலையிலேயே வந்திருக்கிறாயே?' என்றார் சந்நியாசி.

'சுவாமி, சந்தோஷ சமாச்சாரம். நமது எதிரிகள் ஓடி விட்டார்கள்.

அவர்கள் தலைவனும் அகப்பட்டிருக்கவேண்டும். ஆண்டவன் அருளாலும், உங்கள் தயவாலும் நாம் பிழைத்துக் கொண்டோம். மகாராஜா செய்தியைச் சொல்லி வரச் சொன்னார்' என்றான் வெங்கோபா.

'மகாதேவனைப் போற்றுவோம். மகாதேவனைப் போற்றுவோம்! ஆபத்து வேளையில் நமது குலதெய்வம் நம்மைக் கைவிடவில்லை. நமது வேண்டுதலைக் கேட்டருளினான். ஆனால் இது எப்படி நடந்தது? வெங்கோபா! நீதான் போர்வீரனாயிற்றே. எல்லாம் தெளிவாகச் சொல்லு.'

போர்வீரன் சொல்லத் தொடங்கினான். 'நள்ளிரவில் திடீரெனத் தாக்குவார்கள் என்று பயந்து நாங்கள் துளையில் ஆயுதபாணிகளாகத் தயாராக நின்று காத்துக்கொண்டிருந்தோம்.'

இந்தச் சமயத்தில் ஹவில்தார் நமது கிளாவிரிந்தா பாயுடன் அவ்விடம் வந்தார். அவள் வெங்கோபாவின் கதையைக் கேட்பதற்காக சந்நியாசியின் அருகில் வந்து நின்றுகொண்டாள்.

'பாயி! இவ்வளவு சீக்கிரமே விழித்துக் கொண்டாயா?' என்று வாஞ்சையுடன் வினவினார் சந்நியாசி.

அவள் வெங்கோபாவைப் பார்த்துக் கொண்டே 'யாரோ கதவைத் தட்டியது கேட்டதால் என்னவென்று பார்க்க வந்தேன்' என்றாள்.

'சொல்லு, வெங்கோபா' என்றார் சந்நியாசி.

போர்வீரன் தொடர்ந்தான்: 'நள்ளிரவில் துருப்புகள் துளையை நோக்கி ஜாக்கிரதையாய் வருவதை நமது ஒற்றர்கள் கவனித்தார்கள். நாங்கள் எதிரிகள்தான் வருகிறார்கள் என்று நினைத்துச் சுடுவதற்குத் தயாரானோம். அதற்குள் இன்னொரு ஒற்றன் குதிரையில் ஓடிவந்து அவை திருச்சிராப்பள்ளியிலிருந்து வரும் படைகள் என்று தெரிவித்தான். ஆங்கிலச் சிப்பாய்ப் படையும், பீரங்கியாளர்களும், சிலநூறு கள்ளர் கொரில்லாக்களும் வந்து சேர்ந்தார்கள். அரவமில்லாமல் அவர்களைக் கோட்டைக்குள் சேர்த்துக்கொண்டோம். அவர்களோடு ஓர் ஆங்கிலேய அதிகாரியும் வந்தார். நல்ல திறமை வாய்ந்த இளைஞர். அவர்தான் அவர்களைக் கொண்டுவந்து சேர்த்தார். எதிரிகள் சும்மா இருப்பதன் காரணம் என்னவென்றும் அந்த அதிகாரி சொன்னார். அவர்களிடம் மருந்து தீர்ந்துவிட்டதாம். உணவும் – அரைவயிறு என்று வைத்துக் கொண்டாலும் கூட – இன்னும் ஒரு வாரத்துக்குக் கூடப் போதாதாம். முகாமில் அவர்களுக்குள்ளே பிளவு உண்டாகியிருக்கிறதாம். படைத் தலைவர் துளையைத் தொடர்ந்து பிடியில் வைத்திருப்பது இயலாத காரியம் என்று கருதுகிறாராம். அதிகாரிகளோ உடனே தாக்க வேண்டும் என்று சொல்லுகிறார்களாம். நேற்று முழுவதும் இதைத்தான் தங்களுக்குள் விவாதித்துக் கொண்டிருந்திருக்கிறார்கள். அதனால்தான் அந்த அமைதி.

சென்னையிலிருந்து கப்பல்படை காரைக்காலைத் தாக்கப்போகிறது என்ற செய்தி நேற்று மாலை அவர்களுக்குக் கிடைத்து விட்டது. உடனே படைத்தலைவர் முற்றுகையை நிறுத்திவிட்டு காரைக்காலுக்குத் திரும்புமாறு தீர்மானித்துவிட்டார். நமக்கு உதவிக்கு மேலும் துருப்புகள் வந்துகொண்டிருக்கின்றன என்று நேற்று இரவு கேள்விப்பட்டிருக்கிறார். அவ்வளவுதான், பின்வாங்கும்படி இன்று காலை உத்தரவிட்டுவிட்டார். இந்தச் செய்திகளை எல்லாம் கொண்டுவந்த ஆங்கில அதிகாரி உடனே ஒரு குதிரைப்படைப் பாய்ச்சல் ஏற்பாடு செய்யுமாறு தூண்டினார். எதிரியின் படைக்கு முடிந்த அளவு சேதம் விளைவித்து அவர்களை விரைவாகப் பின்வாங்கச் செய்யலாம் என்று அவர் கருதினார். ஆனால் நமது சேனாபதி சூடுகண்ட பூனையல்லவா, அதற்கு உடன்படவில்லை.'

'படைத் தலைவரைப் பற்றி இப்படியா பேசுவது வெங்கோபா? உன்னையே மறந்துவிடுகிறாயே' என்றார் சந்நியாசி கண்டிப்பான குரலில்.

மங்கோஜிக்கு விரோதமாக எது சொன்னாலும் சந்நியாசியிடம் எடுபடும் என்பது வெங்கோபாவுக்குத் தெரியும். ஆனால் தன்னைப் போன்ற இளம் அதிகாரி கட்டுப்பாட்டை அலட்சியம் செய்வதுபோல் பேசும் பேச்சுக்களை அவர் அனுமதிக்கமாட்டார் என்று இன்று தெரிந்துகொண்டான்.

'மன்னிக்கவேண்டும் சுவாமி. நான் சேனாபதியை அவமதிக்க எண்ணவில்லை. அறிவில்லாமல் என் நாவு பேசி விட்டது' என்றான் பணிவான குரலில்.

'நா காவாதவன் பாடு தொல்லையில் முடியும் என்ற மூதுரை உனக்குத் தெரியாதா? சரி, சொல்லு' என்றார் சந்நியாசி.

'எதிரிக்குத் தொல்லை கொடுக்கக் குதிரைப்படைப் பாய்ச்சலை நடத்திச்செல்ல சேனாபதி மறுத்துவிட்டதும், அந்த ஆங்கில அதிகாரி தானே ஒன்றை நடத்திச் செல்வதாகச் சொன்னார். அப்பொழுதுதான் திருச்சிராப்பள்ளியிலிருந்து வந்திருந்தபோதிலும், அவர் சளைக்க வில்லை. சேனாபதியிடம் வற்புறுத்திப் பேசி அனுமதியும் வாங்கி விட்டார். பெரும்பாலும் தொண்டர்கள் கொண்ட குதிரைப்படை ஒன்றைக் கூட்டி அதிகாலை நான்கு மணிக்கு எதிரியைத் துரத்த எங்களை அழைத்துச் சென்றார்.'

'நீயும் படையில் இருந்தாயா?'

'ஆம், சுவாமிகளே. முதலாவது அரவமில்லாமல் ரகசியமாகத்தான் முன்னேறிச் சென்றோம். அவர்கள் பாளையத்தை நெருங்கியதும் அவர்கள் மூட்டை முடிச்சுகளைக் கட்டிக் கொண்டிருப்பதைக் கண்டோம். உடனே இரைச்சலிட்டுக் கூவிக்கொண்டு ஒரே பாய்ச்சலாக அவர்கள் நடுவில் பாய்ந்து விட்டோம். ஆங்கில அதிகாரிதான்

தீவிரமாகப் பாய்ந்தார். எனக்கும் குதிரைச் சவாரி தெரியும். நமது குதிரை வீரர்களில் நான் சிறந்தவன் என்று சொல்லிக்கொள்வார்கள். பரிசுகள்கூடத் தட்டியிருக்கிறேன். ஆனால் அந்த ஆங்கிலேயர் பாய்ந்தாரே பார்க்கவேண்டும். குதிரைச் சவாரி இப்படியும் செய்ய முடியும் என்று நான் கனவில்கூட நினைத்ததில்லை. அவர் எங்கள் எல்லோரையும்விட மிக வேகமாகப் போய்விட்டார். அவரைத் தடுத்து நிறுத்தக்கூடிய சக்தி எதுவுமே இல்லை என்று தோன்றியது. பிரெஞ்சுப் படைத் தலைவரை ஒரே அடியில் கீழே தள்ளினார். ஆனால் பிரெஞ்சு அதிகாரிகள் தங்கள் தலைவரைத் தூக்கிக்கொண்டு போய்விட்டார்கள்.

'அவர் இன்னும் மயக்க நிலையில்தான் இருக்கிறாராம். அவர் இறந்துவிட்டதாகக்கூட சிலர் சொல்லுகிறார்கள். ஆனால் சிறிது நேரத்தில் எதிரிகள் திரண்டு விட்டார்கள். எங்கள் எண்ணிக்கை குறைவாக இருந்ததால் நாங்கள் திரும்பவேண்டியதாயிற்று. சேனாபதி மாத்திரம் இன்னும் சற்றுப் பெரிய படையை அனுப்பவோ அல்லது தாமே நடத்தவோ சம்மதித்திருந்தால் எதிரியை அறவே ஒழிக்க முடியாவிடினும் நல்ல சேதமாவது விளைவித்திருப்போம். நாங்கள் திரும்பியபோது மகாராஜா துளையில் நின்றுகொண்டிருந்தார். சுவாமி களுக்குச் செய்தியைத் தெரிவிக்கும்படி எனக்குக் கட்டளையிட்டார்.'

'மகாதேவனைப் போற்றுவோம்' என்றார் சந்நியாசி உணர்ச்சியுடன்.

'அந்த அதிசய ஆங்கில வீரர் யார், அவர் பெயர் என்னவென்று தெரியுமா உனக்கு?'

'அவர் நேற்று இரவுதான் திருச்சிராப்பள்ளியிலிருந்து வந்தார். ஆனால் இதற்கு முன்னும் அவர் இங்கு வந்திருப்பதாகச் சொல்லு கிறார்கள். பெயர் 'டன்' என்று முடியும் – ஆமாம், கிட்டில்டன், இல்லை கெட்டில்டன் – இல்லை, இல்லை, அந்த மாதிரி ஏதோ ஒன்று. மறந்துவிட்டது, சுவாமி.'

'லிட்டில்டனா?' என்று கேட்டார் சந்நியாசி.

'அதுவேதான் சுவாமிகளே, லிட்டில்டனேதான், சுவாமிகளுக்குத் தெரியாதது இல்லை.'

'சரி, வெங்கோபா, எல்லாம் இப்படி இனிதாக முடிந்து விட்டதுபற்றி எனக்கு மிகுந்த மகிழ்ச்சி. நான் இப்படிச் சொன்னதாக மகாராஜா விடமும் சொல்லிவிடு. நான் அந்த ஆங்கில அதிகாரியைப் பார்க்க விரும்புவதாகவும் சொல்லு - இல்லை வேண்டாம். நான் கொடுக்கும் சீட்டை அமாத்யாவிடம் கொடுத்துவிடு' என்று சொல்லி ஒரு தாளில் ஒரு சில வார்த்தைகள் எழுதி அவனிடம் கொடுத்தார். வெங்கோபா தாழ்ந்து வணங்கி இரு கைகளாலும் அதைப் பெற்றுக் கொண்டான். பின் நெடுஞ்சாங்கிடையாய் விழுந்து கும்பிட்டுவிட்டு வெளியே சென்றான்.

அங்கே அவன் குதிரைக் குட்டியைக் காணவில்லை. முசுடு ஹவில்தார்தான் அவிழ்த்துவிட்டிருக்கவேண்டும். அவரைப் பழி வாங்காமல் விடக்கூடாது என்று நினைத்துக்கொண்டே நடந்து சென்றான்.

12

சோதிடம்

ஆகஸ்டு மாதம் 11ஆம் தேதி மாலை. முற்றுகையினின்று விடுதலை யான தஞ்சை இன்னமும் மகிழ்ச்சிக் கடலில் மூழ்கியிருந்தது. சந்நியாசி தமது வீட்டின் மாடியில் தமது பேத்தியின் ஜாதகத்தோடு வேறு பல வரன்களின் ஜாதகங்களையும் ஒப்பிட்டுப் பார்த்துக் கொண்டிருந்தார். பிரசித்தி பெற்ற சோதிட திவான் ராமண்ணா பண்டிதர் தம் தம்பி அமாத்யாவுடன் அங்கு வந்திருந்தார். தரையில் ராமண்ணா பண்டிதருக்கு எதிரில் இரண்டு கட்டங்கள் வரையப்பெற்று, அவரை இலைகள் வைக்கப்பட்டிருந்தன. கணக்குப் போடுவதற்குச் சோழிக் குவியலும் இருந்தது. மஞ்சள் பூசிய பல ஓலைச் சுவடிகள் பிரிந்து கிடந்தன. ஒவ்வொன்றிலும் ஒரு ஜாதகம் இருந்தது.

'இந்த ஐந்தும் சரிப்படாது' என்றார் திவான் அழுத்தமாக ஐந்து சுவடிகளைத் தரையில் போட்டவாறே.

'இவை ஏறக்குறைய சுத்தமாக இருக்கின்றன. ஆனால் பெண்ணின் ஜாதகத்தில் நாலரை பாகம் தோஷம் இருக்கிறது. ஆக இந்த ஐந்தையும் தள்ளிவிட வேண்டியதுதான்.'

'உங்கள் தம்பி மகனின் ஜாதகம் எப்படி? நான் பையனை முற்றுகை யின்போது ஓரிரண்டு தடவைகள் பார்த்தேன். பையனை எனக்குப் பிடித்திருக்கிறது. அவன் பேரனார், அதாவது உங்கள் தகப்பனார் மாதவ பண்டிதரும் நானும் பள்ளியில் ஒன்றாகப் படித்தோம். ஒரு தடவை அவர் கட்சிக்கும் எங்கள் கட்சிக்கும் சண்டை வந்தது. ஆற்றங்கரையில் அவர் கட்சியை நையப்புடைத்து விட்டது, இன்னும் நன்றாக நினை விருக்கிறது. அதற்குப் பரிகாரமாக என் பேத்தியை அவர் பேரனுக்குக் கொடுத்துவிடலாம் என்று தோன்றுகிறது. அவன் ஜாதகம் பொருந்து கிறதா என்று பாருங்கள். அதிலும் தோஷம் இருப்பதால், பொருந்தும் என்றே எனக்குத் தோன்றுகிறது' என்றார் சந்நியாசி.

அமாத்யா தலைமயனின் முகத்தை ஆவலுடன் பார்த்தார். சந்நியாசி யின் பேத்தி மலையூர் கிராமத்துக்குச் சொந்தக்காரி ஆவாள் என்பது

அவருக்குத் தெரியும். முடிவில் அது அவள் கணவனின் சொத்தாகும். ஆனால் தமையன் தாரமிழந்தவர், அவருக்கும் அந்த அழகிய செல்வம் படைத்த இளம்பெண் மீது ஒரு கண் உண்டு என்று சந்தேகித்தார். ஆனால் சந்நியாசி அந்தப் பொருத்தத்துக்கு சம்மதிக்கவே மாட்டார் என்றும் தோன்றியது. சோதிடத்தைப் பற்றி அவருக்கு ஒன்றும் தெரியாது. ஆனால் அதில் சற்று நம்பிக்கை என்னவோ உண்டு. ஆகவே தமையனின் பதிலுக்கு ஆர்வத்துடன் காத்திருந்தார்.

திவான் இரண்டு ஜாதகங்களையும் நெடுநேரம் வைத்துப் பார்த்தார். கணக்குகள் போட்டார். தலையைப் பலமாய் ஆட்டினார். சோதிட பாஷையில் ஏதேதோ சொன்னார். முடிவில் 'ஹூம் இதுவும் சரிப்படாது என்றுதான் தோன்றுகிறது. நீங்கள் சொல்வதுபோல தோஷம் இருப்பது உண்மைதான். ஆனால் ஒன்றரைக்கும் குறைவாகவே இருக்கிறது. அதுவும் ஒன்று என்றுதான் சில சோதிடர்கள் சொல்வார்கள். பிள்ளையின் ஜாதகத்தில் மூன்று நாலு (பாகங்களுக்குக்) குறையாமல் தோஷம் இல்லாவிட்டால் இந்தப் பெண்ணின் கணவன் அற்பாயுசில் இறந்து விடுவான்' என்றார்.

'சிவசிவா' என்றார் சந்நியாசி தன்னையுமறியாமல்.

'அவள் தோஷத்துக்குப் பொருந்துகிறாப்போல் இருக்கவேண்டும். பெண் ஜாதகங்களில் இப்படி, செவ்வாய், ராகு, சனி எல்லாமே பாதகமாய் இருப்பது ரொம்ப அபூர்வம். இல்லாவிட்டால் உலக மெல்லாம் கலியாணம் ஆகாத பெண்களாகவும் விதவைகளாகவும் நிறைந்துவிடும். நானும் எத்தனையோ ஜாதகங்களைப் பார்த்திருக்கிறேன். இந்த மாதிரி இரண்டு மூணுக்குமேல் பார்த்ததாக நினைவில்லை' என்றார் திவான். இதைக் கேட்டதும் அமாத்யாவின் முகம் விழுந்து விட்டது. சந்நியாசியும் ஏமாற்றமடைந்ததுபோலவே தோன்றினார்.

'அப்படியானால் உங்கள் பிள்ளையின் ஜாதகத்தையும் ஒதுக்கிவிட வேண்டியதுதானா?' என்று கேட்டார்.

திவான்: 'உங்கள் குடும்பத்தோடு சம்பந்தம் செய்துகொள்வதென்றால் நானும் தம்பியும் எவ்வளவோ பெருமைப்படுவோம். பெண்ணின் அபூர்வ அழகையும் தகுதிகளைப்பற்றியும் சொல்ல வேண்டுவதில்லை. அவளுக்கு வரக்கூடிய சீதனத்தைப் பற்றியும் நாங்கள் அறிவோம். கடவுள் பயமில்லாதவன் ஜாதகத்திலே நம்பிக்கை இல்லாதவன் என்றால் உங்களை ஏமாற்றப் பார்ப்பான். ஆனால், இந்த சாஸ்திரம் மிகவும் உன்னதமானது என்பது என் நம்பிக்கை. உண்மையை மறைக்கவோ மாற்றவோ என்னால் முடியாது. தம்பி இந்தப் பொருத்தத்துக்கு சம்மதிக்க நான் மனம் ஒப்பமாட்டேன். மற்ற எல்லா விஷயங் களும் பொருந்தித்தான் இருக்கு. ஆனால் என்ன செய்யமுடியும்? ஆனால் நீங்களும் தம்பியும் முடிவு செய்யவேண்டிய விஷயம். நான்

ஆலோசனைதான் சொல்லமுடியும்.'

சந்நியாசி: நீங்கள் இவ்வளவு திட்டமாகச் சொன்ன பிறகு செய்ய முடியுமா? அவர்கள் இரண்டுபேருடைய தீர்க்காயுசையும் சந்தோஷத்தையுமல்லவா முக்கியமாகக் கவனிக்கவேண்டும்?'

'ஆமாம். அதுதானே முக்கியம்?' என்று அமாத்யாவும் வருத்தத்துடன் எதிரொலித்தார்.

சந்நியாசி: 'இனிமேல் என்ன செய்வது என்று எனக்குத் தெரியவில்லை. பையனின் ஜாதகத்திலும் தோஷம் இருந்ததால், இந்தச் சம்பந்தத்தை எப்படியும் முடித்துவிடலாம் என்றிருந்தேன். பாயிக்குப் பன்னிரண்டு தான் முடிந்திருக்கிறது. ஆனால் தாயைப்போல் வயதுக்குப் பெரியவளாகத் தோற்றமளிக்கிறாள். எனக்கு வரவரத் தள்ளாமை அதிகரிக்கிறது. இன்னும் அதிகநாள் ஓடாது. சீக்கிரமாக அவளுக்குக் கலியாணத்தை முடித்துவிட்டு இறப்பதற்கு முன் காசிக்குப் போய்விட வேண்டும். வேறு ஏதாவது தகுந்த பையன்கள் அல்லது இளைஞர்கள் உங்களுக்குத் தெரியுமா?'

திவான் வலது ஆட்காட்டி விரலை உதட்டில் வைத்து யோசித்தவாறே, 'இங்கே அப்படி யார் இருக்கிறார்கள்? மஹாராஷ்டிரம் என்றால் எளிதாகத் தேர்ந்தெடுக்கலாம். இங்கே நாம் சில பேர்தானே இருக்கிறோம்? உங்கள் அந்தஸ்தையும் கவனிக்க வேண்டியதிருக்கிறது. மராட்டிய பிராமணர் பொதுவாக ஏழைகளாகத்தானே இருக்கிறார்கள்?'

சந்நியாசி சொன்னார்: 'ஏழ்மையை நான் குற்றமாக நினைக்கவில்லை. செல்வமும் அந்தஸ்துமே, நற்குணத்துக்கும் கௌரவத்திற்கும் அடையாளங்கள் என்றும் நான் கருதவில்லை.

'நான் சிறுவனாக இருந்தபோது ஏழைக்கும் ஏழையாக இருந்தேன். நேர்மையும் உறுதியும் ஊக்கமும் வாய்ந்த இளைஞர்கள் வாழ்க்கையை நன்கு அனுபவிக்க வேண்டுமென்றால் தரித்திரத்தின் பிடியில் அகப்படுவது மிகவும் அவசியமாகும். தரித்திரம் ஒருவனின் மேதைமையைச் சில காலம் தடுத்து மறைத்து வைக்கலாம். ஆனால் அவன் முயற்சியுடன் முன்னுக்கு வந்துவிட்டானானால், அவன் உண்மையான சரக்குள்ளவன் என்பது நிரூபணமாகிவிடுகிறது. அவன் போலி அல்ல. தன் முன்னோர்களின் தகுதிகளில் சார்ந்து நிற்கும் நிழலும் அல்ல. பழம் பெருங் குடும்பத்தின் வாரிசுகள் பெரும்பாலும் உலகத்தில் பேர்பெற்று விளங்குவதில்லை. அயோக்கியத்தனத்தில் வேண்டுமானால் பேர் பெறுகிறார்கள். **இளமையில் தங்க மோகராக்களை வைத்து விளையாடுகிறவன் முதுமையில் செப்புக்காசுகளைப் பிச்சை எடுக்கிறான்** என்று தமிழ்க் கவிஞர் சொல்லுவதுபோல - அறிவாளியின் வறுமையைவிட மூடனின் செல்வம் பெரும் தீமை தரும்.'

'ஆகையால் சமூகம், அந்தஸ்தைப்பற்றி நான் கவலைப்படவில்லை.

ஏழையானாலும் நல்ல பையன் என்று கேள்விப்பட்டிருந்தால் தயவு செய்து சொல்லுங்கள். முதலில் நீங்கள் ஒதுக்கினீர்களே, அந்த ஐந்து ஜாதகங்களும் ஏழைப் பையன்களுடையவைதான். அதில் ஒன்று என்னோடு பள்ளியில் படித்த ஓர் ஏழைப் புரோகிதரின் பேரனுடையது. ஏதாவது ஒன்றைச் சீக்கிரத்தில் தேர்ந்தெடுத்தாக வேண்டும்.'

திவான்: 'ஆமாம், மிக அவசரமாகச் செய்யவேண்டிய காரியம்தான். பெண் வயதுக்கு வந்து விட்டாளென்றும் மறைத்து வைத்திருக்கிறார்கள் என்றும் வம்புப் பேச்சு நடக்கிறது' என்றார்.

சந்நியாசி: 'அது பொய், அது உண்மையாக இருந்தாலும்கூட அதனால் ஒன்றும் கெட்டுவிடாது. இப்பொழுது பழக்கத்தில் இருக்கும் குழந்தை மணம் பின்னால் ஏற்பட்டதுதான். ஆதியில் நமது முன்னோர்கள் அப்படிச் செய்யவில்லை என்று நமது புராணங்களிலிருந்து தெரிகிறது. நாம் கலியாணச் சடங்கில் ஓதும் மந்திரங்களிலிருந்தும் அது மிகத் தெளிவாகத் தெரிகிறது.'

திவான்: 'ஆனால் இப்பொழுது அந்தப் பழக்கத்தை எல்லோருமே கைப்பற்றுவதால் நாமும் அதை அனுசரித்தே ஆகவேண்டும். இந்தச் சமூகத்தில் மேற்கோள் எடுத்துச் சொல்லுவது அசம்பாவிதமாக இருக்கும். ஆனால் ஒன்பது வயதுக்கு முன்னால் பெண்களுக்குக் கல்யாணஞ் செய்துவிட வேண்டும் என்று சாஸ்திரங்களில் தெளிவாகச் சொல்லி யிருக்கிறது' என்றார்.

சந்நியாசி: 'அவசியம் இல்லை. அதற்கெதிரான மேற்கோள்கள் அனைத்தையும் நீங்கள் விரும்பினால் நான் உங்களுக்கு எடுத்துச் சொல்ல முடியும்.' அவருடைய பழைய பொறுமையின்மையும் எடுப்பும் அகமும் சற்றே தலை காட்டிற்று. 'எல்லா நியமங்களையும் பழக்கங் களையும் - அதிலும் அறிஞர்கள் கருத்து வேற்றுமை கொள்ளும் இதைப் போலொரு பழக்கத்தை - குருட்டுத்தனமாகப் பின்பற்றுவது அறிவுடைமை ஆகாது. அதை ஆராய்ந்து நமது அனுபவங்களாலும் பகுத்தறிவாலும் சமன் செய்து சீர்தூக்கி முடிவுக்கு வர நமக்கு உரிமை உண்டு. நமது நன்மைக்காகவும், சௌகரியங்களுக்காகவுமே சாஸ்திரங்கள் ஏற்பட்டன. நமது முன்னோர்களிடமிருந்து நாம் பெறும் மற்ற லௌகிக உடைமைகளைப் போலவே இவற்றையும் நமக்கு ஏற்றவாறு சிறந்த வகையில் பயன்படுத்திக் கொள்ளலாம். தவறான வழியில் பயன்படுத்துதல் தகாது. சுசஸ்ருதரும் மற்றும் மருத்துவ அறிஞர் களும் குழந்தைத் திருமணத்தை வன்மையாக எதிர்க்கிறார்கள். இந்தப் பழக்கத்தை ஆதரிக்கும் நியதிகளும் அதைப் பாராட்டிச் சொல்லுகின்றனவே தவிர, கட்டளையாகச் சொல்லவில்லை. பார்க்கப் போனால் திருமணமும் கட்டாயமில்லை. கேரள பிராமணருடைய பழக்க வழக்கங்கள் வேதங்களையொட்டியவை. அவர்கள் தங்கள்

பெண்களுக்கு வயதுவந்த பின்னரே மணஞ்செய்விக்கின்றனர். சில பெண்கள் வாழ்க்கை முழுவதும் மணமாகாமலும் இருக்கின்றனர். ஆனால் இந்தச் சந்தர்ப்பத்தில் நான் அந்தப் பழக்கத்தை முறிக்க விரும்பவில்லை. அதில் சில பயன்களும் இருக்கத்தான் செய்கின்றன. எடுத்துக்காட்டாக, இந்தச் சூழ்நிலையில் நான் அந்தப் பழக்கத்தை அனுசரிக்காவிட்டால், அநாதைச் சிறுமியொருத்தி சமூகக் கொடுமைகளுக்கு ஆளாகி திக்கில்லாமல் நிற்க நேரிடும். அதனால்தான் நான் அவள் திருமணத்தைச் சீக்கிரம் முடித்துவிட விரும்புகிறேன்.'

'நான் ஒன்று சொல்லுகிறேன். நீங்கள் என்ன நினைத்துக் கொள்வீர்களோ' என்று இழுத்தாற்போல் தயக்கத்துடன் கூறத் தொடங்கினார் திவான். 'பெண்ணின் ஜாதகம் வேறு யார் ஜாதகத்தோடும் பொருந்தாததாலும், அது என் ஜாதகத்தோடு சுமாராகப் பொருந்துவதாலும் மாத்திரமே நான் இந்த யோசனையைச் சொல்லுகிறேன். என்னுடைய ஒரே மகளுக்கு ஆண் குழந்தை இல்லை. என் வம்சத் தொடர்ச்சிக்காகவும் ஆத்மா முக்தி அடையவும் நான் ஆண் மகவை விரும்புகிறேன். அடுத்த பிறந்த நாளோடு எனக்கு நாற்பத்தி ஐந்துதான் முடிகிறது. மகளுக்கு ஆண் குழந்தை பிறக்கும் என்று எதிர்பார்த்து, மனைவி இறந்ததும் மறுமணம் செய்துகொள்ளாமலே இருந்துவிட்டேன். ஆனால் அவளோ தீராத நோயாளியாகி விட்டாள். இனிமேல் எனக்குப் பேரப் பையன் பிறப்பான் என்ற நம்பிக்கைக்கு இடமில்லை. இந்த ஆண்டு தொடக்கத்தில் வல்லத்தில் உங்கள் பேத்தியைப் பார்த்ததிலிருந்தே, நான் மறுமணத்தைப் பற்றிச் சிந்திக்கத் தொடங்கினேன். ஆனால் இதுவரை அதைப்பற்றி எதுவும் பேசத் தயங்கியிருந்தேன்.

'நான் சொல்லுவதெல்லாம் இதுதான்: நீங்கள் மனமுவந்து அவளை எனக்குக் கொடுப்பீர்களானால், அவள் சந்தோஷத்துக்காக நான் எதுவும் செய்யச் சித்தமாக இருக்கிறேன்.'

திவான் பேசக் கேட்டதும் சந்நியாசி முதலில் துணுக்குற்றார். ஆனால் அவர் பேசிக்கொண்டே இருந்ததால் ஆச்சரியம் தெளிய சந்நியாசிக்கு அவகாசம் கிடைத்திருந்தது. ஆகவே அவர் அமைதியாக, 'நான் இதைப் பற்றி யோசித்ததே இல்லை. முடிவுக்கு வர அவகாசம் வேண்டும். உங்கள் ஜாதகம் பொருந்துகிறதென்று சொல்லுகிறீர்களா?' என்று கேட்டார்.

'ஆமாம். நன்றாகப் பொருந்துகிறது. மிக நன்றாகப் பொருந்துகிறது என்றுகூடச் சொல்லலாம்' என்று சொல்லிக்கொண்டே சட்டைப் பைக்குள்ளிருந்து ஒரு ஓலைச் சுவடியை எடுத்தார். இதில் மூன்று பாகம் தோஷம் இருப்பதைக் கவனித்தீர்களா? சிலர் அதை மூன்றரை என்றுகூட எடுத்துக் கொள்ளுவார்கள். முதல் மனைவி அகாலமாக மரணமடைந்தது, எங்கள் ஜாதகங்களைத் திருமணத்துக்கு முன் சரியாக

ஆராயாததுதான். ஆக, உங்கள் பேத்தியின் ஜாதகத்தோடு இது நன்றாகப் பொருந்துகிறது' என்று முடித்தார்.

'சரி, நான் யோசனை பண்ணி உங்களிடம் முடிவு சொல்லுகிறேன். இதுவரை இதை யோசித்ததேயில்லை. பெண்ணையும் கலந்துகொள்ள வேண்டும்' என்று சந்நியாசி பதில் சொன்னார்.

'பெண்ணைக் கலந்துகொள்வதா?' என்றார் திவான். அவரால் ஆச்சரியத்தை மறைக்க முடியவில்லை. 'அப்படி யார் செய்வார்கள்? அவள் குழந்தைதானே. இந்த விஷயங்களைப் பற்றியெல்லாம் அவளுக்கு என்ன தெரியும். இந்த ஒரு தலைமுறையாக நமது ராச்சியத்தில், சுவாமிஜியை ஞானமே வடிவானவர் என்று போற்றி எல்லாவற்றுக்கும் உங்கள் ஆலோசனையைக் கேட்கிறோம். நீங்களோ என்றால் இந்தத் திருமண விஷயமாய்ப் பேரக் குழந்தையைக் கலந்துகொள்ள வேணும் என்கிறீர்கள். வேடிக்கைதான்' என்றார் திவான்.

சந்நியாசியின் உதடுகளில் ஒரு சிறு - மிகச் சிறு - புன்னகை நெளிந்தது. 'ராமண்ணா, நீங்கள் இப்பொழுதுதான் பாயி வயதுக்கு வந்துவிட்டதாக வதந்தி உலவுகிறது என்றீர்கள். ஆனால் அவள் குழந்தைதானே என்றும் அவள் சொந்த வாழ்க்கைப் பிரச்சினையைப் பற்றிப் பேசுவதற்குக்கூட அவளுக்கு உரிமை இல்லை என்றும் சொல்லுகிறீர்கள். சரி, அது இருந்துவிட்டுப் போகட்டும். ஜாதகம் நிச்சயமாகப் பொருந்துகிறதா?' என்று கேட்டார்.

'ஆமாம், அதனால்தான் நான் இந்தப் பேச்சையே எடுத்தேன்' என்றார். திவான் கூச்சமில்லாமல், 'திவ்வியமாகப் பொருந்துகிறது. மூன்றரைக்கு நாலு, செவ்வாய் தோஷத்துக்குக் களத்திர தோஷம், ஒன்றை ஒன்று அழித்துவிடுகிறது. இரண்டு தரப்பிலும் ஆபத்தில்லை.'

'சரி, நான் யோசித்து முடிவு சொல்லுகிறேன்' என்று சந்நியாசி சுவடிகளைச் சேர்த்தார். சகோதரர்களும் விடை பெற்றுக்கொண்டு போய்விட்டார்கள். தனியாக இருந்த சந்நியாசி சிந்தனையில் மூழ்கினார். எந்த முடிவுக்கும் வர முடியாமல் நொந்து தவித்தார். அவருக்கும் சோதிடம் தெரியும். ஆதலால் தாம் கொண்டு வந்திருந்த ஜாதகங்களின் பொருத்தமின்மையை திவான் எடுத்துச் சொன்னதை அவர் ஒத்துக் கொண்டார்.

அவருக்கு அமாத்யாவை அறவே பிடிக்காவிட்டாலும், அவர் மகன் நல்லவன் என்று தோன்றியது. அதனால்தான் அவனை வரனாகத் தேர்ந்தெடுத்திருந்தார். தமது மகன் முராரி விஷயத்தில் சோதிடம் அவருக்குத் துரோகம் இழைத்திருந்தது. அந்தப் பெருந் துன்பத்துக்குப் பின்னும்கூட சோதிடத்தில் அவர் நம்பிக்கை அசையாமல் இருந்தது. தமது அரைகுறை ஞானத்தினால், தான் முன்பு தவறு செய்திருக்கக் கூடும் என்று கருதியே இப்பொழுது திவானைக் கலந்தாலோசித்தார்.

உல்லாசமான வல்லத்து வீட்டை விட்டு இரைச்சல் மிகுந்த நகரத்தில் வசிக்கத் தொடங்கியதிலிருந்தே அவருக்கு இதயத்தில் அடிக்கடி கடும் வலியும், காரணமில்லாத சோர்வும், மயக்கமும் வந்து கொண்டிருந்தன. அவர் இதை யாரிடமும் சொல்லவில்லை. ஆனால் தம் நாட்கள் குறுகிவிட்டன என்பதை உணர்ந்தார். காசியில் மரிக்கும் ஆசையையும் விட்டுவிட்டார். இறப்பதற்கு முன் தன் கண்மணி பாயியைத் தகுந்த இடத்தில் மணம் செய்விப்பதுதான் அவருக்குப் பெருங் கவலையாக இருந்தது. திவான் நல்ல சம்பந்தம்தான். ஆனால் வயது பெரும் முட்டுக்கட்டையாய் இருந்தது. அதனால்தான் அவர் அவரை ஒரு வரனாக இதுவரை நினைக்கவேயில்லை. ஆனால் இப்பொழுது வேறு வழியில்லாததால் நாற்பத்தைந்து அப்படி ஒரு வயதா என்று தோன்றிற்று. ஐம்பதும் அறுபதும் ஆன ஆண்கள் தன் பேத்தியையும்விட வயதில் குறைந்த சிறுமிகளை மணந்ததை அவர் கண்டிருக்கிறார். ஆனால் பாயி நல்ல அழகி. துக்கத்தால் நொந்து போயிருந்த முதுமைக் காலத்தில் அவர் வாழ்க்கையில் ஒளியைச் சிந்தியவள். தான் அன்பு புரியும் ஒரே ஆத்மா - கலைமகளே அவதாரமெடுத்துவிட்டாளோ என்று தோன்றும் அறிவழகி, ஒன்றும் அறியாத இளம்பாலகி. அவளைக் கொண்டுபோய் கொள்கைகளும் நய உணர்ச்சிகளும் மரத்துவிட்ட லௌகிகனுக்குக் கொடுப்பதா? (நாற்பத்து ஐந்து என்று அவரே சொல்கிறார். அதற்கு அதிகமாகவே முழிக்கிறார்!) அதுவே அவரை நடுங்கவைக்கப் போது மானதாக இருந்தது. திவானையும் அவருடைய மைத்துனியையும் (காலமான அவர் மனைவியின் விதவைத் தங்கை) சேர்த்து வம்புப் பேச்சு அடிபடுவது அவ்ர் காதிலும் விழுந்திருந்தது. தன் கண்மணி பாயியிடம் இந்தப் பேச்சை எடுப்பதே கொடுமை அல்லவா? பாயி புத்தி பலமும் பகுத்தறிவும் வாய்ந்தவள் மாத்திரமல்ல; அன்புக்கு ஏங்கும் மெல்லிய இயல்புகொண்டவள். அவரிடமிருந்துகூட கடுமையான சொல்லையோ பார்வையையோ அவளால் தாங்க முடியாது. கவிதை படித்து வந்ததால் தாம்பத்திய அன்பையும் இன்பத்தையும் பற்றி அவள் பிஞ்சு உள்ளத்தில் காதல் கற்பனைகள் சிறகடித்துக் கொண்டி ருந்தன. இந்தப் பாவி திவான் அவளிடம் அப்படிப்பட்ட தூய அன்பு காண்பிப்பானா? இவள் அவனிடம் அன்பு கொள்ளும்படி அவனால் நடந்துகொள்ள முடியுமா? தெரிந்தும், இந்த மென்மையும் தூய்மை யுமான அழகிய மலரை அவனுடைய அருவருப்பான கைகளில் வைக்கலாமா? மனைவி இறந்த பின் இந்த முப்பது ஆண்டுகளில் சந்நியாசி ஒரு பெண்ணையும் காமத்தோடு பார்த்ததுகூட கிடையாது. அத்தனை கட்டுப்பாட்டுடன் இருந்துவந்த முதிய துறவிக்கு இந்தச் செயல் அருவருப்பாகத் தோன்றிற்று. ஆனால் இப்பொழுதோ விதியே அவருக்கு எதிராகச் சதி செய்வது போலிருக்கிறது.

மனம் பேதலித்து வாழ்வில் முதல்முறையாக இன்ன முடிவுக்கு வருவதென்று தெரியாமல் திகைத்தார். ஆனால் திவானுக்குச் சாதக மாகவும் பல குறிப்புகள் அவர் மனத்தில் ஒன்றன்பின் ஒன்றாக நடை போட்டன. திவானின் ஒரே மகள் நோயாளி, குழந்தையில்லாதவள். ஆகவே, இந்தத் திருமணத்தின் மூலம் பாயிக்குக் குழந்தை பிறந்தால், குழந்தை தன்னுடைய சொத்துக்களையும், திவானின் சொத்துக் களையும் ஒருங்கே அடையும். நாட்டில் பலமிகுந்து நிற்கும் யுத்தமும் படையெடுப்பும் பயமுறுத்தும் இந்த நாளில் அழகிய இளம் பெண் களுக்குத் தகுந்த பாதுகாப்புத் தேவை. திவானைவிட வேறு யார் சிறந்த பாதுகாப்பு அளித்துவிட முடியும்? தம்பி அமாத்யாவைப் போன்று அவர் அத்தனை போக்கிரி அல்ல. பாயியின் மகிழ்ச்சிக்காகத் தான் எது செய்யவும் சித்தமாக இருப்பதாகச் சொன்னபோது மனிதன் உண்மை யையே சொல்லியிருக்கலாம். வயது நாற்பத்தைந்து தானாகிறது. அவர் போக்கில் அவர் பெண்ணை உண்மையாகவே நேசிக்கிறதாகத் தோன்றுகிறது. கடைசியாக, மகாராஜாவின் தயவு அவருக்கு வேண்டிய அளவு இருக்கிறது. அநேகமாக அடுத்த பிரதானர் அவர்தான் என்றே கருத்து நிலவுகிறது. இப்படியாக இரவு முழுவதும் பலபல எண்ணங்கள் ஓட்டியும் வெட்டியும் அவர் மனதில் அலைபாய்ந்தன. சந்நியாசி இப்பொழுது முன்னைப்போல் இரும்புச் சித்தம் கொண்டவராக இல்லை. இப்பொழுது தாராளமாக மனம்விட்டுப் பேசும் இயல்பை அடைந்திருந்தார். பேத்தி பாயி பற்றிய நினைவு, முதுமை, துக்கம் இவையெல்லாம் அவர் இயல்பில் விவரிக்க முடியாத ஒரு மென்மையை ஏற்றியிருந்தன. பழைய கடுமையும், திடசித்தமும் இப்பொழுது அடங்கியிருந்தன. மான்தோல் படுக்கையில் அவர் உடல் புரண்டு கொண்டிருந்தது. மனமோ, கொந்தளிக்கும் கடலில் அவதியுறும் கட்டை போன்று நூற்றுக்கணக்கான கவலைகளிலும் பயங்களிலும் கனவுகளிலும் மோதிக் கொண்டிருந்தது. ஆனால் ஒரு விஷயத்தில் மாத்திரம் அவர் மனம் மிகத் தெளிவாக இருந்தது. பாயியைக் கலந்து கொள்ளாமல் அவர் திவானுக்குச் சாதகமாக முடிவு செய்வதில்லை என்று தீர்மானித்தார். பாயி சுயமாகவும் துணிவாகவும் சிந்திக்கும் திறம் வாய்ந்தவள் என்பதை அவர் அறிவார். அவளுக்குச் சோதிடத்தில் பற்றுக் கிடையாது. ஏதாவது நம்பிக்கை இருந்தால் அது, அவள் அவர் மீது கொண்ட பக்தியினாலும் அவருடைய ஞானத்தைப் பற்றி மிக உயர்வாக எண்ணியதாலுமேயாகும். இப்படியும் ஒரு சாத்திரம் இருக்க முடியுமா என்று காரண ரீதியாகச் சிந்தித்துக் கருத்து வெளியிட்டிருக் கிறாள். தன்னுடைய நம்பிக்கைகளும் கருத்துகளும் எவ்விதமாக இருந்தாலும் சரி, காடு வா என்று அழைக்கும் இந்த நேரத்தில் அவளைக் கலந்துகொள்ளாமல் அவளுடைய விதியை நிர்ணயிக்க தமக்கு எவ்வித

உரிமையுமில்லை என்பதை அவர் உணர்ந்தார். முடிவும், பொறுப்பும் தன்னுடையதாக இருந்த போதிலும் அவளைப் பாதிக்கும் இந்த விஷயத்தைப் பற்றி முதலில் அவளிடம் கேட்டுவிடுவது என்று தீர்மானித்தார்.

13

விடுவிக்க வந்தவர்

'முதலில் செய்தியைச் சொன்னவனுக்கு உங்கள் பெயர்கூடச் சரியாகத் தெரியவில்லை. உங்கள் சாகசச் செயல்களைக் கேள்விப்பட்டு நான் மகிழ்ச்சி அடைந்தேன். நாங்கள் இன்னும் சிலகாலம் கஷ்டமில்லாமல் கோட்டையைக் காப்பாற்றியிருப்போம். ஆனால், இந்தப் பிரெஞ்சுக் காரன் லாலி, டூப்ளேயைப் போலில்லை. மிகவும் உக்கிரம் வாய்ந்தவன். பெருமையும் அதிகம். முதலிலிருந்தே அவனுக்கு உணவுத் தட்டுப்பாடு தான். அவன் எங்களிடம் இரண்டு பேரை அனுப்பியிருந்தான். ஒருவர் பாதிரி, தான் வெள்ளைப் பிராமணர் என்று சொல்லிக்கொண்டார். எங்களைப்போல் உடை அணிந்திருந்தார். அடுத்தவன் இராணுவக் காரன். அவர்கள் வந்து என்ன கேட்டார்கள் தெரியுமா? மாட்டிறைச்சி! தின்றுவிட்டு, எங்கள் கோட்டையை வெடிமருந்து வைத்துத் தகர்ப்பதற்கு! இந்துக்கள் பசுக்களைப் பவித்திரமாகக் கொண்டாடு கிறோம். எங்களிடமே வந்து இப்படிக் கேட்கிறானென்றால் பார்த்துக் கொள்ளுங்கள். குதிரை கீழே தள்ளியதுமல்லாமல் குழியையும் பறித்ததாம்!'

பேசியவர் சந்நியாசிதான். உடனிருந்தவர் ஆங்கிலேயர் லிட்டில்டன். மானம்புச் சாவடி வீட்டுத் தோட்டத்தில்தான் நடந்தவாறே பேசிக் கொண்டிருந்தார்கள்.

'ஆமாம், நான் கேள்விப்பட்டேன்' என்றார் லிட்டில்டன். சிலகாலம் வெயிலில் அலைந்திருந்ததால் இப்பொழுது அவர் முகம் முன்னைவிடச் சிவந்து காணப்பட்டது. மெல்லிய மீசையும் வைத்திருந்தார். 'லாலி திறமையும் புகழும் வாய்ந்த வீரர்தான்... ஆனால் அவருக்கு இந்நாட்டு மக்களையோ அவர்கள் பழக்க வழக்கங்களைப் பற்றியோ ஒன்றும் தெரியாது.'

'அவருடைய இராணுவத் திறமையைப் பற்றிக்கூட எனக்குச் சந்தேக மாகத்தான் இருக்கிறது. நீங்கள் குதிரைப் பாய்ச்சல் போனபோது அவர்கள் பாதுகாப்பில்லாமல் கவலையீனமாக இருந்திருக்கிறார்களே.

அவர் ஏறக்குறைய சாகப் பார்த்தாரே' என்றார் சந்நியாசி.

'ஆமாம், பீதியடைந்து விட்டார்கள். நாங்கள் பாய்வோமென்று கனவிலும் எதிர்பார்க்கவில்லை.'

'பயிற்சி பெற்ற படை எந்தச் சந்தர்ப்பத்திலும் பீதியடையக் கூடாது' என்றார் சந்நியாசி. 'கள்ளர் கொரில்லாக்கள்கூட அவர்கள் பயத்தையும் குழப்பத்தையும் கண்டு சிரித்தார்களாமே.'

'பிரெஞ்சியர் தீரமான போர் வீரர்கள்தான். அவர்கள் எங்கள் நாட்டின் தொன்றுதொட்ட பகைவர்களானாலும் அதை ஒப்புக் கொண்டுதான் ஆகவேண்டும்' என்றார் ஆங்கிலேயர். 'ஆனால் திடீரென்று கலவரம் அடைந்துவிடுவார்கள். உணர்ச்சிவசமாகி அதை வெளிக்காட்டவும் செய்வார்கள்.'

'எனக்கு எந்தப் பரங்கியரையுமே பிடிக்காது. உங்களைச் சொல்ல வில்லை' என்றார் சந்நியாசி சிரித்துக்கொண்டே. தோட்டத்தின் எல்லையை அடைந்துவிட்டதால் மறுபுறம் திரும்பி இருவரும் நடந்தார்கள். சந்நியாசி தொடர்ந்தார்:

'ஆனால், மற்றவர்களோடு ஒப்பிடுகையில் உங்கள்மீது எனக்கு வியப்பு உண்டாகிறது. உங்கள் உறுதி, ஆபத்துக் காலத்தில் மனவமைதி, துணிவு, அபார விடாமுயற்சி, காரிய சாதனை, தீவிர கடமையுணர்ச்சி, இவற்றைக் கண்டு வியக்கிறேன்.'

'எங்களிடமும் நீங்கள் வியப்பதற்குரிய குணங்கள் இருப்பதாகக் கூறுவதை அறிந்து மகிழ்ச்சியடைகிறேன்' என்றார் லிட்டில்டன் சிரித்துக்கொண்டே.

'ஆனால் கண்ணுங் கருத்துமாகத் தளரா முயற்சியுடன் செயலாற்றும் உங்கள் திறனைக் கண்டு எனக்குப் பயமும் உண்டாகிறது. சீரழிந்த நிலையில் இருக்கும் எங்களிடம் இந்த இயல்புகள்தாம் இல்லை. பிரெஞ்சியரிடமும் இந்தக் குணங்கள் அதிகமாக இல்லையாதலால் அவர்களிடம் எனக்கு அச்சமில்லை. ஆனால், நீங்கள் வித்தியாசமாக இருக்கின்றீர்கள். உங்கள் மந்த கற்பனாசக்தி, உல்லாச இயல்பின்மை இவையெல்லாம் உங்களுக்குச் சாதகமாக உள்ளன. குறிப்பாக எங்களைப் போன்ற மக்களிடம் விவகாரம் வைத்துக்கொள்ளும்போது மேற்சொன்ன குணங்கள் உங்களுக்கு மிகவும் உதவக்கூடும். உங்கள் விடாமுயற்சியோ அதிசயமானது என்றே சொல்லிவிடலாம். மேலும் உங்களுக்குத் தன்னம்பிக்கையும் தற்பெருமையும் அதிகமாக இருப்பதால் தோல்வியை ஒப்புக்கொள்வதில்லை. வெற்றி அடைந்தே தீருவோம் என்ற மனப்பான்மையோடும் நடந்துகொள்கிறீர்கள். வெகு தொலைவி லுள்ள அயல் நாட்டிலிருந்து அகதிகளைப் போலிருப்பதாலும், ஒரே தொழிலில் ஈடுபட்டிருப்பதாலும் உங்களிடம் ஒற்றுமை உள்ளது. பிளவுகளாலும், முரண்பட்ட தொழில்களாலும் உங்கள் பலம் சிதறிப்

விடுவிக்க வந்தவர் ✦ 75

போகவில்லை. இன்னும் இருபது முப்பது ஆண்டுகளில், பிரெஞ்சிய ரையும் டச்சுக்காரரையும் நாட்டை விட்டு ஒழித்துக் கட்டிவிட்டு, மொகலாயச் சக்கரவர்த்தியையும் சச்சரவிட்டுக் கொண்டிருக்கும் மராட்டியரையும் இராஜபுத்திரரையும் அடக்கி புண்ணிய பூமியாகிய பாரத நாடு முழுவதையும், உங்கள் ஆட்சிக்குள் இல்லாவிட்டாலும் ஆதிக்கத்துக்குள்ளாவது கொண்டு வந்துவிட்டால் அதில் ஆச்சரியப் படுவதற்கு ஒன்றுமில்லை' என்றார் சந்நியாசி.

'எங்களுக்கு இராச்சியம் வேண்டியதில்லை. கட்டுப்பாடில்லாத வர்த்தக உரிமைகளும், எங்கள் உயிருக்கும் உடைமைகளுக்கும் தகுந்த பாதுகாப்புமே தேவை. இந்த நாட்டின் பருவ நிலையில் எங்களுக்கு இங்கே நிரந்தரமாகத் தங்கமுடியாது. கிழக்கில் இராச்சியம் நிறுவ வேண்டுமென்பது எங்கள் விருப்பம் அல்ல.'

'டூப்ளே அப்படி நினைக்கவில்லை. அவன் உங்களுக்கு வழி காட்டி விட்டுப் போயிருக்கிறான். ஒரு கொடுங்கோல் மன்னனின் இயல்புகள் அவனிடமிருந்தன. தந்திரசாலியும்கூட. அவர்கள் நியதியை மீறி இந்துவான ஆனந்தரங்கம் பிள்ளையைத் தனக்கு முக்கிய துபாஷியாக ஆக்கினான். உங்களுக்கும் அப்படிப்பட்ட ஒரு தலைவர் வாய்த்தி ருந்தால் உங்களுக்கு இருக்கும் மற்ற இயல்புகளுக்கு, நீங்கள் இந்நேரம் ஏகாதிபத்தியத்துக்கு அடிகோலியிருப்பீர்கள். நீங்கள் வர்த்தகர் என்று சொல்லிக்கொண்டாலும் அந்தத் தொழிலில் ஈடுபட்டிருக்கும் போது அரசுரிமை வந்து சேர்ந்தால், அதை உதறித்தள்ளி விடுவீர்கள் என்று எனக்குத் தோன்றவில்லை. அது மனித இயல்பு அல்ல' என்றார் சந்நியாசி.

திடீரென்று அருகிலிருந்து ஓர் இனிய பெண்குரல். 'பாபாஜி, ஐயோ பாம்பு! என்னைப் பாம்பு கடித்துவிட்டது' என்று பயந்து கிறீச்சிடுவது கேட்டது. இருவரும் திடுக்கிட்டுத் திரும்பினர்.

சத்தம் கிளம்பிய திசையில் விரைந்தார்கள். அங்கே ஓர் அழகிய பிராமணப் பெண் வலது காலை வேகமாக உதறிய வண்ணம் பயந்து கதறிக்கொண்டிருந்தாள். அவளது கணுக்காலுக்குமேல், ஒரு பாம்பு சுற்றிக்கொண்டிருந்தது. ஒரே வினாடியில் லிட்டில்டன் அவள் அருகே ஓடிச்சென்று குனிந்து பாம்பின் கழுத்தை இலாவகமாக அமுக்கிப் பிடித்தார். கழுத்தை மேலும் இறுக்கவே பாம்பின் பிடி சற்று தளர்ந்தது. உடனே அவள் காலிலிருந்து பாம்பை மெல்ல உருவி கீழே போட்டு? சப்பாத்துக்காலால் அதை நசுக்கிக் கொன்றார். பின் பெண்ணைப் பார்த்து இந்துஸ்தானியில் 'பாம்பு கடித்ததா? என்று கேட்டார். அவள் 'ஆம்' என்று காலைக் காட்டினாள். சந்திரகாந்தக்கல்லில் இரத்தினம் பதித்தாற்போல் அவள் காலில் இரண்டு சிறிய இரத்தத் துளிகள் தென்பட்டன. உடனே அவர் குனிந்து அவள் காலைப் பிடித்து கடிவா யில் தன் விரல்களை வைத்து அழுத்திப் பிதுக்கினார். அவள் வலியால்

கத்தினாள். கசிந்த இரத்தத்தைக் கைக்குட்டையால் துடைத்துவிட்டு, கடிவாயில் தன் வாயை வைத்து இரத்தத்தை உறிஞ்சித் தரையில் துப்பினார். அவளைப் பார்த்து, 'இனி ஒரு பயமுமில்லை. பயப்பட வேண்டாம்' என்றார்.

சில நிமிடங்களுக்குள் இது நடந்துவிட்டது. சந்நியாசி திகைத்துப் போய் ஊமையாகப் பார்த்துக்கொண்டு நின்றார். அந்தப் பெண் தன் தாத்தாவிடம் நொண்டிக்கொண்டே ஓடினாள். தான் பூப்பறிக்க அங்கு வந்ததாகவும், சற்று உயரத்தில் இருந்த ஒரு ரோஜாவைப் பறிக்க முயலும்போது வழவழப்பாக ஏதோ ஒன்றை அவள் மிதித்ததாகவும், அதற்குள் பாம்பு அவள் வலது காலைச் சுற்றிக்கொண்டு இடது காலில் கடித்துவிட்டதாகவும் சொன்னாள். சந்நியாசி பாம்பின் தலையை உற்றுப் பார்த்துவிட்டு 'விஷப்பாம்பு' என்றார். பேத்தியை வாஞ்சை யுடன் வருடிக்கொண்டு.

'ஆமாம், கடிவாயிலிருந்து விறுவிறென்று வலி ஏறுகிறதா என்று கேளுங்கள்' என்றார் லிட்டில்டன்.

'இல்லை, அந்த இடத்தில் மாத்திரம் சிறிது வலி இருக்கிறது' என்றாள் பெண்.

'அது நான் விஷத்தைப் பிதுக்கியதால் உண்டான வலிதான். அது விரைவில் மறைந்துவிடும்' என்றார் லிட்டில்டன்.

சந்நியாசி அவரை நன்றியோடும் வியப்போடும் பார்த்த வண்ணம், 'அந்தக் கொடிய விஷத்தை உறிஞ்சுவதன்மூலம் உங்கள் உயிருக்கு ஏற்பட்டிருக்கக்கூடிய ஆபத்தையும் நீங்கள் பொருட்படுத்தவில்லை. உங்கள் உயிரையும் மதிக்காமல் அவளைக் காப்பாற்றியிருக்கிறீர்கள்' என்றார்.

தன் செயலை மிகைப்படுத்த விரும்பாத லிட்டில்டன் 'அதில் ஆபத்து ஒன்றும் இல்லை. பல் ஆழமாகப் பதியவில்லை. முதலில் விஷ ரத்தத்தை விரல்களால் பிதுக்கி வெளியேற்றியிருந்தேன். மேலும் என் வாயில் புண் எதுவும் இல்லை' என்றார்.

'எல்லாப் பரங்கிகளும் அவ்வளவு சுத்தமாக இருக்கிறதில்லை. நீங்கள் என் நாட்டை விடுவித்து உங்களுக்கும் புகழ் தேடிக்கொண்டது மட்டும் அல்ல, தனிப்பட்ட முறையிலும் மதிக்கவொணா அளவில் உங்களுக்கு என்னைக் கடனாளியாக்கி விட்டீர்கள். நான் எப்படி இதற்குக் கைம்மாறு செய்யப்போகிறேன்' என்றார்.

லிட்டில்டன் 'அப்படி என்ன பிரமாதமாகச் செய்துவிட்டேன்?' மனிதர் ஒருவருக்கொருவர் செய்துகொள்ள வேண்டிய சிறு உதவிதானே?' என்றார். பின், 'நான் உதவி செய்ய வாய்ப்புக் கிட்டிய இந்தப் பெண் யாரென்று தெரிந்துகொள்ளலாமா? கேட்பதில் தவறில்லையே?' என்று கேட்டார்.

விடுவிக்க வந்தவர்

'ஓ, உங்களுக்கு பாயியைத் தெரியாதா?' என்றார் பெரியவர். அந்நியருக்குக்கூட பாயி தெரிந்திருக்கவேண்டும் என்பது அவருடைய எண்ணம். 'இவள், என் பேத்தி, என் ஒரே மகனின் ஒரே பெண். இவள் பிறந்த அன்று இவளுடைய பெற்றோர் இருவரும் போய்விட்டார்கள். உலகத்துக்கும் எனக்கும் உள்ள ஒரே தொடர்பு இவள்தான். என் நன்றி யையும் மகிழ்ச்சியையும் நீங்கள் இப்போது உணர்ந்து கொள்வீர்கள் என்று நினைக்கிறேன். மகாதேவன் கருணையே கருணை. என் கடப் பாட்டையும் மகிழ்ச்சியையும் எவ்வகையிலாவது தெரிவித்துக்கொள்ள அனுமதியளியுங்கள். நான் உங்களுக்கு ஏதாவது செய்யமுடியுமா, தயவுசெய்து சொல்லுங்கள்' என்று கேட்டார்.

'தயவுசெய்து, இதைப்பற்றி இனிமேல் பேசாதீர்கள். அப்படி அதிக மாக ஒன்றும் செய்துவிடவில்லை. அந்த வேளையில் நான் அருகிலிருக்க நேர்ந்தது பற்றி நான் மகிழ்ச்சி அடைகிறேன்' என்றார் ஆங்கிலேயர்.

'இல்லை, இல்லை. உங்கள் சமயோசிதத்தாலும், ஆற்றலாலுமே என் பேத்தி இன்று பிழைத்தாள். அதற்காகவாவது-' என்றார் சந்நியாசி.

லிட்டில்டன், அவள் பறிக்க முயன்ற அழகிய பெரிய ரோஜாமலரைப் பறித்து அவளிடம் நீட்டி, 'இந்த விபத்துக்குக் காரணமாக இருந்த மலரை என் அன்பளிப்பாக, இந்தப் பெண்மணி பெற்றுக் கொள்வாளா? அதுவே எனக்குப் போதிய கைம்மாறாகும்' என்றார்.

மகிழ்ச்சியில் அவள் முகம் சிவந்தது. அடக்கத்துடனும் நன்றியுடனும் அதை அவள் அவர் கையினின்று எடுத்துக்கொண்டாள். பின் நாணத் துடன் தன் பாபாவிடம், 'இந்தக் கணவான் தீரர் மாத்திரம் அல்ல', கருணையுடையவராகவும் இருக்கிறார். ஏற்கெனவே செய்த உபகாரம் போதாதென்று மேலும் நம்மை, நன்றிக் கடனாளியாக்குகிறார்' என்றாள். அவள் இதைத் தவறில்லாத சரளமான இந்துஸ்தானியில் சொன்னாள். சொற்கள் நேரே சென்று லிட்டில்டனின் இதயத்தில் பாய்ந்தன. விவரிக்கமுடியாத மகிழ்ச்சியும் பெருமையும் அடைந்தார். சந்நியாசி பேத்தியிடம் திரும்பி, 'பாயி, உனக்கு இவரைத் தெரியாதா? நான் ஸ்ரீசைலத்தில் பார்த்ததாகச் சொன்ன கனவான் இவர்தான். அப்பொழுது இவர் காப்பாற்றுவதற்கு வரவில்லை. கொல்வதற்கு வந்தார். முற்றுகை யினின்று நம்மை விடுவித்ததாக வெங்கோபா சொன்ன வீரரும் இவர்தான்' என்றார்.

லிட்டில்டன் சிரித்துக்கொண்டே நான் ஸ்ரீசைலத்தில் அன்று ஏறக்குறைய உங்களைச் சுட்டேவிட்டேன். அதற்குப் பரிகாரமாக ஏதாவது செய்வது நியாயந்தானே?' என்றார்.

பாயி புன்முறுவலுடன், 'இப்பொழுதுகூட கொன்றுதானிருக்கிறார் நச்சுப்பாம்பை. விஷ்ணுவைப்போல் சிஷ்ட பரிபாலனம் துஷ்ட நிக்கிரகம் செய்கிறார். அரச லட்சணம் அது' என்றாள்.

சந்நியாசி மிகவும் பெருமிதமடைந்தவராக 'நன்றாகச் சொன்னாய்!' என்றார். தொடர்ந்து, 'எப்படியானாலும் இந்த நிகழ்ச்சியின் நினைவாக நான் ஏதாவது செய்ய விரும்புகிறேன். பாயி! நகரம் விரைவில் விடுதலை பெற நீ சமஸ்கிருதப் பிரார்த்தனை எழுதி அனுப்பியதைப் பாராட்டி, மகாராஜா உனக்கு அளித்த மரகதப் பதக்கத்தை எடுத்துக் கொண்டுவா அம்மா. நம்மை விடுவிக்க தெய்வம் இன்று இவரை அனுப்பியிருக்கிறது. நமது நன்றியுணர்ச்சியின் அற்ப அடையாளமாக இவர் அதை அணிந்துகொள்ளட்டும்' என்றார்.

பெண் உடனே வீட்டினுள் ஓடிச்சென்று, ஆபரணத்தைக் கொண்டு வந்து சந்நியாசியின் கையில் கொடுத்தாள். சந்நியாசி தமாஷாக, 'நீயே அவரிடம் கொடு. அவர் உன் உயிரைத்தானே காப்பாற்றினார்? என்னைக் கொல்ல அல்லவா பார்த்தார்? அவரேதான் அதைச் சற்று முன்பு ஒப்புக்கொண்டாரே' என்றார்.

பெண்ணின் முகம் மிகவும் சிவந்தது. நகையை லிட்டில்டனின் கைகளில் வைத்தாள். அவர் அதை நாகரிகமாகக் குனிந்து பெற்றுக் கொண்டார். பின் அதைக் கூர்ந்து நோக்கி 'மிகச் சிறந்த பொருள்! அழகான ஆபரணம்! இந்தப் பெண்மணி அதை இழந்துவிடுவதை நான் விரும்பவில்லை. இவள் அதை அணிந்துகொண்டால் நகை மேலும் அழகும் ஒளியும் பெறும். இந்த முரட்டுப் போர் வீரன் அணிந்து கொண்டாலோ இருக்கின்ற அழகும் போய் விடும்! கோழை கட்கத்தை அணிவதுபோல' என்றார்.

சந்நியாசி உவகை மிகுந்தவராய் 'உங்கள் பேச்சில் கீழ்நாட்டு மணம் வீசுகிறது. உங்களுக்கு சமஸ்கிருதம் அல்லது உருது தெரியுமா?' என்று கேட்டார்.

'திருச்சிராப்பள்ளியில் உள்ள முஸ்லிம் படையில் உப அதிகாரி ஒருவர் இருக்கிறார். நல்ல உருது அறிஞர். அவரும் நானும் நண்பர்கள். உங்களுக்குக்கூட அவரைத் தெரிந்திருக்கலாம். முன்னால் உங்களிடம் தான் வேலையில் இருந்தார். அவர் பெயர் ஷெர்கான். உருதுக் கவிகளை எனக்குப் படித்துக்காட்டி விளக்கமும் சொல்வார். பூவோடு சேர்ந்த நாரும் மணம் பெற்றுவிட்டது' என்றார்.

'நல்லோர் சேர்க்கையை நன்கு பயன்படுத்திக் கொள்கிறீர்கள்' என்றார் சந்நியாசி.

பேத்தியைப் பார்த்து, 'நீ உள்ளே போ அம்மா. ராகவனிடம் சொல்லி சுற்றுப்புறத்தை அடிக்கடி சுத்தம் செய்யச் சொல்லவேண்டும்' என்றார்.

பெண் போவதற்கு முன்னால், மனமார்ந்த நன்றியும் இன்பமும் ததும்ப, நாணத்துடன் லிட்டில்டனை ஒருமுறை பார்த்துவிட்டுச் சென்றாள். மறையும் அவள் உருவத்தை சஞ்சலத்துடன் பார்த்தவாறே லிட்டில்டன்:

'பிராமணர்கள் வழக்கப்படி அவளுக்கு ஏற்கனவே கல்யாணம் ஆகிவிட்டிருக்கும் என்று நினைக்கிறேன்' என்றார்.

'இன்னும் இல்லை. அதுதான் எனக்கு இப்பொழுது கவலையாக இருக்கிறது. இன்னும் சரியான இளைஞனைத் தேர்ந்தெடுக்க முடிய வில்லை. நீங்கள் சொல்லுகிறபடி எங்கள் வழக்கப்படி அவளுக்கு இதற்கு முன்னாலேயே கல்யாணம் ஆகியிருக்கவேண்டும்' என்றார் சந்நியாசி.

'அது மூடவழக்கம் என்பதை நீங்கள் ஒப்புக்கொள்ளத்தான் வேண்டும். அன்பு, பகை என்றால் இன்னதென்று தெரியாத பருவத்தில் இரு குழந்தைகளை வாழ்க்கையில் பிணைப்பது நியாயமல்ல. பலருக்கு இது பெருந்துன்பமாக முடியும் என்பதில் சந்தேகமில்லை. உங்களி டையே விவாகரத்தும் இல்லை' என்றார் லிட்டில்டன்.

'பெண்ணுக்கு இல்லை. கணவன் விரும்பினால் ஏதோ சிறு சாக்கைச் சொல்லி மனைவியைத் தள்ளிவைத்துவிட முடியும். ஜீவனாம்சமாக சிறுதொகை வாங்கிக்கொள்ளத்தான் அவளுக்கு உரிமை உண்டு. ஆண் எத்தனை மனைவிகளை வேண்டுமானாலும் மணம் செய்து கொள்ளலாம். ஆனால் கணவன் இறந்த பிறகுகூடப் பெண் மறுமணம் செய்துகொள்ள முடியாது.'

'நிலைமை இப்படி இருக்கும்போது குழந்தை மணம் மேலும் கண்டிக்கத்தக்கதாகிறது. பெண்கள் தங்கள் கணவர்களின் சபல சித்தத்தின் விளையாட்டுக் கருவிகள் போல் ஆகின்றனர். உங்கள் பெண்கள் எப்படித்தான் மனமொப்பிச் சகிக்கிறார்களோ?' என்று கேட்டார்.

'அவர்களை யாரும் கேட்பதில்லை. எங்கள் முன்னோர்கள் காலத்தில் இப்படியில்லை. இளம் பெண்கள் தங்கள் கணவர்களைத் தாங்களே தேர்ந்தெடுக்கக்கூட அனுமதி இருந்தது. ஆனால் குழந்தை மணத்திலும் ஒரு சில பயன்கள் இருக்கத்தான் செய்கின்றன. உங்கள் சமுதாயத்தில் இருப்பதுபோல் மணமாகாத பெண்கள் இங்கு இல்லை. பெண் கற்பையும் அது பாதுகாக்கிறது.'

'பெண் கற்பைப் பாதுகாக்க இத்தனை அசாதாரணமான பாதுகாப்புத் தேவை என்றால் அது உங்கள் பெண்களுக்குச் சிறப்பு ஆகாது. உங்களி டையே நிலவும் சதி வழக்கம் குழந்தை மணத்தைவிட மிலேச்சத்தனம் வாய்ந்தது. அது உங்கள் நாகரிகத்தின் பெரிய கறையாகும். பிராமணர் களாகிய நீங்கள் கல்வி கேள்வியில் சிறந்து விளங்குகின்றீர்கள். உயர்ந்த தத்துவம் பேசுகின்றீர்கள். தமக்கென வாழா பிறர்க்கென வாழும் தகைமையும் உங்களிடம் உண்டு. கொடிய விலங்குகளையும் விஷப் பூச்சிகளையும் கொல்வதைக் கூடப் பாவமாகக் கருதுகின்றீர்கள். அப்படியிருக்க, கணவர்கள் இறந்தால் அவர்கள் உடலோடு உங்கள் பெண்களையும் உடன்கட்டை ஏற்றுகிறீர்கள். அயல் நாட்டினருக்கு

இதை நம்பக்கூட முடிவதில்லை. நீங்கள் எப்படி இவ்வளவு ஈவிரக்க மில்லாமல், மனிதத் தன்மையற்று இருக்க முடிகிறது?' என்றார்.

'நீங்கள் பார்க்கிறவிதமாகப் பார்த்தால் அது கொடுமை வாய்ந்தது தான். ஆனால், வாழ்க்கையையும் மரணத்தையும் பற்றிய எங்கள் கருத்துக்கள் உங்களுடையவை போலல்லாமல் முற்றிலும் மாறுபட்டவை. சுவர்க்கத்துக்குச் செல்லும் ஏணியிலுள்ள எண்ணற்ற படிகளில் இந்த வாழ்க்கை ஒருபடியாகும் என்றே நாங்கள் நம்புகிறோம். ஒரு படிக்கும் இன்னொரு படிக்கும் உள்ள இருண்ட இடைவெளிதான் மரணம். ஆனால் அந்த அற்புத மாய ஏணியில் சாதாரணமாக ஏறி இறங்குவது போலல்லாமல், ஒரு படியினின்று மறுபடிக்குத் தாவிவிட வேண்டிய திருக்கிறது. அவரவர் கர்மத்துக்கு ஏற்றவாறு ஆத்மா மேலோ கீழோ செல்லுகிறது. இதையே வேறுவகையாகவும் உணர்த்தலாம். ஒரு தாய் குழந்தைக்குப் பாலூட்டுகின்றாள். ஒரு மார்பில் பால் தீர்ந்துவிட்டதும் குழந்தையைப் பால் நிறைந்த மார்புக்கு மாற்றுகிறாள். என்ன நடக்கப் போகிறதென்பதை அறியாத குழந்தை, இடையிலுள்ள சில வினாடி களில் வீறிட்டழுகிறது. மரணத்தின் வேதனையும் அதைப் போன்று தான். ஒரு சதியும், தன் அன்புக் கணவனோடு சுவர்க்கம் அடைவதாக நம்புவதால் அவனோடு இறப்பதற்கு அஞ்சவில்லை. எங்கள் பெண்கள் எத்தனையோ பேர் சிரித்துக்கொண்டே தங்கள் கணவர்களின் பின்னால் மரண இருளின் பள்ளத்தாக்கைக் கடந்து செல்வது, குழந்தை மணம் அப்படியொன்றும் மோசமானதல்ல என்பதையே காட்டுகின்றது' என்றார் பண்டிதராவ்.

'அந்த வாதத்தை நான் ஒப்புக்கொள்ள முடியாது. பிறக்காத குழந்தைகளுக்கு ஓர் அனுமானமாக மணம் செய்வித்தால்கூட அவற்றில் சில மணங்கள் தற்செயலாக இன்பமுள்ளவையாக அமையும். ஆனால் அதிலிருந்து நாம் ஒரு முடிவுக்கும் வரமுடியாது. திருமணம் என்பது இருதரப்பினருக்கும் இன்பமளிக்கவும், நல்ல சந்தானத்தையடையவும் ஏற்பட்டது என்றால், குழந்தை மணம் கண்டிக்கத்தக்கதாகும். சில மனைவிகள் மனப்பூர்வமாகச் சதியாகிறார்கள் என்று சொல்லு கின்றீர்கள். ஆனால் அவர்கள்கூட பெரும்பாலும் மதவெறியாலும், தாளாத துக்கத்தாலும், பழக்கத்தின் கட்டாயத்தாலும், பொதுமக்கள் கருத்துக்குப் பணிவதாலுமே அப்படிச் செய்கிறார்கள் என்று எனக்குத் தோன்றுகிறது. சிலர், தன்னலங் கொண்ட உறவினரின் சூழ்ச்சியால் உடன்கட்டையேறக் கட்டாயப் படுத்தப்படுகின்றார்கள் என்பதை நீங்கள் மறுக்கமுடியாது. அது கொலையேயாகும். சட்டம் தண்டிக்க வேண்டிய குற்றம்' என்றார் லிட்டில்டன்.

'அப்படிச் சதியாக வேண்டுமென்ற நியமமில்லை. அப்படிப்பட்ட சதியை யாரும் பாராட்டுவதுமில்லை. அது நீங்கள் சொல்லுவது

போலக் கொலைதான்' என்று சந்நியாசி சொன்னார். பின்னர், 'ஆனால் நான் உங்களை வெகுநேரம் நிறுத்தி வைத்துவிட்டேன். நீங்கள் இவ்வூரில் இருக்கும்வரை அடிக்கடி வருவீர்கள் என்று நம்புகிறேன். பாயியிக்கு சீச்கிரமே திருமணம் நடக்கலாம். அப்பொழுது உங்களுக்கு அழைப்பு அனுப்புவேன். நீங்கள் வருகை தந்து என்னைக் கௌரவிக்க வேண்டும். அப்படியே எங்கள் திருமணச் சடங்கு முறைகளைப் பார்த்ததாகவும் இருக்கும். நீங்கள் அவள் உயிரை இன்று காப்பாற்றி னீர்கள். என் உயிர் உள்ளளவும் நான் அதை மறக்கவியலாது. உங்கள் வருகையை நான் எப்பொழுதும் விரும்புவேன். நீங்கள் உங்கள் நாட்டினரைப் போலல்லாமல் வேறுவிதமாக இருக்கிறீர்கள். உங்களை எனக்குப் பிடித்திருக்கின்றது' என்றார்.

'உங்களுக்கு என் மனமார்ந்த நன்றி. எனக்கும் அதே போன்று உங்களுடன் பேசுவது பிடித்திருக்கிறது. உங்களோடு பழக விரும்பு கின்றேன். திருமண அழைப்புக்கும் நன்றி. நான் நிச்சயம் வருவேன். இந்த அழகிய ஆபரணத்துக்கும் நான் உங்களுக்குக் கடன்பட்டிருக் கின்றேன். ஆனால் அதை அந்த அம்மணி இழந்துவிட்டதைக் குறித்து வருந்துகின்றேன். என் செயல் நீங்கள் போற்றத்தகுந்ததாக வைத்துக் கொண்டாலும், அவள் அதிகமாகப் பயன்படுத்தாத இதைவிட விலை குறைந்த பொருள்கூட, தகுந்த நினைவுச்சின்னமாக இருந்திருக்கலாம்' என்றார் லிட்டில்டன்.

'நீங்கள் இன்று எனக்குச் செய்த உதவிக்கு, இதைப் போன்ற ஆயிரம் மரகதங்களும் இணையாகாது' என்று மனப்பூர்வமாக சந்நியாசி சொன்னார். மேலும் சொல்லுவார்:

'தயவுசெய்து வைத்துக்கொள்ளுங்கள். அதுதான் தகுந்த அன்பளிப்பு. ஏனென்றால் இது அவளுடையது. பிரதாபுக்கு - அதாவது மகாராஜா வுக்கு இயற்றியனுப்பிய பிரார்த்தனைக்காக மகாராஜா அவளுக்கு அளித்தது.'

'அப்படியானால் நான் அதை வைத்துக்கொள்ளுகிறேன். நான் இதை விலைமதிப்பற்றதாகக் கருதுகின்றேன். அவளுடைய தனி அழகுக்கும் திறமைக்கும் ஏற்ற நல்ல கணவனைத் தெரிந்தெடுப்பீர்கள் என்று நம்புகின்றேன்.'

'தெய்வ சித்தம்போல் நடக்கும்' என்றார் சந்நியாசி.

லிட்டில்டன் விடைபெற்றுச் சென்றார்.

14

மரணமும் திருமணமும்

மறுநாள் அரசர், அமாத்யாவோடு சந்நியாசியின் வீட்டிற்கு விஜயம் செய்தார். பேத்தி நச்சுப் பாம்பின் பிடியிலிருந்து தெய்வாதீனமாகப் பிழைத்ததை விசாரித்துப் போக வந்ததாகச் சொல்லிக்கொண்டாலும், உண்மையில் சந்நியாசி ஆங்கிலேயரோடு நடத்திய பேட்டிக்கு அரசியல் முக்கியத்துவம் உண்டா என்பதைக் கண்டுகொள்ளவே வந்திருந்தார். சிறிதுநேரம் வழக்கம்போல் பேசிக்கொண்டிருந்தார்கள். ஆனால் திடீரென சந்நியாசி கைகளை நெஞ்சின் இடதுபுறம் கொண்டு போனவர் அப்படியே கீழே சாய்ந்துவிட்டார். அவர் இதயத்துடிப்பும் நின்று, உயிரும் பிரிந்துவிட்டது.

தனக்கு உற்றதுணையும், உறுதுணையுமாக இருந்த நெடுநாளைய நண்பர் போய்விட்டாரே என்று அரசர் கண்ணீர் விட்டார். பாயி, செய்தியைக் கேள்விப்பட்டதும் திகைத்து அப்படியே நின்றுவிட்டாள். அவரே அந்த அபலைக்கு இதுகாறும், தாயும், தந்தையும் உடன் பிறந்தாரும், நண்பரும் எல்லாமுமாக இருந்து வந்தார். சற்றுநேரம் கழித்து கண்ணீர் மடை வெள்ளமாகப் பொங்கி வழிந்தது. அந்தத் துர்ப்பாக்கியவதி இப்பொழுதுதான், தான் உண்மையிலேயே அனாதை யாகிவிட்டதாகச் சொல்லிச் சொல்லி ஏங்கியழுதாள். வயதான மாமிக்கோ உடலும் புத்தியும் மிகத் தளர்ந்த நிலையில் இருந்ததால், என்ன நடக்கிறது என்பதைச் சரியாகப் புரிந்துகொள்ளக்கூட இயல வில்லை. அரசரின் உத்தரவின்பேரில் கிளாவிருந்தாவின் உறவினர் சிலர் அவளுக்குத் துணையிருக்க வந்தனர். ஆனால் அவர்கள் எல்லோருமே பேராசை பிடித்து, திருப்தியற்று முனங்கிக்கொண்டிருப்பவர்கள். கிடைத்த வாய்ப்பை நன்கு பயன்படுத்திக்கொள்ள வேண்டுமென்ப திலேயே குறியாக இருந்தனர். தங்களைக் கவனிக்காததனாலேயே சந்நியாசிக்கு இப்படிச் சம்பவித்தது என்றும் ஓயாமல் பிதற்றிக் கொண்டிருந்தார்கள். அந்த வீட்டில் பாயியிடம் உண்மையிலேயே பரிவு காட்டியவர்கள் வேலைக்காரப் பெண் சாரதாவும் ஹவில்தார்

ரகோஜியுந்தான். துரதிர்ஷ்டம் பிடித்த அந்தப் பெண்ணின் மீதுள்ள வாஞ்சையாலும் இறந்தவர் மீது கொண்டிருந்த மரியாதையாலும் அவர்கள் அவளோடு சேர்ந்து துக்கப்பட்டனர். தங்களுக்குத் தெரிந்த வகையில் அவளுடைய துக்கத்தை ஆற்றவும் முற்பட்டனர்.

சந்நியாசி விரும்பியிருந்தபடி அவருடைய உடல் சகல ஆடம்பரத்தோடும் வல்லத்துத் தோட்ட வீட்டிற்கு எடுத்துச் செல்லப்பட்டது. அங்கு அவருக்குப் பிடித்தமான மாமரத்தின் நிழலில் அவரது அந்தஸ்துக்கும் காவியுடைக்கும் தகுந்த மரியாதைகளோடு அடக்கஞ் செய்யப்பட்டது. அந்த இடத்தில் வெண் பளிங்குக் கல்லால் ஒரு சிறு கோவில் கட்டி அதை அவருடைய குலதெய்வமான மஹாதேவனுக்குப் பிரதிஷ்டை செய்தார்கள்.

அரசர், பெண்ணின் பாதுகாவலராக உடனே பொறுப்பேற்றுக் கொண்டார். இரண்டு வாரங்களுக்குப்பின் அரசி அவளை அழைப்பித்தாள். சிறிது நேரம் பரிவாகப் பேசிக் கொண்டிருந்துவிட்டு அவளைத் தாரமிழந்த திவானுக்கு மணம் செய்விக்க அரசர் நினைத்திருப்பதாகத் தெரிவித்தாள். திவான் பெருத்த செல்வந்தர் என்றும், எல்லா வகையிலும் விரும்பத்தகுந்த மாப்பிள்ளை என்றும் சொல்லி மற்றும் திவானின் குணாதிசயங்களையும் வர்ணித்துக் கொண்டே சென்றாள்.

பாயிக்கு இந்தத் தலைவிதியைப் பற்றிக் கேள்விப்பட்டதும் இதயம் அப்படியே நின்றுவிட்டது. ஆனால் துக்க மிகுதியாலும் அதிர்ச்சியாலும் அவள் வழக்கத்துக்கு விரோதமாகத் தேம்பித் தேம்பி அழுதாள். விம்மல்களுக்கிடையே தாத்தா மரணமடைந்த இவ்வளவு சீக்கிரத்தில் தான் திருமணத்தைப் பற்றி நினைக்க விரும்பவில்லை என்று மாத்திரம் சொன்னாள். அரசியோ அவளைப் பாதுகாக்க ஆள் இல்லாததனாலேயே மணத்தை விரைவில் வைக்கவேண்டிய அவசியத்தை வலியுறுத்தினாள். மணச் சடங்கு நடக்கும் நாள் குறிக்கப்பட்டிருக்கிறதென்றும், அதற்கான ஆயத்தங்கள் தொடங்குவதற்கு உத்தரவுகள் இட்டாயிற்று என்றும் சொல்லி பேச்சை முடித்துக் கொண்டாள். நொந்து கனத்த இதயத்தோடு பாயி வீடு திரும்பினாள். அவளுக்கு உற்ற மனிதரான சாரதாவும், ரகோஜியும் தன் மனநிலையைப் புரிந்துகொள்வார்கள் என்று எதிர்பார்த்தாள். ஆனால் அவர்களோ அந்தச் செய்தியைக் கேட்டதும் ஆனந்தப் பரவசராகி அவளை மனமார வாழ்த்தினார்கள். இப்படிக் கணவன் கிடைப்பதற்குக் கொடுத்து வைத்திருக்க வேண்டுமே என்று அவர்கள் நினைத்தார்கள்.

'அவர்தான் அடுத்த பிரதானர் என்று எல்லாரும் சொல்லுகிறார்கள்; அவர் தம்பி அவர் இடத்தில் திவானாகி விடுவாராம். இப்படிக் கணவன் யாருக்குக் கிடைக்கும். ஆனால் எங்கள் பாயி இதற்கும் இதற்கு மேலும் தகுதியுடையவள்' என்றார் ஹவில்தார். சாரதாவோ மகிழ்ச்சிக் கடலில்

ஆழ்ந்துவிட்டாள்.

வயதான புருஷர்கள் வயதில் குறைந்த இளைய தாரத்திடம் பிரியத்தைச் சொரிவார்கள் என்று கேள்விப்பட்டிருக்கிறோம். அவள் கணவர் பிரதான்ஜியாகி விட்டால் எங்கள் பாயி அமோகமாய் செல்வாக்கோடு வாழ்வாள். அவள் இந்த ஏழைகளை மறக்காமலிருக்க வேண்டும். நம்ம பெரிய எசமானர்கூட பிரதான்ஜி ஆகவில்லை. உங்களுக்குத் தெரியுமோ ஹவில்தார்ஜி, திவானின் முதல்தாரத்திடம் அரை லட்சத்துக்கோ, ஒரு லட்சத்துக்கோ நகை இருந்ததாமே, அதெல்லாம் இனி நம்ம பாயிக்குத்தான். மகராசியாய் வாழ்வாயம்மா. சீக்கிரமே ஆண்குழந்தை பிறக்கட்டும். உன் ஆஸ்தியையும் அவர் ஆஸ்தியையும் ஆட்சி செய்து மகாராஜாவுக்கு அடுத்தபடியாய் இருக்கட்டும்' என்று ஆசீர்வதித்தாள்.

இந்த வாழ்த்துக்களைக் கேட்டதும் அந்த அபலையின் இதயம் மேலும் பளுவடைந்தது. மாமியைப் பார்க்க வருபவர்கள் அவள் காதுபட பேசிக்கொண்ட விஷயமெல்லாம் நினைவுக்கு வந்தது. திவான் தமது விதவை மைத்துனியோடு கொண்டுள்ள வெட்கங்கெட்ட கள்ள நட்பு, அவரைக் கைம்பொம்மையாக அவள் ஆட்டுவிக்கும் திறம், அவருடைய பிற காதல்கள் இவற்றைப் பற்றி அவர்களுக்குள் பேசிக்கொள்வதை அவள் கேட்டிருக்கிறாள். அந்தக் கதையெல்லாம் நினைவுக்கு வந்ததும், அவள் நடுங்கினாள். அவள் அவரைப் பலமுறை பார்த்திருக்கிறாள். அகாலமான நரைதிரையுடன் கூடிய காமாதூரமான அவர் முகம் அவளுக்கு வெறுப்பை விளைவித்தது. துக்கம் நிறைந் திருந்த இதயத்தில் இப்பொழுது அருவருப்பும் சேர்ந்துகொண்டது. ஆனால் இந்த மணத்தை நிறுத்துவதற்கு என்ன செய்யமுடியும்? தன் பாதுகாவலரும், அரசருமான மகாராஜாவிடம் மாத்திரமே வேண்டிக் கொள்ளலாம். நிதானமாக ஆலோசனை செய்த பின்னர் அவருக்கு ஒரு நீண்ட கடிதம் எழுதினாள். இந்தத் திருமண ஏற்பாடு தனக்குக் கவலையளிப்பதால் அதிலிருந்து தன்னை விடுவிக்குமாறு, தன் பாட்டனார் மீது அவர் கொண்டிருந்த அன்பு கலந்த மரியாதையின் நிமித்தம் மன்றாடிக் கேட்டுக்கொண்டிருந்தாள்.

மறுநாள் அரசி அவளை அழைப்பித்தாள். கடிதத்தில் வெளியாகி யிருந்த அவளுடைய அறிவையும் திறனையும் அரசரும் அவளும் வியந்து பாராட்டியதாகவும், இந்தத் திருமணம் அவளுடைய பாட்டனார் வெளியிட்ட விருப்பப்படியேதான் ஏற்பாடாகிறதென்றும், அமாத்யாவும் திவானும் அப்படிச் சொன்னதாக உறுதி கூறுகிறார்களென்றும், அவளுடைய பாதுகாவலரான அரசர் அந்த விருப்பத்தை மாத்திரமே நிறைவேற்றி வைப்பதாகவும் கூறினாள். பாபாஜி அவ்வாறு செய்ய நினைத்திருக்கவே மாட்டாரென்றும், அவருக்கு திவான் மீதும் அவர்

தம்பி மீதும் வெறுப்பு உண்டு என்று தனக்குத் தெரியுமென்றும் பரிதாபமாக அழுது கெஞ்சினாள்.

ஆனால் ஒரு பயனுமில்லை. அவள் ஏட்டுப் படிப்பில் தேர்ச்சி யடைந்து இருந்தாலும், இந்த மாதிரி விஷயங்களைப் புரிந்துகொள்ளவும், நிதானிக்கவும் இயலாது என்று சொல்லி விட்டார்கள். அவள் மேலும் மறுக்க முயன்றபோதெல்லாம், அவர்கள் மனதில் அவள் அகம்பாவமும் துணிவும் மிக்கவள். தாத்தா கொடுத்த செல்லத்தாலும், ஏட்டுப் படிப்பாலும் கெட்டுவிட்டாள் என்னும் எண்ணமே உண்டாகியது. பெரியவர்கள் அவளுக்கு நலமானதைத்தான் செய்வார்கள். அவர்கள் சொற்படியே நடக்கவேண்டும் என்று கடுமையாகப் பேசி அவளை வீட்டுக்கு அனுப்பி வைத்தார்கள். மனதில் இனந்தெரியாத பயங்கள் சூழ, மனச்சோர்வுடன் திரும்பினாள் கிளாவரிந்தா.

குறித்த நாளில் அரண்மனையிலிருந்து சிங்காரப் பல்லக்கு ஒன்று அவள் வீட்டில் வந்து நின்றது. அரசி அன்பளிப்பாக அனுப்பியிருந்த விலையுயர்ந்த பகட்டான சரிகைப் பட்டை அவளுக்கு உடுத்தி, மாப்பிள்ளை அனுப்பியிருந்த வைர நகைகளைப் பூட்டி, ஆடம்பரமாகத் திவானின் வீட்டுக்கு அழைத்துச் சென்றார்கள். அங்கு அக்கினி சாட்சி யாகப் புகழ் பெற்ற சோதிடர் திவான் ராமண்ணா பண்டிதருக்கும் கிளாவிருந்தாபாயிக்கும் திருமணச் சடங்கு நடந்தேறியது. அரசர் தமது மந்திரிகளோடும் உல்லாசப் பரிவாரங்களோடும் வருகை தந்தார். ஆயிரக்கணக்கான பிராமணர்கள் சம்பிரமாகச் சாப்பிட்டுவிட்டு திவானையும் மணப்பெண்ணையும் ஆசீர்வாதம் செய்தார்கள்.

இசையும், நடனமும், விருந்தும் கொண்டாட்டமும் ஐந்து நாட்கள் நீடித்தன. எல்லோரும் உல்லாசமாகப் பொழுது போக்கினார்கள். இந்தக் கோலாகலத்தின் நடுவில் மணப்பெண்ணின் சின்னஞ்சிறு இதயமோ பளு தாங்காமல் வேதனையுற்றது.

இன்னொரு இள நெஞ்சமும் பச்சாதாபத்தில் கொதித்துக் கொண்டி ருந்தது. மணப் பெண்ணின் துயரம் கவிந்த இனிய முகத்தைக் கண்டு பரவசமானபோதெல்லாம், சோதிட சாத்திரத்தை மனமாரச் சபித்தான் அவன். அமாத்யாவின் மகனான மாதவராவ்தான் அவன். இருபது வயது நிரம்பாத அழகிய வாலிபன். விளையாட்டு வீரன். இசைக் கலைஞன். மத்தளம் அடிப்பதில் தேர்ச்சியடைந்திருந்ததால் நந்தி என்று பெயரும் பெற்றிருந்தான். இப்படிப்பட்ட அழகான பெண்ணை இழந்துவிட்டோமே என்று நீண்ட சோகப் பெருமூச்சு விட்டுக் கொண்டிருந்தான் அவன். இந்த மணத்தின் மூலம் முறைக்கு அவள் அவனுக்குத் தாயாகின்றாள்; ஆகவே இந்த எண்ணங்கள் எல்லாம் அதிகப்படி பாவகரமானவை என்பதை அவன் சிந்தித்ததாகத் தெரிய வில்லை.

திவானோ மட்டற்ற மகிழ்ச்சியும் பெருமிதமும் கொண்டவராகக் காணப்பட்டார். கல்வியில் சிறந்த அழகிய மனைவியை அடைந்து விட்டதினாலா? அல்லது அவள் வயிற்றில் தனக்கு ஒரு ஆண் குழந்தை பிறந்து தன் பாப ஆத்மாவைக் கரையேற்றிவிடும் என்பதினாலா? அல்லது இந்த அதிருஷ்டத் திருப்பத்தினால் அவர் ஆஸ்தி இரு மடங்கு, மும்மடங்கு பெருகுவதினாலா? அல்லது தன் மைத்துனியின் வெட்கங் கெட்ட ஆதிக்கத்திலிருந்து விடுபட்டு, அவள் ஆட்சியிலிருந்த இதயத்தில் – ஆஹா எப்படிப்பட்ட இதயம் அது – இதோ தமது அழுக்கு முரட்டுக் கையால் அழுத்தி இரகசியமாகக் கிசு கிசு மூட்டுகிறாரே அந்த நடுங்கும் சிறு கரத்தின் சொந்தக்காரியான அழகியைத் தன் இதய ராணியாக்கப் போகின்ற மகிழ்ச்சியினாலா? யார் சொல்ல முடியும்?

இரண்டாம் பாகம்

1

புகுந்த வீடு

மணமானதும், இனி கிளாவிருந்தாபாய் தன் வேண்டாத உறவினரோடு தனியே வசிக்க அவசியமில்லை என்று திவான் அரசரிடம் சொல்லி விட்டார். தள்ளாத மாமிக்கு போதுமான சிறு தொகை ஆண்டுதோறும் கொடுப்பதாக ஏற்பாடு செய்து, அவளை அவளுடைய உறவினர் வீட்டுக்கு அனுப்பி விட்டார்கள். ஹவில்தார்ஜியையும் போகச் சொல்லி விட்டார்கள். கிளாவிருந்தாபாய் பணிப்பெண் சாரதாவைத் தன்னுடனேயே வைத்துக்கொள்ள விரும்பியதால் அவளும் மணப் பெண்ணுடன் புக்ககம் வந்தாள்.

திவானும் அவர் தம்பி வெங்கண்ணா பண்டிதரும் ஒரே வீதி யில் அடுத்தடுத்து சேர்ந்துள்ள இரு வீடுகளில் வசித்து வந்தனர். இவர்கள் குடும்பம் தஞ்சையில் பழமை வாய்ந்த உயர் குடும்பமாகும். சகோதரர்கள் இருவரும் செல்வந்தர்கள் என்று பெயர் பெற்றிருந் தார்கள். அமாத்யாவுக்கு ஆணும் பெண்ணுமாய்ப் பல குழந்தைகள், மாதவராவ்தான் மூத்தவன். திவானுக்கு அவர் முதல் மனைவியின மூலம் ஒரே பெண் குழந்தைதான்.

கல்யாண ஆரவாரம் எல்லாம் அடங்கி விருந்தினர் போய் விட்டபின், கிளாவிருந்தாபாய் தன் புக்ககத்தின் மனிதரைக் கவனிக்கத் தொடங் கினாள். இதுவரை டஜன் கணக்கில் அவளைச் சுற்றித் தாராளமாக ஆராய்ந்தும் கேள்வியால் துளைத்தும் விமரிசனம் செய்தவர்கள் எல்லாம் யார் யார் என்று அவளுக்குச் சரிவரப் பிடிபடாமல் இருந்தது. முதலாவது அவளுடைய கணவர் திவான். வீட்டுத் தலைவர். குடும்பத்தின் மற்ற ஒரே ஆண் உறுப்பினர். அவரது மருமகனான நரஹரிராவ். அவர் தன் மாமனாரின் அலுவலகத்திலேயே வேலையில் இருந்தார். அடுத்த படியாக அவரது முதல் மனைவியின் விதவைத் தங்கை கமலாபாய். வீட்டின் உண்மையான தலைவி இவள்தான். திவானின் ஒரே மகள் கங்காபாய், நரஹரிராவின் மனைவி. குழந்தை இல்லை. ஆஸ்துமா நோயால் அவதிப்பட்டுக் கொண்டிருந்தாள். பிராமணப் பணியாட்கள்

ஆண்கள் இருவரும் பெண்கள் இருவருமாக நான்கு பேர்கள். சூத்திர வேலையாட்கள் சாரதாவைச் சேர்த்து ஆறுபேர் இருந்தனர்.

கமலாபாய் குழந்தை இல்லாத இளம் விதவை. வயது சுமார் முப்பத்தைந்து இருக்கும். குட்டையாய் தடித்துக் கொழுத்துப்போய் இருந்தாள். பதினெட்டு வயதிலிருந்தே தன் அக்காள் வீட்டோடுதான் இருந்து வந்தாள். அக்காள் இறந்த பின்னரும் மைத்துனர் திவானின் வீட்டைக் கவனித்துக் கொண்டு அங்கேயே தங்கிவிட்டாள். தமக்கை வைதிகமும் மதவெறியும் கொண்டவள். அவள் உயிரோடிருந்த போது தங்கையை ஒரு விதவைக்குரிய கட்டுப்பாட்டோடு வைத்திருந்தாள். எல்லா விரதங்களையும் நோன்புகளையும் அனுசரிக்கச் செய்தாள். விருந்துகளில் கலந்துகொள்ள அனுமதிக்க மாட்டாள். கணவனோடு உடன்கட்டை ஏறாமல் போனாயே என்றுகூடக் குற்றஞ் சொல்லுவாள்.

திவான் தன் தங்கையிடம் காட்டிய கவனத்தையும் உபச்சாரங் களையும் அவள் அறியாதவள் அல்ல. தங்கையும் அதற்கு உடன் பட்டவள்தான் என்ற சந்தேகமும் அவளுக்கு இருந்தது. இந்தக் காதல் விளையாட்டுகளை நிறுத்தாவிட்டால் வீட்டை விட்டு விரட்டிவிடுவேன் என்று அவள் பயமுறுத்தியதும் உண்டு. ஆனால் அவள் இறந்ததும் எல்லாம் மாறிவிட்டது. கமலாபாய் திவானின் உள்ளத்துக்கும் இல்லத் துக்கும் ஒருங்கே அரசியாகிவிட்டாள். அவள் ஆட்டிவைத்தபடி ஆட ஆரம்பித்தார் திவான். இதை அறிந்தவர்கள் திவானின் தயவு வேண்டிய போது அவள் மூலமாகக் காரியத்தைச் சாதித்துக் கொண்டார்கள். இதன் மூலம் தனக்கும் தனி வருமானம் கிடைக்கும்படி ஏற்பாடு செய்துகொண்டாள் அந்தத் தந்திரக்காரி.

திவானின் மகள் கங்காபாய் வயதிற் சிறியவள். தன் தாய் இறந்ததும் எஜமானி ஆகிவிடலாம் என்று முயற்சி செய்து பார்த்து கமலாபாயிடம் வெற்றிபெறாமல் அடங்கிவிட்டவள். இப்பொழுது சித்திக்குத் தாளம் போடும் பக்கவாத்தியமாக மாறிவிட்டாள்.

அவள் கணவன் நரஹரிராவ் விவேகி. அமைதியாகப் போகக் கூடியவர். அவர் உத்தியோகம் மாமனாரைச் சார்ந்திருந்ததால் அவரும் கமலாபாயின் ஆதிக்கத்துக்குப் பணிய வேண்டியதாயிற்று. எப்பொழுதுமே ஒதுங்கிப் போய்விடும் இயல்புடையவராதலால் வீட்டில் நடப்பன வற்றைக் கண்டும் காணாதவர்போல் இருந்து வந்தார். கமலாவோடு மோதல் ஏற்பட்டுவிடாமல் மட்டும் ஜாக்கிரதையாகப் பார்த்துக் கொண்டார். மற்றபடி எல்லாம் இனிதே நடந்து வந்தது.

வேலையாட்களில் சாரதாவைத் தவிர மற்றவர்கள் கமலாபாயின் அடி ஆட்களே. அப்படிப்பட்டவர்களைத் தேர்ந்தெடுத்தே அவள் வேலையில் சேர்த்திருந்தாள். சாரதா மாத்திரம் தன் எஜமானியைப் போல அந்த வீட்டில் அந்நியளாக இருந்தாள்.

வேலையாட்கள் பொதுவாக திவானை எஜமானர் என்றும் கமலாபாயை எஜமானி என்றும் சொல்லி வந்தார்கள். கங்காபாய், 'சின்ன எஜமானி', அவளுடைய கணவன் 'மருமக எஜமான்.' புது மணப் பெண் வரவால் சற்றுக் குழப்பம் ஏற்பட்டது. ஆனால் விரைவில் அவளுக்குப் 'புது எஜமானி' என்று பெயர் வைத்துவிட்டார்கள். கமலாபாய்க்கு இந்தப் பெயர் சில வேளைகளில் எரிச்சல் மூட்டியது.

ஒரு நாள் மாலை, கமலாபாய் பச்சை சரிகைப்பட்டு உடுத்தி கால்களைத் தொங்கவிட்ட வண்ணம் கூடத்தின் நடுவே தொங்கிய ஊஞ்சலில் உட்கார்ந்து தாழ்ந்த குரலில் பாடிக்கொண்டிருந்தாள். தங்கச் சங்கிலியால் கோர்த்த சாவிக்கொத்தும் அவள் இடுப்பிலிருந்து தாளம் போட்டுக் கொண்டு அவளோடு சேர்ந்து ஆடியது. கூடத்தின் ஓரத்தில் ஒரு கோரைப் பாயில் கங்காபாய் அமர்ந்து தன் முன்னால் இருந்த மாற்றாந் தாய்க்கு (கிளாவிருந்தாபாய்க்கு) தலைவாரிப் பின்னிவிட்டுக் கொண்டிருந்தாள்.

'அம்மா! நல்ல சுருள் சுருளான கூந்தல் உங்களுக்கு. சீப்பை எடுத்து விட்டால் மீண்டும் பட்டென்று சுருண்டு கொள்கிறது. அடர்த்தியாக வேறு இருக்கிறது. இதை எப்படித்தான் சீவிப் பின்னப் போகிறேனோ, தெரியவில்லை' என்றாள் கங்காபாய் புன்சிரிப்புடன்.

'சுருட்டை முடிக்காரிகளே அடங்காப் பிடாரிகள் என்பார்கள். ஆனால் கிளாவிருந்தா அப்படிப் பிடிவாதக்காரியாக இருக்க மாட்டா ளென்று நினைக்கிறேன்' என்றாள் கமலாபாய் குத்தலாக. அவளுடைய குத்தலான பேச்சு சுரீரென்றது கிளாவிருந்தாபாய்க்கு.

கங்காபாய், 'உங்களுக்குத் தெரியாது சித்தி! அம்மாவுக்கு இந்தக் கல்யாணத்தில் பிடித்தமேயில்லையாம். அதை நிறுத்துவதற்காக மகாராஜா வுக்குக் கடிதம் எழுதி அழுது கெஞ்சிக் கேட்டுக்கொண்டார்களாம்.'

கமலாபாய், நம்ப இயலாதவள்போல், 'அப்படியா? அமங்கலமாக அல்லவா இருக்கிறது. மைத்துனருக்கு நாற்பத்தி ஏழு வயதாகிறது என்பது உண்மைதான். ஆனால் ஆண்பிள்ளைகளுக்கு வயது ஒரு பொருட்டா என்ன? பெண்கள்தான் அழகாகவும் இளமையாகவும் இருக்கவேண்டும். ஆண் எந்த வயசிலேயேயும் ஆண்தான். அதிலும் மைத்துனர் ராஜ்யத்திலேயே முதன்மையான ஆட்களில் ஒருவர். மனிதர்களுக்குள்ளே சிங்கம் அல்லவா அவர்? ஏன் இவளுக்கு அவரைப் பிடிக்கவில்லையாம்?'

கிளாவிருந்தா சொன்னாள். 'தாத்தா இறந்து போய் ஒரு மாதம்தான் ஆகியிருந்தது. எனக்கு எல்லாமுமாக இருந்து வந்தவரே அவர்தானே. எனக்குப் பெற்றோர். உடன்பிறந்தோர் கிடையாது. நான் அவரை மிகவும் நேசித்தேன். அவர் திடீரென்று இறந்துவிட்டார். இறக்கும் போது நான் அவர் அருகில் இருக்கக் கூடக் கொடுத்து வைக்கவில்லை.'

துக்கம் தொண்டையை அடைத்தது. அவளால் அதற்கு மேல் பேச முடியவில்லை.

கமலாபாய் கோபமாக, 'எதற்காக அழுகிறாய், அசட்டுப் பெண்ணே? புதுமணப்பெண் இப்படி அழுவது நல்ல சகுனம் அல்ல. உன் தாத்தா பெரிய கெட்டிக்காரர்தான். ஆனால் சாகாவரம் வாங்கிக் கொண்டு வந்தாரா என்ன? இருக்கிறவர்களுக்கு இடத்தைக் கொடுத்துவிட்டு எல்லாரும் ஒரு நாள் போக வேண்டியவர்தானே?' என்றாள்.

கிளாவிருந்தபாய் கண்ணீரைத் துடைத்து சிரமத்துடன் துக்கத்தை அடக்கிக் கொண்டாள். 'நான் அவரை மிகவும் நேசித்தேன். அவர் போய் இவ்வளவு சீக்கிரத்துக்குள் மணம் செய்துகொள்ள விரும்பவில்லை அது தான்...'

'அப்படியானால் கல்யாணத்தின் மேல்தான் உனக்கு ஆட்சேபம். என் மைத்துனர் மேல் அல்ல என்று சொல்லு. சமர்த்துத்தான். ஆனால் ஏற்கெனவே நீ வயதானவள். பார்ப்பதற்குப் பெரிய பெண்பிள்ளை மாதிரி இருக்கிறாய். எத்தனை நாள்தான் இப்படியே கல்யாணம் ஆகாமல் இருந்துவிடலாம் என்று நினைத்தாய். நீ புஷ்பவதியாகி விட்டாய் என்று ஊரில் பேசினார்கள். நம்பலாம்போல்தான் தோன்றிற்று. மைத்துனர் இப்படிப்பட்ட பெண்ணைக் கல்யாணம் செய்துகொண்டது சாஸ்திர விரோதம் என்று எங்கள் உறவினர் சிலர் சொல்கிறார்கள்' என்றாள் கமலாபாய்.

கிளாவிருந்தாபாய் வெகுளியாக, 'அப்படியானால் எதற்காகக் கல்யாணம் செய்தார்? நான் பேசாமல் மாமியோடு வீட்டில் இருந்திருப்பேனே?' என்றாள்.

'எதுவரைக்கும் இருந்திருப்பாய்? வயத்திலே பிள்ளை வர்ர வரைக்குமா?' என்று சொல்லி இடிஇடியென்று சிரித்தாள் கமலாபாய். பின் குறும்பாக, 'பிராமணப் பெண் இத்தனை வயசுவரை கல்யாணம் ஆகாமல் இருந்து எங்கேயாவது பார்த்திருக்கிறோமா? மச்சினர் எப்படியோ மோகத்திலே மயங்கிவிட்டார் அல்லது வேறு யார் உன்னைக் கல்யாணம் பண்ணிக்கொள்வார்கள்?' என்றாள்.

கிளாவிருந்தாவுக்கு அவள் பேச்சு அருவருப்பைத் தந்தது. சற்றுக் காட்டமாகவே, 'நான் அப்படிப்பட்ட பெண் அல்ல, என்னை அப்படி வளர்க்கவும் இல்லை. பழைய காலத்தில் பிராமணப் பெண்கள் வயது வந்த பின்தான் மணம் செய்துகொண்டனர். பலர் மணமாகாமல்கூட இருந்தார்கள்' என்றாள்.

கமலாபாய் குத்தலாக, 'நீயும் கல்யாணமாகாமலே காலத்தைக் கழித்துவிடலாம் என்று நினைத்திருந்தாயோ?' என்று கேட்டாள்.

முதலில் 'நான் அதைப்பற்றியெல்லாம் நினைத்ததே இல்லை' என்றாள் கிளாவிருந்தா. பின் வெகுளியாக 'குறைந்த பட்சம், கல்யாணம்

செய்வதால் எனக்கு உபகாரம் செய்வதாக நினைக்காத ஒருவர் கிடைக்கும்வரையிலாவது, காத்துக் கொண்டிருக்கலாம்' என்றாள்.

கமலாபாய் இரைந்து சிரித்த வண்ணம், 'ஓஹோ இப்பொழுது தெரிகிறது உன் மனது. எங்க நந்தி மாதிரி வாட்டசாட்டமான அழகான இளைஞனாக இருந்தால் நீ உடன்பட்டிருப்பாய் இல்லையா? பாவம். மைத்துனர் மாட்டிக்கொண்டார்; எல்லாம் அந்த முட்டாள் கிழவன் செய்து விட்டுப் போன வேலை. வேண்டாத ஏட்டுப்படிப்பை எல்லாம் ஏற்றி உன் மண்டையை வீங்க வைத்து விட்டார்' என்றாள்.

கிளாவிருந்தா கண்ணீரையும் கோபத்தையும் அடக்கமாட்டாத வளாக ஆத்திரத்துடன் 'என் பாட்டனாரை யாரும் அவமரியாதையாகப் பேசவேண்டாம். அவர் பெரிய ஞானி. சாது. வாயில் வந்ததை எல்லாம் உளறும் நீங்கள்தான் அறிவில்லாதவர்கள். உங்கள் சமாச்சாரம் எல்லாம் நான் கேள்விப்பட்டிருக்கிறேன். அவர் பெயரை உச்சரிக்கக்கூட நீங்கள் அருகதை இல்லாதவர்கள்' என்று பொரிந்தாள்.

துயரமும் ஆத்திரமும் கலந்த இந்த எரிமலைச் சொற்கள், திடீர்க் குண்டாக விழுந்து வெடித்தன. கங்காபாய் ஆச்சரியத்தில் அசந்துபோய், பின்னிக் கொண்டிருந்த பின்னலை நழுவ விட்டுச் சுவரில் சாய்ந்து விட்டாள். சொல்லப்போனால் கிளாவிருந்தாவே மேற்கண்ட சொற் களைப் பேசியபோது தன்னையுமறியாமல் கூந்தலை இழுத்துக் கொண்டிருந்தாள். இந்த ஆத்திரச் சொற்களைக் காதில் கேட்ட இரு வேலையாட்கள், சமையலறையிலிருந்து வியப்பில் வாயைப் பிளந்த வண்ணம் அங்கு வந்து நின்றனர்.

கமலாபாயோ இம்மாதிரியான பேச்சை அவள் வாழ்நாளில் இதுவரை அவள் சகோதரியிடமிருந்துகூடக் கேட்டவள் அல்ல. இந்தத் திடீர் நேரிடைத் தாக்குதலால் ஸ்தம்பித்து, சிறிது நேரம் பேச்சிழந்த வளாய்ப் போய்விட்டாள். 'ஓஹோ! என் சமாச்சாரமெல்லாம் தெரியுமாக்கும் உனக்கு. எங்கிருந்தோ வந்த குப்பை பேசுகிற பேச்சைப் பார். மரியாதை தெரியாத மூடம். இருக்கட்டும், உன்னைக் கவனிக்கிற விதத்தில் கவனித்துக்கொள்கிறேன். என் மைத்துனர் மனைவியாச் சேன்னு நினைத்திருந்தேன். ஆனால் இனிமேல், நான் யார் என்பதை உனக்குத் தெரியும்படிச் செய்கிறேன். எதற்கு அருகதை என்பதையும் காட்டுகிறேன்.'

அவமானத்தாலும் ஆத்திரத்தாலும் குமுறிவந்த இந்தச் சொற்கள், அந்த வீட்டில் அன்று மணப்பெண்ணின் விதியை நிர்ணயித்தன.

2

சிலந்தி வலை

திவான் உணர்ச்சி நயமற்றவர். சிற்றின்பப் பிரியர். சிற்றின்பத்தில் மூழ்கியதாலும் கமலாபாயின் சகவாச தோஷத்தாலும் அவருடைய மேலான தன்மைகள் மழுங்கி விட்டிருந்தன. களங்கமில்லாத அவரின் இளம் மனைவிக்கு அவருடைய முரட்டுத்தனம் அதிர்ச்சி தருவதாய் இருந்தது. அவள் முதலில் கொண்டிருந்த அருவருப்புணர்ச்சி மேலும் அதிகரித்தது.

பெண்களை மயக்கும் வன்மை தமக்கு அதிகமாக உண்டு என்று திவான் பெருமைகொண்டிருந்தார். தாம் இன்னும் இளமை மாறாதவர் என்பதும் அவர் எண்ணம். இது கமலாபாய்க்கு நன்கு தெரியும். கிளாவிருந்தாவைப் பழிவாங்குவதற்காக, அவள் அதைப் பயன்படுத்தத் தொடங்கினாள். கிளாவிருந்தாவுக்கு அவர்மீது காதல் இல்லை; உண்டாக்கவும் முடியாது என்று மெள்ள மெள்ளக் குறிப்பாக உணர்த்தினாள். கிளாவிருந்தாவின் நடவடிக்கைகளில், அவ்வித அன்பில்லாததுபோல் தோன்றும் செயல்களைத் தந்திரமாக அவர் கவனிக்குமாறு செய்தாள். இருந்திருந்து கட்டிய மனைவியிடம் அவருடைய மயக்கும் சக்திகள் எல்லாம் தோற்றுப்போயினவே என்று சாடைமாடையாகவும் கிண்டலாகவும் சொல்லிக் காட்டினாள். அவரை ஆறுதல்படுத்துவது போல் பாவனையாகப் பேசி அவரைச் சீண்டிக் கோபமூட்டினாள். கிளாவிருந்தா அப்படி ஒன்றும் பிரமாத அழகி அல்லவென்று சொல்லி அவள் தோற்றத்தையும் நடையுடை பாவனைகளையும் நடு நடுவே குறைகூறி வந்தாள்.

அவளைப்பற்றி இல்லாததையும் பொல்லாததையும் நம்பக் கூடிய வண்ணம் எடுத்துக்காட்டிச் சொன்னாள். வேலையாட்களின் உதவி யாலும் கங்காபாயின் ஒத்துழைப்பாலும் அவைகளை நிரூபித்தும் காட்டினாள். ஒன்றுமறியாத அந்த எளிய பெண்ணுக்கு விரோதமாக அவர் மனம் கலையும் வகையில் அவள் பல காரியங்களைச் செய்து வந்தாள்.

சொல்லித் தர யாருமில்லாததால் அசடாக வளர்ந்துவிட்ட அனாதைப் பெண்ணை, தான் திருத்தி வழிக்குக் கொண்டு வருவ தாகவும் கிளாவிருந்தாவின் நன்மைக்காகவே அப்படிச் செய்வதாகவும் வெளியில் சொல்லிக்கொள்வாள். தன் பெண்ணைப் போலவே அவளை நேசிப்பதாகவும், மைத்துனரின் மனைவியை ஓர் இலட்சிய இந்து மனைவியாக உருவாக்கப் பயிற்சி அளித்துவருவதாகவும் எல்லோரிடமும் பீற்றிக் கொள்வாள்.

பாசாங்கு கடினமான கலை. ஆழ்ந்த அன்பை மறைக்க முடியாதது போலவே வெறுப்பை மறைப்பதும் கடினம். கிளாவிருந்தாவின் காரியங் களிலும், அவள் கணவன் மீதிருந்த வெறுப்பு ஓரளவு வெளிப்படவே செய்தது. ஆகையால் கமலாபாயின் வேலை மிக எளிதாகிவிட்டது. அவள் தூண்டுதலின் பேரில் இப்பொழுது திவான் கிளாவிருந்தாவைத் தண்டிக்கவும் தலைப்பட்டார். சிறு சிறு தவறுகளுக்கும் நிஜமோ, கற்பனையோ, அவர் அவளை ஏசவும் அவமானப்படுத்தவும் தொடங் கினார். வர வர அவளைக் கன்னத்தில் அடிப்பது, கிள்ளுவது, தலையில் குட்டுவது எல்லாம் சகஜமாகி விட்டது. அவருடைய முரட்டு வருடல் களையும், சரசங்களையும் எப்படியோ தாங்கிவந்தவளுக்கு இப்பொழுது அவர் அருகில் வந்தாலே நடுக்கம் உண்டாயிற்று.

கமலாபாயின் மனதை அறிந்துகொண்ட வேலையாட்கள் கிளாவிருந் தாவின் உத்தரவுகளையும் அலட்சியம் செய்தனர். அவள் தேவை களைச் சரிவரக் கவனிப்பதில்லை. தன் அருமைபாயியிடம் அன்பும் விசுவாசமும் காட்டுவது சாரதாவுக்குக்கூட கடும் பிரயத்தனமாக இருந்தது. அவளுக்காக எத்தனையோ அவமானங்களையும் இன்னல் களையும் பொறுமையாகச் சகித்துக் கொண்டாள்.

கமலாபாயின் கேலிச்சொற்களும் கிண்டலும் கிளாவிருந்தாவின் மெல்லிய மனத்தை மிகவும் புண்படுத்துவனவாய் இருந்தன. ஆனால் எத்தகைய ஆத்திரமூட்டும் சந்தர்ப்பத்திலும் அவள் பொறுமையையும் பணிவையும் கைவிட்டு விடவில்லை.

தன்னைத் துன்புறுத்தியவர்கள் மீது பரிதாபமும் ஏளனமும் கொண்டவள் போல அவள் அமைதியாக இருப்பது, கமலாபாயின் எரிச்சலை அதிகப்படுத்தியது. இக்காரணத்தினால், கமலாபாய் வெற்றி யடைந்தபோதிலும் அந்த வெற்றியின் மகத்துவம் குறைந்து விட்டது போலிருந்தது அவளுக்கு. அவள் பகை மேலும் அதிகரித்து, பழிவாங்கும் எண்ணம் தீவிரமாகியது.

கிளாவிருந்தாவை முற்றிலுமாக முறியடிக்க இன்னொரு கடுமையான ஆயுதத்தைக் கையாண்டாள் அவள். மணமாகி இரண்டு வருடமாகியும் ஆண்குழந்தை பெற்றுக்கொடுக்கத் தவறிவிட்டாள் என்று குற்றம் சாட்டத் தொடங்கினாள். கிளாவிருந்தாவின் பெருஞ்செல்வம்,

திவானுக்கு ஆண்வாரிசு இல்லாதது, இந்த இரு காரணங்களுக்ாகவும் தான் கமலாபாய் இந்தத் திருமணத்துக்குச் சம்மதம் தந்திருந்தாள். இப்பொழுது அதை, திவானிடம் நினைவுறுத்தினாள். செல்வம் என்னவோ வந்துவிட்டது. ஆனால் வாரிசு இல்லாவிட்டால் என்ன பயன்? ஏக்கத்தை அதிகரிக்கத்தான் அது பயன்படும். கிளாவிருந்தாவுக்கு கணவன்மீதுள்ள வெறுப்பினால்தான் இன்னும் சந்தானம் உண்டாக வில்லை என்றும் குற்றம் சாட்டினாள். நாள் கடந்துவிடுமுன்னர் வேறொரு மணம் செய்துகொள்ளுமாறும் திவானை வற்புறுத்தினாள். ஆனால் திவான் நல்லவேளையாக அந்த வலையில் விழவில்லை.

கிளாவிருந்தா இப்பொழுது கட்டான இளம் பெண்ணாக வளர்ந்து அழகுறத் தோன்றினாள். சிற்றின்பப் பிரியரான தன் மைத்துனருக்கு இன்னும் அவள்மீது ஆசை இருந்தது என்பது கமலாபாய்க்குத் தெளிவா கியது. அவளுடைய பெருந்தன்மையையும், பொறுமையையும் கண்டு அவர் மனம் இளகி இப்பொழுதெல்லாம் முன்னைப்போல் காரண மின்றி ஏசுவதும், தண்டிப்பதும் இல்லை. இதைக் கண்டு திகிலுற்ற கமலாபாய் அந்த அபலையை எப்படியேனும் அழிப்பது என்ற தீர்மானத்துக்கு வந்தவளாய் வேறொரு திட்டத்தை வகுத்தாள்.

பெண்களுக்கே உரிய சூட்சும அறிவால் அவள் ஒரு விஷயத்தை அறிந்திருந்தாள். அமாத்யாவின் மகன் மாதவராவ் கிளாவிருந்தாவைக் காதலிக்கிறான் என்பதுதான் அது. ஆனால் கிளாவிருந்தாவின் மனத்தைச் சந்தேகிக்க இடமில்லை. அது களங்கமற்றது என்பது அவளுக்குத் தெரியும்.

ஆனால் தன்னைப் போலவேதான் பிறரும் இருப்பார்கள் என்று நினைத்துவிட்டாள் அவள். இந்த முறையற்ற காதலை வளர்த்து, தகுந்த வளர்ச்சியடைந்ததும் மைத்துனரை வரவழைத்துக் காண்பித்து, எதிரியை ஒழிப்பது என்பதுதான் அவள் புதிய திட்டம். மிகக் கொடிய திட்டம். ஆனால் கமலாபாய் கொடிய பெண்தானே!

மாதவராவ் தன் காதல் தவறானது என்று மட்டுமல்ல, நிறைவேற முடியாததும்கூட என்பதை நன்கு உணர்ந்திருந்தான். அவன் தன் காதலை நசுக்கிவிடவே முயன்றான். பெரியப்பாவின் வீட்டுக்குப் போவதை நிறுத்திவிட்டான். அங்கே கிளாவிருந்தாவைச் சந்திப்பதைத் தவிர்க்கவே அவன் விரும்பினான். கிளாவிருந்தாவுக்கு அவன் தன்மீது ஆழ்ந்த காதல் கொண்டிருந்தான் என்பது தெரியாது. அவளுக்குக் கணவன் மீது விசேஷமான அன்பு எதுவும் இல்லாவிட்டாலும், நாட்டுப் பண்பாட்டில் ஊறியவளாதலால், மனம் சொல் செயலால் கனவில்கூட அவருக்குத் துரோகம் இழைக்கக் கருதியதில்லை.

இரண்டு குடும்பங்களும் ஒன்றுக்கொன்று பொறாமையும் தாயாதிக் காய்ச்சலும் கொண்டிருந்தன. இரண்டு வீடுகளுக்கும் இடையே இருந்த பின்தோட்டத்துக் கதவு பொதுவாக அடைத்தே இருந்தது. விசேஷ

காலங்களில் மாத்திரம் திறந்து வைத்து பரிமாறிக் கொள்வார்கள். ஆனால் கமலாபாய்க்கு இதெல்லாம் ஒரு தடையாக இல்லை. புதுப்புது யோசனைகளுக்குத்தான் அவளிடம் பஞ்சமில்லையே!

இந்த ஒன்றுமறியாத அனாதைப் பெண் எப்பொழுதும் சஞ்சல மாக இருக்கிறாளே என்று கிளாவிருந்தா மீது திடீரென்று கருணை சொரியத் தொடங்கினாள். வீட்டினர் அனைவரும் கமலாபாயைத் தொடர்ந்து அவளிடம் பிரியமும் பரிவும் காட்டினர். கிளாவிருந்தா கூரிய அறிவுடையவளாதலால், இது நல்லதற்கு அல்ல என்று மாத்திரம் உணர்ந்தாள். வில் வளைவது எதிரியைக் கொல்வதற்காகவே என்பதைத் தெரிந்த அவள், எதிரியின் திடீர்ப் பிரிவை ஒதுக்கவுமில்லை, நம்பி விடவுமில்லை.

கமலாபாய், வீட்டு எஜமானி என்ற முறையில் திவானின் தம்பி வீட்டாரோடு மீண்டும் உறவைத் தொடங்கி வைத்தாள். இரு வீட்டினரும் வருவதும் போவதும் அதிகமாயின. தோட்டத்துக் கதவு பகல் முழுவதும் திறந்தே இருந்தது. இரவு படுக்கும் முன்னர்தான் அடைத்தார்கள். ஏதாவதொரு சாக்கை இட்டு கமலாபாய் அடிக்கடி கிளாவிருந்தாவைப் பக்கத்து வீட்டுக்கு அனுப்பிவைப்பாள்.

அவளது அடங்காத கருங் கூந்தலை, அமாத்யாவின் மகள் ரமணி பாய்தான் சரியாகப் பின்னிவிடமுடியும். பூ, பழம் பண்டங்கள் அனுப்ப வேண்டுமானாலும் கிளாவிருந்தாவையே கொண்டு கொடுக்கும்படிச் செய்தாள். கமலாபாய் விளையாட ரமணிபாயின் குழந்தையை அழைத்துவரவும் அதை விட்டு வரவும் கிளாவிருந்தாதான் அனுப்பப் பட்டாள். இப்படிப் போகுமாறு கமலாபாய் இயல்பான முறையில் நயமாகக் கேட்டுக்கொண்டதால் கிளாவிருந்தாவும் இணங்க வேண்டிய தாயிற்று. அவள் எதுவும் சந்தேகிக்கவில்லை. ஆனால் கமலாபாயின் திடீர் கருணைக்கு ஏதாவது காரணம் இருக்கவேண்டும்; அது தீமை யானதாகத்தான் இருக்கும் என்று மாத்திரம் தோன்றியது. ஆனால் இன்னவென்று அவளால் ஊகிக்க இயலவில்லை.

இந்த நடவடிக்கைகளால் மாதவராவ் மிகுந்த வேதனைக்குள்ளானான். தினமும் நாலைந்து தடவைகள் கிளாவிருந்தா அவனுக்கு எதிர்ப்பட்டாள். முறைக்கு அவள் சிற்றன்னையாதலால் அவன் அவளைக் கண்டு விலகி ஒதுங்குவது சரியாகாது. அவளோ அவனிடம் தாராளமாகப் பேசுவாள். குற்ற உணர்வால் அவன் விலகிச் சென்றுவிடுவான்.

கமலாபாய், தன்னோடு பேசிக்கொண்டிருப்பதற்காக அடிக்கடி மாதவராவைத் தன் வீட்டுக்குக் கூப்பிட்டனுப்பத் தொடங்கினாள். அவள் அவனை நந்தி என்றுதான் அழைத்தாள். அவளுக்கு இசையில் சிறிது ஈடுபாடு உண்டாதலால் அவனை அழைத்துப் பேசுவதற்கு அதுவே நல்ல சாக்காயிற்று.

அவள் அவனிடம் பல விஷயங்களைப் பற்றியும் பேச்சுக் கொடுப்பாள்; கிளாவிருந்தாவும் அடிக்கடி உடன் இருப்பாள். சில வேளைகளில் சிறு பெண்களை, வயதான கணவர்களுக்கு மணம் செய்விக்கும் அநியாயத் தைப் பற்றிப் பேசத் தொடங்குவாள். மிகவும் உருகுவதுபோல் பாவனை செய்வாள். தந்தை, பாட்டனாருக்கொத்த வயதுள்ள கணவர்களுக்கு வாழ்க்கைப்பட்டு இன்னல்படும் பெண்களைப் பற்றி விவரிப்பாள். அந்தப் பெண்கள் எல்லாம் எப்படித்தான் திருட்டுத்தனமாக வேறு இளம் காதலர்களைத் தேடிக்கொள்ளாமல் இருக்கிறார்களோ என்று அதிசயிப்பாள். சந்நியாசி கிளாவிருந்தாவை மாதவராவுக்குக் கொடுத் திருந்தால் அது எப்படிப்பட்ட இலட்சிய ஜோடியாக இருந்திருக்கும் என்று அங்கலாய்ப்பாள்.

சோதிட சாஸ்திரத்தில் தனக்கு நம்பிக்கையே இல்லையென்று சொல்லி, அந்தச் சாஸ்திரத்துக்கு விரோதமாகக் கணைதொடுப்பாள். எத்தனையோ தேர்ந்த சோதிடர்களின் உதவியோடு நிச்சயிக்கப்பட்டும், இருபது வயதுக்குள் அவள் விதவையாக நேரிட்டுவிட்டதே என்று கண் கலங்குவாள். கிளாவிருந்தாவின் இனிய இயல்பு, கல்வி, இணையற்ற அழகு இவற்றையெல்லாம் அந்த இளைஞனிடம் வர்ணித்து, அவன் காதல் தீயைக் கொழுந்து விட்டெரியச் செய்வாள். மாதவராவ் என்ன செய்வதென்று அறியாமல் நின்றான். நஞ்சு இனித்தது. அதை அப்படியே ஆவலுடன் உறிஞ்சிப் பருகினான். சிலவேளைகளில் அவ்விடத்தை விட்டுத் தப்பி ஓடினான்.

ஆனால் கமலாபாயின் சாமர்த்தியத்துக்கும் தந்திரத்துக்கும் அவனால் ஈடுகொடுக்க முடியவில்லை. அவன் பெருந்தன்மையாக எடுத்துக் கொண்டிருந்த தீர்மானங்கள் எல்லாம் கமலாபாயின் தந்திரத்தினால் தவிடு பொடியாயின. முதலில் இம்மாதிரி சுவையான பேச்சு வரும்போது அவன் கனவு காண்பவன் போல் மௌனமாகக் கேட்டுக்கொண்டே இருந்தான். ஆனால் வர வர அவன் கண்கள் கிளாவிருந்தாவின் எழில் மீது ஆசையுடன் பதிந்தன. பதிந்த கண்களை எடுக்க இயலாமல் அப்படியே மயங்கி நிற்பான். அந்த விழுங்கும் கண்களைக் கிளாவிருந்தா ஓரிருமுறை சந்தித்தாள். அவள் மனதில் இன்னதென்றில்லாத அமைதி யின்மையும் பயமும் தோன்றின. இயல்பான அடக்கமும் அறிவும் கொண்டவளாதலால் எதுவும் பேசவில்லை. ஆனால் அவன் பார்வை யைத் தவிர்க்கத் தொடங்கினாள்.

ஒருநாள் பிற்பகல் கமலாபாய் கூடத்தில் ஊஞ்சலில் உட்கார்ந் திருந்தவண்ணம் மாதவராவோடு பேசிக்கொண்டிருந்தாள். ‘நந்திக்கு அந்த ஆரஞ்சு ஷர்பத் ஒரு கிண்ணம் கொண்டு வந்து கொடேன்.’ அவன் வருவதைப் பார்த்துவிட்டு முன்கட்டுக்குச் சென்றுவிட்ட கிளாவிருந்தாவிடம்தான் கமலாபாய் அப்படி உரத்துச் சொன்னாள்.

முன்கூடத்தில் அமர்ந்து ஒரு சமஸ்கிருத நூலை வாசிக்கத் தொடங்கி யிருந்தாள் கிளாவிருந்தா. சில நிமிடங்கள் கழித்து ஆரஞ்சு ஷர்பத் ஒரு வேலையாள்மூலம் வந்தது. கமலாபாய் மீண்டும் உரத்து 'கிளாவிருந்தா, நீ அங்கே என்ன செய்துகொண்டிருக்கிறாய்? நேற்று அரண்மனையில் நடந்த யானைச் சண்டையைப்பற்றி நந்தி சொல்லப்போகிறான். உனக்குக் கேட்க வேண்டாமா?' என்றாள்.

கிளாவிருந்தா உட்கார்ந்தபடியே, 'நான் படித்துக் கொண்டிருக்கிறேன். அப்புறம் உங்களிடமிருந்து கேட்டுக்கொள்கிறேன்' என்று சொல்லி விட்டு வாசித்துக்கொண்டே இருந்தாள்.

அன்று இரவு அவள், கமலாபாயிடம் வெளிப்படையாக மாதவராவ் தன்னைப் பார்க்கும் விதம் சரியாக இல்லை என்றும், அது தனக்குப் பிடிக்கவில்லை என்றும் கூறினாள். கமலாபாயோ, 'அவன் உனக்கு மகனாயிற்றே. வீணான சந்தேகம், போலி நாணத்துக்கு எல்லாம் எதற்காக இடம் கொடுக்கிறாய்?' என்று சொன்னதுமல்லாமல் 'எல்லாப் பெண்களுமாடி உன்னைப் போல் அழகாக இருக்கிறார்கள். உன் அழகான முகத்தில் வைத்த கண்ணை வாங்கமுடியாமல் பாவம் அந்தப் பிள்ளை தவிக்கிறான். அது நீ பெருமைப்படவேண்டிய விஷயமல்லவா?' என்றும் கூறினாள்.

'எனக்கு அப்படித் தோன்றவில்லை. உங்கள் மைத்துனரிடம் இதைச் சொல்லலாம் என்றிருக்கிறேன்' என்றாள் கிளாவிருந்தா.

கமலாபாய் பயந்துபோய், 'அசட்டுத்தனம் செய்துவிடாதே. இப்பொழுதுதான் இரண்டு குடும்பங்களும் சற்று ஒற்றுமையாய்ப் பழகுகின்றன. நீ அவசரப்பட்டு ஏதாவது செய்தாயானால், பழையபடி இரண்டு குடும்பங்களுக்கும் மனஸ்தாபங்கள் உண்டாகும். அவன் நடவடிக்கைகளை நீ பெரிதாக எடுத்துக்கொள்ளாதே. வேண்டு மானால் நானே அவனிடம் சொல்லிவைக்கிறேன்' என்றாள். அவள் சொல்வதும் கிளாவிருந்தாவுகு நியாயமாகத்தான் பட்டது. ஆகவே பேசாமல் இருந்துவிட்டாள்.

ஆனால் இதற்கு முன்னரே கமலாபாய் திவானின் மனதில் சந்தேகம் என்ற நஞ்சு விதையை ஊன்றியிருந்தாள். இரு வீடுகளுக்கும் பின்னால் இருந்த கொல்லைப்புறங்களின் நடுவில் ஒரு தாழ்ந்த தென்னந்தட்டி வேலி இருந்தது. இதை மேலும் மூன்றடி உயரமாக்க கமலாபாய் உத்தரவிட்டாள். வேலை நடந்துகொண்டிருந்ததைப் பார்த்த திவான் அவளிடம் காரணத்தைக் கேட்டார். 'கொல்லைப்புறத்தில் பெண் களுக்குப் போதுமான மறைவு இல்லை. அவர்கள் வீட்டுக் கொல்லையில் அடிக்கடி மாதவராவ் காணப்படுகின்றான். குறிப்பாகக் கிளாவிருந்தா நமது பின்புறத்துக்குப் போகநேரிடும் போதெல்லாம் அவன் அங்கே தோன்றுகிறான்' என்று சொல்லி வைத்தாள்.

'கமலா நீ என்ன உளறுகிறாய்? தற்செயலாக நேர்ந்திருக்கும். மாதவராவ் அவளுக்கு மகனல்லவா?' என்றார் திவான்.

'மகனென்பது தெரியாமலா கிடக்கிறது? உறவு எதுவாய் இருந்தால் என்ன, வயது வயதுதான். சாரங்கதரானும் அவன் மாற்றாந்தாயும் காதலர்களானதாகப் புராணக்கதை இல்லையா? ஏன் இன்றுகூட அம்மாதிரி முறைகெட்ட காதலர்கள் இல்லையாக்கும்? வாலிபர்களிலேயே நந்திதான் அழகானவன். உங்கள் பெண்டாட்டியோ ரதியாக இருக்கிறாள். எனக்கென்னவோ அவன் பார்வையே பிடிக்கவில்லை. பின்னே சும்மாவா, அந்தக் கிழட்டுச் சந்நியாசி இரண்டு பேருக்கும் முடிபோட நினைத்தார்?'

திவான் பதில் எதுவும் பேசாமல் போய்விட்டார். ஆனால் அம்புக் குறி பிசகவில்லை என்று கமலாபாய் கண்டுகொண்டாள். அதனால்தான் கிளாவிருந்தா மாதவராவைப் பற்றித் திவானிடம் புகார் சொல்லிக் காரியத்தைக் கெடுத்துவிடக்கூடாது என்பதில் கவனமாய் இருந்தாள்.

கிளாவிருந்தா வேண்டுமென்றே அந்த இளைஞனைத் தவிர்க்க முற்படுவதைக் கண்ட கமலாபாய், அதையும் தனக்குச் சாதகமாகப் பயன்படுத்திக்கொண்டாள். அவனைத் தனிமையில் சந்தித்து மனம் விட்டுப் பேசுவதுபோல் நஞ்சை ஊட்டத் தொடங்கினாள். பரிவுடனும் சர்வ ஜாக்கிரதையாகவும் பேசி அவன் நம்பிக்கைக்குப் பாத்திரமான வளாகத் தன்னைக் காட்டிக்கொண்டாள். இந்தக் காதலைப் பற்றித் தனக்கு முன்னாலேயே தெரியும் என்றும், இளமையும் அழகும் ஒன்றையொன்று ஈர்ப்பதில் புதுமை ஒன்றும் இல்லை என்றும் கூறி வந்தாள். கிளாவிருந்தா தன் இதயத்தில் அவன் மீது ஆழ்ந்த காதல் கொண்டிருப்பதாகவும் தைரியமாக ஒரு போடு போட்டாள்.

அவள் அவனைத் தவிர்க்க முயல்வது; அவனைக் கண்டதும் அவளிடம் உண்டாகும் குழப்பம், அவன் எதிரில் அவள் கொள்ளும் அடக்க ஒடுக்கம் இவையெல்லாம் ஆழ்ந்த காதலின் சின்னங்களே என்றும், அந்தக் காதல் வெளிப்பட்டுவிடுமோ என்ற அச்சத்தினால்தான் அவள் அவ்வாறு நடந்துகொள்ளுகிறாள் என்றும் கூறினாள். அவனும் அவள் அருகில் இருக்கும் போது தன்னடக்கத்துடன் பொறுமையாக இருப்பது நல்லது என்றும், பாவம் அந்தப் பெண் காதலை மறைப்பதற்கு எத்தனை பாடுபடுகிறது, அதை நினைத்துப் பார்க்க வேண்டாமா என்றும் போதித்துவைத்தாள்.

'எனக்கு ஒன்றும் தெரியாது என்று அவள் நினைத்துக் கொண்டிருக்கிறாள். ஆனால் அவள் பேதை உள்ளம் என் கண் முன்னால் படம் போல் விரிந்துகிடக்கிறது. காதலால் அவள் உள்ளம் பொங்கி அலை மோதித் தத்தளிப்பது எனக்குத் தெரியாதென்று நினைத்துவிட்டாள். பாவம், விதி செய்யும் வேடிக்கைகளில் இதுவும் ஒன்று. இப்படியெல்லாம்

நடப்பதை அந்த ஆண்டவனும் பார்த்துக் கொண்டிருக்கிறானே. நல்ல சோதிட சாஸ்திரம் வந்தது! அதனால் யாருக்கு என்ன பயன் என்று கேட்கிறேன். பெரிய பெரிய சோதிடர்கள் எல்லாம் சேர்ந்து எனக்கு நீடிய மணவாழ்வு உண்டு. பிள்ளையும் குட்டியுமாய் இருப்பேன் என்று சொன்னார்கள். ஆனால் நடந்தது என்ன? பதினெட்டு வயதி லேயே இந்த நிலைக்கு ஆளாகிவிட்டேன். உங்கள் காதல் எனக்கு விளங்குகிறது. என் அனுதாபம் எப்போதுமே உங்களுக்கும் உண்டு. நீங்கள் இருவரும் ஒருவருக்கு ஒருவர் என்றே பிறந்தவர்கள். ஆனால் நீ பொறுமையாக இருக்கவேண்டும். என்னை நம்பு. நான் அதை எப்படியும் நிறைவேற்றிவைக்கிறேன். இதில் இன்னொரு சங்கடம் என்னவென்றால், அவள் மணமானவள், உலகத்தார் பார்வையில் உனக்குச் சிற்றன்னை. அவளோ இந்தக் காதல் தவறு என்று நினைப் பதால் அதை நசுக்கிவிடவேண்டும் என்று பாடுபடுகிறாள். ஆனால் அது நடவாது. காதலின் சக்தியையும் உக்கிரத்தையும் அறியாததால் அந்தப் பேதைப் பெண் அப்படி நினைக்கிறாள். இன்னும் வெகு நாட்கள் அவளால் தாங்க முடியாது. இப்பொழுதே அது கொஞ்சம் கொஞ்சமாக வெளியாகிக் கொண்டிருக்கிறது.' மாதவராவால் இதைக் கேட்டுக் கொண்டிருக்க முடியவில்லை.

'நான் ஊரை விட்டு பங்களூருக்கோ, சத்தாராவுக்கோ போய் விடுகிறேன். எல்லாத் தொல்லையும் தீர்ந்துவிடும். நான் ஏன் அவள் கஷ்டத்துக்குக் காரணமாக இருக்கவேண்டும். இது பாவம் என்று தெரிந்தபிறகும்கூட என்னாலே அடக்கமுடியவில்லையே! எல்லாம் பக்கத்திலேயே இருப்பதினால் வந்த வினை. எங்கேயாவது மாற்றல் வாங்கிக்கொண்டு போய்விட்டால் எனக்கும் நிம்மதி, அவளுக்கும் தொந்தரவு இல்லை' என்றான் விரக்தியுடன்.

'சே, நீ இவ்வளவு கோழையாய் இருப்பாயென்று நான் நினைக்கவே யில்லை' என்று முகத்தைச் சுளித்தாள் கமலாபாய்.

'ஒன்றைமட்டும் மறந்துவிடாதே. நீ காசிக்குப் போனாலும் சரி, கைலாயமலைக்கே போனாலும் சரி. இந்தக் காதலை உன்னால் உதறிவிட முடியாதப்பா. இது பாவமென்று பயந்துவிடாதே. அழகிய யுவதியான கிளாவிருந்தா வயதில் மூத்த உன் பெரியப்பாவை மணந்து கொண்டது ஆண்டவன் செயல் என்று சொல்லிவிட்டு மனித சமுதாயம் விலகிக்கொள்ளப் பார்க்கிறது. ஆனால் இப்படிப் பொருத்தமில்லாத அநியாயமான திருமணங்களை அனுமதிக்கும் சமுதாயம் அதன் விளைவுகளையும் அனுபவிக்கவேண்டும். கிளாவிருந்தா தன்னைக் காதலிப்பாள் என்று உன் பெரியப்பா எதிர்பார்க்க முடியுமா? உன்னைப் போன்ற வாலிபன் அருகில் இருக்கும்போது அவள் அவரை விரும்புவாளா? இந்தக் காதல் இயற்கைக்கு விரோதமானதில்லையே?

பிறகு இது எப்படிப் பாவமாகும்? நீ ஓடிப் போவதினால் முடிந்துவிடும் என்று நினைத்தாயா? அவளும் இதனால் மனக்கஷ்டம் அடைவாளே!

'என் உள்ளக்கிடக்கையை உனக்கு ஒளிக்காமல் சொல்லுகிறேன், கேள். என்னையும் உன் பெரியப்பாவையும் பற்றி உலகம் என்ன பேசுகிறது என்பது உனக்குத் தெரியும். அது உண்மையாகவே இருந்து விட்டுப் போகட்டுமே. இந்த வீட்டில் கால் வைத்த அன்றே நான் அவரைக் காதலித்தேன். அப்பொழுது நீ குழந்தை. நடக்கத் தொடங்கியிருந்தாய். இத்தனை வருடங்களுக்குப் பின்னும் அந்த அன்பு இன்னும் மாறவில்லையே! உன் பெரியப்பா அப்பொழுது நல்ல ஷோக்கு வாலிபர். நான் அதைப் பாவம் என்று நினைக்கவும் இல்லை. ஓடிப் போகவுமில்லை. நாங்கள் இதுநாள் வரை இன்பமாகவே இருந்து வருகிறோம். இப்பொழுது இந்தப் புது மனைவி வந்து அவர் உள்ளத்தைக் கவர்ந்துகொண்டு போவதைப் பார்த்துக்கொண்டு நான் சும்மா இருப்பேனா? அவள் அவரை விரும்பவில்லை. அது திண்ணம். ஆனால் அவரோ அவள் மீது ஏக்கம் கொண்டிருக்கிறார். இது எனக்குத் தாங்கமுடியவில்லை. இப்பொழுது என் உள்ளத்தைத் திறந்து சொல்லி விட்டேன். உங்கள் பரஸ்பரக் காதலை நிறைவேற்றி வைப்பதில் எனக்குச் சுயநல நோக்கம் உண்டு என்பதையும் தெரிந்துகொண்டு விட்டாய். இப்போது என்னை நம்புவாய் அல்லவா? நான் விரைவில் உங்களை இணைத்துவைக்கிறேன். ஆனால் பொறுமையாக இரு' என்று சொல்லி முடித்தாள்.

மாதவராவ் சிறிது நேரம் என்ன சொல்வது என்று தோன்றாமல் நின்றான். அவனுடைய உயர்ந்த இயல்பு அவன் எதிரில் நின்ற அந்தப் பெண்ணையே வெறுத்தது. ஆனால் அவன் நெஞ்சில் பொங்கிய காதல் அதை அமுக்கிவிட்டுக் கொழுந்து விட்டெரிய ஆரம்பித்தது. கமலாபாய் விரித்த வலையில் விழுந்துவிட்டான்.

3

ஆசை வெறி

மார்கழி மாதம், மழை தினமும் ஊற்றிக் கொண்டிருந்தது. கங்காபாய் படுத்த படுக்கையாகிவிட்டாள். ஆஸ்துமா நோய் முற்றி இருமும்போது அப்படியே ஒருவேளை உயிர் நின்று விடுமோ என்றுகூட அச்சம் ஏற்பட்டது. திவான் இரவும் பகலும் மகள் படுக்கையின் அருகிலேயே இருந்தார். அலுவலகத்திற்கும் அரண்மனைக்கும் போவதை நிறுத்திக் கொண்டார். கமலாபாயும் கிளாவிருந்தாபாயும் முடிந்தவரை பணிவிடை செய்தார்கள்.

அதிகம் பாதிக்கப்பட்டவர் நரஹரி ராவ்தான். கவனிக்க வீட்டில் பெரியவர்கள் இருக்கும்போது இளைஞனான கணவன் அவளுக்குப் பணிவிடை புரிவது முறையாகக் கருதப்படவில்லை. தன் அனுதாபத்தையோ கவலையையோ அவளிடம் தெரிவித்துக்கொள்ள வழி இல்லாமலும் இருந்தது. வழக்கம்போல் தினமும் அலுவல்களைக் கவனிக்கச் சென்று கொண்டிருந்தார்.

ஒருநாள் இரவு பத்து மணி இருக்கும். தன் அறையின் மணவறைக் கட்டிலில் திண்டுகளின் நடுவில், கங்காபாய் காய்ச்சல் உக்கிரம் தாங்காமல் புரண்டு கொண்டிருந்தாள். மூச்சு இளைத்தது. ஊமத்தை இலைகளையும் கஞ்சா இலைகளையும் எரித்த புகையின் நாற்றம் அறையில் சுள்ளென்று அடித்தது. அறையின் ஒரே வாசலும், ஜன்னல்களும் சிக்கென்று சாத்தியிருந்தது. அறையின் ஒரு மூலையில் ஒரு குத்துவிளக்கு மங்கலாக எரிந்தது. திவான் கட்டிலின் ஒரு ஓரத்தில் உட்கார்ந்திருந்தார். காய்ச்சல் வேகத்தில் புரண்டதால் நோயாளி நீக்கி விட்ட கம்பளிப் போர்வையை மீண்டும் மீண்டும் அவள் மீது போர்த்திய வண்ணம் இருந்தார். கிளாவிருந்தா கட்டிலின் தலைமாட்டில் நின்று ஏதோ மருந்துகளைப் புகை போட்டுக்கொண்டிருந்தாள். கமலாபாய் கட்டிலின் மறுமுனையில் உட்கார்ந்திருந்தாள். வைத்தியர் இரவுச் சாப்பாட்டை முடித்துக்கொண்டு திரும்புவதாகச் சொல்லி அப்பொழுது தான் வெளியே போயிருந்தார். நிலைமை கவலைக்கிடமாகிக் கொண்டிருந்தது.

'அத்திம்பேரே, போய்க் கொஞ்சமாவது சாப்பிட்டு வாருங்கள். நான் கங்காவைப் பார்த்துக்கொள்கிறேன். இந்தப் பாழாய்ப்போன மழை நேரத்தில் சாப்பாடு ஆறி குளிர்ந்து விடும்' என்று கமலாபாய் கெஞ்சலாகச் சொன்னாள். திவான் நோயாளியின் கையைத் தன் மடிமீது போட்டு வருடிய வண்ணம், வறண்ட குரலில், 'எனக்குப் பசிக்கவில்லை, பிறகு சாப்பிட்டுக் கொள்கிறேன் அல்லது பால் மாத்திரம் போதும்' என்றார்.

கமலாபாய் சிரத்தையுடன், 'நீங்கள் பட்டினி கிடப்பதால் அவளுக்கு ஏதாவது நன்மை உண்டா? உங்கள் உடல் நலத்தையும் கவனித்துக் கொள்ள வேண்டுமல்லவா? அவள் விதி, அவள் அனுபவித்துத் தீர வேண்டும். ஒன்றும் செய்ய இயலாமல் நாம் பார்த்துக்கொண்டிருக்க வேண்டிய கொடுமையைச் சொல்லுங்கள். நமக்கு இருப்பது கண்ணின் மணியைப்போல் அருமையாக ஒன்றே ஒன்று. அவள் இப்படிப் பட வேண்டியதிருக்கிறது. எல்லாம் ஆண்டவன் செயல். சாப்பிட்டோம் என்ற பேருக்காவது எதையாவது சாப்பிட்டு வையுங்கள். நேரமாகிறது' என்றாள்.

நோயாளியும் அவர் பக்கமாகக் கையை அசைத்துக் கண்ணை மூடினாள். தூக்க மருந்துகளின் புகை மிகுதியினால் அவள் புலன்கள் பலமிழந்திருக்கின்றன. திவான் சில நிமிடங்கள் பார்த்துக் கொண்டிருந்தார். பின் கமலாபாயிடமும் தன் மனைவியிடமும் அவள் அமைதியைக் கலைக்கவேண்டாமென்று சொல்லிவிட்டு ஓசைப்படாமல் கதவைச் சாத்தியபடி வெளியே சென்றார்.

சிறிது நேரத்தில் மாதவராவ் திடீரென்று கதவைத் திறந்து கொண்டு உள்ளே நுழைந்தான். ஜரிகை வேஷ்டியும், ரோஜா வர்ணத்தில் கம்பளிச் சட்டையும், பனிக்குல்லாவும் அணிந்திருந்தான். எங்கேயோ பிரயாணம் போவதுபோலத் தோன்றியது. உரத்துப் பேச வேண்டாமென்று கமலாபாய் அவனுக்குச் சைகை செய்தாள். கட்டிலின் அருகிலிருந்த சிறு நாற்காலியில் உட்கார்ந்து, கிளாவிருந்தாவையே பார்க்கலானான். அவன் கண்கள் தன்மீது பதிந்திருப்பதை உணர்ந்த கிளாவிருந்தா, கரண்டியைக் கீழே வைத்து கதவைச் சாத்தி அறையை விட்டு வெளியே சென்றாள்.

திவான் இரவு உணவுக்கு முன்னர் செய்யும் ஜெபம் சொல்லிக் கொண்டிருந்தார். மனைவி அறைக்குள் வந்ததைக் கண்டதும் 'கங்கா தூங்கிவிட்டாளா?' என்று கேட்டார்.

ஆமென்று சொல்லிவிட்டு அவருக்கு உணவு பரிமாறினாள். பாலும் சோறும் சாப்பிட்டுக் கொண்டிருந்தபோது அதோ இருமுகிறாளே! மறுபடியும் இருமல் வந்துவிட்டது. அடடா போய்ப் பார். நானும் வருகிறேன்' என்றார்.

நோயாளியின் அறையிலிருந்து வந்த ஓசை கிளாவிருந்தாவுக்கும் கேட்டது. கிளாவிருந்தா விரைந்தாள். எதிர்பாராத விதமாக அப்பொழுது தான் வேகமாக நோயாளியின் அறையிலிருந்து வெளியே வந்த மாதவராவோடு முட்டிக்கொண்டாள். சட்டென்று அதிர்ச்சியடைந்த வளாய் விலகி நின்றாள். மாதவராவ்தான் மௌனத்தைக் கலைத்தான்.

'நான் பட்டுக்கோட்டைக்குப் போகிறேன்' என்று சொல்லி நிறுத்தினான்.

'கேள்விப்பட்டேன்' என்றாள் கிளாவிருந்தா பலஹீனமான குரலில்.

'இப்பொழுதே புறப்பட்டுவிட்டேன்.' வண்டி காத்துக் கொண்டிருக்கிறது. உங்களிடமெல்லாம் சொல்லிக்கொள்ளத்தான் வந்தேன்.'

அவள் பதில் எதுவும் கூறவில்லை. 'நான் திரும்ப வர பல மாதங்கள் ஆகும். பல வருடங்கள் கூட ஆகலாம்' என்றான். மூச்சு இரைத்தது. 'என்னை நினைவில் வைத்திருப்பாயா?'

சற்று அதிர்ச்சியுடன் அவனை ஏறிட்டுப் பார்த்து, 'நினைவில் வைத்திருப்பதா? நீங்கள் என்ன சொல்லுகிறீர்கள்?' என்று விளங்காமல் கேட்டாள்.

'என்ன சொல்லுகிறேனா? அப்படியானால்...நீ...நீ என்னை விரும்பவில்லையா? கடவுளே!'

'ஏன், ஒரு தாயைப்போல, உடன்பிறந்தவளைப் போல நான் உங்கள்மீது அன்பு கொண்டிருக்கிறேனே?' என்றாள் அவள். 'தாயைப் போல, உடன்பிறந்தவளைப் போல' என்று இயந்திரம்போல முணு முணுத்தான் அவன். உணர்ச்சிகளைக் கட்டுப்படுத்த முடியாமல் திகைத்தான். சில வினாடிகள் கழிந்தன. பின் திடீரென அவளை இழுத்துத் தன் மார்போடு இறுக அணைத்தான். அவளது வெளிறிய நடுங்கும் உதடுகளில் வெறியுடன் முத்தமிட்டான். பின் சட்டென அவளை விட்டு விட்டு, தலைவாசல் கதவைத் திறந்துகொண்டு பாய்ந்து வெளியில் சென்றுவிட்டான்.

கிளாவிருந்தா விடுபட்டு தன்னிலைக்கு வந்ததும் பயத்திலும் அவமானத்திலும் நடுங்கினாள். மூச்சு இரைத்தது. கண்களில் நீர் நிறைந்தது. நெஞ்சு படபடவென்று அடித்தது. அவன் போட்டிருந்த வெற்றிலை மணமும் காவியும் அவள் உதடுகளில் பதிந்திருந்தன. அதைத் தன் கைகளால் துடைத்துக் கொண்டு நின்றாள்.

இதற்குள் திவான் அங்கு வந்துவிட்டார். அவள் பரபரப்பைக் கண்ட அவர் கடுமையாக, 'இங்கே என்ன செய்து கொண்டிருக்கிறாய், ஏன் இப்படி இருக்கிறாய்?' என்றார். அவளால் உடனே பதில் எதுவும் சொல்ல முடியவில்லை.

'வாசல் கதவைத் திறந்துகொண்டு யாரோ வெளியில் போவதைப் பார்த்தேனே. மாதவனா அது?' என்று தொடர்ந்தார்.

ஆசை வெறி ✦ 107

'ஆமாம்' என்றாள் மெல்லிய குரலில்.

'இங்கே நீங்கள் இருவரும் என்ன செய்துகொண்டிருந்தீர்கள். நீ ஏன் நடுங்குகிறாய்?' என்றார் கோபமாக.

'அவர் என்னிடம் மரியாதை இல்லாமல் நடந்துகொண்டார். அவமானப்படுத்தினார்.' கண்களிலிருந்து நீர் தாரையாக வடிந்திருந்தது.

'என்ன சொன்னான்? என்ன செய்தான்?'

வெளியூர் புறப்படுமுன் சொல்லிக்கொள்ள வந்ததாகச் சொன்னார். பின் என்னைப் பலவந்தமாகப் பிடித்து முத்தமிட்டார். நான் தற்கொலை செய்து கொள்வதுதான் சரி-' என்று கண்ணீர் விட்டாள் கிளாவிருந்தா.

திவான் கசப்பு நிறைந்த குரலில் 'ஓஹோ! காதலர் சந்திப்பை நான் வந்து கெடுத்துவிட்டேனாக்கும். அகப்பட்டுக்கொண்டதால் முதலைக் கண்ணீர் வடிக்கிறாயோ? அவன் முத்தங்கள் உனக்குக் கசக்கிறதா, என்ன?' என்று குத்தலாகச் சொல்லிக்கொண்டே வாசலுக்குச் சென்றார்.

தெருவின் தெற்கு மூலையில் வண்டி வேகமாகச் சென்று கொண்டிருந்தது தெரிந்தது. காளையின் கழுத்துமணியோசையும் அவர் காதில் விழுந்தது. அவர் தம்பி அமாத்யாவும், அவர் குடும்பத்தில் மற்றும் சிலரும் அவர் வீட்டு வாயிலில் நின்று கொண்டிருந்தார்கள். திவான் தம்பியைக் கூப்பிட்டார்.

அவர் உடனே வந்து 'கங்கா எப்படி இருக்கிறாள்? வைத்தியர் அப்படியேதான் இருப்பதாகச் சொன்னார். மழையும் காற்றும் நின்றபாடில்லை. மாதவனும் இன்று இரவு மழையில் அகப்பட்டுக் கொள்ளத்தான் போகிறான்' என்றார்.

'போவது அவன் வண்டியா?'

'ஆமாம், உங்களிடமெல்லாம் அவன் விடைபெற்றுக் கொள்ள வில்லையா? அதற்காகத்தானே சற்று முன்பு அங்கு வந்தான்.'

'என்னிடம் விடைபெற்றுக் கொண்டு போகவில்லை. ஆனால் என் மானத்தை வாங்கிக்கொண்டு போய்விட்டான்.'

'என்ன அண்ணா? என்ன சொல்லுகிறீர்கள்?'

'என் மனைவியைக் கெடுக்க முயன்றிருக்கிறான். மாற்றாந்தாயிடம் பிரிவுபசாரமாம். ஹூம் இந்த அழகில் நடத்தியிருக்கிறான். அவளைப் பிடித்து முத்தமிட்டானாம். நான் திடீரென அவ்விடத்துக்கு வந்திருக்கா விட்டால் வேறு என்னவெல்லாம் செய்திருப்பானோ?' என்றார் திவான் கசப்புடன்.

'நிஜமாகவா? இது உண்மையாக நடந்ததா?' என்றார் அமாத்யா.

'உண்மையேதான், நானே பார்த்தேன். எனக்குச் சிறிது சந்தேகம் தோன்றியதால்தான், அவனை அயலூருக்கு அனுப்பிவிடும்படி அப்பொழுதே உன்னிடம் சொன்னேன். மகாராஜாவும் இணங்கி அவனைப் பட்டுக்கோட்டைக்கு நியமனம் செய்தார். ஏதாவதொரு

சாக்கையிட்டு நீ காலம் தாழ்த்திவிட்டாய். இப்பொழுது அனர்த்தமாகி விட்டது. குலத்தைக் கெடுக்கிற கோடாரிக் காம்பாகத்தான் போகிறான் அவன்.'

'இப்படி நடந்துகொள்வான் என்று நினைக்கவே இல்லை. நம்பவும் முடியவில்லை. சரி, சரி அவன்தான் போய் விட்டானே. திரும்ப இன்னும் பல மாதங்களாகும். அதற்குள் அவன் மனைவி பெரியவளாகி விடுவாள்' என்று சமாதானம் செய்தார் அமாத்யா.

'இங்கே என் மனைவி அழுதுகொண்டிருக்கிறாள். இந்த அவமானத் தைத் தாங்கிக்கொண்டு உயிரோடிருப்பதைவிடத் தற்கொலை செய்து கொள்வது மேல் என்று அழுகிறாள். அதுவும், அவள் அவனுக்கு சிற்றன்னை முறையாகிறாள்! கலிமுற்றிவிட்டது' என்றார் திவான்.

4

பொறாமைக் கணவன்

கங்காபாய் இறந்துவிட்டாள். நரஹரிராவ் மிகவும் துயரம் அடைந்தார். அவள் உடலை எரித்து, சாம்பலை ஆற்றில் கரைத்துவிட்டபின்னர் மாமனார் வீட்டைத் திரும்பிப் பார்க்கவில்லை.

திவானோ மகளை இழந்த துக்கத்தில் இடிந்துபோய்விட்டார். தினமும் கொஞ்சமாவது சாப்பிடச் செய்வதற்கு கமலாபாய் இல்லாத உபாயங்கள் எல்லாம் செய்துபார்த்தாள். துயரம் தாங்காமல் பட்டினி கிடந்தே உயிரை மாய்த்துக்கொள்வார் போல் தோன்றியது.

துக்கங் கேட்க வந்த உறவினர்களோ அவர் தம்பியோ ஒன்றும் செய்ய இயலாதவர்களாக இருந்தனர். அவர் மனைவியை வெறுத்து ஒதுக்கினார். அவளைப் பார்க்கவே அவர் விரும்பவில்லை. அவர் உடல் நலமும் வர வரக் குறையத் தொடங்கிற்று.

கிளாவிருந்தா தான் குற்றமற்றவள் என்று கமலாபாயிடம் அடித்துச் சொன்னாள். தன் கணவனிடமும் அதை எடுத்துச் சொல்லவேண்டும் என்று வேண்டிக்கொண்டாள். மாதவராவின் நடவடிக்கைகளைத் தானாகவே முதலில் கணவனிடம் சொல்லியிருந்தால், இந்தத் துன்பம் வந்திருக்காது; அதைச் சொல்லவிடாமல் தடுத்தது கமலாபாய் அல்லவா; அதையும் சுட்டிக்காட்டி, அவள் எப்படியாவது தனக்காகப் பரிந்து பேசி கணவனின் மனதை மாற்றவேண்டும் என்று வேண்டினாள். கமலா பாயோ, அவர் துக்க மிகுதியினால்தான் இவ்வாறு நடந்துகொள்கிறார்; அவர் மனநிலை சரியானதும் எல்லாம் சரியாகிவிடும்; அதுவரை பொறுத்திரு என்று சொல்லி வந்தாள்.

காலம் ஆற்றாத துன்பம் எதுவும் இல்லை. திவானும் சிறிது சிறிதாக நடமாடத் தொடங்கினார். அலுவலகக் காரியங்களையும் சொந்த வேலைகளையும் கவனிக்குமாறு தம்பியிடம் வேண்டிய உத்தரவுகளும் இட்டுவந்தார். ஆனால் மனைவியிடமுள்ள உறவிலோ எவ்வித மாற்றமும் இல்லை. அவள் கண்ணில் பட்டபோதெல்லாம் மூர்க்க மடைந்தார். தன் எதிரில் அவள் வரவே வேண்டாம் என்றும் கடுமையான உத்தரவிட்டார்.

மணமான புதிதில் இப்படி ஒரு சட்டம் பிறந்திருந்தால் கிளாவிருந்தா அதை மகிழ்ச்சியுடன் வரவேற்றிருப்பாள். ஆனால் இப்பொழுதோ கணவன் துக்கத்தில் ஆழ்ந்திருந்தார்; இச்சமயத்தில் அவரைத் தேற்றி அவர் துன்பத்தைப் பகிர்ந்துகொள்ளும் உரிமை அவளுடையது. ஆதார மில்லாமல் அவள் கற்பைச் சந்தேகித்து அவள் உரிமையை மறுப்பதை அவளால் தாங்கமுடியவில்லை. தான் குற்றமற்றவள் என்று நிரூபித்துக் கணவனுக்குத் தன்மீதுள்ள சந்தேகத்தைப் போக்கவேண்டும் என்று அவள் மீண்டும் மீண்டும் கமலாபாயிடம் கெஞ்சினாள்.

கமலாபாயின் செயல் திறத்தைப்பற்றி இங்கு சில வார்த்தைகள் சொல்லியாகவேண்டும். அன்று இரவு கிளாவிருந்தா நோயாளியின் அறையை விட்டு வெளியேறியதும், கமலாபாயும், மாதவராவும் கசமுசவென்று செய்கைகளால் அவசரப் பேச்சு நடத்தினர். கமலாபாய் அவனை உடனே வீட்டுக்குத் திரும்பிவிடுமாறு சொன்னாள். இன்னும் அரைமணி நேரம் கழித்து வந்தானானால், பெரியப்பா நோயாளியின் அறையில் இருப்பார். கிளாவிருந்தா சாப்பிட்டுக் கொண்டிருப்பாள். அப்பொழுது அவன் அவளிடம் சென்று சாவகாசமாகப் பேசி காதலை உறுதிப்படுத்திக் கொண்டு பிரியாவிடை பெற்றுச் செல்லலாம் என்று சொல்லியிருந்தாள்.

மாதவராவுக்கு இப்படித் திடீரென்று பட்டுக்கோட்டைக்கு மாற்றலாகும் என்று அவள் எதிர்பார்க்கவில்லை. மைத்துனர் மனதில் தான் ஊன்றிய சந்தேக விதை முளைத்து மரமாகியதன் விளைவுதான் அது என்பதை அவள் ஊகமாய் உணர்ந்தாள். மாதவராவ் மீது தவறே இல்லை; குற்றமெல்லாம் கிளாவிருந்தாவுடையதுதான் என்றபடியே அவள் மைத்துனரிடம் பேசிப் பேசி அவர் மனதில் விஷத்தை ஏற்றி யிருந்தாள். கங்காபாய் திடீரென்று படுத்துவிட்ட போது, வீட்டுக் கவலையில் அவள் இந்த விஷயத்தில் கவனம் செலுத்துவதைச் சிறிது தள்ளிப்போட்டிருந்தாள்.

இன்று மாதவராவ் விடைபெற்றுச் செல்ல வந்தபோது, அவனையும் கிளாவிருந்தாவையும் தனிமையில் சந்திக்க வைத்துத் தன் திட்டத்தை உச்சக் கட்டத்துக்குக் கொண்டுவந்து விடலாம் என்ற யோசனையில் தான் அவனை அவசரமாக வீட்டுக்கு அனுப்பிவைத்தாள். பையன் தஞ்சையைவிட்டுக் கிளம்பு முன்னர் ஏதாவது செய்யாவிட்டால், அவள் பழிவாங்கும் திட்டம் நிறைவேறாமலே போய்விடலாம் என்று பயந்தாள். ஆகவே இடையில் நடந்த இந்த எதிர்பாராத நிகழ்ச்சியால் அவள் மிகுந்த மகிழ்ச்சியுற்றாள். கிளாவிருந்தாதான் குற்றவாளி என்று மைத்துனரிடம் துணிவாக அடித்துச் சொன்னாள். மாதவராவ் வெகுளி; ஜாலக்காரி விரித்த வலையில் விழுந்துவிட்ட அப்பாவி ஆண் பிள்ளை; அவனைக் குற்றம் சொல்ல முடியுமா என்ற தோரணையில் பேசினாள்.

பொறாமைக் கணவன் ❖ 111

இல்லாதது பொல்லாதது எல்லாம் சேர்த்துச் சொல்லி அந்த உத்தமியின் நற்பெயரில் கரியைக் குழைத்துப் பூசினாள்.

வீட்டு முற்றத்தில் எமன் வந்து நிற்கும்போதும், வெட்கங்கெட்டு இப்படிச் செய்தாளே என்று அவளை ஏசினாள். ஆனால் கிளாவிருந்தா விடம் தனிமையில் மிகுந்த பரிவும் அநுதாபமும் உள்ளவள் போல் பேசிவந்தாள். சரியான வேளை வரும்போது தான் அவளுக்காகப் பரிந்து பேசி உதவி செய்வதாக வாக்களித்துத் தேனொழுகப் பேசினாள். பொறாமையில் திவானின் கண்கள் குருடாகிவிட்டிருந்தன. திரை மறைவில் கமலாபாய் நிகழ்த்திய பேச்சுகளைக் கேட்டுக்கேட்டு அவர் மனம் வெகுவாகக் கலைந்திருந்தது. ஆனால் அன்று இரவு அந்த நிகழ்ச்சிக்குப் பின் தன் மனைவியின் முகத்தில் கண்ட திகில், சினம், துயரம் இவையெல்லாம் உண்மை; நடிப்பு அல்ல என்பதை அவர் உணராமல் இல்லை. அவள் பேசிய ஒவ்வொரு சொல்லும் அவள் உள்ளத்திலிருந்து வந்தது என்பதையும் தமது நெஞ்சாழத்தில் தெளி வாகவே உணர்ந்தார். ஆனால் அவளைப் பிற ஆடவன் ஒருவன் முத்த மிட்டுவிட்டான் என்ற நினைவு பொறாமையையும் ஆத்திரத்தையும் தூண்டிக் கொண்டிருந்தது. அதனால் அவள் எப்படிக் குற்றவாளியாக முடியும்? கற்பில் சிறந்த உத்தமிக்கும்கூட இதுவோ, இதைவிடக் கேவலமான ஒரு நிகழ்ச்சியோ ஏற்படலாமே என்று அவர் நினைத்துப் பார்க்கவில்லை. அவர் காமவெறியில் திளைத்தவர். கட்டிய மனைவி யின் எதிரிலே தன் மைத்துனியுடன் காதல் கேளிக்கைகள் நடத்தியவர். இப்பொழுது தன் மனைவியைப் பிறன் முத்தமிட்டுவிட்டான் என்பதால், அவள் கறைபட்டவள் என்று அவளை ஒதுக்கி வைத்துத் தன் கண்ணில் படவும் கூடாது என்று சொல்லி விட்டார். இது அவளை அவமானப்படுத்துவதாகும். அவளுக்குக் கொடுமை இழைப்பதாகும் என்று அவருக்குப் படவே இல்லை. அவரோ எந்நாளும் உள்ள வழக்கம் போல மைத்துனியிடம் கைபிடித்த மனைவிபோலப் பழகி அந்தக் கள்ள உறவை வெளிப்டையாய்த் தொடர்ந்து நடத்தி வந்தார்.

சுயமரியாதையுள்ள பெண்ணுக்கு, கணவன் துரோகமே பெருத்த அவமானமாகும். அது போதாதென்று இங்கே காரணமில்லாமல் அவள் கற்பையும் பழித்துக் கூறினார்கள். அவள் வாழ்வே ஒரு பெரும் ஒப்பாரியாகிவிட்டது போலிருந்தது. அதன் பல்லவி அவள் கற்பில் சுமத்தப்பட்ட இழுக்கு. அனுபல்லவி ஏச்சும் வசையும். சிரிப்பு, மகிழ்ச்சி என்ற சரணங்கள் எல்லாம் அந்த இசையில் தள்ளுபடி. நிலைமை அவளால் தாங்க இயலாமல் போயிற்று. உலகில் தனித்தவளானாள். கசப்பும் துயரமும் அவள் நெஞ்சில் பொங்கி வழிந்தன. தற்கொலை செய்துகொண்டு இந்த அவல வாழ்வை முடித்துவிட்டால் என்ன என்று அவளுக்கு அடிக்கடி தோன்றியது.

திவானின் முதல் மனைவி இறந்து வெகு காலமாகியும் அவர் மறுமணம் செய்துகொள்ளாமல் இருந்தபோது, தம்பி, அமாத்யாவின் பிள்ளைகளில் ஒருவனைத் தத்து எடுத்துக்கொள்ளும்படி அவரைப் பலரும் வற்புறுத்தினார்கள். சொத்துக்கு வாரிசு ஆகவும், கட்டைக்குக் கொள்ளி வைக்கவும் பிள்ளை வேண்டாமா? ஆனால் கங்காபாய்க்கு ஆண் குழந்தை பிறக்கும் என்ற நம்பிக்கையினால் அதற்கு உடன்பட வில்லை. இப்பொழுது அவள் இல்லாமல் இருந்துவிட்டாள். கிளாவிருந்தா மூலம் தனக்கு மகன் பிறப்பதற்கும் இனி வழியில்லை. ஆகவே இப்பொழுது தன் ஆத்மா கரையேறவேண்டுமே என்ற கவலை திவானைப் பற்றிக் கொண்டது.

அமாத்யாவுக்கு ஏழு வயதில் நாராயணன் என்று ஒரு மகன் இருந்தான். இன்னும் பூணூல் போடவில்லை. அவனைத் தத்து எடுத்துக் கொள்ளும்படியாக அமாத்யா அண்ணனிடம் சொல்லிவந்தார். அமாத்யாவின் அடுத்த ஆண் குழந்தைக்கு இரண்டு வயதே ஆகிறது. ஆகவே புத்திர ஸ்வீகார நியமப்படி நாராயணனை உடனே தத்து எடுத்து அவனுக்கு உபநயனம் நடத்துவது நல்லது என்று சொன்னார்கள்.

திவானும், அமாத்யாவும் ஒருநாள் வீட்டு மாடியிலிருந்து பேசிக் கொண்டிருக்கும்போது, அமாத்யா, 'நான் இந்த மாதம் நாராயண னுக்குப் பூணூல் கலியாணம் நடத்தி விடலாம் என்று இருக்கிறேன். அதற்குள் உங்கள் எண்ணத்தைத் திட்டமாகத் தெரிந்துகொண்டால் நல்லது' என்றார்.

திவான் பதில் சொல்லவில்லை.

'தற்காலிகமாகத் தத்து எடுத்துக்கொண்டாலும் சரிதான். உங்களுக்கு ஆண்குழந்தை பிறந்துவிட்டால், நாராயணன் என் வீட்டுக்குத் திரும்பி விடட்டும். உங்கள் சொத்தில் உரிமை கேட்கமாட்டான்.'

திவான் எரிச்சலுடன் 'அது நடவாது, நான் இனி அவள் முகத்திலும் விழிப்பதில்லை' என்றார்.

அமாத்யாவின் வஞ்சக முகத்தில் ஒரு சிறு முறுவல் நெளிந்தது. உடனேயே முகத்தை நேராக ஆக்கிக்கொண்டு, 'அப்படியானால் நாராயணனைச் சுவீகாரம் செய்து உபநயனத்தை நீங்களே நடத்தி விடுவீர்கள் என்று நினைக்கிறேன்' என்றார் அமாத்யா.

'என் மைத்துனி தன் குடும்பத்துப் பையன் ஒருவனை நான் தத்து எடுத்துக்கொள்ளவேண்டும் என்று சொல்லி வருகிறாள்' என்று சொன்னார் திவான். தொடர்ந்து, 'இரு, இரு, குறுக்கே பேசாதே. அது நடக்காத காரியம் என்று நான் அவளிடம் தெளிவாகச் சொல்லி விட்டேன். அவளுக்குக் கொடுப்பதைத் தாராளமாகக் கொடுத்துவிட நான் தயாராக இருக்கிறேன். ஆனால் குடும்பச் சொத்துக்கு ஒரு அந்நியனை வாரிசாக்க ஒருநாளும் சம்மதிக்க மாட்டேன்' என்றார்

தீர்மானமான குரலில்.

அமாத்யா நிம்மதியுடன், 'சந்தோஷம் அண்ணா, தன்னுடைய ஒன்றுவிட்ட தம்பியின் மகனை நீங்கள் சுவீகாரம் செய்துகொள்ளப் போவதாகக் கமலாபாய் வெளியில் சொல்லி வருவதாக நான் கேள்விப் பட்டேன். ஆனால் உடன்பிறந்த தம்பியின் பிள்ளைகள் இருக்கும் போது, அந்நியனைத் தத்து எடுத்துக்கொள்வீர்கள் என்பதை என்னால் நம்ப முடியவில்லை. கங்காவுக்கு உடல் நலம் தேறி ஆண் குழந்தையும் பிறக்கும் என்று எவ்வளவோ ஆசையோடு இருந்தோம். என்ன செய்வது, விதி மோசம் செய்துவிட்டது. ஆனால் இந்தச் சுவீகாரத்தைப் பற்றி மன்னி என்ன நினைக்கிறாள்? அவளுடைய ஸ்திரிதனச் சொத்தும் ஏராளமாக இருப்பதால் அவளுடைய சம்மதமும் இதற்குத் தேவை யல்லவா?'

'அவளிடம் யார் இதைப்பற்றிக் கேட்டார்கள்? என் விருப்பத்திற்கு விரோதமாகப் போகத் துணியமாட்டாள் என்றே நினைக்கிறேன். அப்படித் துணிந்தாளானால் சனியனை வீட்டை விட்டே விரட்டிவிட வேண்டியதுதான். அறப்பணிகள் நிறுவுவதற்காக, உப்பூர், மகாராஜா விடமே இன்னும் இருந்து வருகிறது. சரியானபடி இப்பொழுது நான்தான் அதற்குப் பொறுப்பாளியாக இருந்து அதைக் கவனிக்க வேண்டியது. அவரிடம் அதைப்பற்றிப் பேசினாயா? ஏதாவது சொன்னாரா? ஆனால் இப்போதைக்கு அதைப்பற்றிப் பேசாமல் இருப்பதே நல்லது என்று எனக்குத் தோன்றுகிறது' என்றார் திவான்.

'திருமணத்தின் போது இரண்டு கிராமங்களையும் உங்கள் மனைவிக்கு ஸ்தீரிதனமாகக் கொடுப்பதாகவும், அதற்கு முன்னால் கிராமங்களின் வருமானத்தால் சேர்ந்த தொகையைக் கொண்டு, பண்டிதராவ் விரும்பியபடி அறப்பணிகள் நிறுவிவிடுவதாகவும் மகாராஜா சொல்லிக் கொண்டிருந்தார். என்னுடைய கணக்குப்படி சேர்ந்த தொகையே ஏராளமாக இருக்கிறது. நூறு மாணவர்கள் கொண்ட பாடசாலை நிறுவவும், சத்திரம் கட்டவும், ராமேஸ்வரத்துக்குப் போகும் வழியில் கிணறுகள் தோண்டவும் அதுவே போதுமானது. கிழவரும் இந்த தர்மப் பணிகளைத்தான் விரும்பியிருந்தார். ஆனால் கலியாணத்தின்போது மலையூரை மாத்திரம்தானே அரசர் உங்களுக்குக் கொடுத்தார். அதைக் கூட ஏன் கொடுத்தோம் என்று இப்பொழுது நினைப்பார்போலத் தெரிகிறது. ஆகையால் உப்பூரைப் பற்றி இப்பொழுது பேச்சு எடுக்காமல் இருப்பதே நல்லது. நான் சரியாகக் கணக்கு வைத்துக்கொண்டு வருகிறேன். ஏதாவது நல்ல வேளை வரும்போது பார்த்து அந்த உரிமையைக் கிளப்பிக்கொள்ளலாம்' என்றார் அமாத்யா.

'ஆனால் என் மனைவியின் சார்பாக உள்ள உரிமையை மகாராஜா இல்லை என்று சொல்லிவிட முடியாது. நியாயத்தை மறுக்கமுடியுமா?'

என்றார் திவான்.

'மறுக்கமுடியாதுதான். ஆனால் நியாயஞ் செய்வதென்றால், ரொக்கமாக இப்பொழுது அவரால் பணத்தைக் கொடுத்துவிட முடியுமா? என்னைவிட உங்களுக்கு அவரை வெகுகாலமாகத் தெரியும். எப்பொழுது முடிகிறதோ அப்பொழுது கொடுப்பார். நமது காலத்தில் கொடுத்துவிடுவார் என்று எனக்குத் தோன்றவில்லை' என்று இழுத்தார் அமாத்யா.

சிறிது நேரம் கழித்து அமாத்யா, 'ஆனால் ஒப்புக்காவது, சுவீகார சம்பந்தமாக மன்னியின் அபிப்பிராயத்தைத் தெரிந்துகொள்வது நல்லது. நீங்களே கேட்கிறதாக இருந்தால் கேளுங்கள் அல்லது என் மனைவியை அனுப்பி அவளிடம் கேட்டுக்கொள்ளலாம். கமலாபாய் மூலமாகப் பேசுவது உசிதமில்லை. அவள் குசும்புதான் செய்வாள்' என்றார்.

திவான், 'அது ஒன்றும் அவசியமில்லை. நான் அவளிடம் கேட்கப் போவதில்லை' என்றார் முதலில். ஆனால், யோசித்து விட்டு, 'வேண்டு மானால் உன் மனைவியை அனுப்பிக் கேட்டுப்பார். எனக்கென்னவோ இது அவசியமாகப்படவில்லை. அவளுக்குத் தன் சொத்தைப்பற்றி ஒன்றுமே தெரியாது' என்றார்.

அமாத்யா தலையாட்டிவிட்டுப் புறப்பட்டார்.

5

வினை விதைத்தவன்...

இந்தப் பேச்சு நடந்து மூன்று நாட்களுக்குப் பின்னர் ஒரு நாள் திவான் தமது அறையில் அமர்ந்து ஏதோ தாள்களையும் கணக்குப் புத்தகங் களையும் பார்வையிட்டுக் கொண்டிருந்தார். அப்பொழுது அவர் மனைவி தயங்கிக் கொண்டே உள்ளே நுழைந்தாள். அவரிடம் பேச விரும்புவதாகச் சொன்னாள். ஆனால் அவர் அவளிடம் கடுமையாகப் பேசி அவளை அறையினின்று வெளியே போகச் சொல்லிவிட்டார். ஒரு மணிநேரம் கழித்து அவள் மீண்டும் அறையினுள் வந்து அவர் எதிரே ஒரு கடிதத்தை வைத்துவிட்டு அமைதியாக வெளியே சென்றாள். திவான் வியப்புடன் அதைத் திறந்து படிக்கலானார். கடிதம் அழகான சுத்தமான மராத்தியில் எழுதப்பட்டிருந்தது. எழுத்துக்கள் தெளிவாக மணியாக இருந்தன. வியப்படைந்த திவான் படிக்க ஆரம்பித்தார்:

‘மாண்புமிக்க கணவனின் தாமரைப் பாதங்களை வணங்கிக் கொண்டு, கிளாவிருந்தா எழுதுவது என்னவென்றால்:

பின்வரும் விஷயங்களைத் தங்கள் கவனத்துக்குக் கொண்டு வர கருணையுடன் அனுமதி அளிக்குமாறு கேட்கின்றேன்.

தங்கள் பத்தினியாகிய என்னிடம் தாங்கள் பேசவிரும்பாததாலேயே நான் இம்முறையைப் பின்பற்ற வேண்டியதாகிவிட்டது. விஷயமும் முக்கியமானதாதலால் அதைப்பற்றி என் கருத்தைத் தாங்கள் அறிந்து கொள்வது அவசியமாகிறது. அடுத்தகத்து ஓரகத்தி அவர்கள் மூலமாகத் தாங்கள் அவர்களுடைய மகன் நாராயணனை வாரிசாகவும் மகனாகவும் சுவீகாரம் செய்துகொள்ளத் தீர்மானித்திருப்பதாக அறிந்தேன். நானும் அதை ஒப்புக்கொள்ளவேண்டும் என்று அவர் சொன்னார். எனக்குக் குழந்தை பிறக்காவிட்டால், என் சீதனச் சொத்துகளுக்கு அவன் வாரிசா வதற்கு நான் சம்மதிக்க வேண்டும் என்று சொன்னார்.

என்னை இழிவாக அவமானப்படுத்தி எனக்கும் என் கணவருக்கும் பிளவு உண்டாகக் காரணமாக இருந்த ஒரு மனிதரின் தம்பியை வாரிசாகவும் மகனாகவும் சுவீகாரம் செய்து வளர்க்க நான் ஒரு நாளும்

ஒப்புக்கொள்ள முடியாது.

என் சீதனச் சொத்தாக, ஒரு வீடும் இரண்டு தோட்ட வீடுகளும், ஒரு செழிப்பான கிராமமும் உள்ளன என்றும், திருமணத்திற்குப் பின் அந்தக் கிராமத்தின் அனுபவ உரிமை தங்களிடம் இருந்து வந்திருக்கின்றது என்றும் அறிகின்றேன். அதைத் தவிர இன்னொரு கிராமம் மகாராஜாவின் மேற்பார்வையில் இருந்து வருவதாகவும், அறப்பணிகள் நிறுவுவதற்கு அதைப் பயன்படுத்திக்கொள்ள வேண்டும் என்று புனிதமும் பெருமையும் மிக்க என் பாட்டனார் விருப்பம் தெரிவித்திருந்ததாகவும் அறிகின்றேன். என் பாட்டனாரின் விருப்பங்களைக் கூடிய சீக்கிரம் நிறைவேற்றி வைக்க வேண்டுமென்று என் சார்பாக மகாராஜாவிடம் பேசும்படியாக உங்களைக் கேட்டுக்கொள்கிறேன். மகாராஜாவுக்கு இதைச் செய்வதற்கு அவகாசம் கிடைக்காவிட்டால், தாங்களே சிரமத்தைப் பொருட்படுத்தாமல் காலமான என் பாட்டனாரின் நினைவாக அந்தத் திருப்பணிகளைச் செய்யுமாறு உங்களைப் பணிவன்புடன் கேட்டுக் கொள்கிறேன்.

எக்காரணத்தினாலாவது மகாராஜாவின் அனுபவத்தில் இருக்கும் கிராமத்தைக்கொண்டு அறப்பணிகள் நிறுவ இயலாதுபோனால், என் சீதனச் சொத்தான கிராமத்தின் மூலமாகவாவது அப்பணிகளைச் செய்ய வேண்டும் என்பது எனது விருப்பம். தங்களுக்கு ஏற்கெனவே மிகுந்த செல்வம் இருப்பதாலும், வாரிசு இல்லாமல் இருப்பதாலும், தாங்கள் இதற்கு ஒப்புக்கொள்வதில் மட்டுமல்ல இந்தப் புண்ணிய கைங்கரியத்தை நிறைவேற்றுவதில் எனக்கு மகிழ்ச்சியுடன் உதவியும் செய்வீர்கள் என்றும் நம்புகிறேன்.

அறப்பணி வேலை முடிந்த பிறகு நான் என் சொத்தைப் பற்றிக் கவலைப்படமாட்டேன். தங்கள் விருப்பப்படியே அதைத் தாங்கள் பயன்படுத்திக் கொள்ளலாம். ஆனால் எனக்கு இன்னும் இருபது வயதுகூட நிரம்பாததால், இப்பொழுது சுவீகாரத்தைப் பற்றி ஆலோசிப்பது பொருத்தம் இல்லாமலும் அகாலமாகவும் தோன்றுகிறது.

ஒரு பதிவிரதைக்கு அவளுடைய கணவனின் அன்புதான் மூவுலகங் களையும்விடச் சிறந்தது என்பது அறிவும் மாண்பும்மிக்க தங்களுக்குத் தெரியாதது அல்ல. அந்த மாபெரும் வரத்தை நான் பெறக் கொடுத்து வைக்காமல் இருக்கும்போது, இந்தப் பூமியில் வேறு எதன்மீது எனக்கு நாட்டம் இருந்துவிட முடியும்?

நான் களங்கம் இல்லாதவள், தங்களுக்குத் துரோகமிழைக்காதவள் என்று நான் பக்திகொண்ட அனைத்தின் மீதும் ஆணையிட்டுச் சொல்லு கிறேன்.'

இப்படிக்கு,
தங்கள் தாமரைப் பாதங்களை வணங்கும்
கிளாவிருந்தா

திவான் கடிதத்தைப் பலமுறை படித்தார். அதன் நடையும், அதில் அவள் வெளியிட்டிருந்த உணர்ச்சிகளும், அவற்றை அவள் எடுத்துச் சொல்லிய அழகும் அவரைக் கவர்ந்தன.

திவான் கல்நெஞ்சுக்காரர்தான். இருந்தும் இளமனைவியின் இந்தச் சீரிய கடிதம் அவர் இதயத்தைத் தொட்டது. இன்னதென்றில்லாத ஒரு பச்சாத்தாபமும் பயமும் அவர் மனதில் தோன்றின. ஆனால் அதற்குள் அவருடைய துர்த்தேவதை, கமலாபாயின் வடிவத்தில் அறைக்குள் நுழைந்துவிட்டது. அவள் கோபத்திலும் படபடப்பிலும் துடித்துக் கொண்டிருந்தாள். ஆத்திரமிகுதியால் அவளுக்குப் பேச்சுத் திணறியது.

'இரண்டு பேரில் ஒருத்தி இந்த வீட்டை விட்டு உடனே வெளியேறி யாகணும். உங்களுக்காக இதுவரை பொறுத்தாகிவிட்டது. இனிமேல் முடியாது. நேற்று வந்த பிடாரி என் மூஞ்சிக்கு எதிரே என்னை ஏசுகிறது. என்னை இப்பொழுதே அனுப்பிவையுங்கள். இத்தனை வருஷமா இந்த வீட்டில் மாடாக உழைச்சதுக்குக் கைமேல் பலன் கிடைச்சாச்சு. உங்க படிச்ச பெண்டாட்டியோட நீங்க சுகமா இருங்கோ. வெக்கங் கெட்ட தேவடியா ஆசை நாயகனுக்குக் கடிதாசு எழுதறதையும் பார்த்துண்டிருங்கோ' என்று படபடவென்று பொரிந்தாள்.

தன் மனைவியை 'தேவடியாள்' என்று குறிப்பிட்டதைக் கேட்ட திவானின் முகம் தன்னையுமறியாமல் துடித்துச் சுளித்தது.

உத்தமி கிளாவரிந்தாவின் கடிதம் இன்னும் அவர் கையில்தான் இருந்தது. ஆனால் இதற்குக் காரணம் அவரே அல்லவா?

ஆனால் இந்த அடங்காப்பிடாரியின் எதிரில் அவர் எதுவும் செய்ய இயலாதவராக இருந்தார். தன் இழிந்த நிலைக்காகத் தன்னையே வெறுத்துக் கொண்டார்.

'இப்பொழுது என்ன நடந்துவிட்டது கமலா? விஷயத்தைச் சொல்லு' என்றார் மெல்லிய குரலில்.

கமலாபாய் ஆத்திரத்துடன் கத்தத் தொடங்கினாள்: 'என்ன நடந்ததா? சிறிது நேரமாக அவளை வீட்டில் எங்குமே காணவில்லை. அவள் காதலனும் போய்விட்டானே, வேறு யாரையாவது விழுங்கப் பார்க்கக் கொல்லைப்புறம் போய் விட்டாளோ என்று நினைத்தேன். எழுதுகிற சாமான்களை எடுத்துக்கொண்டு கங்காவின் அறைக்குள் அவள் நுழைந்ததாக, சமையல்காரி கல்யாணி சொன்னாள். கொஞ்சநேரம் கழித்து அவளைப் பார்த்தபோது, யாருக்குக் கடிதம் எழுதினாய் என்று கேட்டேன். அவள் ஏதோ மழுப்பினாள். சாகஸக்காரி. காதலனுக்கு எழுதினாயோ என்று பச்சையாகவே கேட்டேன். மரியாதைகெட்ட சிறுக்கி என்ன பதில் சொன்னாள் என்கிறீர்கள்? நான் கலியாணமானவள், பத்தினி. திருட்டுத்தனமாகக் காதலர்களுக்கு எழுதுவதற்கு நான் விதவை

அல்ல என்கிறாள்! போகிறது என்று அவமானத்தைப் பொறுத்துக் கொண்டு, காதலனுக்கு அல்லாவிட்டால் பின் யாருக்கு எழுதினாய் என்று திரும்பவும் கேட்டேன். அவளுக்குக் கோபம் வந்துவிட்டது! அந்த இடத்தில் நிற்காமலே அவள் பாட்டுக்கு நடந்துவிட்டாள். ஆனால் போகிற போக்கில் என்ன சொன்னால் என்கிறீர்கள்? எனக்குக் காதலர் இல்லை. ஆகவே நான் என் காதலனுக்கு எழுதவில்லை. உங்கள் காதலருக்குத்தான் எழுதிக்கொண்டிருந்தேன் என்றாள். சத்தமாகவே தான் சொன்னாள். வேலைக்காரர்களுக்குக்கூட காதில் விழுந்தது. அவர்கள் எல்லோரும் சிரிக்கிறார்கள். எவ்வளவோ பொறுத்தாகி விட்டது. இனிமேல் முடியாது. அவளோடு இந்த வீட்டில் என்னால் இருக்கவே முடியாது' என்று முடித்தாள். விஷயத்தின் நகைச்சுவையைக் கண்டதும் அவரால் சிரிக்காமல் இருக்க முடியவில்லை. மனைவியைக் குற்றம் சொல்ல முடியுமா? சிரத்தையுடன் பேசுவதுபோல் பாவனை செய்துகொண்டு:

'அவள் உண்மையைத்தானே சொன்னாள். அவள் இந்தக் கடிதத்தை எனக்குத்தான் எழுதிக்கொண்டிருந்திருக்கிறாள். நான் உன் காதலன் அல்லவா?' என்றார்.

கமலாபாயின் கண்ணீர் மடை திறந்து கொண்டது.

'காலமெல்லாம் உங்களுக்கு விசுவாசமாய் உழைத்தேன். கைம்மாறாக நீங்களும் அவமானம் செய்யுங்கள்' என்று விசும்பத் தொடங்கினாள். அவர் நன்றி மறந்தவர், கொடுமைக்காரர் என்றெல்லாம் விசும்பல் களுக்கிடையே அவரைத் தாக்கினாள். **குழந்தையின் வலிமை அதன் கண்ணீரில்தான்** என்ற ஒரு சமஸ்கிருதப் பழமொழி உண்டு. எழுத்தறி வில்லாத பெண்ணும் பலவிதங்களில் குழந்தையை ஒத்தவளே. சிறிது முளைவிட்ட தன் ஆத்மபலம் அவள் கண்ணீரில் கரைந்து போவதை திவான் உணர்ந்தார். தானாகவே இட்டுக்கொண்ட இந்த இழிவிலங்கு களுக்காக அவர் தன்னைத்தானே வெறுத்தார். அவள் அந்த வீட்டில் காலடி எடுத்து வைத்த வேளையையும் நொந்துகொண்டார். தன் மனைவியின் கடிதத்தைப் படித்ததினாலுண்டான நல்லுணர்ச்சிகள் அவர் மனதில் சில வினாடிகளே நீடித்தன. கமலாபாயின் கண்ணீரும் கம்பலையும் அவள் குற்றச்சாட்டும் அவற்றைத் தகர்த்தன. அவள் அவரோடு பகிர்ந்துகொண்ட இன்ப துன்பங்களை எல்லாம் அவள் நினைவூட்டி அழுதபோது அவர் நெஞ்சம் அவளுக்காக நெகிழ்ந்தது. அவள் கண்ணீரைப் பார்த்துக்கொண்டு அவரால் சும்மா இருக்க இயல வில்லை. விளையாட்டாகப் பதில் சொல்லி அவளை நோகச் செய்து விட்டோமே என்று மனம் வருந்தினார். அண்மையில் அவர் உடல் நலமில்லாமல் இருந்தபோது அவள் அன்புடன் செய்த சிகிச்சையினால் அல்லவா உயிர் பிழைத்தோம் என்றும் எண்ணினார். அவளைப்

பரிவுடன் அணைத்துத் தேற்றத் தொடங்கினார். அவள் அந்த வீட்டில் அடியெடுத்து வைத்த நாள் தொடங்கி அவள் செய்திருக்கும் பணிகளுக் கெல்லாம் தாம் என்றென்றும் அவளுக்குக் கடமைப்பட்டிருப்பதாகவும், தன் வாழ்நாளெல்லாம் அவளிடம் விசுவாசம் பூண்டு நடந்து கொள்வ தாகவும் வாக்கு அளித்தார். மனைவியின் தறுதலைத்தனத்தைத் தட்டிவைப்பதாகவும், அந்த வீட்டில் அவள் கமலாபாய்க்குப் பணிந் திருக்கவேண்டியவள் என்பதை அவளுக்கு உணர்த்துவதாகவும் சத்தியம் செய்து கொடுத்தார். எப்படி எல்லாமோ கெஞ்சிக் கூத்தாடி அவள் கோபத்தைத் தணித்து அவள் மன்னிப்பையும் பெற்றார்.

சமாதானம் ஆனதும் முதல் வேலையாக கமலாபாய், பெண்மைக் குரிய ஆவலோடு கடிதத்தில் கிளாவிருந்தா என்ன எழுதியிருந்தாள் என்று கேட்டார். கடிதத்தை அவர் அவளுக்கு வாசித்துக் காண்பித்தார். அவளும் வியந்தாள். எனினும் தான் முடிக்கவேண்டிய கர்மமும் தன் காரியமும் அவளுக்கு நினைவுக்கு வந்தன. ஆகவே, 'இந்தச் சின்னபெண்ணுக்கு இத்தனை துணிச்சலா? ராஜ்ஜியத்துக்குப் பிரதானர் ஆகக்கூடியவர் என்று உலகமெல்லாம் சொல்லுகிறதே, அப்பேர்ப்பட்ட கணவரைவிடத் தனக்கு ரொம்பத் தெரியும் என்ற எண்ணமோ?' என்று அவளை வன்மையாகக் கண்டனம் செய்தாள்.

தான் குற்றமற்றவள் என்று அவரை நம்பவைப்பதற்காகவே சூழ்ச்சியாக சுவீகாரத்தை எதிர்க்கிறாள் என்றும் சொன்னாள். இதுதான் சமயம் என்று தன் ஒன்றுவிட்ட சகோதரனின் மகனைத் தத்து எடுக்கும்படியாகவும் அவரிடம் மன்றாடத் தொடங்கினாள்.

'உங்களுக்காக, நான் என் மானத்தையே காவு கொடுத்திருக் கின்றேன். என் வாழ்க்கையின் பெரும்பாகத்தை இந்த வீட்டில் உங்கள் நலத்துக்காகவும் இன்பத்துக்காவும் மட்டுமே செலவிட்டுவிட்டேன். துரதிர்ஷ்டசாலி கங்காவுக்கு ஆண் குழந்தை பிறக்கும்; அதனால் இந்த வீட்டில் என் நிலை ஸ்திரமாகும்; வயது காலத்தில் அவமானமும் தரித்திரமும் எதிர்நோக்காது என்று நம்பிக்கொண்டே இருந்தேன். ஆனால் விதி வேறுவிதமாக இருந்துவிட்டது. என்னதான் இருந்தாலும், அத்திம்பேரே, நீங்களும் ஒரு நாள் போகவேண்டியவர்தாம். உங்கள் உடல் நலமும் திருப்திகரமாக இல்லை. உங்களுக்காக நான் எத்தனை கவலைப்பட்டிருப்பேன் தெரியுமா? நீங்கள் உயிர் பிழைக்க வேண்டுமே என்று விடிய விடிய விழித்திருந்து அழுது மன்றாடிப் பிரார்த்தித்தது, அந்த ஆண்டவனுக்குத்தான் தெரியும். நீங்கள் உங்கள் தம்பி பிள்ளையை சுவீகாரம் செய்து, பின் உங்களுக்கு ஏதாவது நேர்ந்தது என்றால் என் நிலைமை என்ன ஆகும் என்று கொஞ்சம் நினைத்துப் பாருங்கள். உங்கள் பிணத்தை அப்புறப்படுத்துமுன்னரே உங்கள் தம்பி என்னைத் தெருவில் இழுத்து விட்டுவிடுவார்.

‘அவர் மகனுக்கோ, நான் அவன் காதலில் குறுக்கிட்டு விட்டேன் என்று கோபம்; அப்பாவைவிட அதிகமாகவே பாய்வான். அவமானத்தோடு, சோற்றுக்கும் திண்டாட வேண்டியதுதான். உங்களுக்கு என்மீது சற்றாவது இரக்கம் இருக்குமானால், நீங்கள் செய்து கொடுத்த வாக்கு, சத்தியம் எல்லாம், ஏமாறக்கூடிய பெண் பிள்ளைதானே என்று அலட்சியமாக இல்லாமல், உண்மையாகவே செய்யப்பட்டவையாக இருக்குமானால், என் ஒன்றுவிட்ட சகோதரனின் பையனைத் தத்து எடுங்கள். உங்கள் தம்பி உங்களைவிட செல்வந்தர். தன் பிள்ளைகளுக்கு வைத்துவிட்டுப் போக அவரிடம் மிகுந்த சொத்து இருக்கிறது. உங்கள் சொத்தையும் விரும்புவது பேராசையினால்தான்’ என்றாள்.

திவான் பொறுமை இழந்தவராகச் சொன்னார். ‘அசட்டுத்தனமாகப் பேசாதே கமலா. என் மரணத்தைப் பற்றியும் பிணத்தைப் பற்றியும் நீ அவ்வளவு சாதாரணமாகப் பேசுவதைக் கேட்க எனக்கு என்னமோ போல் பயமாக இருக்கிறது. வறுமையும் பட்டினியும் உன்னை எதிர்நோக்கும் என்பதெல்லாம் சும்மா பேச்சு என்பது உனக்கே தெரியும். உன்னுடைய பணம் என்னிடம் இரண்டாயிரம் ரூபாய் இருக்கிறது. அதைச் சேர்ந்த வட்டியும் இருக்கிறது. அதை இரண்டு மடங்கு ஆக்குகிறேன். வேண்டுமானால் மும்மடங்கும் ஆக்குகிறேன். என் சுக வாழ்வுக்காக நான் உனக்கு மிகவும் கடன்பட்டிருக்கிறேன். நான் ஒன்றும் நன்றி மறப்பவனல்ல. நீ உன் உறவினர் ஒருவரிடம் ரகசியமாக ஏழாயிரம் ரூபாய் கொடுத்து வைத்திருப்பது எனக்குத் தெரியாது என்று நினைத்துக்கொண்டிருக்கிறாய்-பயப்படாதே. பொய் சொல்லப் புறப்பட்டு விடாதே. நான் அதற்காக உன்னைக் குற்றம் சொல்லவில்லை. அந்தப் பணத்தை நான் தொடவும் மாட்டேன். ரொம்பப் பயந்து விட்டாயே. நான் இனிமேல் அதைப்பற்றிப் பேச மாட்டேன். இவ்வளவு தொகையையும் சேர்த்தால், அப்படியே எனக்கு ஏதாவது நேர்ந்து, என் தம்பி உன்னைத் துரத்திவிட்டுவிட்டாலும் உன் ஒற்றைக் கட்டைக்கு அது தாராளமாகப் போதும். சுவீகாரத்தைப் பற்றி நான் இன்னும் எதுவும் தீர்மானம் செய்யவில்லை. புலமை வாய்ந்த சீமாட்டியம்மா எழுதியிருக்கும் தான்தோன்றிக் கடிதத்தால் அதைச் சற்றுத் தள்ளிப்போட வேண்டியதிருக்கிறது. அவள் சம்மதம் இல்லாமல் தப்புக் கணக்குப் போட்டுவிட்டேன். கமலா, நீயே யோசித்துப் பார். என் ஆஸ்தியில் பெரும் பாகம் பிதிரார்ஜிதமானது. அதை என் தம்பி பிள்ளைகளுக்கல்லாமல் பிறருக்கு வைத்துச் சென்றால் உலகம் என்னைப் பற்றி என்ன சொல்லும்?

‘உனக்கே நியாயமாகப்படுகிறதா, சொல். நீ நல்ல பெண்ணல்லவா. என் அதிகப்பிரசங்கி மனைவியை வழிக்குக் கொண்டுவருவதற்கு நீ அல்லவா எனக்கு உதவி செய்யவேண்டியவள் அல்லது அவள் சீதனச்

சொத்து சேராமல் போய்விடுமே?' என்றார்.

'மானத்தைவிட சிறந்த பொருள் ஒரு பெண்ணுக்கு வேறு எதுவும் இல்லை. நீங்கள் உங்கள் இன்பத்துக்காக அதை விட்டுக் கொடுக்கும் படியாக என்னிடம் கேட்டபோது உலகம் என்னைப்பற்றி என்ன சொல்லும் என்பதை நான் சிறிதாவது சிந்தித்தேனா? கிளாவிருந்தாவுக்கு இவ்வளவு அறிவு இருக்கும் என்று நான் நினைத்ததில்லை. யோசனையுடன் முடிவு செய்திருக்கிறாள். நான் ஒன்றும் உங்களுக்கு உதவி செய்யப்போவதில்லை. மாறாக அவள் செய்திருக்கும் முடிவில் அவள் உறுதியுடன் நிற்பதில் அவளுக்குத் துணை செய்வேன். நாங்கள் எதிராளிகள் அல்ல. ஒரே நோக்கம் கொண்ட நண்பர்கள்' என்று வெடுக்காகச் சொல்லிவிட்டு அறையைவிட்டு வெளியே நடந்தாள்.

6

நெருப்புடன் விளையாட்டு

மாதவராவின் காதலை கிளாவிருந்தா அறிந்தபோது முதலில் பயந்தாள். காதலைப் பற்றி நூல்களில் படித்திருக்கிறாளே தவிர அனுபவத்தில் உணர்ந்ததில்லை. கணவன் மீதிருந்த அருவருப்புணர்ச்சியால் இனக் கவர்ச்சி என்பதே அவளுக்கு வெறுப்பாக இருந்தது. இல்லறம் அவளைத் தாழ்வுபடுத்துவதாகவே அவளுக்குத் தோன்றிக் கொண்டிருந்தது. ஆனால் மாதவராவின் சஞ்சலப் பார்வை அவள் இதுவரை அனுபவித் திராத ஒரு கிளர்ச்சியை அவள் நெஞ்சில் தோற்றுவித்தது. அது இன்ன தென்று அவளுக்கே தெளிவாகப் புரியவில்லை.

கமலாபாய் காதல் தத்துவ விளக்கம் செய்ததையும் கேட்டுவந்தாள். பொருத்தமில்லாத திருமணத்தைப் பற்றி அவள் செய்த கண்டனங்களும் அவள் காதில் விழுந்து வந்தன. காதலின் சக்தியைப்பற்றி அவள் அடிக்கடி கேட்டு வந்த பேச்சுகள், அந்த இளைஞனைத் தவிர்க்க அவளாக எடுத்துக் கொண்ட முயற்சிகள், நிறைவேறாத காதல் கொப்பளிக்கும் கண் களோடு அவன் அவளைப் பார்க்கும் ஏக்கங்கொண்ட சஞ்சலப் பார்வை இவையெல்லாம் அவளையும் அறியாமல் அவள் மனதில் வேலை செய்து வந்தன. அந்த இளைஞனின் தவிப்பைக் கண்டு அவன் மீது இரக்கம் கொண்டாள். ஆனால் இந்த உணர்ச்சிகள் எல்லாவற்றுக்கும் மேலாக, பய உணர்ச்சியும் மேலோங்கி நின்றது.

தன் பாட்டனார் முதலில் தன்னை மாதவராவுக்குக் கொடுக்க வேண்டும் என்று எண்ணியிருந்ததாக கமலாபாய் சொல்லக் கேட்டி ருந்தாள். அப்படி நடந்திருந்தால் என்று அவளால் எண்ணிப் பார்க்காமல் இருக்கமுடியவில்லை. தற்போதைய வாழ்வையும் அந்தக் கற்பனை வாழ்வோடு ஒப்பிட்டாள்.

மாதவராவின் நடவடிக்கைகளைப் பற்றி அவள் முதலில் கணவனிடம் சொல்லாமல் விட்டது கமலாபாயின் ஆலோசனையின் பேரில்தான். ஆனால் வரவர அவளாகவே அதைச் சொல்ல விரும்பவில்லை. அவனைக் காட்டிக் கொடுப்பது கொடுமையாகப்பட்டது. தன்னைக்

காத்துக்கொள்ளும் திடன் இருந்ததால் அது அநாவசியமாகவும் தோன்றியது அல்லது மனதின் அடித்தளத்தில் இருந்த குற்ற உணர்ச்சி யால்தான் அவள் அவ்வாறு சொல்லாமல் இருந்திருக்கலாம். மாதவனை மணந்திருந்தால், என்று மனதின் ஆழத்தில் உண்டாகும் தவிர்க்க முடியாத அந்த நினைவு அவளைக் கறைப்படுத்தியிருந்தது. அகத்தில் களங்கம் இருந்ததால் அவரிடம் பேச முகம் இல்லாமல் இருந்தது.

கமலாபாயின் சூழ்ச்சிகளைப்பற்றி அவளுக்கு ஒன்றும் தெரியாது. அவள் கணவரும் தனக்குத் தெரிந்ததாகக் காட்டிக்கொள்ளவில்லை. ஆதலால் அவள் எதுவும் சந்தேகிக்கவில்லை. ஆதலால் மாதவராவ் தஞ்சையை விட்டுப் போகிறான் என்று அவள் கேள்விப்பட்டதும் ஓரளவு நிம்மதி அடைந்தாள். ஆனால் ஏமாற்றமும் கூடவே இருந்தது.

நன்றும் தீதும் பிரிக்க முடியாதபடி மனித உள்ளங்களில் பின்னிப் பிணைந்து போய்விடுகின்றன. உணர்ச்சிகள் எப்படி இருந்தபோதிலும், பதிவிரதா தர்மத்தை மீறவேண்டும் என்று கனவிலும் நினைத்தவளல்ல. மாதவனுக்காகவேனும் அவன் தஞ்சையைவிட்டுச் செல்வது நல்லது என்றுதான் எண்ணினாள். அண்மையில் அவனுக்கு ஒரு பணக்காரப் பெண்ணுடன் திருமணம் ஆகியிருந்தது. அவன் அயலூரில் இருக்கும் போது தன் காதலை மறந்துவிடுவான்; ஓரிரண்டு ஆண்டுகள் கழித்து அவன் திரும்பிவருவதற்குள் மனைவி அவனுடன் வாழ வந்து விடுவாள்; எல்லாம் சரியாகி விடும் என்று எண்ணினாள். தகுதியான எண்ணம் தான். ஆனால் இதனூடே இதற்கு மாறான இன்னொரு நினை வோட்டமும் இழையோடிற்று. அவனால் கிளறிவிடப்பட்ட காதல் உணர்வுகள் இப்படி ஒரு முடிவுக்கு வந்துவிட வேண்டுமா என்பதுதான் அது. அழகைவிட செல்வமே அதிகமாய் வாய்ந்த மனைவியை, அவன் தன்னைக் காதலித்த வேகத்துடன் விரும்பமுடியுமா என்ற சந்தேகம் அவளுக்கு இதமாக இருந்து வந்தது. இந்தச் சோதிடம் ஒன்று குறுக்கே வந்திருக்காவிட்டால் எது நடந்திருக்கும் என்பதை நினைத்தபோது தன்மீதும் அவன் மீதும் அவளுக்கு இரக்கம் பொங்கிற்று.

மாதவன் தஞ்சையைவிட்டுச் செல்கிறான் என்பதைக் கேள்வி யுற்றதும் அவள் எண்ணங்கள் சிந்தனைகள் இவ்வாறுதான் இருந்தன. அவள் உள்ளத் தூய்மைக்கும் மன அமைதிக்கும் ஆபத்தானவையாகவே அவை இருந்தன. ஆனால் அவை தவிர்க்க முடியாதவை. தவிர்க்க விரும்பாதவை.

கங்காபாய் திடீரென்று நோயாகப் படுத்தபோது, வீட்டு வேலை களிடையே தன் காதலைச் சிறிது மறந்திருந்தாள். அதற்குள் கோடையிடி போன்று அந்தத் திடீர் சம்பவம் நிகழ்ந்துவிட்டது. கமலாபாய் சொன்னதுபோல எமன் வீட்டு வாசலில் வந்து காத்துக் கொண்டி ருக்கும்போதே, நோயாளியின் அறையை அடுத்த நடையில் சில

வினாடிகளுக்குள் அந்த நிகழ்ச்சி நடந்தது. அன்று இரவு மாதவன் புறப்படுகிறான் என்பதை கிளாவிருந்தா கேள்விப்பட்டிருக்கவில்லை. அவள் அவனை ஏறக்குறைய மறந்தே விட்டிருந்தாள். அவன் அவளிடம் பேசியபோது தன் எண்ணங்களைக் கோர்வைப்படுத்திக் கொள்ள அவளுக்கு நேரம் இல்லாதிருந்தது. அவனுக்கு என்ன பதில் சொன்னோம் என்றுகூட இப்பொழுது அவளுக்குச் சரியாக நினைவு இல்லை. ஆனால் அவன் தன்னை இறுக அணைத்துத் தழுவியதையும் அவன் அளித்த ஆசை முத்தங்களையும் அவளால் மறக்க இயலவில்லை.

அவனாகத் தன்னை இழுத்துக் கறைப்படுத்திவிட்டான் என்ற உணர்ச்சிதான் முதன் முதலில் அவளுக்கு உண்டாயிற்று. கணவன் உடனேயே அவ்விடத்தில் அவளிடம் கேட்ட போது அதைத்தான் அவரிடம் சொன்னாள்.

ஆனால் இப்பொழுது அவள் வேறுவிதமாக நினைத்தாள். மீண்டும் மீண்டும் அந்தக் காட்சியை அவள் தன் நினைவில் எண்ணிப் பார்த்தாள். மாதவனின் தாபத்தையும் மனித சக்திக்கு அப்பாற்பட்ட ஆசையையும் இப்பொழுதுதான் சரிவர அவளால் உணர முடிந்தது.

தன்னை மறந்த ஒரு நிலையை அவன் எட்டியிருந்திருக்க வேண்டும். அவன் அவ்வாறு அவளைத் தன் மார்போடு இறுகச் சேர்த்த போது அவள் கண்கள், அவன் கண்களை நோக்கின. அவன் கண்களில் ஒரு வெறியைக் கண்டாள். தன்னை மீறிய ஒரு உணர்வால் அவன் உந்தப் பட்டான் என்பதில் சந்தேகமே இல்லை. நிறைவேறாத காதலின் வேதனையில் பிறந்த விரக்தியின் வெறி அது. ஆவேசம் வந்தவனைப் போல் இருந்தான். அதனால்தான் அவள் இன்னொருவன் மனைவி, தனக்குத் தாயின் ஸ்தானத்தில் இருப்பவள் என்பதை அறவே மறந்து விட்டான். தாயா? ஐயோ எனக்கு இன்னும் இருபது வயது நிரம்ப வில்லையே! அவனுக்கோ இப்பொழுதுதான் இருபது முடிந்திருக்கும். அதற்குள் நான் அவனுக்குத் தாயா? நான் அவன் தந்தையின் கிழட்டுத் தமையனாருக்கு வாழ்க்கைப்பட்டு விட்டதால் இயற்கையே மாறி அவன் எனக்கு மகனாகிவிட வேண்டுமா? மெல்லிய, ஆனால் விளையாடி உரமேறிய அவன் உடற்கட்டும், ஆண்மை மிக்க அவன் முகப் பொலிவும், அவன் ஆசையும், காதலும் துயரமும் கலந்து பீறிடும் கனவு காணும் விசாலமான விழிகளும், உல்லாசமான அவன் நடையுடை பாவனைகளும் அவள் அகக்கண் முன்வந்து நிற்கும். ஆசை ததும்பும் விழிகளோடும் அதைப் பார்த்துத் தன் காதலை எண்ணிக் களித்தாள்.

அவனை மணந்திருந்தால் என்று அந்த நடக்காத ஒன்றைக் கற்பனை பண்ணுவாள். அந்தக் கற்பனையில் உணர்ச்சியின் உந்துதல் மாத்திரமே இருப்பதாகத் தோன்றும். எண்ணமோ, உடலோ இருப்பதாகத் தோன்றாது.

மாதவன் அடுத்த வீட்டில் வசித்துக் கொண்டிருந்தவரை, அவளுக்குப் பய உணர்ச்சியே மேலோங்கி நின்றது. அதனால் காதலைவிட அவன் மீது இரக்கமே அதிகமாக இருந்தது. அவன் போய்விட்ட பிறகோ அந்த இரக்கம் மிக ஆபத்தானதொன்றாகப் பரிணமிக்கத் தொடங்கிற்று. இது ஒழுக்கக் குறைவானது என்று அவளுக்குத் தெரியாமல் இல்லை.

அத்துமீறிய அவள் எண்ணங்களையும் கற்பனைகளையும் அவள் நசுக்க முடியாமலும் இல்லை. ஆனால் கணவனின் கொடுமையினால் அவள் அடிக்கடி தனியாகவும் மனம் நொந்தும் இருக்க நேரிட்டது. அந்த வேளைகளில் அவள் மனதுக்குள்ளிருந்த சட்டாம்பிள்ளை தூங்கி விடுவான். காதல் கற்பனைகள் தலைதூக்கும்.

நாராயணனைத் தத்து எடுத்தால் மீண்டும் இரண்டு குடும்பங் களும் ஒன்று சேரும் என்பதை உணர்ந்தாள். அப்பொழுது மாதவன் திரும்பி வருவான். அதன் விளைவுகளை எதிர்நோக்கவே அஞ்சினாள். அப்பொழுது அவள் ஆன்மாவில் பெரும் போராட்டம் நிகழும். அதில் அவள் அவமானகரமாகத் தோற்றுப்போக நேரிடும் என்று எதிர் பார்த்தாள். அல்ல அப்படித் தோற்பதையே அவள் விரும்பினாள் என்றே சொல்லவேண்டும். இதனால்தான் அவள் சுவீகாரம் எடுப்பதை ஆட்சேபித்தாள்.

தன் ஸ்திரிதனச் சொத்தையும் சுவீகாரப் பிள்ளை அடையவேண்டும் என்று தன் கணவர் திட்டம் வகுக்கும்போது தன்னை ஒரு வார்த்தை கேட்கவில்லையே என்று ரோசமும் அவளுக்குச் சிறிது இருந்தது. அவர் அனுப்பி மற்றவர்கள் அவளிடம் அதைப் பற்றிப் பேசினார்கள். அவர் பேசவே இல்லை. இன்னொரு விஷயத்தையும் கமலாபாய் அவளுக்குச் சுட்டிக் காட்டியிருந்தாள். தன் சொத்துக்களுக்கெல்லாம் நாராயணனை உரிமையாக்க சம்மதம் தந்துவிட்ட பின்னர் தன் கணவனும் அமாத்யாவும் தன் பாட்டனாரின் விருப்பத்தை நிறைவேற்றி வைப்பதில் அவளுக்கு உதவி செய்ய மாட்டார்கள். மாறாக அடுத்த கிராமத்தையும் தங்களுக்கே எடுத்துக்கொள்ள முயற்சி செய்வார்கள். இதுவும் அவளுக்கு அச்சத்தை விளைவித்தது. அவளுக்குத் தெரிந்தவரை சந்நியாசி எதுவும் எழுதி வைத்துவிட்டுச் செல்லவில்லை. சாரதாவை அனுப்பி சிலரை விசாரித்துப் பார்த்தாள். உப்பூர் வருமானத்தைத் தர்ம காரியங்களுக்குச் செலவிடவேண்டும் என்றும், மலையூரை அவளுக்கு ஸ்திரிதனமாகக் கொடுக்க வேண்டுமென்றும் சந்நியாசி மகாராஜாவிடம் கேட்டுக் கொண்டிருந்தார் என்று மாத்திரம் தெரிந்தது. அவள் கணவரும் அவர் தம்பியும் அப்படித்தான் சொல்லிவந்தார்கள். ஆனால் சமயம் கிடைத்தால் மனம் மாறி இரண்டு கிராமங்களையும் அவள் மூலமாய்த் தங்களுக்குச் சொந்தமாக்கிக் கொள்ளத் தயங்க மாட்டார்கள் என்று அவள் பயந்தாள்.

மகாராஜா இருக்கிற நிலையில் அவருக்கு இப்பொழுது உப்பூரைக் கொடுத்துவிட மனமில்லை என்று சொல்லப்பட்டது. அவர் அப்படிக் கொடுக்காது போனால், தன் கணவரின் அனுபோகத்தில் இருந்து வரும் மலையூரின் வருமானத்தைக் கொண்டாவது அறப்பணிகளை முடித்துவிடவேண்டும் என்று விரும்பினாள். இப்படியாக ஒன்றுக்கு மேற்பட்ட காரணத்தினால் சுவீகாரத்துக்கு உடன்படாமல் இருந்து வந்தாள். சில மாதங்கள் கடந்தன. பூணூல் இல்லாமலே நாராயணன் வளர்ந்து கொண்டிருந்தான். கிளாவிருந்தாவின் சம்மதத்துக்காக அவன் தாய் அவளை நச்சரிக்கத் தொடங்கினாள்.

7

சதிகாரச் சகோதரர்கள்

'யுத்தம் இப்பொழுது நிச்சயமாக வராது. மகாராஜா கவலைப்படவே தேவையில்லை என்று நீ அவரிடம் உறுதியாகச் சொல்லலாம். நாம் விரும்பினால்கூட இப்பொழுது சண்டை வராது.'

இவ்வாறு திவான் ஒரு பிற்பகல் தம் தம்பியிடம் சொல்லிக் கொண்டிருந்தார். மேலூர் அணைக்கட்டு நவாபின் பிராந்தியத்திலிருந்தது. அதை நவாபும் மராமத்துச் செய்யவில்லை. தஞ்சை அரசையும் செய்யவிடவில்லை. ஆகவே தஞ்சை முகத்துவாரப் பகுதியின் செழிப்பான விளைச்சல் பாதிக்கப்பட்டுப் பஞ்சம் வரும்போலிருந்தது. மத்தியஸ்தப் பேச்சு தோல்வியில் முடிந்தது. சண்டை வந்துவிடுமோ என்று அஞ்சினர். சண்டையில் ஈடுபடும் நிலையில் அப்பொழுது தஞ்சை இல்லை. அது விஷயமாக திவானின் சோதிடத்தை அறிய பிரதாபசிங் விரும்பினார். திவான் நோய்ப்படுக்கையாக இருந்ததால் அவர் தம்பி அமாத்யாவை அனுப்பிக் கேட்டு வரச் சொல்லியிருந்தார்.

'ஒரு பரஸ்பர நண்பரின் தலையீட்டால் விஷயம் சமாதானமாக முடியும். பரஸ்பர நண்பர் அநேகமாக ஆங்கிலேயராக இருக்கலாம். முன்னால் நம்மைக் காப்பாற்றிய ஆங்கிலேயர் இப்பொழுது இங்கு இருப்பது நல்லதாயிற்று. பிரெஞ்சுக்காரன் முற்றுகையிலிருந்து அவர் தான் நம்மை விடுவித்தார். கப்பம் விஷயமாக நவாப் நம்மோடு போருக்கு எழுந்தபோதும் இவர்தான் பேச்சு வார்த்தை நடத்தி நல்லபடியாய் முடித்துவைத்தார். இப்பொழுதும் அவரையே நவாபிடம் அனுப்பும்படி மகாராஜாவிடம் சொல்லு' என்றார் திவான்.

'படையில் நிரந்தரமாக இருந்துவரும் வீரர்களுக்குக்கூட இரண்டு மாதமாகச் சம்பளம் கொடுக்கவில்லை. கஜானா ஏறக்குறைய காலி. நாம் இப்பொழுது எப்படிப் போரிட முடியும்?' என்றார் அமாத்யா.

'அந்தப் பயம் வேண்டாம். கிரகங்கள் நிச்சயமாகச் சொல்லுகின்றன. நான் சொன்னதாக மகாராஜாவிடம் சொல்லு. உப்பூரைப் பற்றி அண்மையில் மகாராஜாவிடம் ஏதாவது பேசினாயா?' என்று கேட்டார் திவான்.

'இன்று காலையில்கூட மெதுவாகப் பேச்சு எடுத்துப் பார்த்தேன். மகாராஜாவுக்கு அது மனச்சான்றை உறுத்திக் கொண்டிருப்பதாகவும், குருவின் கட்டளையை நிறைவேற்றாததால் மனம் வாதிப்பதாகவும் மாத்திரமே சொன்னார். இந்த மகாராஜாவின் ஆயுசு காலத்தில் நாம் அந்தப் பேச்சை எடுக்காமலிருப்பதே உசிதம் என்று எனக்குத் தோன்றுகிறது. ஏனென்றால் வெண்ணாறு சத்திரத்துக்குக் காலமான பண்டிதராவின் பெயரை இடுவதைப் பற்றி இன்று காலையில் பேசினார். அப்படியானால் உப்பூரை மனச்சான்றுக்கு விரோதமில்லாமல் தாமே வைத்துக் கொண்டு விடுவார். இன்னொரு விஷயம்: மகாராஜாவின் வியாதி வேகமாக முற்றிவருவதாகவும், அவருக்கு இன்னும் பல ஆண்டுகள் இல்லை என்றும் அரண்மனை வைத்தியர் சொன்னார். ஆகையால் நாம் பொறுத்திருந்து அவர் காலத்துக்குப்பின் அவர் மகன் துளசிஜியிடமிருந்து கிராமத்தை வாங்கிக்கொள்ளலாம்' என்றார் அமாத்யா.

'பல ஆண்டுகள் என்ன, பல வாரங்கள்கூடப் பிழைத்திருக்க மாட்டார் - நமக்குள் இருக்கட்டும். யுத்தம் காரணமாக இவர் ஜாதகத்தையும் இன்று காலையில் பார்வையிட்டேன். இன்னும் இருபத்தைந்து நாளில் அவருக்கு ஒரு பெரிய கண்டம் இருக்கிறது. முக்காலே மூணுவீசம் பிழைக்கமாட்டார். தம்பி, என்னுடைய நாளும் நெருங்கிவிட்டது. அடுத்த மாதம் 28ஆம் தேதிதான் கெடு. இரண்டு பாப கிரகங்கள் என் உயிரை வாங்க சதி செய்கின்றன. இன்று காலையில் கூட என் ஜாதகத்தைப் பார்த்தேன். உப்பூரை என்னுடையது என்று ஒரு நாளாவது சொல்ல வேண்டும். அப்பொழுதுதான் என் நெஞ்சு வேகும்!' என்றார் திவான்.

அமாத்யா கலவரமடைந்தவராக, நீங்கள் சுவீகாரத்தைப் பற்றி ஒன்றும் முடிவு சொல்லவில்லையே? உங்கள் காரணமாக அவசரம் இல்லாவிட்டாலும், நாராயணன் உபநயனத்தை இன்னும் தள்ளிப்போட முடியாதே?' என்றார்.

'என் ஜாதகத்தை இன்று காலை பார்த்ததிலிருந்து நானும் அதைப் பற்றி யோசித்துக் கொண்டிருக்கிறேன். அடுத்த மாதம் 28ஆம் தேதியைத் தாண்டிவிட்டேனானால் அப்புறம் ஏழு வருடம்வரை உயிர் வாழ்ந்திருப்பேன். ஆனால் இந்தக் கண்டம் பிழைத்தால் அது பெரிய அற்புதம். கிரகங்கள் பலமாக இருக்கின்றன' என்றார்.

இரும்பு இளகிச் சூடாக இருக்கும்போதே அடித்துவிடவேண்டும் என்ற கருத்துடன், அமாத்யா, 'அப்படியானால் நீங்கள் சற்று சுகமானவுடன் சுவீகாரத்தையும் உபநயனத்தையும் வைத்துக் கொள்வோமா' என்று கேட்டார்.

'ஆமாம், நானும் அப்படித்தான் நினைத்தேன். அடுத்த மாதம் ஐந்தாம் நாள் நல்ல நாளாக இருக்கிறது. ஆனால் அந்த மூதேவி மிகவும்

சதிகாரச் சகோதரர்கள் ✦ 129

பிடிவாதமாக இருக்கிறாள். அவள் சம்மதம் தரமாட்டாளாம். நேற்று மாலைகூட அப்படித்தான் சொன்னாளாம்' என்றார் திவான்.

'அண்ணா, நானும் மண்டையைக் குடைந்து குடைந்து யோசித்ததில் ஒரு முடிவுக்கு வந்திருக்கிறேன். நமக்கு அவள் சம்மதமே தேவையில்லை. அவள் உங்களுக்கு எழுதிய கடிதத்தை என்னிடம் காட்டினீர்களே, அதில் அவள் என்ன எழுதி இருக்கிறாள் தெரியுமா? **'என் சொத்தைப் பற்றிக் கவலைப்படவில்லை. தங்கள் விருப்பப்படி அதைப் பயன்படுத்திக் கொள்ளலாம்'** என்று தெளிவாகச் சொல்லி இருக்கிறாள்.'

'அப்படியா எழுதி இருக்கிறாள்? எனக்கு வார்த்தைகள் தெளிவாக நினைவில் இல்லை. தர்ம காரியங்களைப் பற்றி ஏதோ எழுதி இருந்தாளே?' என்றார் திவான்.

'அதுவும் எழுதி இருக்கிறாள். ஆனால் சொத்தைப் பற்றி இதே வார்த்தைகளைத்தான் எழுதியிருக்கிறாள். நீங்கள் இப்பொழுது நாராயணனை ஏகவாரிசாகத் தத்து எடுத்துக்கொண்டால் நாம் விஷயத்தை எளிதில் முடித்துவிடலாம்' என்றார் அமாத்யா.

கிளாவிருந்தா எழுதியதாக அமாத்யா எடுத்துக் காண்பித்த வாக்கியம் மூலக் கடிதத்தின் சொற்களிலிருந்து சற்று மாறுபட்டது; பொருளில் முற்றிலும் மாறுபட்டதாகும். கடிதம் அவர் கைவசம் இருந்து வந்தது. ஒருநாள் திடீரென ஏற்பட்ட ஞானோதயத்தில் கடிதத்தில் சில சிறு திருத்தங்கள் செய்து வைத்தார். இப்பொழுது அவர் இரும்புப் பெட்டியில் இருந்த கடிதத்தின் சொல்லும் பொருளும் அவர் சொன்னவாறுதான் இருந்தது!

'அவள் அப்படி எழுதியிருக்கிறாள் என்றால் நாம் காரியத்தை நடத்தி விடலாம். நான் இவ்வாறு நினைக்கவே இல்லை. சரி, அப்படியானால் பயமில்லை. மேலும் அவள் சொத்தில் உரிமை கேட்க நாராயணனுக்குப் போட்டியாக யார் இருக்கிறார்கள்? என் காலத்துக்குப் பிறகு தினமும் சாப்பாடும், வருடத்தில் நாலைந்து துணிகளும்தானே அவளுக்குத் தேவைப்படும்? சரி, சுவீகாரத்தையும், பூணூல் கலியாணத்தையும் அடுத்த மாதம் 5ஆம் தேதி வைத்துக்கொள்வோம். அதற்குவேண்டிய ஏற்பாடுகளைச் செய். இன்னும் கடத்திக்கொண்டு போகமுடியாது. இன்று இரவே மகாராஜாவுக்கும் அதைத் தெரியப்படுத்திவிடு. என் மனைவி சம்மதம் தரவில்லை என்பதாக எதுவும் சொல்லவேண்டாம்' என்றார் திவான்.

'நான் என்ன அத்தனை முட்டாளா, அண்ணா? அவள் முழுச் சம்மதத்துடன் இந்தக் காரியம் நடப்பதாக அவருக்குப்படும்படியாகத் தான் சொல்லுவேன். சில நாட்களுக்கு முன் அவர் என்னிடம் அதைப் பற்றிக் கேட்டார். நீங்கள் ஒன்றும் முடிவு செய்யவில்லை என்பதாகச் சொன்னேன். நீங்கள் உங்கள் ஜாதகத்தைத் திரும்பப் பரிசீலித்ததில்

அடுத்த மாதத் தொடக்கத்தில் சுவீகாரம் செய்துகொள்ளத் தீர்மானித்து விட்டதாக இப்பொழுது சொல்லுவேன்.'

'ஆமாம், அவ்வளவு சொன்னால்போதும்' என்று சொன்னவர் திடீரென்று, 'ஆனால் சற்று இரு. நான் பரிசீலித்த ஜாதகம் உண்மை யானதுதானா என்று கவனிக்கவேண்டும். கிளாவிருந்தாவை மணம் செய்துகொள்ள சந்நியாசியின் சம்மதத்தைப் பெறுவதற்காக அவள் ஜாதகத்துக்குப் பொருத்தமாக போலி ஜாதகம் தயாரித்திருந்தேனே. அதைத்தான் பார்த்துவிட்டேனோ?' என்று கட்டிலின் அருகில் முக்காலி மீதிருந்த ஓலைச் சுவடிகளைத் தேடிப் பார்த்து, ஒன்றை எடுத்துக் கவனமாகப் பார்த்தார்.

'ஆமாம், சரியான ஜாதகம்தான். என் நாள் நெருங்கிவிட்டது. மகாராஜாவின் முடிவும் மிக நிச்சயம். ஆனால் அவரிடம் ஒன்றும் சொல்லாதே. அவர் இதற்காக நமக்கு நன்றி சொல்ல மாட்டார்' என்றார்.

'நிச்சயமாக மாட்டார்' என்றார் அமாத்யா. 'ஆனால் நீங்கள் இந்தக் கண்டம் தப்பி வெகு நாள் வாழ்வீர்கள்' என்று சகோதர பக்தியுடன் சொல்லிவிட்டு எழுந்தார், அமாத்யா.

அறைக் கதவைத் திறந்ததும் கிளாவிருந்தா அங்கிருந்து வீட்டினுள் செல்வதைக் கவனித்தார். அவள் சாவித்துவாரத்தின் வழியாகத் தாங்கள் பேசியதைக் கேட்டுக் கொண்டிருந்திருக்க வேண்டும் என்று அனுமானம் செய்தார்.

8

நிபந்தனை

ஒட்டுக் கேட்கவேண்டும் என்ற எண்ணத்துடன் அங்கு வந்து நின்றவள் அல்ல அவள். அன்று இருந்த சூழ்நிலையில் அவள் அப்படிச் செய்திருந் தாலும் அது மன்னிக்கப்பட வேண்டிய குற்றமே. திவான் தம் ஜாதகத் தைப் பார்த்து விட்டுத் தாம் இனிமேல் ஒருமாதத்துக்கு மேல் பிழைத் திருக்கமாட்டார் என்று சொன்னதாக கமலாபாய் அன்று காலைதான் கிளாவிருந்தாவிடம் சொல்லியிருந்தாள்.

செய்தியைக் கேட்டு அவள் பீதி அடைந்துபோனாள். இளம் விதவையாகப் போகிறோமோ என்று பயந்தாள். இந்த எண்ணத்தினால் அவர்மீது சற்று அன்பு உண்டாயிற்று. இப்படிப் பிரிக்கப்பட்டுப் போகிறோமே என்று வருந்தினாள். அவருடன் பேசி, தான் அவருக்குத் துரோகம் செய்யவில்லை என்பதை, அவரை எப்படியாவது நம்பவைக்க வேண்டும் என்று விரும்பினாள். மனதால் அவள் களங்கப்பட்டவள் என்பது உண்மைதான் என்று அவளும் ஒப்புக்கொண்டாள். ஆனால் மனம் ஒரு குரங்கு அல்லவா? ஆனால் அவள் கணவர் சந்தேகிப்பது போல, அவள் சொல்லாலும் செயலாலும் கறைபடாதவள். எப்படி யாவது அவரோடு சமாதானமாகி சோரம்போன தன் மனதுக்காகவும் பிராயச்சித்தம் செய்துகொள்ள வேண்டும் என்று நினைத்தாள். பிற்பகலில் கமலாபாய் தூங்கச் சென்றுவிட்டாள். கணவரின் அறைக்குச் செல்வதற்கு அதுவே உகந்த வேளை என்று அவள் திவானின் அறையை நோக்கி வந்தாள். கதவு அடைத்திருக்கிறது. திறக்கலாம் என்று கையெடுத்த போது உள்ளிருந்து அவள் மைத்துனரின் குரலைக் கேட்டாள்.

நான் என்ன அத்தனை முட்டாளா, அண்ணா? *சிறிது நின்றாள். அப்பொழுது திவான் தாம் சந்நியாசியை ஏமாற்றத் தயாரித்த* ***பொய் ஜாதகத்தைப்*** *பற்றிக் குறிப்பிட்டார். அவளுக்குத் தன் காதுகளை நம்ப முடியவில்லை. அவள் பிஞ்சு இதயத்தில் கசப்பு பொங்கியது. 'இப்படிப் பட்ட ஒரு மனிதனுக்கா மனைவி ஆனேன்?' எண்ணங்கள் சுழன்றன. அதன் பின் அமாத்யா தம் தமையனாரை வாழ்த்தியது அவள் காதில்*

விழவில்லை. திடீரென்று உள்ளே இருந்து கதவு திறந்தது தெரிந்தது. அவள் இயந்திரம்போல் வேகமாக வீட்டினுள் சென்றுவிட்டாள்.

அவரோடு சமாதானம் செய்துகொள்ளவேண்டும் என்ற ஆசை யெல்லாம் இருந்த இடம் தெரியாமல் போய்விட்டது. வேண்டு மென்றே கள்ள ஜாதகம் தயாரித்து பாபாஜியை ஏமாற்றி ஆஸ்தியை அடைவதற்காக என்னைக் கலியாணம் பண்ணினாரா? இவ்வளவு சூதும், சுயநலமும் உள்ளவரா? இதயம் என்பதே இல்லையே? அவர் தந்த அவல வாழ்வு, இனி தரப்போகும் விதவைக் கோலம் இவருக்கு மனைவியாக இருப்பதைவிட, விதவையாக ஆவது உசிதம் போலும். அமாத்யாவும் இந்தச் சூழ்ச்சியை அறிவார். அண்ணாவுக்கு ஏற்ற தம்பி. ஒருவேளை மாதவனும் இப்படித்தான் இருப்பானோ? அப்பாவையும் பெரியப்பாவையும் போல, இல்லை; மாதவன் இப்படிக் கொள்கைகள் அற்ற அற்பனாக ஒருநாளும் இருக்கமாட்டான். ஆசை உள்ளூர நெஞ்சை அரித்துக்கொண்டே இருந்தபோதும், அவன் தன்னிடம் எவ்வளவு கௌரவமாக நடந்துகொண்டான். அந்தக் கடைசிச் சம்பவம் எப்படியோ அவனையும் மீறிய ஒரு வெறியின் விளைவே அன்றி வேறல்ல. அது அவனுடைய உத்தம நடத்தையையும், கண்ணியத்தை யும் துலாம்பாரமாக அல்லவா எடுத்துக்காட்டுகிறது!

இப்படியே மாதவனைப் பற்றிய எண்ணங்களில் சிறிது நேரம் ஆழ்ந்துவிட்டாள். அந்த எண்ண வெள்ளம், கணவன்மீது தோன்றிய வெறுப்புணர்ச்சியை அடித்துச் சென்று ஆழ்த்திவிட்டது. ஆனால் அவர் மரணத்தைப் பற்றி, கமலாபாய் சொன்னபடியே அவரும் சொன்னாரே! அதற்குப்பிறகு அவள் கதி என்ன? அவள் அம்மாவின் நினைவு வந்தது. அப்பா இறந்த செய்தியைக் கேட்டதும் அவள் கதறினாளாம். அந்த ஒரே கதறலில் தன் கணவரிடம் போய்ச் சேர்ந்து விட்டாளாமே. அவள் உத்தமி, சதி என்று எல்லோரும் அவளைப் புகழ்கிறார்கள்.

என் விஷயம் முற்றிலும் வேறு. இப்படிப்பட்ட கணவரோடு இப்படிப்பட்ட ஒரு வாழ்வு வாழ்ந்துவிட்டு சதியாக உயிர் விடுவ தென்றால் பொருத்தமாகவே இல்லை. கேலிக் கூத்தாகக்கூடத் தோன்று கிறது. என் விருப்பத்துக்கு விரோதமாக என் மறுப்புகளைச் சட்டை செய்யாமல் என்னை மணந்தார். அதற்காக ஏமாற்றவும் செய்தார். வாழ்வு முழுவதும் என்னிடம் கொடுமையாகவும் இரக்கமில்லாமலும் நடந்துகொண்டிருக்கிறார். இப்பொழுது அவர் மரணப் படுக்கையி லிருக்கும்போது அவரோடு பேச்சு வார்த்தைகூடக் கிடையாது. நான் அவர் எதிரில் வருவதையும் தடைசெய்திருக்கிறார்.

என்னைப் பொறுத்தவரையில், எனக்கு அவரிடம் எப்பொழுதும் வெறுப்பு. அவருடைய நடவடிக்கைகளினால் அது வளர்ந்துகொண்டே வந்திருக்கிறது. இப்பொழுது நான் இன்னொரு ஆடவனைக் காதலிக்கிறேன்.

நிபந்தனை

உலகம் என்னவானாலும் நினைக்கட்டும். ஆனால் கடவுள் நியாய மானவராக இருந்தால் எங்கள் கலியாணத்தைத் திருமணம் என்று சொல்லமாட்டார்.

அவர் மரணத்துக்குப்பின் நான் ஆயுசு பூராவும் விதவையாகக் காலம் கழிப்பேன். கமலாபாய் இந்த வீட்டை விட்டுப் போய்விடுவாள். நான் இந்த வீட்டுக்கு எஜமானியாக இருப்பேன். மைத்துனர் அமாத்யா காரியங்களை நிர்வாகம் செய்துவருவார்.

என் சொத்துரிமை மகனுக்குச் சேரவேண்டும் என்று இச்சிப்பதால் என்னை ஓரளவு மரியாதையாக நடத்தி வருவார். மாதவன் வந்திருப்பான். அவன் சுவீகாரம், பூணூல் கல்யாணத்துக்காக இப்பொழுதே வந்து விடுவான் - அப்புறம் - அப்புறம் அவள் இதயம் வேகமாக அடிக்கத் தொடங்கியது. கோட்டையை மேலும் உயரமாகக் கட்டிக் கொண்டு போக அவளுக்குத் துணிவு இல்லை.

ஆனால் இவ்வளவு ரம்மியமான இடத்துக்கு மிக அருகில் வந்துவிட்ட பிறகு கற்பனை வேகத்தை நிறுத்தவும் அவளால் இயலவில்லை. ஆகவே அது முடிய வேண்டிய இடத்தில் முடிந்துவிட்டுதான் நின்றது.

அன்று அவன் அளித்த முத்தம் ஒருவித பரபரப்பையும் பிரகாசத்தை யும் இப்போது தோற்றுவித்தது. இந்தப் பகற்கனவு நிலையில் தன்னை யாரும் பார்த்துக்கொண்டிருக்கிறார்களோ என்று பயத்துடன் சுற்றும் முற்றும் பார்த்தாள். சற்று தள்ளி ஊஞ்சலில் கமலாபாய் குறட்டை போட்டுக் கொண்டிருந்தாள்.

தங்கள் இருவருக்கும் உள்ள பொருத்தத்தை அவளால் நினைத்துப் பார்க்காமல் இருக்க முடியவில்லை. நானும் அவளைப்போல் விதவை யாக இருப்பேன் - முறையற்ற ஒரு உறவில் இன்பம் காணுவேன். அதுவும் அல்லாமல் ஒரு பாவமும் அறியாத இன்னொரு பெண்ணுக்கு எல்லையில்லாத துன்பம் விளைவிப்பேன். நான் மாதவனின் ஆசை நாயகியாகி விட்டால் மாதவனின் அந்தச் செல்வந்தச் சிறு மனைவிக்கு எப்படி இருக்கும்?

நான் என் கணவரை வெறுத்து வந்தபோதுகூட, அவர் கமலாபாயோடு உறவாக இருந்ததை என்னால் சகித்துக்கொள்ளவே முடிந்ததில்லை. அவள்மீது மிகுந்த பொறாமைப்பட்டேன். சுந்தரிபாயோ, மாதவனை மனமாரக் காதலிப்பாள். (அவனைக் காதலிக்காத பெண்ணும் உண்டா என்ன?) அப்படியிருக்கும்போது அவளுடைய பவித்திரமான உரிமையை நான் பறித்துக்கொண்டால், அவள் எவ்வளவு வேதனை அடைவாள். எது வந்தாலும் சரி, இன்னொரு பெண்ணுக்குத் துன்பம் இழைக்க மாட்டேன். அவசியமானால் நான் தற்கொலையும் செய்து கொள்வேன்.

அப்பொழுதுதான் பழியும் பாவமும் நிறைந்த இந்த உறவிலிருந்து மாதவனுக்கு விடுதலை கிடைக்கும். திருமணத்தால் ஒன்று சேர்ந்து

மனைவியுடன் அவன் மகிழ்ச்சியுடன் இல்லறம் நடத்தட்டும். ஆம் தற்கொலை ஒன்றுதான்... ஐயோ, ஆனால் இவ்வளவு சின்ன வயதிலா?

சாவதை நினைத்தாலே அவள் உடல் நடுங்கிற்று. பயத்தால், உள்ளம் உறைந்துபோயிற்று. வேறு வழியே இல்லையா?'

ஏன் இல்லை? சிறப்பான வழி ஒன்று இருக்கிறதே. அதை ஏன் இதுவரை நினைக்கவில்லை. இந்தப் பாழும் காதல் என் கண்களைக் குருடாக்கிவிட்டது. உப்பூர் மூலமாக அறப்பணி நிறுவ இப்பொழுது மகாராஜா முயற்சிகள் ஏதும் செய்யாதுபோனால், என் ஸ்திரிதன மான மலையூரின் வருமானத்தைக் கொண்டு பாபாஜியின் கடைசி விருப்பங்களை நிறைவேற்றி அவைகளை ஒழுங்காக நிர்வகித்துவர என் ஆயுள் முழுவதும் சரியாக இருக்குமே. இந்தப் புண்ணிய காரியங்களினால் மனம் நிறைவு பெறுவேன். என் ஆயுளுக்குப் பின்னால் அவற்றைக் கவனித்துவரவும் தகுந்த தர்மகர்த்தாக்களுக்கும் ஏற்பாடு செய்வேன். குழந்தை இல்லாத செல்வந்த இளம் விதவைக்கு இதுவே சிறந்த பாதையாகும். பாட்டனாரின் நினைவைப் போற்றுவதாகவும் இருக்கும்.

இந்த அறப்பணிகளைச் சரிவரச் செய்யவேண்டுமானால், திவான் இறந்தபின் தஞ்சையைவிட்டுப் போய்விடவேண்டும். சிதம்பரமோ, மதுரையோ அல்லது வேறு எங்கேனும் நெடுந்தொலைவில் போய்விட வேண்டும்.

இவ்வாறு ஒன்றன்பின் ஒன்றாக எண்ணங்கள் வந்துகொண்டே இருந்தன. கமலாபாய் விழித்து ஊஞ்சலைவிட்டு இறங்கி திவானின் அறைக்குச் சென்றதை அவள் கவனிக்கவே இல்லை. திடீரென அங்கிருந்து கமலாபாய் இவளைப் பெயர் சொல்லி அழைத்தது கேட்டது. உடனே வெந்நீர் கொண்டு போகவேண்டுமாம் நோயாளியின் அறைக்கு. திடீரெனத் தன் பணிவிடைக்கு என்ன தேவை வந்தது என்று எண்ணியவாறு வெந்நீர் எடுத்துச் சென்றாள்.

திவான் கால்களை நீட்டியவண்ணம் கட்டிலில் படுத்திருந்தார்.

கமலாபாய் அருகிலிருந்து கால்களைப் பிடித்துவிட்டுக் கொண்டி ருந்தாள். இவள் அருகில் சென்றதும் இவளிடமிருந்து வெந்நீர்ப் பாத்திரத்தை வாங்கி, திவானின் அடிவயிற்றுக்கு ஒத்தடம் கொடுக்கத் தொடங்கினாள். கிளாவிருந்தா கட்டிலின் கால்மாட்டில் அமைதியாக நின்றவண்ணம் திவானைப் பார்த்தாள். அவர், உடல் வெளுத்து மெலிந்துபோயிருந்தார். அவள் அவரைப் பார்த்துப் பத்து நாட்கள் ஆகியிருந்தன. இந்த இடைவெளிக்குள் அவர் மிகவும் இளைத்துப் பலவீனமாகியிருந்தார். கண்கள் உள்ளே போயிருந்தன. இவளைப் பார்த்ததும் வேதனை அடைந்தவர்போல சோர்வுடன் கண்ணை மூடிக் கொண்டார். பின் கமலாபாயிடம் மெல்லிய குரலில் 'அவளிடம் கேள்' என்றார்.

கமலாபாய் ஒத்தடம் கொடுப்பதை நிறுத்தாமல் அவளை ஏறிட்டும் பார்க்காமல் 'கிளாவிருந்தா, என் அத்திம்பேர் நிலைமை கவலைக் கிடமாக இருக்கிறது. வேளையும் சரியாக இல்லை. விதி எப்படி இருக்கிறதோ, ஆதலால் நாராயணனை உடனே சுவீகாரம் செய்து கொள்ள வேண்டும் என்று விரும்புகிறார். அடுத்த மாதம் 5ஆம் தேதி அந்தச் சடங்கை நடத்த இருக்கிறார். இது அவர் கடைசி விருப்ப மாதலால் (இங்கே அவள் குரல் சற்று நடுங்கிற்று. இடதுகை முட்டியால் கண்ணைத் துடைத்துக்கொண்டாள்) நான் சம்மதித்து விட்டேன். என் தம்பியின் குழந்தையைத் தத்து எடுக்கும் விருப்பத்தை விட்டுக் கொடுத்து விட்டேன். எல்லாவற்றையும் பார்க்கிறபோது – உன் சம்மதத்தையும் விரும்புகிறார். நீயும் இணங்கிவிட்டால் – கடைசிக் காலத்திலாவது அவர் மனம் அமைதி அடையும்.' கடைசிக் காலத்திலாவது என்ற வார்த்தைகளுக்கு ஒரு வக்கிர அழுத்தமும் கொடுத்தாள். அது கிளாவிருந் தாவின் மனதை இளகச் செய்யும் என்று நினைத்துக் கொண்டாள்.

'என் சம்மதமும் தேவைப்படுகிறதா? நான் என்ன இந்த வீட்டில் அப்படி ஒரு பொருட்டாகவா இருக்கிறேன்? நான் இந்த வீட்டில் ஓர் அடிமையாகவும் அவருக்கு வேலைக்காரியுமாக அல்லவா இருக்கிறேன். அவர் எது வேண்டுமானாலும் செய்துகொள்ளலாம்' என்றாள் கிளாவிருந்தா.

'அப்படி அல்ல. என் அத்திம்பேர் யாரை வேண்டுமானாலும் சுவீகாரம் செய்து தன் சொத்துக்கு உரிமை ஆக்கலாம். ஆனால் இப்பொழுது அவர் உன்னுடைய ஸ்திரீதனச் சொத்தும் நாராயணனுக்குச் சேரவேண்டும் என்று விரும்புகிறார். அதனால்தான் நீ அவனை உன் மகனும் வாரிசுமாக ஒப்புக்கொள்ளவேண்டும் என்று சொல்லுகிறார்' என்றாள் கமலாபாய்.

'என் நாயகர் என்னைக் கல்யாணம் செய்தாரா? அல்லது என் சொத்தைச் செய்துகொண்டாரா? நான் இந்த வீட்டில் தேவையில்லாத ஓர் அந்நியளாகிவிட்டேனே. என் சொத்து மாத்திரம் தன் தம்பி மகனுக்குச் சேரவேண்டும் என்று ஆசைப்படுவதில் என்ன நியாயம் இருக்கிறது?' என்றாள் கிளாவிருந்தா.

'கலியாணத்தின் மூலமாக நீயும் உன் சொத்தும் அவர் உடைமைகள். அவர் உன்னை நன்றாக நடத்துவதும் நடத்தாததும் அவருடைய இஷ்டம்' என்றாள். பின் சற்று இளக்காரமாக, 'தன்னை நன்றாக நடத்தவேணும்; தன்னைக் கலந்துதான் எல்லாம் செய்யவேணும் என்று ஒரு மனைவி புருஷனிடம் கேட்கலாமா?' என்றாள்.

'ஆமாம், மனைவி எப்படிக் கேட்பது? அது மற்றவர்கள் உரிமை அல்லவா?' என்றாள் கிளாவிருந்தா கசப்புடன். அம்பு சரியாகச் சென்று தைத்தது.

கமலாபாய் அகங்காரம் அடைந்தவளாய், 'துக்கிரிக் கழுதை, இந்த வீட்டில் இருக்கத்தானும் உனக்கு யோக்கியதை உண்டா? கழுத்தில் தாலி ஏறாமல் நின்று தவிக்கிறாயே என்று அத்திம்பேர் பாவம் பார்த்து உன்னைக் கல்யாணம் செய்தார். நீ வந்ததிலிருந்து வரிசையாகக் கஷ்டம் வந்துகொண்டிருக்கிறது. முதலில் கங்கா – ஒண்ணே ஒண்ணு, கண்ணே கண்ணு என்று இருந்தாள் – பாவி நீ அவளை அனுப்பி வைத்துவிட்டாய். இப்பொழுது அடிமரத்தையே சாய்ச்சுடலாம் என்று பார்க்கிறாய். மகன் என்றும் பாராமல் மாதவனோடு கொட்டம் அடிச்சியே – அதுக்கு வேறு யாராக இருந்திருந்தால் இந்நேரம் உன்னைச் சாணியைக் கரைத்து ஊற்றி வாரியலால் அடித்து தெருவில் விரட்டி யிருப்பார்கள். பாவம் அத்திம்பேர், மானி. குடும்ப கௌரவத்துக்காக அதைப் பொறுத்துக்கொண்டார். உங்க தாத்தா மாதிரி எங்களுக்கும் நேத்து வந்த அந்தஸ்து என்று நினைத்தாயோ? அவர் சாகக் கிடக்கிறா ரென்றும் பார்க்காமல் அவர் மூஞ்சிக்கு எதிரே இப்படியெல்லாம் பேசுகிறாயே கிராதகி. பெண்ணுக்கு வேண்டிய வெட்கம், அடக்கம், மரியாதை ஏதாவது இருக்கிறதா பார், அற்பம்' என்று பொரிந்தாள்.

'ஆமாம், இந்த வீட்டில் வெட்கம் கெட்டவள் நான் ஒருத்திதான்' என்று கிளாவிருந்தா அழத்தொடங்கினாள். கற்பு கெட்டவள் என்று கமலாம்பாள் நிந்தித்தது அவள் வேதனையைக் கிளறிவிட்டது.

அவள் அழுவதைப் பார்த்துவிட்டுத் திவான், 'நான் போனபிறகு அழச் சொல்லு. பார்க்கிறவர்களாவது உத்தமி என்பார்கள்' என்றார் கொடுமையாக. பின் கமலாபாயைப் பார்த்து 'சுவீகாரத்துக்குச் சம்மதிக்கிறாளா இல்லையா என்று முடிவாகக் கேட்டுவிடு. இரண்டில் ஒன்று தெரிந்து விட்டால், பின் நான் செய்யவேண்டியதைச் செய்து கொள்வேன்'' என்றார்.

அவர் தன்னிடம் நேரடியாகப் பேசாமல் கமலாபாய் மூலம் பேசியதால் தான் அவமானப்படுத்தப்படுவதை உணர்ந்தாள். கர்வமும் கோபமும் அடைந்தாள்:

'நான் திரும்பவும் சொல்வதற்கு என்ன இருக்கிறது? என் நாயகர் அவர் விருப்பப்படி சுவீகாரம் செய்து தன் சொத்துக்கு அவனை உரிமையாக்கிக்கொள்ளட்டும். என்னுடைய ஸ்திரீதனச் சொத்தை என் பாட்டனாரின் விருப்பப்படி தர்ம காரியங்களில் செலவிட எண்ணி யிருக்கிறேன். அவருடைய நினைவாகக் குறைந்தபட்சம் இதையாவது செய்யவேண்டும். சொத்து என் பாட்டனார் சம்பாதித்து எனக்கு வைத்துச் சென்றது. மகாராஜாவின் அனுபோகத்தில் இருந்துவரும் கிராமத்தால் அந்த அறப்பணியைச் செய்ய முடியாதுபோல் தோன்று கிறது. அதனால்தான் என் ஸ்திரீதனச் சொத்தை அதில் செலவிடலாம் என்று கருதுகிறேன். என் நாயகர் என் நடத்தையைச் சந்தேகிக்கிறார்.

கோள் சொல்லுகிறவர்கள், அவர் மனதைக் கலைத்து விட்டார்கள். ஆண்டவன் ஒருவன் இருக்கிறான், அவன் எல்லாவற்றையும்...'

'போதும் அவளை அறையைவிட்டு வெளியே போகச் சொல்லு. நான் செத்த பிறகுகூட அவள் என் முகத்தில் விழிக்க வேண்டாம்' என்று திவான் கத்தினார். கைகளால் இரு காதுகளையும் பொத்திக் கொண்டார். பின் சோர்வுடன் கண்ணை மூடிக் கொண்டார்.

கமலாபாய், 'ஐயோ அவர் நிலைமையை இன்னும் மோசமாக ஆக்கிவிடுவாள் போலிருக்கிறதே. ஓடிப்போ வெளியே, இதுக்கா உன்னைக் கூப்பிட்டோம்? பாம்புக்குப் பால் வார்த்தாலும் விஷத்தைத் தான் கக்கும். போடீ, போயிடு – அவர் சொன்னதுபோல உன் முதலைக் கண்ணீரைப் பிறகு வடிக்கலாம்' என்றாள் ஆத்திரமாக.

கிளாவிருந்தா துயரமும் கோபமுமாக நெஞ்சை அடைக்க அறையை விட்டு வெளியே வந்தாள்.

9

கமலாபாயின் கண்டுபிடிப்பு

அரசர் இறைவனடி சேர்ந்தார். அரசர் நீடூழி வாழ்க! பிரதாப்சிங் காலம் ஆனதும் அவர் மகனான துளசாஜி அரியணை ஏறினார். அவரிடம் துக்கம் விசாரிக்கவும் அவரை வாழ்த்தவும் பற்பல இடங்களிலிருந்தும் அதிகாரிகள் வந்தனர். பட்டுக்கோட்டை சுபேதாரான மாதவராவும் அவர்களில் ஒருவன். நாராயணனின் சுவீகாரமும் உபநயனமும் நடந்து முடிந்திருந்தன. மாதவன் அப்பொழுது வரவில்லை.

திவான் தன் மரணத்துக்குக் கெடுவாக வைத்திருந்த நாளைக் கடந்துவிட்டார். ஆனால் கண்டம் தப்பிவிட்டால் இன்னும் ஏழு வருஷங்கள் சுகவாழ்வு உண்டு என்று சொல்லியிருந்த சோதிடம் பொய்த்துக் கேலியாகிக் கொண்டிருந்தது.

கெடு வைத்த அன்று, கமலாபாயும் அவள் உறவுப் பெண்களுமாகச் சேர்ந்து மாரடித்துப் பெரிய ஓலம் எழுப்பிக் கொண்டிருந்தார்கள். கிளாவிருந்தாவும் பயந்து அழுதாள். ஆனால் சனியின் அனுக்கிரஹத்தால் திவான் அந்த நாளைத் தாண்டிவிட்டதால் வீட்டில் கூடியிருந்த உறவினருக்குச் சற்று வருத்தம்தான்.

மாதவராவ் தன்னைப்பார்க்க வரவேண்டாம் என்று சொல்லி விட்டார். அவனைத் தன் வீட்டுக்குள் நுழையவிடக் கூடாது என்றும் உத்தரவு போட்டார். மறுபடி 'அந்த மாதிரி' ஏதாவது நடந்துவிடா மலிருக்கும்படி கமலாபாய் அவர்களைக் கண்காணித்து வரவேண்டும் என்றும் எச்சரிக்கை செய்திருந்தார்.

நாராயணனுக்குச் சொத்துரிமை தர கிளாவிருந்தா சம்மதித்து விடுவாள் என்று இன்னும் சிறிது நம்பிக்கை திவானுக்கு இருந்தது- பத்திரம் எழுதிக் கொடுத்துவிடும்படி பலவிதத்திலும் ஓயாமல் வற்புறுத்தி வந்தார்கள்.

திவானின் உடல்நலம் இரு குடும்பத்தினருக்கும் பெரு வியப்பாக இருந்துவந்தது. கிரஹங்களை வென்று கண்டம் பிழைத்துக்கொண்டார் எனினும் குணமடைவதற்கான எந்த அறிகுறியும் இன்னும் ஏற்பட

வில்லை. அபாய எல்லையிலேயே படுத்த படுக்கையாக இருந்துவந்தார். இன்னும் ஏழு வருஷம் உண்டு என்ற சோதிடம்கூட தவறாகப் போகுமா? கமலாபாயால் இந்த மாதிரி வேளையில் பொறுமையாக இருக்க முடியாது. பெருத்த சிந்தனை செய்ததின் பேரில் ஒரு முடிவுக்கு வந்துவிட்டாள். அதைப்பற்றி மேலும் நினைக்க, நினைக்க, அவளுக்குத் தான் கொண்ட மகா பாதகமான கருத்து சரியானதென்றே தோன்றிற்று.

கிரஹங்கள் சாதகமாக இருந்தும் திவான் குணமாகவில்லை யென்றால், யாரோ அவர் உயிரை வாங்க செய்வினை வைத்திருக்க வேண்டும். திவான் சாகவேண்டும் என்று விரும்புகிறவர்கள் இப்பொழுது வேறு யார் இருக்கிறார்கள், அவர் மனைவியைத் தவிர. ஏன் இதுவரை அவள் மூளையில் இதுபடாமல் போய்விட்டது என்று ஆச்சரியப் பட்டுக் கொண்டாள்.

சோதிடப்படி திவான் சாவதாக இருந்த அன்று, பிச்சைக்கு வந்த கோடங்கி ஒருவனிடம் கிளாவிருந்தா பேசிக்கொண்டிருந்தாள். மற்றுமொரு நாள் கிளாவிருந்தா தன் தாய்வழி உறவினளும், சற்று வக்கிரம் உடையவளுமான ஒரு விதவைப் பெண்ணோடு நெடுநேரம் தனித்துப் பேசிக்கொண்டிருந்தாளே. சாரதா வேறு இப்பொழுதெல்லாம் ஏதோ காரியமாக அடிக்கடி வீட்டைவிட்டு வெளியே செல்கிறாள். பல மணி நேரம் கழித்துத்தான் திரும்புகிறாள். இரண்டு இரவுகள் அவள் வீட்டில் தூங்கவில்லை. கிளாவிருந்தாவுக்கு (ஸ்திரீதனச் சொத்து இருந்ததே தவிர) ரொக்கப் பணம் எதுவும் கையில் கிடையாது. திவானும் அவள் கைச்செலவுக்குக் காசு கொடுப்பதில்லை. அண்மையில் தன் கனமான மோதிரம் ஒன்று தொலைந்து விட்டதாகக் கிளப்பி விட்டாள். ஆம், செய்வினைக்கு ஆன செலவுக்காக வேலைக்காரிக்கும் உறவின ருக்கும் கொடுப்பதற்காக அந்த மோதிரத்தை விற்றிருக்க வேண்டும். சுதந்திரமாக இருக்கவேண்டும்; தன் சொத்தைத் தன் விருப்பப்படியே செலவழிக்க வேண்டும் என்ற ஆசைகள் உள்ளவள். கணவன் உயிரோடு இருந்தால் அது நடக்குமா? ஆகையால் ஜாதகப்படி அவர் பிழைத்து எழுந்துவிடக்கூடாதே என்று அதற்குத் தடங்கல் செய்து அவரைத் தொலைத்துவிடுவதற்கான காரியத்தில் முனைந்துவிட்டாள். இப்படியாக கமலாபாயின் மூளை வேலை செய்தது. முதலில் உத்தேசமாகத் தோன்றியது. பின் நிச்சயம்தான் என்ற எண்ணம் ஏற்பட்டுவிட்டது. உடனே திவானிடம் சென்று அதை விவரமாக வளைத்து வளைத்துச் சொல்லத் தொடங்கினாள். சொல்லச் சொல்ல அந்த விவரங்கள் அவள் வாயில் இன்னும் வலுப்பெற்றன. நிரூபணம் ஆகிவிட்ட சங்கதிபோல் அழுத்தந்திருத்தமாக ஆணித்தரமாக அடித்துச் சொன்னாள்.

கமலாபாயின் இந்தக் கண்டுபிடிப்பு திவானின் செவிக்குத் தேனாக இருந்தது. மகா நுணுக்கமான சோதிடக் கலையின் சக்தியை உறுதிப்

படுத்துவதாகவும், அவர் ஜாதகத்தில் ஏற்பட்ட புதிருக்கு விடையாகவும் அவர் அந்தச் செய்தியை வரவேற்றார். உடனேயே அமாத்யாவை வரவழைத்து அவரிடமும் சொல்லி மைத்துனியின் சாமர்த்தியத்தைப் புகழ்ந்தார்.

அமாத்யா அப்படி ஒன்றும் எதையும் உடனே நம்பி விடுகிறவர் அல்ல. ஆனால் கிளாவிருந்தாவின் மீது அவருக்கு எரிச்சல் மூண்டு கொண்டு இருந்தது- அவள் தன் சொத்துக்கு நாராயணன் வாரிசாகக் கூடாது என்று விடாப்பிடியாகச் சொல்லி வந்ததுதான் காரணம். ஆகவே அவரும் அந்தக் கதையை வரவேற்றார். அப்பொழுது மலை யாளத்து மாந்திரீகன் பத்மநாபன் பட்டேரி என்று ஒருவன் தஞ்சையில் தொழில் செய்துகொண்டு பிரபலமாக இருந்துவந்தான். இது விஷயமாக அவனைக் கலந்து அவன் ஆலோசனையின்பேரில் மேற்கொண்டு நடவடிக்கை எடுப்பது என்று முடிவு செய்தார்கள்.

கிளாவிருந்தாவுக்குத் தங்கள் நடவடிக்கைகளைப் பற்றி எதுவும் தெரிந்துவிடக்கூடாது என்றும் தீர்மானம் செய்தார்கள். அவளையும் சாரதாவையும் கண்காணித்து வரும் பொறுப்பை கமலாபாய் மன முவந்து ஏற்றுக்கொண்டாள்.

மறுநாள் பட்டேரிக்கு ஆள் அனுப்பி வரவழைத்தார்கள். கிளாவிருந்தா வுக்குச் சந்தேகம் தோன்றாமல் இருப்பதற்காக அமாத்யாவின் வீட்டில் வைத்து ஆலோசனை நடைபெற்றது. அமாத்யாவும் அவர் மனைவி சோனாபாயும், கமலாபாயும்தான் இருந்தார்கள். கதவை உள்ளே தாளிட்டுக் கொண்டார்கள்.

பீடிகைகள் முடிந்ததும், பட்டேரி கறுப்பு மையை ஒரு இலையில் தடவி கமலாபாயின் உள்ளங்கையில் வைத்தான். அதையே ஒரு முகமாகக் கூர்ந்து பார்க்கச் சொன்னான். சிறிது நேரங்கழித்து அவன் கேள்விகள் கேட்கத் தொடங்கவே அவள் பின்வரும் கதையைச் சொல்லலானாள்:

'ஆகாசத்துக்கும் பூமிக்குமா ஆஞ்சநேயர் பிரம்மாண்டமாகத் தெரிகிறார். பார்க்கறதுக்குப் பயங்கரமா இருக்கார். இப்ப போயிட்டார். ஒரு ஆத்தங்கரையும் பக்கத்துச் சரிவிலே சுடுகாடும் தெரிகிறது. ஈரத்துணியை இடுப்பிலே கட்டிண்டு ஒரு ஆள் தனியா நின்னுண்டிருக் கிறான். அவன் முன்னால் மணல்லே என்னமோ யந்திர கட்டம் வரைஞ்சிருக்கு. அது நடுவிலே மரத்தால் செஞ்ச ஒரு மனுஷ உருவம் இருக்கு. அவன் அடிக்கடி கிழக்கே பாத்துண்டே இருக்கான். ஆரோ பொம்மனாட்டி வரா. சாரதான்னா அது? அவங்கிட்டே என்னமோ சொல்றா. ஒரு தங்க மோதிரத்தையும் கொடுக்கறா. அது கிளாவிருந்தா போட்டுண்டிருந்த மோதிரம்னா? திருப்தியில்லாதவன் போல அவன் அவகிட்டே என்னமோ சொல்றான். உடனே சாரதா முந்திச் சேலையிலே

முடிஞ்சிருந்த பணத்தை எடுத்துக் கொடுக்கறா. மூணுரூபா மாதிரி இருக்கு. அவன் அவளைப் போகச் சொல்றான். அவளும் போயிடறா. ஒரு சின்னப்பையிலேந்து ஒரு விக்கிரகத்தை எடுத்து அவன் ஜெபிக் கிறான். அப்புறமா மணலிலே வரைஞ்சிருந்த கட்டத்து முனையிலே அதை வைக்கிறான். மோதிரத்தையும் பணத்தையும் பைக்குள்ளே போட்டுக்கிறான். பையிலேந்து ரெண்டு ஆணியை எடுத்து அந்த மர உருவத்தின் அடிவயித்திலே வச்சு கல்லாலே அடிச்சு ஒண்ணொன்னா உள்ளே செலுத்தறான். திரும்பவும் என்னமோ மந்திரம் முணுமுணுக் கிறான். அப்புறம் எல்லாத்தையும் எடுத்துண்டு கட்டத்தை அழிக்கிறான். ஆத்துலே போய் குளிச்சிட்டு கோணங்கி உடையைப் போட்டுக்கிறான். இப்ப அவனை ஊருக்குள்ளே பார்க்கறேன். மேக்கு ரத வீதியிலே ஒரு பிராமணாள் வீட்டு முன்னாலே நின்னு கொட்டு அடிக்கிறான். ஒரு கைம்பெண் வெளியே வரா. கிளாவிருந்தாவைப் பார்க்கறதுக்கு சில சமயம் வருவாளே, அவளேதான் இது. அவன் அவகிட்டே அந்த ஆணிகள் அடிச்ச மர உருவத்தைக் காட்டி என்னமோ சொல்றான். அவ வீட்டுக்குள்ளே போயி சாப்பாடும் பழைய துணியும் எடுத்துண்டு வந்து அவனுக்குக் கொடுத்து, அவனைப் போகச் சொல்றா. அவன் போயிடறான். இப்ப திரும்பவும் ஆஞ்சநேயர் தெரியறார். இப்ப மறைஞ்சுடறார்.'

பட்டேரி அமாத்யாவைப் பார்த்து, 'சம்பந்தப்பட்ட நோயாளி ஜீரண உறுப்புகளின் நோயால் அவதிப்படுகிறவரா?' என்று கேட்டான். அமாத்யா, 'ஆம்' என்றதும் 'இரண்டு இரும்பாணிகளால் வயிறு துளைக்கப்பட்ட பின்னரும், அவர் இன்னும் உயிரோடு இருப்பதே ஆச்சரியம்' என்றான்.

இந்த அருவருப்பான பில்லி சூனியத்தின் விளைவை உடனே தடுப்பதற்கான முயற்சியைத் தொடங்கவேண்டும் என்று பட்டேரியைக் கேட்டுக்கொண்டார்கள். பட்டேரி உடனே எதிராளி மிகச் சக்தி வாய்ந்த மாந்திரீகனாக இருப்பதுபோல் தெரிவதால் எதிர்ப்பு பலமாக இருக்குமென்றும் தான் தனது திறமை படிப்பு எல்லாவற்றையும் ஒருங்கே செலுத்தி வேலை செய்யவேண்டியதிருக்கும் என்றும், அதனால் இருநூறு ரூபாய்க்குக் குறைந்து வேலையை ஒப்புக்கொள்ள முடியாது என்றும் சொன்னான். நோயாளியின் உயிர் மிக மெல்லிய இழையில் ஊசலாடிக்கொண்டிருப்பதால் உடனே தொடங்க வேண்டிய காரியம் என்றும் சொன்னான். உடனேயே அவனிடம் இருபது ரூபாய் கொடுத்துவிட்டு நோயாளி பிழைத்துக்கொண்டால் நூறு ரூபாய் கொடுப்பதாக வாக்குறுதி அளித்து வேலை ஒப்படைக்கப்பட்டது.

ஏவலின் விளைவைத் தடுக்க நோயாளியின் கையில் கட்டிக் கொள்ள அவன் ஒரு தாயத்தைக் கொடுத்தான். ஆணானால் வலதுகையிலும்

பெண்ணானால் இடதுகையிலும் கட்டிக்கொள்ள வேண்டியது என்றான். நோயாளியைப் பற்றித் தனக்கு ஒன்றுமே தெரியாததுபோல் ஒரு பாவலா காட்டிக் கொண்டான்.

மாந்திரீகன் சென்றதும் இரு பெண்களும் சளசளவென்று வெகுநேரம் பேசிய வண்ணம் இருந்தனர். தாலி கட்டிய புருஷனை கொல்லத் துணிந்தவள் எப்பேர்ப்பட்ட கிராதகியாய் இருக்கவேண்டும் என்று மூக்கின்மேல் விரலை வைத்துப் பேசிப் பேசி அதிசயித்தார்கள்.

கமலாபாய், கிளாவிருந்தாவையும் சாரதாவையும் இன்னும் உக்கிர மாகக் கண்காணிக்கவேண்டும் என்றும், அவசியமானால் அவர்களை ஓர் அறைக்குள் பூட்டி வைக்கலாம் என்றும் முடிவு செய்தாள். 'அவள் மாத்திரம் என் அத்திம்பேரைக் கொல்லட்டும் பார்த்துக்கொள்கிறேன்; அவளையும் அவர் கட்டையோடு உடன்கட்டை ஏற்றி அனுப்பி விட்டுத்தான் மறுவேலை பார்ப்பேன்' என்று கறுவிக்கொண்டே அவள் அமாத்யாவின் வீட்டை விட்டுக் கிளம்பினாள்.

10

தந்தையும் மகனும்

மாதவன் திரும்பிய பிறகு கிளாவிருந்தா அவனை ஒரே ஒரு முறை கொல்லைப் புறத்தில் பார்த்திருந்தாள். பணிப்பெண் துணிகள் துவைத்துக் கொண்டிருந்ததைப் பார்வையிடுவதற்காக அவள் கிணற்றடிக்கு வந்தாள். அவனும் அப்பொழுது அவர்கள் வீட்டுப் பின்புறத்துக்கு வர நேர்ந்தது. தட்டியின் மீது அவன் மேலுருவத்தை அவள் கண்டாள். அவன் அவளை முதலில் கவனிக்கவில்லை. ஆனால் பணிப் பெண் அவளிடம் ஏதோ பேசிய போது அவன் திரும்பிப் பார்த்தான். இருவர் கண்களும் சில கணங்கள் சந்தித்தன. அவள் உடனேயே அவன் தன்னைப் பார்க்க முடியாதவாறு சட்டென்று குனிந்துகொண்டாள். ஆனால் கண்களின் அந்தச் சந்திப்பு ஒருவர் மனநிலையை மற்றவருக்குப் புரியவைக்கப் போதுமானதாக இருந்தது. பணிப்பெண் வேலைக்குப் புதியவள். கிளாவிருந்தா குனிந்ததைக் கவனித்த அவள், ‘அவருக்கு ஏம்மா மறையணும், நீங்க? அவர் உங்களுக்கு மகன் தானே?’ என்றாள். கிளாவிருந்தா பதில் எதுவும் சொல்லாமல் வீட்டினுள் சென்றுவிட்டாள். கமலாபாய் இவர்களைப் பார்க்க நேர்ந்தால் கதைகள் கட்டிவிடுவாள் என்று அவள் பயந்தாள்.

ஆனால் அவள் நெஞ்சு படபடவென்று அடிக்கத் தொடங்கிற்று. அன்று மாலை அவளால் வேலை எதுவும் செய்யமுடியவில்லை. இரவு தூங்கவும் இயலவில்லை. அவள் விதவையாகி விடுவது போலவும், மாதவன் அவளைத் தூக்கிக்கொண்டு போய்விடுவது போலவும், எங்கேயோ, தூரதேசத்தில் அவர்கள் வெளியரங்கமாகக் கணவன் மனைவியாக வாழ்வது போலவும், சுந்தரிபாயின் உடன்பிறந்தான், மாதவனின் மைத்துனன் அவர்களைத் தேடி அங்கு வந்து கண்டுபிடித்து விடுவது போலவும் விசித்திரமான கனவுகள் கண்டாள்.

மாதவனின் நெஞ்சுத் துடிப்பு இன்னும் வேகமாகவும் அவன் கனவுகள் விசித்திரமானவையாகவும் இருந்தன. அன்று இரவு அவன் கிளாவிருந்தாவை இறுகத் தழுவி முத்தமிட்டதும், பெரிய தந்தையின்

காலடி ஓசை கேட்டுத் திருடனைப் போல ஓடிவிட்டிருந்தான். அந்தக் காதலை அவன் மனதுள் போற்றி வளர்த்தான். ஆனால் இது தன்னை மாத்திரம் பாதிக்கிற விஷயம் அல்ல என்பதை அவன் அறிவான். தன் காதலுக்கு உரியவள் முறைக்கு மாற்றாந்தாயாக இருந்த போதிலும், அவளிடம் தன் உள்ளக் கிடக்கையைக் காட்டுவதற்காக அப்படி இழிந்த முறையில் நடந்துகொண்டதை யாரும் சரி என்று ஒப்புக்கொள்ளவோ அவனுக்காக அனுதாபப்படவோ மாட்டார்கள் என்பது அவனுக்கு நன்கு தெரியும்.

அவன் தன்னையே கண்டனம் செய்துகொண்டான். ஆனால் சுய கண்டனம் என்பதின் பொருள், தான் செய்த பாபத்திற்கோ தகாத செயலுக்கோ வருந்திப் பச்சாதாபப்படுவது என்று கொண்டால், அவனிடம் அந்த உணர்ச்சிகள் கிஞ்சித்தேனும் இல்லை. ஏனென்றால் அந்த முத்தங்களின் நினைவே அவனுக்கு மிகவும் இனிப்பாக இருந்து கொண்டிருந்தது. அவளை வெறியுடன் தழுவியபோது தன் நெஞ்சோடு இணைந்து அவள் நெஞ்சு இரைத்ததை நினைத்தாலே அவனுக்கு உடலும் உள்ளமும் ஒருங்கே சிலிர்த்தது. இன்னொரு சந்தர்ப்பம் நேரிட்டால் திருப்பியும் அப்படிச் செய்யாமல் இருப்பேன் என்று அவனால் நிச்சயமாய்ச் சொல்ல முடியாத நிலையில் இருந்தான்.

ஆனால் அவள் இதைப்பற்றி என்ன நினைக்கிறாள் என்ற பயமும் சந்தேகமும் அவனை வதைத்தன. தான் செய்த அந்தக் கோழைச் செயலுக்காக அவள் அவனை வெறுக்கிறாளோ, தாழ்வாக நினைக் கிறாளோ அவளுக்கு அவன் மீது காதல் – இல்லை, இரக்கமாவது உண்டா? அவனை ஓர் உடன் பிறந்தவனாகவோ அல்லது மகனைப் போலவோதான் கருதுகிறாளோ? அந்தப் பாதகி கமலாபாய் பழிவாங்கு வதற்காக வேண்டுமென்றே இப்படிச் செய்திருக்கலாமோ? தன் எதிரியை அழிப்பதற்காக அவள்தான் தன்னை இந்த மடச்செயலைச் செய்யும்படித் தூண்டிவிட்டாளோ?

ஆனால் ஒன்று மட்டும் நிச்சயம். கிளாவிருந்தாவும் தன்னைக் காதலிக்கிறாள் என்று அவன் நினைத்ததால் மாத்திரமே அவன் அப்படிச் செய்துவிட்டான் அல்லது ஒரு நாளும் அவன் அக்காரியத்துக்குத் துணிந்திருக்க மாட்டான்.

தன்னை மயக்கியவள் இவற்றைப்பற்றி எல்லாம் என்ன நினைக் கிறாள்? பட்டுக்கோட்டையில் அவன் பரதேசியாக வசித்தபோது இந்தக் கேள்வி அவனைச் சித்திரவதை செய்தது. அவன் இன்பமோ, துன்பமோ அந்தக் கேள்வியின் விடையில்தான் இருப்பதாகத் தோன்றியது. அவனுக்கு நம்பிக்கைக்குப் பாத்திரமானவர்கள் யாரும் இல்லை. ஆகையால் யாருக்கும் எழுதி அவன் செய்தி அறிந்துகொள்ள முடியவில்லை.

தந்தையும் மகனும் ♦ 145

அவன் தந்தை அவன் செயலை வன்மையாகக் கண்டித்து அவனுக்கு ஒரு கடிதம் எழுதியிருந்தார். அதனால் பெரிய தந்தைக்கு விஷயம் தெரிந்திருக்கவேண்டும் என்று யூகித்தான். ஒன்று அவளாக அதைத் தன் கணவனிடம் சொல்லியிருக்கவேண்டும். அப்படியானால் அவன் கேள்விக்கு, விடை எளிதாகப் புரிந்தது; அல்லது பெரிய தந்தை அவன் ஓடுவதைப் பார்த்துவிட்டு, உடனேயே அவளிடம் வந்து அவளிடமிருந்து விஷயத்தை வற்புறுத்திக் கிரகித்திருக்கவேண்டும். நடந்தது அதுவானால் அந்த அபலையை அவர்கள் என்ன பாடு படுத்தியிருப்பார்கள் என்று நினைக்கவும் நடுங்கினான். தன்னால் தன் காதலிக்கு நிந்தனையும் துன்பமும் ஏற்பட்டிருக்குமோ என்று நினைத்தபோது அவனுக்குத் தன்னையே மன்னித்துக்கொள்ள முடியவில்லை.

அவன் பரதேச வாழ்க்கையில் இந்தச் சந்தேகங்களையும் பயங் களையுமே துணைவர்களாகக் கொண்டு காலத்தைக் கழித்தான். தஞ்சைக்குத் திரும்பி வந்ததும் பெரிய தந்தையைப் பார்க்கத் தான் அனுமதிக்கப்படவில்லை என்ற செய்தியும் அவ்வளவு நம்பிக்கை அளிப்பதாய் இல்லை. ஆனால் கிளாவிருந்தாவை எப்படியாவது சில வினாடிகளாவது சந்தித்துவிட்டால் அவள் பார்வையிலிருந்து அவள் மனநிலையைக் கண்டுகொள்ளலாம் என்று காத்திருந்தான்.

ஆகவே அன்று கிணற்றடியில் பணிப் பெண்ணின் பேச்சைக் கேட்டவன் திரும்பி, உள்ளத்தைக் காட்டும் பளிங்கு போன்ற அவள் கண்களைச் சந்தித்ததும் சில கணங்கள் ஆனந்தத்தால் அவன் இருதயம் நின்றுவிட்டது. வானலோகத்தில் மிதப்பது போல் ஓர் உணர்வு உண்டாயிற்று. அவள் சட்டென்று குனிந்து விட்டாள்தான். ஆனால் அதனாலென்ன? அவளும் தன்னைக் காதலிக்கிறாள். அவள் அவனைத் தாழ்வாக நினைக்கவோ வெறுக்கவோ இல்லை என்பது அவனுக்குத் தெளிவாகத் தெரிந்தது. அப்புறம் அவன் கற்பனை மதம் பிடித்துத் திரியத் தொடங்கிற்று. கட்டில் அடங்காத திட்டங்கள் அவன் அசட்டு மூளையில் உருவான வண்ணம் இருந்தன. அன்று இரவு அவனுக்கு உணவு செல்லவில்லை. உறக்கமும் பிடிக்கவில்ல. ஏன், பல இரவுகள் அப்படியே கழிந்தன.

அவனுக்குப் பெரிய தந்தை வீட்டுக்குச் செல்வதற்கு அனுமதி இல்லாமல் இருந்ததும் அல்லாமல், இரு வீடுகளுக்கும் இடையேஇருந்த கதவும் இப்பொழுது அடைத்தே கிடந்தது. மாதவனின் தம்பி நாராயணன் இப்பொழுது பெரிய தந்தை வீட்டில் வசித்து வந்தான். அவன் மாத்திரம் தாய் தந்தையரையும் உடன்பிறந்தவர்களையும் பார்க்க அடிக்கடி வருவதும் போவதுமாகய் இருந்தான். கள்ளம் கபடு இல்லாத சுபாவம் உடையவன். நல்ல சூட்டிகையானவனும்கூட. மாதவனுக்கு அவன்மீது மிகுந்த பிரியம் உண்டு. தன் காதலியோடு ரகசியத் தொடர்பு ஏற்படுத்திக்

கொள்ளத் தீவிரமாக ஆசை கொண்டதால் இந்தச் சிறுவனைப் பயன்படுத்திக் கொண்டால் என்ன என்று எண்ணினான். ஆனால் ஆர அமர யோசித்ததில் அது அற்பமானது. ஆபத்தானதும்கூட என்று முடிவுக்கு வந்து அந்த யோசனையைக் கைவிட்டு விட்டான்.

ஏதாவது ஒரு சாக்கை வைத்துக் கொண்டு அவன் கொல்லைப்புறம் அடிக்கடி சென்றான். ஆனால் ஒருமுறை கூட அவன் கிளாவிருந்தாவை அங்கு சந்திக்கவில்லை. அவளும் தன்னைக் காதலிக்கிறாள் என்ற நம்பிக்கை, இப்பொழுது அவனுக்கு தைரியத்தை அளித்ததால், வேலையாட்கள் மூலமாகத் தொடர்பு கொள்ளவேண்டியதுதான் என்று தீர்மானித்தவனாக வேலைக்காரி சாரதாவைத் தெரிந்தெடுத்தான். எப்படி அணுகி அவள் நோக்கங்களை எவ்வாறு அறிந்துகொள்வது என்று யோசித்தவாறு இருந்தான். இதழ்களுக்கு மிக அருகில் வந்துவிட்டதாக அவன் கருதிய இன்ப பானத்தின்மீது தாகம் அதிகமாகியது. அதை உறிஞ்சிப் பருகும் பரவசத்தில் அந்த உறவின் பாபத்தையும் அதை அடைவதின் இடைஞ்சல்களையும் அவன் மறந்தேபோய்விட்டான். அவள் மாத்திரம் ஒப்புதல் தந்துவிட்டால், அவளுடன் எங்காவது தூரமான இடத்துக்கு ஓடிப்போய்விட அவன் சித்தமாக இருந்தான். காதல் இன்பத்தைச் சுவைப்பது ஒன்றைப்பற்றித்தான் அவன் மனம் எண்ணியது. வேறு எதையுமே அவன் அப்பொழுது ஒரு பொருட்டாகக் கொள்ளவில்லை.

இனி தந்தையைப் பற்றிப் பார்க்கலாம். அமாத்யா வெங்கண்ணா பண்டிதர் பேராசைக்காரர். கொள்கைகள் அற்றவர். அவர் இன்னும் அரசரின் அமாத்யாவாகவே இருந்துவந்தார். ஆனால் துளசாஜி தம் தந்தையைப் போன்றவர் அல்ல; அரசுரிமைக்குப் பிறந்து அரசர் ஆனவராகையால், மந்திரிகள் மீது சார்புகொள்ளவில்லை. அமைச்சர் களிலே அவருக்கு அறவே பிடிக்காதவர்கள் இரு பிராமண சகோதரர் களான திவானும், அமாத்யாவும்தான். வயதில் இளமையாகவும் அனுபவமில்லாதவராகவும் இருந்த போதிலும் திடச் சித்தம் உள்ளவர். தந்தை பிரதாப்சிங்கைப்போல் மூடநம்பிக்கைகள் உள்ளவர் அல்ல. தனக்குவேண்டியவர்கள் சிலரையும் உடன் வைத்திருந்தார்.

திவான் வெகு நாட்களாக உடல்நலமில்லாமல் ரஜாவில் இருந்ததால் வேறு ஒருவரை திவானாக நியமனம் செய்திருந்தார். அமாத்யாவை திவானாக்கவில்லை. அரசருக்குத் தன்மேல் நம்பிக்கை இல்லாததால் பதவியிலிருந்தே விலக்கிவிடுவாரோ என்றுகூட அமாத்யாவுக்கு பயம் ஏற்பட்டது.

அமாத்யாவும் அவசரப்பட்டு ஒன்றிரண்டு தடவைகள் அரசரிடம் உப்பூரைப் பற்றிப் பேச்சு எடுத்துவிட்டார். பண்டிதராவ் பேத்தியின் கல்யாணத்தின்போது மலையூரைத்தான் ஸ்திரீதனமாகக் கொடுத்தார்

என்றும் உப்பூரைத் தன் தமையனுக்குப் பரிசாகவே கொடுத்து விட்டதாகவும் பெரும் போடாகப் போட்டார். ஆகையால் இப்போது உப்பூரைத் தமையனுக்குத் திருப்பிக் கொடுக்கவேண்டும் என்று கேட்டார்.

முதல் தடவை துளசாஜி எதுவும் பதில் சொல்லவில்லை. அவர் மௌனமே, பொதுவாக அவர் மந்திரிகளைப் பயமுறுத்துவதாக இருக்கும். இரண்டாம் முறை பேச்சு வந்தபோது அரசர், 'அது உண்மையாக இருக்குமானால் என் தந்தை சந்நியாசியின் விருப்பங்களை நிறைவேற்றாமல் விட்டது ஆச்சரியமாக இருக்கிறதே' என்று சொன்னதோடு நிறுத்திக்கொண்டார்.

அமாத்யா உப்பூரைப் பற்றி நம்பிக்கை இழந்துவிட்டார். அதை அடைவதற்கான வழியே இல்லை என்று தோன்றியது. அதன் வருமானத்தால் சந்நியாசியின் விருப்பப்படி அறப்பணிகளாவது நிறுவச் சொல்லலாம் என்றால் தாம் முன்னால் சொன்னது பொய்யென்று ஒப்புக்கொள்ள வேண்டியதாகிவிடும்.

கிளாவிருந்தாவை அவள் இஷ்டப்படியே விட்டால் மலையூரும் அவருக்குக் கிடைக்காமல் போய்விடும். நியாயமான முறையில் அவள் சம்மதத்தோடு மலையூர் கிடைக்கும் என்ற நம்பிக்கையும் இல்லை. அது எப்படியாவது தன் மகனுக்குச் சேரும்படி செய்யவேண்டும் என்று எண்ணினார்.

அமாத்யா, யாருடனும் அதிகமாகப் பழகாமல் ஊமையாக இருக்கும் இயல்பும் உடையவர். போக்கிரித்தனத்தில் தம் தமையன் திவானைவிட ஒரு பங்கு மிஞ்சியவராகவே இருந்தார். மாதவனின் அடாத செயலால் அவர் அதிகமாகக் கலங்காமல் இருந்ததற்கும் அதுவே காரணம். ஈவு இரக்கம் இல்லாதவரும், சூழ்ச்சிகள் செய்யும் கடின நெஞ்சமும் உள்ளவர். அவர் மூளை இயந்திரத்தைப்போல இயங்கி வந்தது. அதன் சுழற்சியில் அகப்பட்டு நசுங்குவது கரும்புக் கட்டையானாலும் சரி, பச்சிளம் குழந்தையானாலும் சரி எல்லாம் அவருக்கு ஒன்றுதான்.

இதுவரை அவர் கிளாவிருந்தாவைப்பற்றிக் கொண்டிருந்த கருத்து, பாட்டனாரால் அதிகச் செல்லம் கொடுக்கப்பட்டு வளர்ந்த முதிர்ச்சி யில்லாத ஒரு குழந்தை என்பதுதான். அவளுடைய அதி அற்புத அழகையோ, பண்பாட்டையோ அவர் மனப்பூர்வமாக ஒருநாளும் மெச்சியவர் அல்ல. அவருக்குக் கல்வி ஞானம் கிடையாது. காதல் மயக்கம் கொள்ளக்கூடியவரும் அல்ல. மாதவன் ஜாதகமும் கிளாவிருந்தாவின் ஜாதகமும் பொருந்தி, அவன் அவளை மணந்து சந்நியாசியின் சொத்தை அடையாதது பெரிய துர்பாக்கியமே என்று கருதினார். ஆனால் நடக்கக் கூடாதனவற்றை நினைத்து வீண் கவலைப்பட்டு மாய்கிறவர் அல்ல அவர். ஆகவேதான் அவளைத் தமையன் மணப்பதில் ஆர்வமும்

ஒத்துழைப்பும் காட்டினார். எப்படியாவது முடிவில் தமையன் சொத்தும் கிளாவிருந்தாவின் சொத்தும் தன்குடும்பத்துக்கே வந்து சேரும் என்ற குருட்டு நம்பிக்கையில் அப்படிச் செய்தார்.

ஆனால் இந்தப் பெண்ணின் பிடிவாதத்தை அவர் சற்றும் எதிர் பார்க்கவில்லை. பாட்டனாரின் கடைசி விருப்பத்தைத் தன் ஸ்திரீதனச் சொத்தைக் கொண்டு நிறைவேற்றவேண்டும் என்று அவள் நியாயமான கோரிக்கை எழுப்பியது அவருக்குக் கிலியூட்டியது.

அந்தச் சொத்தை அடைந்துவிடுவதற்கான பல திட்டங்கள் அவர் மனதில் உருவாவதும் தகுதியற்றவையாகக் கருதப்பட்டு அழிவதுமாக இருந்தன. சில ஆபத்தாகத் தோன்றின. சில வெளியரங்கமாகக் கௌரவத்தைப் பாதிப்பனவாக இருந்தன. முடிவில் அவருக்காக முதலில் தோன்றாமல் கமலாபாய் சொல்லித் தோன்றிய ஒரு திட்டம் பல கோணங்களிலிருந்து பார்த்தும் மிகச் சிறப்பாக இருந்ததால் தேர்ந் தெடுக்கப்பட்டது. மிகச் சிறந்தது. மிக எளிதானது. குடும்பப் புகழை உலகத்தோரிடையே உயர்த்தக்கூடிய மகத்துவம் வாய்ந்தது. முட்டாள் பெண் கமலாபாய் மூலமாக அல்லவா அந்தத் திட்டம் தனக்குத் தோன்றிற்று என்று அமாத்யா சற்று வெட்கமும் பட்டுக்கொண்டார்.

ஆம், அதுதான்வழி. சோதிடம், மாந்திரீகம் இவற்றையும் மீறி திவானின் உயிர் மெதுவே பிரிந்துகொண்டிருந்தது. உடல் நலத்தில் எந்தவிதமான அபிவிருத்தியும் தென்படவில்லை; இன்னும் சில வாரங்களுக்குள் மரணமும் இருக்கும் என்பதைக் கண்டார். அவர் இறந்ததும் அவர் மனைவி சதியாகிவிட்டால் அவர்கள் இருவருடைய சொத்துக்களும் தன் மகனுக்குச் சேர்வதும் அல்லாமல் குடும்பப் புகழும் பிரம்மாண்டமான அளவில் உயர்ந்துவிடும்.

ஒருவேளை அந்தப் பெண்ணும்கூட அதை விரும்பினாலும் விரும்பலாம். உணர்ச்சிக் குவியலாகத் தெரிகிறாள். வானத்தில் மிதப்பது போன்று விசித்திரமான விநோதமான நினைப்புகள் உள்ளவள். அவளாகவே அதை வரவேற்றுவிட்டால் விஷயம் எளிதில் முடிந்துவிடும்.

ஆனால் அவளுக்கு அதில் மனம் இல்லையானால், எளிதில் உடன்பட மாட்டாள். அப்படியானால் அவளைப் பலவந்தப்படுத்தவேண்டும். இனி காலம் தாழ்த்த முடியாது. மடமடவென்று காரியங்களைக் கவனித்து, திட்டத்தைச் சரிவர முடிக்கவேண்டும். அண்ணா எந்த நிமிடமும் காலமாகிவிடலாம்.

அண்ணாவின் வீட்டில் சாரதாவைத் தவிர அவளுக்கு வேண்டியவர்கள் யாரும் இல்லை. எந்த உதவிக்கும் அவள் சாரதாவைத்தான் நாடுவாள். அவளுடைய உறவினரோடு தொடர்பு வைத்துக்கொள்ள வேண்டு மானாலும், வெளிஉலகத்தாரிடமிருந்து செய்தியோ ஆலோசனையோ பெற வேண்டுமானாலும் சாரதாதான் சென்றுவருவாள். ஆகையால்

ஏதாவது சாக்கையிட்டு முதலாவது சாரதாவை அந்த வீட்டை விட்டே அப்புறப்படுத்தியாகவேண்டும். தஞ்சையில் கிளாவிருந்தாவுக்குத் தாய்வழியிலும் பாட்டி வழியிலுமாக வெகு சில உறவினர்களே இருந்தனர். அவர்களும் செல்வாக்குடன் இல்லை. ஆகவே அவர்களைக் குறித்துப் பயப்பட வேண்டியதில்லை என்று தீர்மானித்தார். ஆயினும் உடன்கட்டையேறுதல் அந்த உறவினர் யாருக்கும் முன்கூட்டியே தெரியாவண்ணம் ஒழுங்கு செய்யவேண்டும். அவள் எரிந்து சாம்பலாகி, இனி ஒன்றும் செய்யமுடியாது என்ற கட்டத்தில்தான் அவர்களுக்குத் தெரியவேண்டும்.

அவள் சதியாக விரும்பவில்லையெனில் உதவிக்கு வேறு யாரை நாடுவாள்? மாதவன் இருக்கிறானே! காதல் வயப்பட்ட அந்த அசட்டுப் பிள்ளை அவளுக்கு உதவி செய்ய விரைந்துவிடக் கூடாதே. சாதாரணமாக மாதவன் தம் சொல்கேட்டு நடப்பவன் தானென்றாலும் இந்தச் சந்தர்ப்பத்தில் அவன் எப்படி நடந்துகொள்வான் என்று சொல்லமுடியாது. ஆகையால் அவனையும் அப்புறப்படுத்தியாக வேண்டும்.

சூழ்ச்சி தீவிரமாகச் சுழன்று கொண்டு இருக்கும்போதே, திடீரென அவருக்கு வேறு எண்ணமும் உதயமாயிற்று. அது அவர் எண்ண ஓட்டத்தை வேறு வேறு சூழலில் திருப்பி விட்டது. அந்தப் பெண் கணவனுக்குத் துரோகம் செய்யாவிட்டாலும் அழகிய இளைஞன் ஒருவனின் காதலை அறவே வெறுக்கவும் இல்லை என்று அவருக்குப் பட்டது. அது இயற்கைதானே என்றும் சமாதானம் செய்துகொண்டார். அப்படியானால் அவள் கணவன் இறந்தபிறகு இந்த முறையில்லாத காதலின் மூலமாக அவள் சொத்தைக் கவர்ந்துவிட முடியாதா என்று தோன்றிற்று.

பெண்களின் கற்பைப்பற்றி அமாத்யா மிகவும் தாழ்ந்த கருத்துக் கொண்டிருந்தார். அவர் என்றுமே, காதலில் மாதரைப் புகழ்ந்து பாடியவர் அல்ல. அப்படிச் செய்பவர்களைக் குறைவாகவே மனதில் மதிப்பிட்டு வைத்திருந்தார்.

அரசியல் அரங்கத்தின் சூழ்ச்சியில் இறங்கி பணம், பதவி, புகழ் இவற்றைத் தேடுவதுதான் ஆண்மையான தொழில் என்பது அவர் எண்ணம்.

தமது மூத்த மகனே இப்படிப்பட்ட போக்கு உள்ளவன் என்பதை அவர் முதல் முதலாக அறிந்தபோது திடுக்கிட்டார். மன்மதனின் உபாசகர்கள் சற்று விசித்திரமாகத்தான் நடந்துகொள்வார்கள். விவேக மான நடத்தையை அவர்களிடமிருந்து எதிர்பார்க்க முடியாது. அந்தப் பெண்ணோவெனில் பழங்காலக் கதைகளையும் காதல் கவிதைகளை யும் ஏராளமாகப் படித்துவிட்டு விநோதமான கருத்துகளைச் சேகரித்து வைத்திருக்கிறாள். சுயமாக வேறு சிந்தனை பண்ணுகிறாள். மகனும்

இசையிலும் லலித கலைகளிலும் ஈடுபாடு கொண்டவன். அவளைப் போலவே நடைமுறைக்கு ஒவ்வாத கருத்துகள் உள்ளவன். அவளோடு சேர்ந்து அவனும் அவளைப் போல் பிடிவாதக்காரனாக மாறிவிடலாம். இப்படிப்பட்ட பண்புகள் உள்ள இருவர் ஒன்று சேர்ந்து இணைந்தால், அவர்கள் நம்மை எதிர்த்து விடுவார்கள். நாம் போட்ட திட்டத்தையும் கவிழ்த்து விடுவார்கள். மேலும் அவர்களை இணைக்க அவர் முயன்றால் உலகம் அவரை அவதூறு செய்யும். தம் எதிரிகளுக்குப் பிடிகொடுத்தது போல் ஆகிவிடும். இந்தத் திட்டத்தில் வெற்றி நிச்சயம் என்று சொல்வதற்கில்லை என்று தோன்றியதால் அதைக் கைவிட்டு விட்டு, பையனைப் பட்டுக்கோட்டைக்கு அனுப்பி விடுவது என்று முடிவு செய்தார்.

மற்றும் நடக்கவேண்டிய காரியங்களைக் கவனிப்பதற்கு தம் மனைவியால் உதவி செய்ய இயலாது என்று உணர்ந்தார். சோனாபாய் அவரிடம் எப்பொழுதும் பக்தி சிரத்தையுடன் விசுவாசமாக நடந்து கொண்டு அவருக்கு நான்கு ஆண் பிள்ளைகளையும் இரண்டு பெண் பிள்ளைகளையும் பெற்றிருந்தாள். இப்பொழுதெல்லாம் விரதம் அனுஷ்டிப்பதிலும் பக்தி சிரத்தையான காரியங்களிலும் பெரும்பாலும் நேரத்தைச் செலவிட்டாள். பெண்பிறவி எடுத்ததே தீவினைப் பயன் என்பது அவள் கொள்கை.

அந்தப் பாப ஆத்மாவைக் கரையேற்றுவதற்கான காரியங்களில் மனதைச் செலுத்தி வந்தாள். குடும்பச் சொத்து விஷயங்களிலும், கணவனின் அபிலாஷைகளிலும் அவள் அக்கறை கொண்டதே இல்லை. அவர் திவான் ஆகாதது பற்றிகூட அவள் வருந்தவே இல்லை. குடும்பத்தின் உலகாயத பொருளாதார விஷயங்களை அவரும், ஆத்மார்த்த காரியங்களை அவளும் கவனித்துக்கொள்ள வேண்டும் என்று வேலைப் பாகுபாடு செய்து கொண்டதுபோல இருந்தது அவர்கள் தாம்பத்தியம். அவர்கள் இயல்புக்கும் இந்தப் பாகுபாடு ஏற்றதாகவே இருந்தது.

ஓரகத்தி உடன்கட்டை ஏறினால் அது மிக உத்தமமான செயல் என்று தன் மனைவி கருதுவாள் என்பது அவருக்குத் தெரியும். சதியாவதற்குக் கொடுத்து வைக்க வேண்டாமா என்ற ரீதியில்தான் எண்ணுவாள். தானும், தன் கணவன் ஒரு வேளை தனக்கு முன்னால் - சுவாமி, அப்படி நடந்து விடக்கூடாது - போய்விட்டால் சதியாகி விடுவதாக அடிக்கடி சொல்லி இருக்கிறாள். மோட்சத்துக்குச் செல்லக் கடவுள் பதிவிரதைகளுக்குக் காட்டியிருக்கும் குறுக்கு வழிதான் சதி; ஆதலால் அவர்கள் அதை அலட்சியம் செய்யலாகாது என்பது அவள் அபிப்பிராயம்.

ஆனால் கிளாவிருந்தா சதிக்கு இணங்கவில்லையானால் அவளைக்

கட்டாயப்படுத்தும் செயலுக்கு தம் மனைவி உடந்தையாக இருக்க மாட்டாள் என்பது அவருக்குத் தெரியும். ஆதலால் கிளாவிருந்தாவின் மனதை அறியவும், அவள் இருமனதாய் இருந்தால் நயமாகப் பேசி அவள் மனதைத் திருப்பி உடன்கட்டைக்குச் சம்மதிக்குமாறு செய்யவும் மாத்திரமே தம் மனைவியைப் பயன்படுத்த வேண்டும் என்று தீர்மானித்தார். ஆனால் அந்தப் பெண் தாம் விரிக்கும் வலையில் விழாது போனால், பின் கமலாபாயின் ஒத்துழைப்பால் எப்படியும் திட்டத்தை நிறைவேற்றிவிடவேண்டும். அதற்குள் தம் மகனையும் பணிப்பெண் சாரதாவையும் உடனே அப்புறப்படுத்தியாகவேண்டும் என்றும் திட்டமிட்டார்.

இப்படியாக, பொறுப்பில்லாத மகன் அந்த அபலையின் உடலையும் உள்ளத்தையும் தன் இன்பத்துக்காகக் கறைப்படுத்த கனவு கண்டு கொண்டிருக்கும்போது, தந்தையானவர் அவற்றைத் தம் ஆதாயத்துக்காக அழித்தேவிட திட்டம் வகுத்துக் கொண்டிருந்தார்.

மனிதனைச் செயல்பட வைப்பது இரண்டு: ஒன்றுபெண், அடுத்தது பொன் என்ற கூற்று மிக உண்மையானது. ஆனால் அமாத்யாவைப் போன்ற மனிதர்கள் உலகத்தில் எந்த நாட்டிலும் மிகக் குறைவாகவே இருக்கிறார்கள் என்பதையும் மறக்கலாகாது.

11

ஆர்மஸூம் அரிமனும்*

மனிதனின் மனம் மீது ஆட்சி செலுத்த நல்ல சக்திகளும் தீய சக்திகளும் சதா அவனைச் சுற்றிக்கொண்டே இருக்கின்றன என்றும், இருந்த போதிலும் கடவுள் தந்த அறிவைக் கொண்டு நன்றோ தீதோ செய்யுமாறு முடிவு செய்வது மனிதனின் சித்தத்தைப் பொறுத்ததே என்றும் ஆதி பாரசீகர்களிடையே ஒரு நம்பிக்கை உண்டு. ஆதிக் கிறிஸ்தவர்களிடை யேயும் அப்படிப்பட்ட ஒரு கருத்து நிலவி வந்தது. துறவு, மடங்களில் வசித்தல், தங்களையே வருத்திக்கொள்ளுதல், அங்கஹீனப்படுத்திக் கொள்ளுதல் இவையெல்லாம் அந்தக் கொள்கையை அடிப்படையாகக் கொண்டதுதான்.

கடவுள் எங்கெங்கே கோவில் கொண்டிருக்கிறாரோ அங்கெல்லாம் பிசாசும் தனக்கொரு சிற்றாலயம் கட்டிக்கொள்கிறது என்று பட்லர் எழுதியது, இந்த ஜனரஞ்சகமான கருத்தின் எதிரொலிதான். உலகத்தின் மற்றப் பெரும் சமயங்களிலும் இந்தக் கருத்தை – சற்று அழுத்தக் குறைவுடன் காணலாம். புத்தரும் கிறிஸ்துவைப் போல் சோதனைக்கு உட்பட்டார். மகான்கள் மற்றும் தீரபுருஷர்களிடம் இந்தக் கொள்கை மறைந்தோ வெளிப்படையாகவோ இருப்பதை அறியலாம். ஆனால் எல்லா மதங்களுமே ஒன்றுபோல் மனிதன்தான் அவன் செயல்களுக்கு முடிவில் பொறுப்பாவான் என்றே கூறுகின்றன.

வெளிப்புறத்துச் சக்திகள் மனிதனின் செயல்களைப் பாதிக் கின்றனவோ இல்லையோ, ஆத்தும சோதனைக்கு உட்பட்டவர்கள் அனைவருக்கும் ஓர் அனுபவம் பொதுவானது. உயர்ந்த இயல்புகள் தலைதூக்கி, நன்மையில் தேட்டம் கொண்டு, அந்த வழியில் செல்ல மனமறிந்து முயன்ற உடனேயே எதிர்பாராத இடைஞ்சல்கள் எண்ணிலடங்காமல் எழும்புவதும், ஆனால் தீரமும் விடாமுயற்சியும் இருந்தால் பலன் இல்லாமல் போகாது என்பதும்தான் அனுபவம்.

* *ஜாராதுஸ்திரா* என்ற பாரசீக சமயத்தில் கூறப்பெற்றுள்ளபடி, ஆர்மஸ் நல்ல ஆவிகளுக்குத் தலைவன், அரிமன் தீய ஆவிகளுக்குத் தலைவன்.

நரகத்தின் தளம் கூட நல்லெண்ணங்களால்தான் பாவப்பட்டிருக்கிறது என்ற ஒரு வாசகம் உண்டு. ஆரம்ப சிரமங்களைக் கண்டு மனிதன் மனம் தளர்ந்து ஒடுக்கமான நீதியின் பாதையை விட்டு விலகி விடுகிறான்; வெற்றி அடைவதற்கு அத்தியாவசியமான மன உறுதியும் திட சித்தமும் வெகு சிலருக்கே தெய்வாதீனமாக இருக்கின்றன என்பதையே அந்தப் பழமொழி விளக்குகிறது. கெட்ட எண்ணங்களும் தீய நோக்கங்களும் இடம் கிடைத்தால் மளமளவென்று எளிதாகப் பெருகி வளர்ந்து விடுகின்றன. அதனால் பெரிய சமயம் ஒன்று மனிதன் பாவத்திலேயே உருவானவன் என்ற கொள்கையை உடையதாய் இருக்கிறது.

பரவலான இந்தக் கொள்கை மனித அனுபவத்தின் அடிப்படையில் எழுந்ததுதான். அதை உறுதிப்படுத்துவதற்கு இன்னொரு உதாரணம் போல் அமைந்திருந்தது அமாத்யாவின் குணச்சித்திரம்.

தாம் வகுத்திருந்த பைசாச திட்டத்தை அமலுக்குக் கொண்டு வருவதற்காக அமாத்யா மாடியிலிருந்து கீழே இறங்கி வந்தார். சதியின் மகாத்மியத்தை அந்தப் பெண்ணுக்கு சங்கோபாங்கமாக எடுத்து உரைத்து அவளைச் சம்மதிக்கச் செய்யும்படியாகத் தம் மனைவியை ஏவுவதற்காக அவளைத் தேடினார். ஆனால் அந்த அம்மணி கோவிலுக்குச் சென்றிருப்பதாகத் தெரிந்தது. பின்கட்டுக்கு வந்தவர் அப்படியே கொல்லைப்புறம் சென்றார். அங்கே மாதவன் தட்டின் மறுபக்கம் நின்றிருந்த யாருடனோ தாழ்ந்த குரலில் பேசிக் கொண்டிருப்பதைக் கண்டார். தகப்பனாரைத் திடீரெனக் கண்டதும் மாதவன் குழம்பினான். தட்டிக்கு மறுபுறம் நின்றவள் சாரதா என்பதை அமாத்யா கவனித்தார். அவரைக் கண்டதும் அவள் சரேலென்று உள்ளே சென்று விட்டாள்.

மகனின் குழப்பமும் பயமும் இவர் சந்தேகத்தைத் தூண்டவே ‘சாரதாவிடம் என்ன பேசிக் கொண்டிருந்தாய்?’ எனக் கேட்டார்.

சற்றுத் தயங்கிய பிறகு, ‘பெரியப்பாவுக்கு உடம்பு எப்படி இருக்கிறது என்று விசாரித்தேன்’ என்றான் அவன்.

தகப்பனார் சமாதானம் அடைந்தவர் போல் போய்விட்டதைக் கண்டு மகன் நிம்மதி அடைந்தான். மகன் நினைத்தது போல் அமாத்யா அவ்வளவு எளிதில் ஏமாறுபவர் அல்ல. இந்த நிகழ்ச்சியைத் தமக்குச் சாதகமாகப் பயன்படுத்திக் கொள்ள ஒரு வழியை அவர் கண்டுபிடித்தார்.

நேரே அண்ணன் வீட்டுக்குச் சென்றார். கமலாபாய் ஏற்கெனவே அவரிடம் மாந்திரீகன் பேட்டியை கண் மூக்கு காதுகளோடு விவரித் திருக்கிறாள் என்று கண்டார். கமலாபாய் நிலத்தை நன்கு உழுது பண் படுத்தி விதை தூவ சௌகரியமாக வைத்திருக்கிறாள் என்று கண்டு கொண்டு வேலையைத் தொடங்கினார். ‘பணிப்பெண் சாரதாவோடு மாதவன் இரகசியமாகப் பேசிக்கொண்டிருந்ததைக் கண்டேன்’ என்று ஆரம்பித்தார். மேலும் சொல்வார் ‘மாதவன் உங்களைக் கொல்ல

வேண்டுமென்று சூனிய வேலைகளில் ஒரு நாளும் இறங்க மாட்டான். ஆனால் அவர்கள் பேச்சு உங்கள் மனைவிக்கும் அவனுக்கும் உள்ள தொடர்பைப் பற்றியதாக இருந்திருக்கலாம் என்று சந்தேகிக்கிறேன்.

நோயாளி துக்கத்துடன் 'ஏன் செய்யமாட்டான். என்னை மானபங்கப் படுத்தத் துணிந்தவன் என்னைக் கொல்லவும்தான் முயற்சி செய்வான். வீட்டுக்கு வரக்கூடாது என்று தடை விதித்துவிட்டதால் அந்த அகங்காரத்தில் அந்த மோஹினிப் பிசாசோடு சேர்ந்து அதையும்தான் செய்வான். நமது குடும்பத்துக்கே அவனால் பெருத்த அவமானம். என் மனம் எப்படிக் கிடந்து தவிக்கிறது என்பது உனக்குத் தெரிந்தால் நீ அவனை உடனே ஊருக்கு அனுப்பி விடுவாய். என் ஜாதகப்படி நான் இன்னும் சிலகாலம் உயிரோடு இருக்கவேண்டும் என்று நீ விரும்பு வாயானால் அவனை இப்பொழுதே அனுப்பு' என்றார்.

'நானும் அதைத்தான் செய்யவேண்டும் என்றிருக்கிறேன் அண்ணா. நாளைக்குள் அவன் போய்விடுவான். அதை உங்களிடம் சொல்லத்தான் நான் இங்கு வந்தேன். ஆனால் மை போட்டுப் பார்த்ததில் அந்தப் பணிப் பெண்ணும் உங்கள் மனைவிக்கு உடந்தையாக இருப்பதாகத் தெரிகிறது. அவளையும்கூட விரட்டி விடுவது நல்லது. பழைய மகாராஜா காலம் என்றால் அவளை இந்நேரம் சிறைக்குள் தள்ளிப் பூட்டியிருக்கலாம். இந்த மகாராஜாவிடம் பில்லி சூனியத்தைப் பற்றிப் பேசினால் இளக் காரமாகச் சிரிப்பார். இவருக்கு அதிலெல்லாம் நம்பிக்கை இல்லை' என்றார் அமாத்யா.

'அவள் வந்த அன்றே அவளை வீட்டுக்குள் சேர்க்கவேண்டாம் என்று சொன்னேன். ஆனால் அத்திம்பேர்தான் புதுப்பெண் மனம் சோரவேண்டாம் என்று சேர்த்துக்கொண்டார். இப்போ இரண்டு குட்டிகளுமாகச் சேர்ந்து அவர் காலத்துக்கு முந்தியே அவரை அனுப்பி விடலாம் என்று பார்க்கிறதுகள். குடும்பப் பேரையும் கெடுத்தாச்சு. அவளை இப்பொழுதே வீட்டைவிட்டுத் துரத்திவிட வேண்டியதுதான். எஜமானியம்மா முதலைக் கண்ணீர் வடிப்பாள். வடிக்கட்டும். அவள் பிறத்தியாருக்குக் குழிவெட்டினால் அதைத் தோற்கடிக்க எனக்குத் தெரியும் என்று நானும் காட்டுகிறேன். அத்திம்பேரே, அவள் மாத்திரம் உங்களைக் கொன்றுவிட்டாளானால், நான் அவளையும் உங்க சிதை யிலேயே ஏற்றி எரித்துவிடுகிறேன். இப்பொழுதே தெரிந்துகொள்ளுங்கள். அதனால் உங்கள் ஆத்துமா சமாதானம் அடையும். ஆமாம் உங்கள் பிணத்தைச் சுடுகாட்டுக்குத் தூக்கிக்கொண்டு போவதற்கு முன்னா லேயே நான் அவள் துணியில் தீயை வைத்து அவளைக் கொளுத்தி விடுவேன்' என்று அருகிலிருந்த கமலாபாய் ஆக்ரோஷமாகச் சொன்னாள்.

'என் பிணத்தைப் பற்றியும் சுடுகாட்டைப் பற்றியும் ஏன் கமலா அடிக்கடி பேசுகிறாய்? நீ அப்படிப் பேசினால் எனக்குத் திகிலாய்

இருக்கிறது என்று சொன்னேனே' என்று நோயாளி பயத்திலும் எரிச்சலிலும் முனகினார். 'சாவைப்பற்றி வர்ணணை பண்ணிப் பண்ணியே என்னைக் கொன்றுவிடுவாய் போலிருக்கிறது.'

கமலாபாய் பச்சாதாபத்துடன், 'ஐயோ எனக்கு மறந்து போய் விடுகிறது. உங்களைப் பிழைக்க வைக்க நான் என் உயிரை வேண்டு மானாலும் கொடுப்பேன்! நீங்கள் போய் விட்ட பிறகு இங்கே எனக்கு என்ன வைத்திருக்கிறது? ஆனால் விதி எப்படி இருக்கிறதோ? அத்திம்பேரே, நீங்க திடீர்னு இறந்துபோய்விட்டால் ஐயையோ, திரும்பவும் மறந்துட்டுதே – நீங்க எனக்கு என்ன பண ஏற்பாடு செய்திருக்கிறீர்கள் என்று உங்கள் தம்பியிடம் பேசுவதாகச் சொன்னீர் களே. இப்போது உங்கள் தம்பியிடம் என் எதிரேயே சொல்லிவிட்டால் பின்னால் தகராறு எதுவும் இருக்காது' என்றாள்.

சற்றுநேர அமைதிக்குப் பின் நோயாளி அலுப்புடன் கண்களை மூடிக்கொண்டார். பின் கண்களைத் திறந்து மெலிந்த குரலில் தம்பியை நோக்கி, 'அவள் சொல்வது சரிதான். என்ன நடக்கும் என்று யாருக்குத் தெரியும்? நான் அவளுக்கு இதைச் செய்ய வேண்டியது நியாயம்தான்' என்று சொல்லி கமலாபாயின் பணம் தன்னிடம் எவ்வளவு உள்ளது என்றும், அது வெளியில் எங்கெங்கே நிற்கிறது என்றும் விவரமாகச் சொன்னார்.

'என் காலத்துக்குப் பிறகு அதை வசூல் செய்து அதைப் போல இன்னொரு மடங்கு என் பணத்திலிருந்து போட்டு என் நன்றிக்கு அடையாளமாக இரட்டிப்பாக்கி அவளிடம் கொடுத்துவிடு' என்றார். அமாத்யாவும் அப்படியே செய்வதாகத் தமையனாரிடம் உறுதியாகச் சொல்லிவிட்டுக் கமலாபாயிடம், 'விரும்பினால் இங்கேயே அண்ணாவின் வீட்டில் உன் காலமெல்லாம் இருக்கலாம். பணம் வசூலாகும்வரைக் காத்திருக்காமல் என் பணத்தை முன்கூட்டிப் போட்டு நான் முதலில் கொடுத்து விடுகிறேன். நீ ஒன்றுக்கும் கவலைப்படாதே. நான் உன்னை வித்தியாசமாக நினைக்கமாட்டேன். நீ என் வீட்டில் வேண்டுமானாலும் இருந்துகொள்ளலாம்' என்றார்.

கமலாபாய் நன்றியுடன், 'இதுபோதும் எனக்கு. ஆனால் பட்டேரியின் மாற்று வேலையில் அத்திம்பேர் எப்படியும் பிழைத்துக்கொள்வார். இன்னும் வெகுகாலம் ஆனந்தமாக இருப்பார்' என்றாள்.

'எல்லாம் ஆண்டவன் கையில் இருக்கிறது. அவன் கிருபை வேண்டும்' என்று அமாத்யா பக்தியுடன் சொல்லவும், கூட்டம் கலைந்தது.

12

ஆண்டவனே அது மாத்திரம் வேண்டாம்!

இன்னல்கள் நிறைந்த அவள் மண வாழ்க்கையில் அவளுக்கு ஆறுதலாக இருந்த ஒரே துணையும், குழந்தைப் பிராயம் தொட்டே அவள் பழகி நேசித்து வந்த தோழியும், இந்த உலகில் அவள் நம்பிக்கைக்குப் பாத்திரமுமாக இருந்த ஒரே ஜீவனுமான சாரதாவை அன்று வீட்டை விட்டு அவமானப்படுத்தித் துரத்தினார்கள். அவள் திரும்பவும் அந்த வாசல்படியை மிதித்தால் அவளை வாரியலால் சாத்தி திருடி என்று சிறைச்சாலையில் அடைப்பதாகப் பயமுறுத்தியும் அனுப்பினார்கள். போகுமுன் அவள் அன்புக்குரிய எஜமானியிடம் விடைபெற்றுக் கொள்ளவும் அவளை அனுமதிக்கவில்லை. இன்னொரு பணிப்பெண் அவள் பிடரியைப் பிடித்து வெளியே தள்ளினாள். தன் பிரிய பாயியின் கதி என்ன ஆகுமோ என்று கத்தி அழுது புலம்பிக்கொண்டே அவள் வெளியே சென்றாள்.

அன்று இரவு பட்டுக்கோட்டைக்கு உடனே கிளம்பவேண்டும் என்று மாதவனுக்கு அரசரிடம் இருந்து ஓர் அவசர உத்தரவு வந்தது. சாரதா வுக்கு நேர்ந்ததைக் கண்கூடாகக் கண்டிருந்த அந்த இளைஞன் அரசர் ஆணைக்குப் பணிந்து மறுநாள் தஞ்சையைவிட்டு வெளியேறினான். அவள் முகத்தை இன்னொரு தரம் பார்த்தோம் இல்லையே என்ற ஏக்கத்துடனும், வேட்கை தணியாத காதலை நெஞ்சில் பாரமாகச் சுமந்து கொண்டும் அவன் ஊரைவிட்டு அகன்றான்.

அண்மையில் கிடைத்திருந்த அவமானத்தால் கமலாபாய் மனம் கொதித்துக் கொண்டிருந்ததால், அவள் எப்படியும் இந்தக் கொடிய திட்டத்தை நிறைவேற்றுவதில் தனக்கு முழுமையாக ஒத்துழைப்புத் தருவாள் என்று அமாத்யா நம்பினார். இருந்தும் அதை நிச்சயம் செய்வ தற்காக, அண்ணாவுக்குத் தான் கொடுத்த வாக்கை நிறைவேற்றுவது அவள் ஒத்துழைப்பைப் பொறுத்துத்தான் இருக்கிறது என்பதுபோல் ஜாடையாக அவளிடம் குறிப்பிட்டார். அவள் வேலை திருப்திகரமாக இருந்தால் தொகையை மும்மடங்கு ஆக்கித் தருவதாகவும் சொல்லி வைத்தார்.

அவசியமில்லாததால் நோயாளிக்கு அதைப்பற்றித் தெரிவிக்க வேண்டாம் என்று தீர்மானம் செய்தார்கள். சோனாபாய் மூலமாகப் பெண்ணின் மனதை அறியவேண்டும் என்றும், ஆனால் பெண் மறுத்துவிட்டால் அதற்குப்பின் சோனாபாய்க்கு தேவைக்கு மேற்பட்ட எதுவுமே தெரிவிக்கக் கூடாது என்றும் முடிவு செய்தார்கள்.

கிளாவிருந்தாபாய் இப்பொழுது ஏறக்குறைய ஒரு அறைக்குள் அடைக்கப்பட்டிருந்தாள் என்றுதான் சொல்லவேண்டும். அவள் அங்கே பயங்கரமான எண்ணங்களால் தாக்கப்பட்டு, எதிர்காலத்தைப் பற்றி பீதி நிறைந்த கற்பனைகளால் கலங்கியும் கண்ணீர் விட்டுக் கொண்டும் இருந்தாள். தூங்கினால் கெட்ட கனாக் கண்டு திகில் கொண்டாள். தான் குற்றமற்றவள் என்று சொன்ன மறுப்புகள் எல்லாம் அலட்சியம் செய்யப்பட்டன. கற்புகெட்டவள் என்று மாத்திரமல்ல. சூனியம் வைத்துக் கணவனைக் கொல்லப் பார்த்தவள் என்றும் தன்மீது குற்றம் சாட்டுகிறார்கள் என்று அவள் இப்பொழுது அறிந்திருந்தாள். சாரதா மூலம் அவள் கதியைக் கேள்விப்பட்ட உறவினர் சிலர் அவளைப் பார்க்க வந்தனர். அவளிடம் பேச கமலாபாய் அவர்களை அனுமதிக்க வில்லை. மேலும் சந்தேகம் வலுப்படும் என்று எண்ணியதால் கிளாவிருந்தாவும் அதை விரும்பவில்லை.

ஓரகத்தி சோனாபாய் மீது கிளாவிருந்தாவுக்கு எப்பொழுதும் மதிப்பு உண்டு. இந்த ஆறு வருட மண வாழ்க்கையில் இரண்டு வீடுகளிலும் இருந்த அத்தனைபேரிலும் அந்த ஒருத்தி மீதுதான் அவளுக்குச் சற்று நல்லெண்ணம் ஏற்பட்டிருந்தது. ஆனால் தனது மூத்த மகனும் தனக்கு மிகவும் பிரியமானவனுமான மாதவனை 'மயக்கி' அவன் பரதேச சஞ்சாரத்துக்குக் காரணமாயிருந்தவள் என்று நம்பியதால் அந்த மாதரசியின் மனமும் தனக்கு விரோதமாக இப்பொழுது திரிந்து விட்டிருந்தது என்று அவள் அறிந்திருக்கவில்லை.

சோனாபாய் அன்று காலைச் சாப்பாட்டிற்குப்பின் சாவகாசமாக கிளாவிருந்தாவின் அறைக்குள் நுழைந்து பேசுவதற்காக உட்கார்ந்தாள். தான் கணவனைக் கொல்ல முயன்ற சூனியக்காரி என்று அவளுமா நம்புகிறாள் என்று அறிய கிளாவிருந்தாவுக்கு ஆவல் மேலிடவே அவள் சோனாபாயைப் பார்த்து,

'நீங்கள் எனக்கு ஓரகத்தியாக இருந்தாலும் வயதில் நீங்கள் என் தாய்க்குச் சமானம். நானும் எப்பொழுதும் உங்களைத் தாயைப் போலவே எண்ணி வந்திருக்கிறேன். நான் செய்ததாகச் சொல்லும் இந்த அடா செயலைப்பற்றி நீங்களும் கேள்விப்பட்டிருப்பீர்கள். நான் அப்பேர்ப்பட்ட பாதகி என்று நீங்களும் நம்புகிறீர்களா சொல்லுங்கள் அக்கா?' என்றாள். சோனாபாய் பேசத் தொடங்கினாள்.

'கமலாபாய் அதைப் படிப்படியாகப் பார்த்து விவரித்ததை நானும்

உடனிருந்து கேட்டேனே. உண்மையாக இருந்தால் – நான் என்ன சொல்லட்டும் – ஒரு மனைவி இதற்குமேல் என்ன பாதகச் செயல் செய்யமுடியும்? இப்பேர்ப்பட்ட பாதகிகளும் உலகத்திலே இருக்கத்தான் செய்கிறார்கள். ஆனால், நல்ல காலம் ரொம்பப்பேர் இல்லை. அப்படிப் பட்டவர்களை எல்லாம் இரக்கம் காட்டாமல் கண்டதுண்டமாக வெட்டிச் சுண்ணாம்புக் காளவாயிலே போட்டுப் பொசுக்கவேணும். நரகம்கூட அவர்களைத் தாங்காது. ஒரு பதி விரதைக்குத் தெய்வம் அவள் புருஷன்தான். அவள் வேறு தெய்வத்தைக் கும்பிடவே தேவை யில்லை என்றுதான் நமது சாஸ்திரமெல்லாம் சொல்லுகிறது. பெண் பிறவியே பாவமும் துன்பமும் நிறைந்தது – பதிவிரதா தர்மத்தை அனுஷ்டிக்கிறதினால் மாத்திரமே அவள் கர்மம் தொலைந்து மோட்சம் அடைய முடியும். கணவனுக்குச் சேவை செய்து அவனுக்கு முன்னால் போய் அடுத்த உலகத்தில் அவனுக்காகக் காத்துக்கொண்டிருப்பது அவளுக்குக் கிடைக்கக்கூடிய பெரிய பாக்கியம். துரதிர்ஷ்டவசமாக அவளுக்கு முன்னால் அவன் போய்விட நேர்ந்து அவள் சதியானால் கல்யாணத்தன்று போல கணவனோடு கைகோர்த்துக் கொண்டே மோட்சத்துக்குப் போகக் கூடிய பாக்கியம் கிட்டும். கைம்பெண்ணுக்கு இந்த உலகத்தில் என்ன இருக்கிறது? எனக்கு வயசாகிவிட்டதென்றாலும், பூஜை புனஸ்காரங்களைச் செய்து வருகிறேன் என்றாலும் உன் மைத்துனர் எனக்கு முன்னால் – அப்படி நேரக்கூடாது சுவாமி! – போகநேரிட்டால், என் கடமை என்ன என்று எனக்குத் தெளிவாகத் தெரிகிறது!' என்றாள்.

என்ன சொல்வது என்று தெரியாமல் கிளாவிருந்தா மௌனமாக இருந்தாள். சற்றுநேர அமைதிக்குப் பிறகு சோனாபாய் மீண்டும் சொல்வாள்: 'அடுத்த பிறந்தநாள் வந்தால் என் கணவருக்கு ஐம்பத் திரண்டு ஆகும். அவரைவிட மைத்துனர் ஓர் ஆண்டுதான் மூத்தவர். அவர்கள் தகப்பனார் அதாவது நமது மாமனார் இறக்கும் போது அறுபத்திரண்டு. ஆனால், எப்பொழுதுமே உடல்நலமில்லாமல் இருந்துவிட்டதால் இப்பொழுது ரொம்பவும் தளர்ந்துவிட்டார். இரண்டு இரும்பாணியை உடலுக்குள்ளே செலுத்தியபிறகு அவர் இன்னும் உயிரோடு இருப்பதே அதிகம் என்று நேற்று அந்த மாந்தரீகன் சொன்னான்.'

கிளாவிருந்தா ஆவல்மிகுதியால் குறுக்கிட்டு, 'எங்கேயோ ஒருவன் ஒரு மரப்பாச்சியில் துளைத்த ஆணி எப்படி இங்கே வீட்டுக்குள் படுத்திருக்கும் உங்கள் மைத்துனர் வயிற்றுக்குள் இறங்கி அவர் ஆரோக்கியத்தைப் பாதிக்கமுடியும்?' என்று கேட்டாள்.

சோனாபாய் பொறுமை இழந்தவளாய், 'எனக்கு எப்படித் தெரியும்? சூனியக்காரனைத்தான் கேட்கவேணும். அது இருக்கட்டும். மைத்துனர்

திடீரெனப் போய்விட்டால் நீ என்னசெய்யலாம் என்றிருக்கிறாய்?' என்று கேட்டாள். கிளாவிருந்தா மெலிந்த குரலில் 'நான் வயதில் குறைந்தவள். பயமாக இருக்கிறது. எனக்கு ஒன்றுமே தெரியவில்லை. பாபாஜிகூட அடிக்கடி அப்படித்தான் சொல்லுவார்' என்றாள்.

'என் கணவரும் அதைத்தான் சொன்னார். அதனால்தான் உனக்கு ஆலோசனை சொல்லிவர என்னை அனுப்பினார்.' ஒரு புண்ணிய கைங்கரியம் செய்ய வந்திருக்கும் நினைப்பால் சோனாபாய் பெருமிதத் தோடு தொடர்ந்து சொன்னாள்: இளமையோ, மூப்போ கணவன் இறந்தபிறகு ஒரு பிராமணப் பெண்ணுக்கு இந்த உலகத்தில் ஒன்றுமே இல்லை. உன் பேரிலோ கணவனுக்கு விரோதமாகப் பெரிய பெரிய பாதகமெல்லாம் செய்துவிட்டதாகப் பழிசுமத்துகிறார்கள். நிஜமோ பொய்யோ, கடவுளுக்குத்தான் தெரியும். சாகக் கிடக்கும் போதுகூட அவருக்குப் பணிவிடை செய்ய உனக்குக் கொடுத்து வைக்கவில்லை. நீ உண்மையிலேயே அந்தப் பாவம் ஒன்றும் செய்யவில்லையானால் அதை ருசுப்படுத்துவதற்கும் அல்லது செய்திருந்தாலும் பிராயச்சித்தம் செய்வதற்கும், அடுத்த பிறவியிலாவது நல்லகதி கிடைப்பதற்கும் அவரோடு சிதையில் ஏறி சதியாகிவிட்டால் என்ன? அதையும்விட உத்தமமான காரியம் வேறு எது இருக்கிறது சொல்?'

கிளாவிருந்தாவின் தேகாந்தமும் நடுங்கிற்று. முகத்தில் பீதி படர்ந்தது. மறைந்திருந்து உக்கிரமாகப் பாயும் புலியைப் பார்த்துவிட்டு நடுங்கும் மானைப்போல் பரிதாபமாக இருந்தது அவள் தோற்றம். சில வினாடிகள் அவள் நெஞ்சு அடிக்கவே இல்லை. அப்படியே அடிக்காமலே நின்று விடுமோ என்றுகூட நினைத்தாள். பின் பயமிகுதியால் அவள் கண்களி லிருந்து தாரையாக நீர் வடியலாயிற்று. இரண்டு கைகளையும் நீட்டி ஓரகத்தியின் தோளிலே சாய்ந்து அழுகையோடு அழுகையாகப் பேசத் தொடங்கினாள்.

'ஐயோ அக்கா, அது மாத்திரம் வேண்டாம். என் ஆண்டவனே, அது மாத்திரம் வேண்டாம். நான் ஒரு பாவமும் செய்யவில்லை. என் கணவருக்கு, இல்லை யாருக்குமே ஒரு தீங்கும் செய்ததில்லை. நான் சிறு வயதினள். நெருப்பால் மரணம் என்பதை நினைக்கக்கூட முடிய வில்லை. நெருப்புக்குப் பயந்ததால் நான் சமையல்கூட சரிவரக் கற்றுக் கொண்டதில்லை. சின்ன வயதில் ஒரு சமயம் என் கையில் கொதிக்கும் எண்ணெய் தெறித்துவிட்டது. அதிலிருந்து அடுப்பின் பக்கமே போவ தில்லை. தீபாவளிக்குப் பட்டாசுகூட பாபாஜியிடம் கேட்டதில்லை. விஷம் வேண்டுமானாலும் குடித்துவிடலாம். இதை நினைத்தால்கூட பயமாக இருக்கிறதே.'

என்ன பேசுவது என்று அறியாமல் சோனாபாய் அவளையே பார்த்துக் கொண்டிருந்தாள்.

கிளாவிருந்தா மீண்டும் 'நான் பெரும் அபாக்கியவதி. பிறந்த அன்றே பெற்றோர் இருவரையும் இழந்துவிட்டேன். ஐந்து வயதுவரை அந்நியர் களால் பராமரிக்கப்பட்டேன். பின் சில ஆண்டுகள்தான் பாபாஜியோடு சந்தோஷமாக இருந்தேன். ஐயோ எனக்கு ஏன்தான் கல்யாணம் ஆயிற்றோ? இந்தக் குரூரமான விதியை அனுபவிக்கும்படி என் பாபாஜி என்னை விட்டு விட்டுப் போய்விட்டாரே! அன்று அந்த ஆங்கிலேயர் அவ்வளவு தீரமும் பரிவும் காட்டி என்னைக் காப்பாற்றியிருக்கா விட்டால் நானும் பாம்புக் கடியால் இறந்திருப்பேன்.'

'அக்கா உங்களுக்குத் தெரியும். இந்த வீட்டில் நான் வந்தது முதல் ஒரு நாளாவது சந்தோஷமாக இருந்திருக்கிறேனா? எந்நாளும் துன்பம் தான். இந்த இரண்டு வீடுகளிலுமாக நீங்கள் ஒருவர்தான் என்னிடம் இரக்கம்கொண்டவர் என்று நினைத்திருந்தேன். உங்கள் தங்கையைப் போலச் சொல்லுகிறேன், தாயிடம் கேட்பதுபோலக் கேட்கிறேன். நல்ல நிலையில் இருக்கும் பெண்மணியிடம் ஒரு அபலை முறையிடுவது போல முறையிடுகிறேன். நீங்கள், ரமணிபாய் மேலும் மற்றக் குழந்தைகள் மீதும் கொண்டுள்ள அன்பின்பேரில் கெஞ்சிக் கேட்கிறேன். இந்தக் கதியிலிருந்து என்னைக் காப்பாற்றுங்கள். என்னால் அதைத் தாங்கவே முடியாது. சிதையைப் பார்த்ததுமே என் உயிர்போய்விடும். எனக்குப் பதினெட்டு வயதுதான் ஆகிறது. இந்தப் பிறவியில் எனக்கு இனிமேல் தாம்பத்திய வாழ்க்கையும் குழந்தைப் பாக்கியமும் இல்லை என்று ஆகிவிட்டது. மீதம் இருக்கும் நாட்களிலாவது புண்ணிய காரியங்கள் செய்து என் பாவங்களைத் தொலைத்துக் கொள்வேன். பாபாஜியின் கடைசி விருப்பங்களை நிறைவேற்றாவிட்டால் என் நெஞ்சு வேகாது. உங்களைக் கெஞ்சிக் கேட்டுக்கொள்கிறேன். என்னைக் காப்பாற்றுங்கள். பாபாஜியின் கடைசி ஆசையை நிறைவேற்ற உதவிசெய்யுங்கள். அபலையும் அனாதையுமான பெண்ணுக்குச் செய்த உதவிக்காக கடவுள் உங்களிடம் கருணை காட்டுவார்.'

'அக்கா, நான் உங்கள் மகன் வாழ்க்கையைக் கெடுத்துக்கொண்டு இங்கேயே இருப்பேன் எனறு நினைக்காதீர்கள். தாம்பத்திய சுகம் இன்னதென்று எனக்குத் தெரியாவிட்டாலும், கணவனின் அன்பை இன்னொருத்தி பறித்துக் கொண்டால், ஏற்படும் கசப்பை நான் அனுபவத்தால் உணர்ந்தவள். இன்னொரு இளம் மனைவியை மனம் நோகச் செய்ய என் மனம் ஒருநாளும் சம்மதிக்காது. நான் எங்காவது தொலைதூரம் போய் பாபாஜியின் நினைவுக்கடனை நிறைவேற்று வதிலேயே என் மிச்ச வாழ்க்கையையும் கழித்துவிடுவேன். என்னால் சதி ஆகமுடியாது, முடியவே முடியாது. வேண்டாம், நினைத்தால்கூட நடுக்கமாக இருக்கிறதே' என்று திகிலினால் நடுங்கிக்கொண்டே சொன்னாள். பேசி முடித்தபின்னும் அழுகை நிற்கவில்லை. ஏங்கி ஏங்கி

அழுதவண்ணம் இருந்தாள்.

சோனாபாய் மனம் இளகாதவளாக 'என்னமோ அம்மா, உன் போக்கு எனக்குப் புரியவில்லை' என்று சொல்லிக் கொண்டே கிளாவிருந்தாவின் தழுவலிலிருந்து தன்னை விடுவித்துக்கொண்டாள். அதனால் கிளாவிருந்தா அழுதுகொண்டே தரையில் விழுந்தாள். 'உன் இஷ்டப்படியே நடந்துகொள். மனமில்லாதவளை எப்படிச் சதியாக்கப் பலவந்தப்படுத்தமுடியும்?'

உண்மையிலேயே ஒரு பிராமணப்பெண்ணின் மனப்போக்கு இப்படி இருந்தது சோனாபாய்க்குப் புரியாமல் இருந்தது. அதனால் கிளாவிருந்தாவின் மேல் அவளுக்கு அனுதாபம் உண்டாகவில்லை.

13
நாமொன்று நினைக்க...

கிளாவிருந்தாவைச் சந்தித்து வந்ததை சோனாபாய் கணவனிடம் தெரிவித்தாள்.

'ஒரு பதிவிரதையின் லட்சணம் அவளிடம் இல்லை. லௌகிக சிந்தையும் சிற்றின்ப நாட்டமுமாய் இருக்கிறாள். அவளைத் திருத்த முடியாது. எனக்கு வெறுப்பாகிவிட்டது. இவளைப் போலொத்தவர்கள் சதியாவது இதுவரை சதியாகியிருக்கும் ஆயிரக்கணக்கான பதிவிரதை களுக்குப் பெரிய அவமானமாகும்' என்றாள். அமாத்யா சாதுபோல, 'யாரைப் பற்றியும் அவ்வளவு கடுமையாகத் தீர்ப்பு செய்துவிடக் கூடாது. ஒருவேளை தீர ஆலோசனை செய்ததின்பேரில் அவள் இனிமேலும் மனம் மாறலாம். உயிருள்ளவரை நம்பிக்கையும் உண்டு' என்றார்.

'நீங்கள் சொல்லுவதுபோல அவள் மனம் மாறினால் அது பெரிய அதிசயம்தான்' என்று தோள்களைக் குலுக்கிச் சொல்லி விட்டு கோவிலுக்குச் செல்ல ஆயத்தமானாள் சோனாபாய்.

அமாத்யா உடனேயே கமலாபாயைக் கூப்பிட்டு அனுப்பினார். திவான் இறந்ததும் கிளாவிருந்தாவை எப்படிச் சதியாக்குவது என்பது பற்றி இருவரும் பல யோசனைகள் செய்தனர்.

கமலா, 'இந்தச் சங்கடமெல்லாம் எதற்கு? அத்திம்பேர் இறந்ததும் நானே அவள் துணியில் தீயை வைத்து விடுகிறேன். அவளுக்கு அது வேண்டியதுதான். விபத்து என்று சொல்லிவிட்டால் போச்சு' என்றாள்.

அமாத்யா ஆலோசித்த வண்ணம், 'ஒன்றுக்கு மேற்பட்ட காரணங் களால் அது சரிப்பட்டு வராது. சந்தேகத்துக்கு இடம் உண்டாகும். இல்லாத வம்புகளை எல்லாம் கிளப்புவார்கள். எப்படியும் வேலையாட் களுக்கு உண்மை தெரிந்து விடும். அதை வைத்துக்கொண்டு அவர்கள் நம்மை ஆட்டி வைப்பார்கள். சதியாவதனால் குடும்பப் பேருக்கு ஏற்படும் மகத்துவத்தையும் இழந்துவிடுவோம். அவள் சதியாகத்தான் வேண்டும்; ஆக்கவேண்டும்' என்றார்.

கமலாபாய் பேச்சை மாற்றி 'ஆனால் முதலாவது பட்டேரிக்கு ஆள் அனுப்பி அவன் செய்யும் மாற்று வேலையினால் அத்திம்பேரைப் பிழைக்க வைக்க முடியாதா என்பதை விசாரிக்க வேண்டும். இன்று அவர் மிக மோசமாகத்தான் இருக்கிறார்' என்றாள்.

அமாத்யா சற்று நேரம் ஆலோசித்தவராக 'ஆமாம், அவரைப் பிழைக்க வைப்பதைத்தான் நாம் முதலில் கவனிக்கவேண்டும். பட்டேரியை வரவழைக்கிறேன்' என்றார். போகுமுன் 'திவான் நிலை கவலைக்கிடமாக இருக்கிறதென்பதை உறவினர் யாருக்கும் தெரிவிக்க வேண்டாம். இப்பொழுது வீட்டில் அந்நியர் நடமாட்டமே இருக்கக் கூடாது' என்றார். கமலாபாயும் அப்படியே செய்வதாகச் சொல்லி விட்டு, நோயாளியின் அறைக்குச் சென்றாள்.

ஒரு மணிநேரம் கழித்து அமாத்யா தாழிட்ட தம் அறைக்குள் இருந்து பட்டேரியிடம் பேசிக்கொண்டிருந்தார்.

'நோயாளியின் நிலைமை மிகவும் மோசமாக இருக்கிறது. உன் தாயத்தினால் பலன் எதுவும் இல்லை.'

'எதிராளி சும்மாவா இருப்பான்? அவனும் ஆபத்தான சூனிய வேலையெல்லாம் செய்துகொண்டிருப்பானே? அந்தக் கைம்பெண் அம்மாவை எங்கே? ஆஞ்சநேயர் என்ன சொல்லுகிறார் என்று கேட்க வேண்டும்' என்றான்.

அமாத்யா பொறுமை இழந்தவராக 'உஷ், அந்தப் பேச்செல்லாம் வேண்டாம். பெண்களிடமும் முட்டாள்களிடமும் அந்தச் சரக்கை வைத்துக்கொள். நீ விவரம் தெரிந்த மனிதன். உன் தொழில் எளிதானது அல்ல. முட்டாள்கள் செய்யக்கூடிய தொழில் அல்ல என்று எனக்குத் தெரியும். பீடிகை இல்லாமல் விஷயத்துக்கு வருவோம். நான் யாரென்பது உனக்குத் தெரியும் அல்லவா?'

'தெரியும் எசமான்'

'நோயாளி யாரென்பதும் தெரியும்?'

'தெரியும் எசமான்'

'அவர் சாகுந்தருவாயில் இருக்கிறார் என்பது தெரியுமா?'

'தெரியும் எசமான். இரண்டு இரும்பு ஆணியை வயத்திலே அறைஞ்ச பிறகும்...' அமாத்யா முற்றிலும் பொறுமையை இழந்து, 'முட்டாள், நீ ஒரு போலி மருத்துவன். அதைவிடச் சற்று உயர்வாக உன்னை மதிப்பிட்டிருந்தேன். நான் மனிதரை எடைபோடுவதில் தவறுவதே இல்லை. இந்தச் சாலவித்தையை எல்லாம் மூட்டைகட்டி வைத்துவிட்டு காரியத்துக்கு வருகிறாயா?' என்று கேட்டார்.

'சரி எசமான், எனக்குப் புரியுது எசமான்'

'என் தமையனார் மோசமான நிலையில் இருப்பது உனக்குத் தெரியும் அல்லவா?'

'ஆமாம் எசமான். உயிர் ஊசலாடிக் கிட்டிருக்கிறது. எந்த நிமிடமும் போய்விடுவார்.'

'நீ ஆட்களை மயக்க நிலைக்கு உட்படுத்தி உன் வயப்படுத்துவதில் கெட்டிக்காரனல்லவா?'

பட்டேரி தயங்கினான்.

'பெண்களிடமாவது அதை எளிதில் செய்வாயல்லவா?'

'செய்வேன் எசமான். பெண்களை இலேசில் வயப்படுத்தி விடுவேன்.'

'வெகு தொலைவிலுள்ள மலையாளத்திலிருந்து வந்திருக்கிறாய். பாமரர்களிடம் உனக்கு நல்ல பெயர் இருக்கிறது. இருந்தும் உன் வருமானம் மாதம் இருபது முப்பதுக்குமேல் போவதில்லை அல்லவா?'

'எசமானுக்கு எல்லாம் தெரிகிறது'

'பணம்தான் உன் நோக்கம் அல்லவா?'

'நான் ஏழை எசமான். என் குடும்பம் பெரிசு. நான் சம்பாதித்து அனுப்புவதை வைத்துத்தான் அவர்கள் அங்கே பிழைக்கவேணும்.'

'ஓர் இளம் பெண்ணை முழுவதுமாக உன் வயப்படுத்தி மயக்க நிலையில் நீ சொல்வதற்கெல்லாம் அவளை உடன்பட வைக்க எவ்வளவு நேரம் எடுப்பாய்?'

'அது பெண்ணைப் பொறுத்து இருக்கிறது. அது வேலைவாய்ப்பு களையும் பொறுத்தது.'

'நடைமுறைக்கு ஒவ்வாத விஷயங்களைப் பேசிக்கொண்டிருக்கும் ஒரு முட்டாள் பெண். ஏற்கெனவே நரம்புத் தளர்ச்சி உள்ளவள்.'

'அவளும் அறிந்து ஒத்துழைத்தால் அல்லது அமைதியாகப் பணிந்து போனால் சில நிமிடங்களில் முடித்துவிடுவேன் எசமான். ஆனால் அவள் எதிர்த்தால் ஓரிரண்டு தடவைகளுக்கு மேல் உட்கார வேண்டியது தான் வரும்.'

'ஓர் ஆயிரம் உனக்குப் போதுமா?'

'எதற்கு எசமான்'

'ஓர் பெண்ணை வயப்படுத்தி அவளை நம் சொற்படிச் செய்யச் சொல்வதற்கு.'

வக்கிரமும் சூதும் நிறைந்த அமாத்யாவின் முகத்தை பட்டேரி சிறிது நேரம் மௌனமாகக் கவனித்துப் பார்த்தான். ஆச்சரியமும் அடைந்தவன் போல் தோன்றினான். உணர்ச்சிக்கு இடம் கொடுக்காத மன உரம் வாய்ந்த இவரும்கூட அந்தப் பலவீனத்துக்கு அடிமைப்பட்டவர்தானா என்று நினைத்தவன் போல் தோன்றிற்று. பின் 'என்ன செய்யச் சொல்வதற்கு எசமான்?' என்று கேட்டான்.

'நான் செய்யச் சொல்லுவதை - உன் மூலமாகத்தான் - அவள் செய்யவேண்டும்.'

'எசமான் நான் விவரம் தெரிந்தவன் என்று முந்திதான் சொன்னீர்கள்.

நாமொன்று நினைக்க ✦ 165

நான் பதில் சொல்லவேண்டுமானால் எதற்கு என்று தெரிய வேண்டும்.'

இப்பொழுது அமாத்யா தன் பங்குக்கு மௌனமானார். நீண்ட அமைதிக்குப் பிறகு தயங்கித் தயங்கி வார்த்தைகளைத் தேடி நிறுத்திச் சொல்லலானார்.

'பதிவிரதையான என் மதனி கணவன் இறந்தபிறகு உலகத்தில் என்ன இருக்கிறது என்று வெறுத்தவளாய் சதியாகவேண்டும் என்று விரும்புகிறாள். பக்தி சிரத்தையுள்ள பிராமண மனைவிக்குக் குழந்தை களும் இல்லாதபோது - இங்கே அமாத்யா தவறாகச் சொல்லி விட்டோமே என்று உதட்டைக் கடித்தார். பின் தொடர்ந்து இந்த உலகத்திலும் என்னதான் இருக்கிறது?' என்றார்.

அதில் என்ன சந்தேகம் வந்தது என்பதுபோல பட்டேரி 'ஒன்றுமில்லை எசமான்' என்றான். அமாத்யா அவனைக் கூர்ந்து நோக்கியதும் பதிலுக்குக் கள்ளமில்லாமல் அவரைப் பார்த்து விழித்தான்.

'ஆனால் இளமையாயிருப்பதாலும், வாழத் துடிக்கும் வயதாயிருப் பதாலும், கடைசி நிமிடத்தில் உறுதி இழந்து விடுவோமோ என்று பயப்படுகிறாள்.'

'யாருக்குத் தான் சாக மனசு வரும் எசமான் அதுவும் சிறு வயதில்? என் மகள் ஒருத்தி பதினெட்டு வயதில் தீ விபத்தில் இறந்துவிட்டாள். துணியில் தீ பிடித்து உடலெல்லாம் ரொம்பவும் எரிந்துவிட்டது.' அமாத்யா துணுக்குற்றார். ஆனால் அடுத்த வினாடி சுதாரித்துக் கொண்டார்.

'என் பார்வதி இரண்டு மூன்று நாட்கள் தீக் காயங்களால் அவஸ்தைப் பட்டாள். உடலெல்லாம் வெந்து, பிழைத்தாலும் பார்க்க மிக அசிங்கமாக இருப்போம் என்ற நிலையில்கூட, அவள் சாக விரும்ப வில்லை. எசமான் வாழ்க்கை இனிமையானது. அதுவும் இளைஞர் களுக்கு மிகவும் இனிமையானது' என்றான்.

அமாத்யா மீண்டும் சிந்தனையில் ஆழ்ந்து மௌனமானார். பட்டேரியும் ஒன்றும் பேசவில்லை. பின் அமாத்யா, 'ஆனால் இந்தப் பெண், என் மதனி, விதவையாக வாழ விரும்பவே இல்லை. மோட்சம் அடைவதிலும் ஆர்வமாக இருக்கிறாள். நல்ல பண்புகளும் உத்தம குணங்களும் உள்ள பதிவிரதையாதலால்...'

'நீங்கள் முன்னால் சொன்னது போல் நரம்புத் தளர்ச்சியும், நடைமுறைக்குச் சரிப்படாத விஷயங்களையும் பேசும் முட்டாள் பெண் அல்ல போலும். எனக்கு விளங்குகிறது எசமான். என்னால் முடியாது எசமான்.'

'நீ சம்மதிக்காவிட்டால் விஷயத்தை இத்துடன் நிறுத்திக் கொள்ளு கிறேன். அவளுடைய உத்தம நோக்கத்தை நிறைவேற்றி வைப்பதில் நீ உதவி செய்யவேண்டும் என்பதுதான் என் விருப்பம்.'

‘இல்லை எசமான். நான் ஏழைதான். ஆனால் – எசமானுக்கு விளங்கும்.’

‘உம், நான் இம்மாதிரி தவறு இதற்கு முன்னால் செய்ததே இல்லை. சரி இதைப்பற்றி வெளியில் சொல்லக்கூடாது, தெரியுமா?’

‘சொல்லுவேனா? எசமான்’

‘இந்தா, இதை வைத்துக்கொள், நாளையிலிருந்து என் தமையனாரின் வீட்டுக்கு தினமும் வந்து அவர் சீக்கிரம் குணமடைவதற்காக உன் மாந்தரீகத் தொழிலைச் செய்து விட்டுப்போ. பெண்கள் அப்படி விரும்புகிறார்கள்.’

‘சரி எசமான். நீங்கள் என்னைப்பற்றிக் கவலைப்படவேண்டாம்’ என்று சொல்லிவிட்டு, அமாத்யா கொடுத்த ஐந்து தங்க மோகராக் களையும் வேட்டியில் முடிந்துகொண்டு வெளியே கிளம்பினான். அவன் மடியில் இருந்த பணத்தைப் போலவே அவன் வியப்பும் அதிகமாக இருந்தது.

பட்டேரி சென்றதும் அமாத்யா வேலைக்காரனை அழைத்து அடுத்த தெருவில் வசித்துவரும் யுனானி வைத்தியரான ஹக்கீம் பக்கீர் மஹமது அலி சாஹிப்பைக் கூட்டிக் கொண்டு வரச்சொன்னார். வேலைக்காரன் சென்றதும் அமாத்யா மாந்திரிகன் விஷயத்தில் தாம் போட்டுவிட்ட தப்புக் கணக்குக்காகத் தம்மையே மிகத் தீவிரமாக நொந்துகொண்டார். தன்மீதே அவருக்கு வெறுப்பும் கோபமும் வந்தது.

வயதான ஹக்கீம் வந்தார். நரைத்த தாடி தொங்கத் தொங்க முதுபெருங் கிழவர்போல் தோற்றம் அளித்தார். சில நிமிடங்கள் மாத்திரமே பேசிக்கொண்டிருந்துவிட்டு, ஒரே ஒரு வெள்ளிப்பணத்தைப் பெற்றுக்கொண்டு வீட்டுக்குச் சென்று மருந்து அனுப்புவதாக வாக்களித்துவிட்டுப் புறப்பட்டார்.

அவர் சென்றதும் கமலாபாய் அழுது சிவந்த முகத்துடன் உள்ளே நுழைந்து:

‘அத்திம்பேர் இறந்துவிட்டார்’ என்றார். ஆனால் இன்னும் கதறி அழாமல் அடக்கியே அழுதாள். அமாத்யாவின் துக்கம் ரத்தினச் சுருக்கமாக இருந்தது. அவரது தந்திரக் கண்களிலிருந்து ஓரிரண்டு துளிக் கண்ணீர் வடிந்தது. இரத்த பாசம் விடாது அல்லவா! அதை உடனேயே துடைத்துக்கொண்டு, அதற்குமேல் வெளிப்படையாக ஒன்றும் காட்டிக் கொள்ளாமல், நாம் நமது ...திட்டங்களை இனிமேல்தான் நடத்தியாக வேண்டும். நீ இப்பொழுது அழுது அரற்றிக்கொண்டு இருக்க முடியாது. என்னைப் பார், எனக்கு மாத்திரம் துக்கம் இல்லையா?’ என்றார்.

கமலாபாயும் அழுகையை அடக்கிக்கொண்டாள்.

‘அவள் எங்கே இருக்கிறாள்?’ என்றார் அமாத்யா.

‘அவள் அறையில், அவளுக்கு இன்னும் தெரியாது. அறையை வெளியே தாழிட்டிருக்கிறேன்’ என்றாள்.

‘வேலையாட்கள்?’

‘இன்னும் யாருக்குமே தெரியாது. குடிப்பதற்கு ஒரு மடக்கு ஷர்பத் கேட்டார். நான் அதை அவர் வாயில் ஊற்றிக் கொண்டிருக்கும்போதே தலையை நிமிர்த்தினார். அப்படியே தலை சரிந்துவிட்டது. எனக்குக் கதறவேண்டும் போல் இருந்தது. ஆனால் நமது திட்டம் நினைவுக்கு வரவே அடக்கிக்கொண்டேன். அவருடைய கண்களை மூடிவிட்டு உடலையும் போர்வையால் போர்த்திவிட்டுக் கதவைப் பூட்டிக் கொண்டு இங்கே வந்துவிட்டேன்.’ சாதாரணமாகப் பேசிக்கொண்டே வந்தவள் துக்கம் தாளாமல் பிலாக்கணம் தொடங்கிவிட்டாள். ‘ஐயோ அவர் போயிட்டார். என் அத்திம்பேர் போயிட்டார். அந்தத் துக்கிரிக் கழுதை அவரைக் கொன்னுட்டா. இந்த உலகத்தில் என்னைத் தனியாய்த் தவிக்க விட்டுவிட்டு அவர் போயிட்டார்.’

எங்கே சத்தமாக ஒப்பாரி வைத்துவிடப் போகிறாளோ என்று பயந்து அமாத்யா தம் கையால் அவள் வாயைப் பொத்தினார்.

‘அசடு மாதிரி நடந்துகொள்கிறாயே. இவ்வளவு சமயோசிதமாகவும் முன்யோசனையுடனும் நடந்துகொண்டிருக்கிறாயே என்று இப்பொழுது தான் உன்னை மனசுக்குள் பாராட்டிக் கொண்டிருந்தேன். நானும் உடன்பிறந்த தமையனை இழந்தவன்தான். அவர் நினைவுக்காக நாம் வாங்கவேண்டிய பழியை நினைத்துக்கொள். இன்னும் சிறிது நேரத்துக்கு அடக்கிக்கொள். இப்பொழுது மணி ஆறு ஆகிறது. அவர் மாலை வேளையில் இறந்தது நல்லதாகப் போயிற்று. வீடும் ஆற்றுக்கு அருகி லேயே இருக்கிறது. ஆனால் இரு. அவர் நிச்சயமாக இறந்து விட்டாரா? ஒருவேளை மயக்கமாகி இருக்கிறாரோ என்னமோ?’ என்றார்.

‘நிச்சயமாக இறந்துவிட்டார். வருவதற்கு முன் சிறிது நேரம் அங்கேயே அழுதுகொண்டு நின்றிருந்தேன். மயக்கமாக இருக்கலாம் என்று நினைத்து நானும் கவனித்துப் பார்த்தேன். அவர் இறந்துவிட்டார்’ என்றாள்.

‘சரி, இன்னும் இரண்டு மூன்று மணி நேரம் நாம் இதை இரகசியமாக வைத்திருக்கவேண்டும். சோனாபாய்க்குக் கூடத் தெரியவேண்டாம். ஒன்பது மணிக்குமேல்தான் தெரிவிக்க வேண்டும். அப்பொழுது நீ அழுதுகொள்ளலாம். ஆனால் இரவுவேளை ஆதலால் ரொம்பச் சத்தமிடவேண்டாம். அதற்கப்புறம்தான் புரோகிதருக்கும் நெருங்கிய உறவினருக்கும் சொல்லி அனுப்பவேண்டும். உனக்கு நம்பிக்கையான பணிப்பெண்கள் யாராவது இருக்கிறார்களா?’

‘கல்யாணி இருக்கிறாள். என்னை நம்புவது போலவே அவளை நம்பலாம். அவளுக்கும் கிளாவிருந்தாவைப் பிடிக்காது, ஆனால் வேறு

காரணங்களுக்காக' என்றாள்.

'சரி, அவளை உதவிக்கு வைத்துக்கொள். இனி நான் சொல்வதைக் கவனமாகக் கேள்' என்று தாழ்ந்த குரலில் என்னவோ படித்துப் படித்துச் சொன்னார்.

'எல்லாவற்றையும் நினைவில் வைத்துக்கொள். நான் சொன்னபடியே செய்யவேண்டும். மற்றவற்றை நான் கவனித்துக் கொள்கிறேன்.'

முடிவாக, 'பழிவாங்கவேண்டும், மறந்துவிடாதே, நீ இன்று இரவு காட்டப்போகும் திறமையைப் பொறுத்துத்தான் நான் செய்யும் கைம்மாறு இருக்கும். தெரிந்ததா? பெண் சதியாக விருப்பம் தெரிவித்து விட்டாள் என்று என் மனைவியிடம் சொல்லிவிட்டால் அவள் இதில் தலையிடமாட்டாள்.'

'என் வேலையைப் பற்றி நீங்கள் கவலைப்படவேண்டாம். கல்யாணி ஒத்தாசை செய்தால் உங்களுக்குத் திருப்தியாகும் வகையில் முடித்து விடுவேன்' என்றாள் கமலாபாய்.

'சரி, அப்படியானால் நீ இனி அண்ணா இருக்கும் அறையில் போய் இரு. வேறு யாரையும் அங்கு வரவிடாதே. ஒருவருக்கும் விஷயம் தெரியவும் வேண்டாம். நான் மருந்தை உன்னிடம் கொண்டுவந்து தருகிறேன். இந்தா, அந்தச் சாவிக் கொத்தைக் கொடுத்துவிட்டுப் போ. சில பத்திரங்களை எடுக்க வேண்டியதிருக்கிறது' என்று அவள் பதிலுக்குக் காத்திராமலே அவள் தங்கச் சங்கிலியில் கோர்த்து இடுப்பில் கொளுவியிருந்த சாவிக் கொத்தை உருவிக்கொண்டார்.

எதிர்ப்புத் தெரிவிக்கும் வகையில் கமலாபாய் 'என்னுடைய சாவிகளும் அதில் இருக்கிறது' என்று குளறினாள்.

'இருக்கட்டும், அதனாலென்ன? சரி இப்பொழுது எனக்கு வேலை இருக்கிறது. வீட்டில் மற்றவர்களுக்கு எப்பொழுது செய்தியை வெளி யிடுவது என்று நான் வந்து உனக்குச் சொல்லுகிறேன். ஆனால் திரும்பவும் உன்னைத் தனிமையில் பார்த்து எல்லாவற்றையும் விளக்கிச் சொல்லிக்கொண்டிருப்பதற்குச் சந்தர்ப்பம் இருக்காது. அதனால் எல்லாவற்றையும் கவனமாக நினைவில் வைத்துக்கொள். இன்று இரவு உன் வேலைத் திறமையைப் பொறுத்துத்தான் நான் பின்னால் உன்னைப் பராமரிப்பது. நீ கெட்டிக்காரி என்பது எனக்குத் தெரியாதா?' என்று ஊக்குவிக்கும் முறையில் சிரித்தவண்ணம் சொல்லிக்கொண்டே மெதுவாக அவள் முதுகைத் தொட்டு கதவுப்புறம் கொண்டுவந்தார்.

மறுபேச்சுப் பேசாமல் கமலாபாய் வெளியே சென்றாள். தன்வினை தன்னைச் சுடத் தொடங்கிவிட்டது என்று அவள் உணர்ந்தாள். அவள் ஆசைநாயகனின் சடலம் இன்னும் குளிர்ந்துவிடவில்லை. அதற்குள் அவளை இதுவரை நெருங்கத் துணிந்திராத இன்னொரு ஆடவன் மூன்று முறை உரிமையுடையவன் போல் தொட்டுத் தொட்டுப்

பேசிவிட்டான். அவளுள் இன்னும் சிறிது எஞ்சியிருந்த பெண்மை கொதித்தது. பல ஆண்டுகளாக வீட்டில் ஓச்சிய ஏகாதிபத்திய ஆட்சியின் செங்கோலாக விளங்கிய சாவிக்கொத்தும் பறிபோயிற்று. மதிப்பும் மரியாதையுமாக இருந்து அவள் அட்டகாசமாக ஆணைகள் பிறப்பித்து வந்த இடத்தில் இப்பொழுது அவளுக்கு உத்தரவுகள் இடப்பட்டன. இது தவிர்க்கமுடியாதது என்பதையும் அவள் உணர்ந்தாள்.

14

...தெய்வமொன்று முடிக்கும்

வசந்த காலத்துக் காலை ஒன்று புத்தம் புதியதாய் விடிந்தது. பஞ்சு மேகத்திரளுக்கு மறைவில் நின்று இளஞ்சூரியன் அவற்றின் விளிம்புக்கு ஜரிகைக்கரை கட்டினான். அந்தப் பெருமையில் அவை சக்கரவர்த்தியின் பவனியில் முன்னால் செல்லும் ஜாஜ்வல்யமான படை வீரர்களைப் போல் கிழக்கு அடிவானத்தில் பெருமித நடைபோட்டன. வல்லவனும் நல்லவனுமான அரசன் ஒருவன் வரவை எதிர்பார்ப்பதுபோல அந்தக் கிழக்கு வானம் மட்டுமல்ல. படைப்பு அனைத்துமே பூரிப்புமயமாக இருந்தது.

அப்பொழுது வெண்ணாற்றங்கரையின் உட்சரிவிலிருந்து திடீரென மேள ஓசையும் தெளிவில்லாத கூக்குரலும் கேட்டன. ஏதோ ஆண்களடங்கிய ஒரு சிறு கூட்டத்தினின்று கிளம்பி வந்த ஓசைபோன்று தோன்றியது. உற்றுக் கவனித்தால் ஒரு சிதையும் நடுவில் ஒரு சடலமும் இருப்பது தெரிந்தது. அக்கூட்டத்தில் அமாத்யா முக்கியமானவராகக் காணப்பட்டார். சிறுவன் ஒருவன் இடையில் ஈரத்துண்டுடன் தலையிலிருந்து முதுகில் தண்ணீர் சொட்டச் சொட்ட ஈமச் சடங்குகளைச் செய்து கொண்டிருந்தான். ஒரு வயோதிகப் புரோகிதர் அவனுக்கு உதவி செய்துகொண்டிருந்தார். நாலைந்து பெண்களும் அங்கே இருந்தார்கள். அவர்களில் ஒருத்தி கிளாவிருந்தாபாய். ஜாஜ்வல்யமான சிவப்புப் பட்டு உடுத்தி, கூந்தலில் மலரும், கழுத்தில் மாலையும் சூடி நின்றிருந்தாள். அவள் அகன்ற நெற்றியில் குங்குமமும், கண்களில் ஓர் அசாதாரண ஒளியும் இருந்தது. பையன் கட்டைகளில் தீ மூட்டவும் முதலில் புகைப்படலமும் பிறகு தீக்கொளுந்துகளும் எழும்பின.

அப்பொழுது, நகர்ப்புறத்திலிருந்து ஒரு வயதான பெண் இரைக்க, இரைக்க, மிகுந்த பரபரப்புடன் ஆற்றங்கரையை நோக்கி ஓடிவந்தாள். ஓர் ஆங்கிலேய அதிகாரியும் ஆயுதபாணிகளான சிப்பாய்களும் பின்தொடர்ந்தனர். அவள் சாரதா. அவளைத் தொடர்ந்து வந்தவர்களால் அவளத்தனை வேகமாக ஓடிவர முடியவில்லை. சாரதா

எல்லாருக்கும் முன்னால் ஆற்றங்கரை மேட்டை அடைந்தாள். அதன் உட்சரிவில், சுமார் ஐம்பது கஜ தூரத்தில் நின்றிருந்த கூட்டத்தையும் அவள்தான் முதலில் கண்டாள்.

மறுகணம் திடீரென்று, 'சதி மாதாவுக்கு ஜே' என்று அமாத்யா முழங்க, அதைத் தொடர்ந்து பல குரல்களும் அப்படியே கோஷமிட்டன. மேளம் பலமாக இடைவிடாமல் கொட்டிற்று. கிளாவிருந்தாவை சிதை அருகே இழுத்து அலாக்காகத் தூக்கி, அதன்மேல் வைத்தார்கள். எல்லாக் கோஷங்களையும் கொட்டுச் சத்தத்தையும் மூழ்கடித்துக் கொண்டு ஓர் அபயக் கூக்குரல் வீறிட்டு எழுந்தது; சதி குதித்து மறுபுறமாய் விழுந்து தரையில் உருண்டாள். நாலைந்துபேர் கூச்சலிட்டுக் கொண்டே ஓடி வந்து நினைவிழந்திருந்த அவளை மீண்டும் எரியும் சிதையில் வைப்பதற்காகத் தூக்கினார்கள். அமாத்யாவும் கமலாபாயும் மிக மும்முரமாகச் செயல்பட்டார்கள்.

ஆனால் அதற்குள் சாரதாவைத் தொடர்ந்து வந்த ஆங்கிலேய அதிகாரியும் ஆட்களும் அவர்கள் நடுவில் பாயவும் ஆச்சரியத்திலும் பீதியிலும் கூட்டம் பின்வாங்கிக் கலைந்தது. அதிகாரி ஒரே பார்வையில் விஷயத்தைக் கிரகித்துக்கொண்டு சதியைத் தம் கரங்களில் தூக்கி எடுத்தார். சாரதா பின் தொடர, பாய்ந்து சென்று, வெளிச்சரிவில் காத்திருந்த இரு குதிரை பூட்டிய வண்டியை அடைந்தார். தாம் சுமந்துவந்த கருவூலத்துடனும், சாரதாவுடனும் வண்டியில் ஏறியதும் வண்டி மிக வேகமாகப் பறந்தது. இவை யாவும் எதிர்பாராமல் மிகத் துரிதமாக நடந்துவிட்டதால் மயானக் கூட்டத்தினர் திகைத்து நிற்பதைத் தவிர வேறொன்றும் செய்ய இயலவில்லை.

அந்த வசந்த காலத்து இன்பமான காலைப்பொழுதில் ஆண்டவனின் திருவுள்ளம் அதுவாக இருந்தது.

மூன்றாம் பாகம்

1

தடம் புரண்டது

காலைப்பொழுது மந்தாரமாகத் தொடங்கியபோதிலும் மத்தியான வேளையில் வெயில் எக்கச்சக்கமாய் எரித்துக்கொண்டிருந்தது. மானம்புச்சாவடியில் தமது பங்களா வராந்தாவில் லிட்டில்டன் குழாயைப் புகைத்தவண்ணம் மேலும் கீழும் நடந்துகொண்டிருந்தார். அவர் யாரையோ எதிர்பார்த்திருந்தது போல அடிக்கடி வெளியில் எட்டிப்பார்த்தார். மிகவும் பரபரப்பாகக் காணப்பட்டார். புருவங்கள் நெரிந்தன. கண்கள் தீப்பொறி வீசுவனபோல் சிவந்திருந்தன. வலியவர்கள் எளியவர்களுக்கு இழைத்திடும் அநீதியைக் கண்டு கொதித்துச் சாடும் ஆங்கிலப் பண்பு அவர் கோபத்தைக் கிளறிவிட்டிருந்தது.

திடீரென்று, 'அதோ வந்துவிட்டார்கள்!' என்று உரக்கச் சொல்லிக் கொண்டே, எதையோ நிச்சயப்படுத்துவதற்குப் போல், வீட்டுக்குள் ஒரு நிமிடம் சென்றுவிட்டு, பின்வராந்தாவுக்கு வந்து முன்போல மேலும் கீழுமாய் நடக்கத் தொடங்கினார்.

முப்பது நாற்பதுபேர் அடங்கிய ஒரு கூட்டம். அவர்களில் சிலர் கத்திகளையும், வேலிகளிலிருந்து பிடுங்கிய கம்பு கழிகளையும் வைத்திருந்தார்கள். அவர்கள் பங்களாவை நோக்கி இரைச்சலிட்டுக் கொண்டு வந்து சுற்றுச் சுவர்க்கு வெளியே நின்றனர். சிறிது நேரம் ஆலோசனை செய்வதற்காக இரைச்சலை முடிந்தவரை குறைத்துக் கொண்டு விரலை நீட்டி நீட்டி ஆங்கிலேயரைச் சுட்டிக்காட்டிப் பேசினார்கள். அவர் அதைக் கவனியாதவர் போல் மேலும் கீழும் நடந்து கொண்டிருந்தார். சற்றுநேரம் கழித்து அமாத்யாவும் இன்னொரு வரும் - அவரைப் புரோகிதர் என்று லிட்டில்டன் அடையாளம் கண்டுகொண்டார். காம்பௌண்டுக்குள் நுழைந்து வராந்தாவை நோக்கி வந்தார்கள். மற்றவர்கள், ஒரு வேப்பமரத்தின் நிழலில் உக்கிரமாக நின்று கொண்டிருந்தார்கள். வராந்தாவுக்கு எதிரில் இருந்த கீற்றுக்கொட்டகைக்கு வந்ததும் அமாத்யா 'சார்!' என்று சற்றுக் காட்டமாகக் கூப்பிட்டார்.

லிட்டில்டன் திடீரென்று கோபாவேசமாகத் திரும்பி 'போ, போ, பிச்சைக்கு வருவதற்கு இதுவா நேரம்? உங்களுக்கு எல்லாம் வெயில் தான் உரைக்காது என்றால் மானமும் உரைக்காது போலிருக்கிறது?' என்றார்.

அமாத்யா குளறியவராய் 'நாங்கள் பிச்சைக்காரர் அல்ல. உங்களுக்கு என்னைத் தெரியவில்லை? நான் மகாராஜாவின் அமாத்யா.'

வராந்தாவின் ஓரத்தில் நின்றுகொண்ட லிட்டில்டன் 'ஓஹோ நீங்களா? இந்த மாதிரி ஆடையில்லாமல் நான் உங்களைப் பார்த்த தில்லை பாருங்கள். அதனால், தவறு நேர்ந்துவிட்டது. மன்னிக்க வேண்டும். ஆனால் இந்தப் பதைக்கிற வெயிலில் என்ன அவசரம் அப்படி? உங்கள் பல்லக்கு எங்கே?' என்று கேட்டார்.

'இன்று காலையில் நீங்கள் திடீரென்று வந்து தூக்கிக்கொண்டு போனீர்களே, அது என் அண்ணாவின் மனைவி. உங்களுக்குத்தான் அவரைத் தெரியுமே. ரஜாவில் இருந்த திவான் நேற்று மாலையில் காலமாகிவிட்டார். அது அவர் மனைவி. அவர் போனதற்கப்புறம் உயிர் வாழ மனமில்லாமல் அவள் சதியாகிவிட்டாள். எங்கள் சாஸ்திரப்படி அதுதான் பதிவிரதைகளுக்கு அழகு.'

லிட்டில்டன் குறுக்கிட்டு 'உங்கள் அண்ணா இறந்து விட்டாரா? நான் மிகவும் விசனப்படுகிறேன். எனக்கு அவரை மிகவும் பிடிக்குமே. கௌன்ட் லாலி எப்படி ஆறு பிராமணர்களைப் பீரங்கி வாயில் வைத்துச் சுட்டான் என்கிறதை அவர் சொல்லிக் கேட்கவேண்டும். அப்படிச் சொல்லுவார்! எங்களுக்குப் பிராமணனும் ஒன்றுதான்; பறையனும் ஒன்றுதான் என்பது பாவம் அவருக்குப் புரியவே இல்லை.'

'நான் சொன்னது என்னவென்றால் என் அண்ணாவின் மனைவி எங்கள் சாஸ்திர விதிப்படி சதியாகிய சடங்கை நிறைவேற்றிக் கொண்டி ருந்தாள். எங்கள் வழக்கங்கள் பற்றி உங்களுக்குத் தெரியாமல் அவளைத் தூக்கிக்கொண்டு போய்விட்டீர்கள். ரொம்பவும் புனிதமான ஒரு மதச்சடங்கிலே நீங்கள் குறுக்கிட்டுவிட்டதால் அதோ அங்கே வெளியே நிற்பவர்கள் எல்லாரும் மிகவும் ஆத்திரமாக இருக்கிறார்கள். நான்தான், ஏதோ தெரியாமல் செய்துவிட்டார். நல்லது செய்கிறோம் என்கிற தவறான நினைப்பிலே செய்துவிட்டார் என்று சொல்லி அவர்களைச் சமாதானப்படுத்தி வைத்திருக்கிறேன். உங்களிடம் பேசி, சதியை மீண்டும் அழைத்துக்கொண்டு வந்து விடுகிறேன் என்று வாக்களித்துதான் சாந்தப்படுத்தினேன்.'

'அழைத்துக்கொண்டு போய் என்ன செய்வீர்கள்?'

'சதியாக அர்ப்பணமாகி இருக்கிறாளே, அந்தச் சடங்கை முடிக்க வேண்டியது.'

‘ஆனால், அவள் மயக்கநிலையில் இருந்தால்? அல்லது மனம் ஒப்பவில்லையெனில்?’

‘புனிதமான சடங்கை எப்படியும் முடித்தே ஆகவேண்டும்.’

‘தன் நினைவு இழந்தநிலையில் இருக்கும் பெண்ணை அவள் சம்மதம் இல்லாமல் தீயை வைத்துக் கொளுத்தப் போகிறோம் என்று சொல்லுகிறீர்கள் இல்லையா? அது வன்கொலையாகும்...’

‘ஆனால் அவள் சம்மதம் தந்துவிட்டாள். அவள் சதியாவதற்குத் துடித்துக் கொண்டிருந்தாளே’ என்றார் அமாத்யா.

இதுவரை மௌனமாக இருந்த புரோகிதர் இப்பொழுது குறுக்கிட்டு ‘எங்கள் மத சம்பிரதாயங்களில் தலையிட்டுக் கலைப்பதற்கு உங்களுக்கு உரிமை கிடையாது. எங்களுடைய வழக்கப்படி நாங்கள் எதுவும் செய்வோம். கலிமுற்றிப் போனதினாலேதான் மிலேச்சர்களும் அந்நியர் களும் எங்கள் புனிதமான மத அனுஷ்டானங்களைக் கலைக்கப் பார்க்கிறார்கள். இது உங்கள் நாடு அல்ல. சதியை உடனே கொடுக்கப் போகிறீர்களா இல்லையா?’ என்று இரைந்தார்.

‘மிகவும் புனிதமான மீறமுடியாத உரிமை ஒன்று இருக்கிறது’ என்றார் லிட்டில்டன். கோபம் ஏறியது அவருக்கு. ‘உயிரைக் காப்பாற்றியவனுக்கு அந்த உயிர்மீது, உலகில் வேறு யாரையும்விட அதிக உரிமை இருக்கிறது. ஆனால், உயிரை அழிக்க முயன்றவனுக்கு அவன் அந்த உயிரைப் பிறப்பித்தவனாகவே இருந்தாலும்கூட அதன்மீது அவனுக்கு எவ்விதப் பாத்தியதையும் கிடையாது என்பது உமக்குத் தெரியாதா? நான் இந்தப் பெண்ணின் உயிரை இரண்டு முறைகள் காப்பாற்றி இருக்கிறேன். அமாத்யாவுக்கு நினைவிருக்கலாம். முதல் தடவை விஷப்பாம்புக் கடியிலிருந்தும், இன்று இரண்டாம் தடவையாக அதைவிடப் பயங்கர மான மரணத்தினின்றும் இரட்சித்திருக்கிறேன். ஈவு இரக்கம் இல்லாத மிருகத்தைப்போன்ற நீங்கள் அறியாமையினால்தான் இப்படிக் கேட்கிறீர்கள்’ என்றார்.

அமாத்யாவும் கோபமாக, ‘நீங்கள் எங்களை இம்மாதிரி வையக் கூடாது. இந்த வயோதிகர் பெரிய பண்டிதர். மரியாதைக்குரிய புரோகிதர். அந்தக் கலகக்காரரிடம் உங்களுக்காகப் பரிந்துபேசிய என்னையும் நீங்கள் அதற்குத் தகுந்தவாறு நடத்தவேண்டும். நானும் உங்களிடம் உள்ளது உள்ளபடி பேசுகிறேன். வேறு அனர்த்தம் நேருவ தற்குள் சதியைக் கொடுத்துவிடுங்கள். சத்தியமாகச் சொல்லுகிறேன். நீங்கள் செய்த காரியத்தின் பயங்கரத்தை நான் மிகைப்படுத்திச் சொல்லவில்லை.’

லிட்டில்டன் அமைதியாக, ‘பெண் இன்னும் மயக்க நிலையிலேயே இருக்கிறாள். தீக்காயங்களும் நிறைய இருக்கின்றன. உபாதையில் ஏதேதோ பிதற்றுகிறாள். இரண்டு முறை வீறிட்டுக் கத்தினாள். அவள்

தன்நினைவு பெறுவாளா என்பது கடவுளுக்குத்தான் தெரியும். இன்று இரண்டாம் முறையாக அவள் உயிரைக் காப்பாற்றுவதற்கு என்னைப் பயன்படுத்த கடவுள் திருவுளம் கொண்டார். அவள் மயக்கம் தெளியும் வரை பொறுத்திருந்து அவள் விருப்பத்தைத் தெரிந்து கொள்ளாமல் அவளை உங்களிடம் ஒப்புவித்துவிட்டேனானால் கடவுள் என்னை மன்னிக்கமாட்டார். உங்கள் மதத்தின் பேரால் நீங்கள் தெரிந்து செய்கிற ஒரு மூர்க்கமான கொலையென்றே நான் இதைச் சந்தேகிக்கிறேன். பண்டிதரும், மரியாதைக்குரிய புரோகிதரும், கலகக்காரரும் இம்மாதிரி காரியங்கள் செய்கிறார்கள் என்றால் எனக்கு நம்பமுடிகிறது. ஆனால், அமாத்யா, நீங்கள் ஏன் இதில் கலந்திருக்கிறீர்கள் என்று தெரியவில்லை. உங்களுக்கு ஏதாவது ஆதாயம் இருக்கும்போல் தெரிகிறது.'

'அந்தக் கலகக்காரர் இதில்...'

'தயவுசெய்து குறுக்கிடாதீர்கள். நான் அந்த விஷயத்துக்கும் வருகிறேன். இப்படிப்பட்ட ஒரு கலகக் கூட்டத்தைக் கண்டு பயந்துவிட நான் கோழை அல்ல. நான் சுமாராகக் குறி பிசகாமல் சுடக்கூடியவன் என்பதையும் நீங்கள் தெரிந்து வைத்திருப்பீர்கள். தவிரவும் - ஆர்டர்லி!' என்று உரத்த குரலில் கூப்பிட்டார்.

வீட்டினுள் இருந்து மகமதிய சிப்பாய் ஒருவன் வெளியே வந்து சல்யூட் அடித்து நின்றான்.

'அவர்கள் எல்லோரும் தயாராக இருக்கிறார்களா?' என்று லிட்டில்டன் கேட்டார்.

'மேலும் பன்னிரண்டுபேர் வந்திருக்கிறார்கள், ஹுஸுர்.'

'மிக அதிகம். வீட்டின் வலதுபுறமாக அவர்களை அனுப்பு.' சிப்பாய் மறைந்தான். சில வினாடிகளுக்குள் ஓர் இருபது ஆங்கிலேயப் படை வீரர்கள், ரவைபோட்ட ஈட்டிமுனை கொண்ட துப்பாக்கிகளை ஏந்தியவண்ணம் வரிசைக் கிரமமாக வந்து மேற்கொண்டு உத்தரவுகளை எதிர்பார்த்து நின்றார்கள்.

புரோகிதருக்கு உதறல் எடுத்தது. அமாத்யா விழித்த விழியிலிருந்து அவரும் இதை எதிர்பார்க்கவில்லை என்று தெளிவாகத் தெரிந்தது.

லிட்டில்டன் அமைதியாக 'நான் ஒன்றும் லாலி அல்ல. ஆனால், ஓர் அபலை திட்டமிடப்பட்டுக் கொலைசெய்யப்படும்போது கொலையாளிகளின் புனித குலத்தையோ நோக்கங்களையோ பற்றி ஆராய்ந்து கொண்டிருக்கமாட்டேன். அமாத்யா, நீங்கள் உங்கள் கலகக் கூட்டத்தை இங்கு அனுப்பலாம். நான் அவர்களைச் சமாதானப் படுத்துகிறேன்' என்றார்.

'இது – இது நீங்கள் எங்களோடு – மகாராஜாவோடு யுத்தத்துக்கு வருவதற்கு ஒப்பாகும். நாங்கள் இதை மகாராஜாவிடம் தெரிவித்தாக வேண்டும்.'

'நான் உங்களுக்குச் சிரமம் வைக்கமாட்டேன். எனக்கும் அரசரைத் தெரியும். அண்மையில் என்னால் அவருக்கு ஒரு சிறிய உபகாரம் ஆனது உங்களுக்கு நினைவிருக்கலாம். மதத்தின் பெயரால் அவருடைய தலைநகரிலேயே அவரது அந்தரங்கக் காரியதரிசியின் திட்டத்தால் இப்படிப்பட்ட கொலைகள் நடப்பது அவருக்குச் சம்மதமா என்று நானே அவரை நேரில் கேட்கிறேன்.'

அமாத்யா பலமாக எதிர்ப்புத் தெரிவித்தார். 'நீங்கள் நியாயமாகப் பேசவில்லை. அவள் சதியாக மனம் ஒப்பியிருந்தாள். காலமான கணவனோடு சேர்ந்து இணைபிரியாமல் மோட்சம் சேரவேண்டும் என்று ஆவலுடன் இருந்தாளே.'

'அவள் மயக்கம் தெளிந்தவுடன் அவள் வாயால் கேட்டபின்தான் நான் இதை நம்புவேன். அதை அறிந்தபிறகுதான் நான் அவளை அனுப்புவேன். புரோகிதனானாலும் சரி, அரசாங்க அதிகாரி ஆனாலும் சரி. அரசரே விரும்பினால் கூட நான் அனுப்பப் போவதில்லை. ஆனால் துளசாஜி கொடுமைக்காரர் அல்ல. நன்றி மறக்கிறவருமல்ல.'

'ஒரு பிராமணப் பெண், அதுவும் புனிதமான சதி. ஒரு நாளேதான் என்றாலும் உங்களோடு எப்படித் தங்கமுடியும்?'

'அதுதான் உங்கள் பிரச்சினையானால் நீங்கள் தீட்டு என்று கருதுகிற உணவையும் தண்ணீரையும் அவள் தொடமாட்டாள். நீங்கள் என் வாக்கை நம்பலாம். அவள் இன்னும் துளி பாலோ தண்ணீரோ அருந்தவில்லை. அவள் தீக்காயங்களை மாத்திரம் நான் கட்டியிருக்கிறேன். என்னுடைய குமாஸ்தா ஒரு மராட்டிய பிராமணர். அவளுக்குத் தேவையான உணவை அவரைக் கொண்டுவரச் சொல்லுகிறேன். அவரைச் சென்ற வாரம் வேலைக்கு அமர்த்தியது நல்லதாயிற்று. அவர் உங்களைச் சேர்ந்தவர்தான். அமாத்யா, உங்களுக்கு அவரை நன்றாகத் தெரியும். உங்கள் அண்ணாவின் மருமகன் நரஹரிராவ்தான் அவர். இதுவரை அவள் இங்கே ஏதாவது சாப்பிட்டிருக்கிறாளா என்று நீங்களே அவரைக் கேட்டுக்கொள்ளலாம். அவளுடைய பணிப்பெண் சரியான நிமிடத்தில் என்னிடம் வந்து உங்கள் சதித் திட்டத்தைப் பற்றிச் சொன்னாள். அந்தப் பெண்தான் இப்பொழுது அவளுக்கு பணிவிடை செய்து கொண்டிருக்கிறாள். நல்ல புத்திசாலி அவள். எஜமானியிடம் வாஞ்சையுடன் இருக்கிறாள்.'

'ஹூம், அப்படியானால் அவள் நினைவு தெளிந்து நானாகத்தான் சதியாக விரும்பினேன் என்று சொல்லுகிறவரையில் அவளை இங்கே வைத்திருக்கப் போகிறீர்கள். இல்லையா? நீங்கள் இப்படித் தலையை நுழைத்ததற்காக அவள் ஒன்றும் உங்களுக்கு நன்றி சொல்லமாட்டாள்.'

லிட்டில்டன் சுருக்கமாக, 'யாரிடமிருந்தும் நான் நன்றியை எதிர் பார்க்கவில்லை' என்றார்.

அமாத்யா திடீரென்று 'அவள் மயக்கமாக இருக்கிறாள் என்று சொல்லுகிறீர்கள். நான் அவளைப் பார்க்கவேண்டும்' என்றார்.

'என் வார்த்தையே போதுமானது. இருந்தாலும் நீங்கள் அவளுடைய சொந்த மைத்துனனாக இருப்பதாலும் நல்லெண்ணத்துடன்தான் நடந்து கொள்கிறீர்கள் என்ற நம்பிக்கையாலும் அவளை உங்களுக்குக் காட்டுகிறேன்' என்று சொல்லிக்கொண்டே அவர்களை வீட்டுக்குள் அழைத்துச் சென்றார். மிலேச்சரின் வீட்டுக்குள் நுழைய புரோகிதருக்குப் பிடிக்காவிட்டாலும் அவர்களைத் தொடர்ந்தார். அவருக்கு இன்னும் அதிகமாகப் பிடிக்காமலிருந்த விஷயம் மிக அருகிலிருந்த பிரிட்டிஷ் துப்பாக்கிகளும் ஈட்டிமுனைகளும்தான். சற்றுக்கழித்து வெளியே வந்தார்கள். தோற்றத்தில் திருப்தியுடன் அமாத்யாவும் புரோகிதரும் போய்விட்டார்கள். இன்னொரு சுருக்கமான ஆலோசனைக்குப்பின் கலகக் கூட்டமும் கலைந்தது.

2

நினைவு வருதல்

மறுநாள் காலைப்பொழுது, முந்திய நாளைவிட ஒளிமயமான மகிழ்ச்சியைப் பரப்பிக்கொண்டு விடிந்தது. வழக்கப்படி லிட்டில்டன் அன்று குதிரைசவாரி செல்லவில்லை. வராந்தாவில் உட்கார்ந்து சூரியோதயத்தைப் பார்த்துக்கொண்டிருந்தார். இந்தியாவில் சூரியோதயத்தையும் சூரியாஸ்தமனத்தையும் பொதுவாக அவர் பார்க்கத் தவறுவதில்லை. ஒளிமிகுந்த ஏழுநிறக் குதிரைகள் பூட்டிய தங்கரதம் தகதகவென்று மேலே வானத்தில் எழுந்தபின்தான் அவர் வீட்டுக்குள் சென்றார்.

கிளாவிருந்தா ஒரு கட்டிலில் படுத்திருந்தாள். இரவு முழுவதும் கண்விழித்திருந்த சாரதா களைப்பு மிகுதியால் கட்டிலின் கால்மாட்டில் தரையில் படுத்து உறங்கிக் கொண்டிருந்தாள். நாட்டு வழக்கப்படி சாரதா சிக்கென்று அடைத்துவைத்திருந்த சன்னல் கதவுகளை லிட்டில்டன் திறந்து இறைவனின் இலவச வரங்களாகிய காற்றும் வெளிச்சமும் அறையினுள் நுழையவிட்டார். பின் கட்டிலின் அருகில் நின்று மயக்க நிலையில் கிடந்த உருவத்தைப் பார்க்கலானார். வெளிறியிருந்தாலும் முகம் மிக அழகாக இருந்தது. சுருண்ட கூந்தலின் ஒரு பாகம் தீயில் கருகி இருந்தது. காற்றும் ஒலியும் முகத்தில் விளையாடுவதைக் கவனித்துக் கொண்டிருந்த லிட்டில்டன், அவள் கண்ணிமைகள் சற்றுத் துடிப்பதைக் கண்டார். ஒருவேளை அது தமது பிரமையோ என்று எண்ணும்போது அவை மெல்ல மெல்லத் திறந்து வெற்றுப் பார்வையுடன் அவரை நோக்கின. லிட்டில்டன் ஆர்வத்துடன் உற்றுப்பார்த்தார். அவள் சித்த சுவாதீனத்தையே இழந்து விட்டாளோ என்று ஒருகணம் பயந்தார். ஆனால் அந்த அழகிய கண்களில் அறிவொளி மிளிர, அவள் மிகுந்த சிரமத்துடன் பேச்சை வரவழைத்துக்கொண்டு மெலிந்த குரலில், 'நான் எங்கே இருக்கிறேன்'? என்று கேட்டாள்.

'என்னுடைய பங்களாவில் பத்திரமாக இருக்கிறீர்கள். உங்களுக்கு இனிமேல் யாரும் ஒரு தீங்கும் செய்யமுடியாது. உங்களுக்கு என்னைத் தெரிகிறதா? நினைவுபடுத்திப் பாருங்கள். நீங்கள் இதற்கு முன்னால் என்னைப் பார்த்ததில்லை?'

அந்தக் குரலோசையைக் கேட்டதும் எங்கேயோ ஆழத்தில் மங்கிக் கிடந்த நினைவுகள் விழித்து எழுவனபோன்ற உணர்வு இருந்தாலும், அவளால் அதைத் தெளிவாக நினைவுக்குக் கொண்டுவர இயலவில்லை.

'கமலாபாய், கல்யாணி எங்கே? பிணம் என்ன ஆயிற்று?'

'பிணத்தை எரித்தாயிற்று. நீங்கள் பத்திரமாக இருக்கிறீர்கள். இப்பொழுது உங்களுக்கு ஒருவரும் தீங்கு செய்ய முடியாது' என்றார் லிட்டில்டன்.

'கமலாபாயும் கல்யாணியும் எங்கே?' என்று அவள் திரும்பவும் கேட்டாள்.

லிட்டில்டன் பதில் எதுவும் சொல்ல இயலாதவராய் சாரதாவை எழுப்பினார். கனவு கலைந்துவிட்டதாலோ என்னவோ அவள் உளறிக்கொண்டே எழுந்து உட்கார்ந்தாள். எஜமானி கண் திறந்திருப் பதைப் பார்த்ததும் ஆனந்தமும் துக்கமும் பொங்கியவளாய் ஆசை யுடன் அவளருகே பாய்ந்து சென்று, 'என் கண்ணே, முழிச்சிட்டியா? நீ கண்ணு முழிச்சதை நான் பார்த்துட்டேன். அம்மா' என்று கூவினாள். நோயாளி பரபரப்படையக்கூடாது என்று கருதியதால் சத்தமிடக்கூடாது என்று லிடில்டன் அவளைச் சற்று அடக்கினார்.

கிளாவிருந்தா சாரதாவின் முகத்தையே சற்றுநேரம் கூர்ந்து பார்த்திருந்துவிட்டு திடீரென்று, 'நீ சாரதாதானே? நீ ஏன் திரும்பி வந்தாய்? அவள் உன்னை ஏசி அடிப்பாளே. அவள் பார்ப்பதற்குள் போய்விடு' என்றாள்.

'அவள் இங்கே இல்லை. என் துரதிர்ஷ்டசாலிப் பெண்ணே! இனி அவள் என்னை அடிக்கவும் முடியாது. ஏசவும் முடியாது. இது அவங்க வீடு இல்லை. இது இந்தப் பரங்கிச் சீமானுடைய பங்களா, அவர் தான் துணிச்சலுடன் வந்து உன்னைக் காப்பாற்றியவர். கடவுளின் கிருபையால் அவர் நல்லா இருக்கணும், மகாராசனாயிருப்பார். உன் மச்சினனான அந்தப் பொல்லாத கயவாளிப் போக்கிரியையும் - அவரு எவ்வளவு பெரிய அதிகாரியாய் இருந்தால் என்ன – அவரையும் இவர் விரட்டி விட்டார். அந்தக் கழுகுக் கூட்டம் உன்னைத் திரும்பக் கொண்டுபோறதுக்காக வந்துதே. நான் மாத்திரம் மகாராஜாவா இருந்தா அவங்களை எல்லாம் பிடிச்சு சிறைச்சாலைக்குள் தள்ளி இருப்பேன். என் ராஜாத்தி நீ பிழைச்சுக்கிட்டியே. இந்தக் கெட்டிக்கார வெள்ளைக்காரர் உன் தீக்காயங்களையும் சீக்கிரமே சுகமாக்கிப்பிடுவார்' என்று லிட்டில்டன் தடுப்பதையும் பொருட்படுத்தாமல் ஆனந்த மிகுதியால் பேசிக்கொண்டே போனாள்.

கிளாவிருந்தா மௌனமாகக் கடந்த நிகழ்ச்சிகளை நினைவுக்குக் கொண்டுவர முயன்றதுபோல் காணப்பட்டாள். குழம்பிப்போன எண்ணங்களை மீண்டும் நினைவுக்குக் கொண்டு வந்த சிரமத்தினாலோ,

உடல் அலுப்பினாலோ கண்களை மூடிக் கொண்டாள். ஆனால் சிறிது நேரம் கழித்து மீண்டும் கண் திறந்து, லிட்டில்டனையும் சாரதாவையும் மாறி மாறிப் பார்த்தாள். ஏதோ கேள்வி கேட்க முயலும் பாவனையில் அவள் உதடுகள் அசைந்தன. ஆனால் சிந்தனையுடன் அமைதியாகவே இருந்தாள். முடிவில் இந்த மயக்கம் முற்றிலும் தெளிந்து பழைய நினைவுகளையும் பெற்றுவிட்டாள். லிட்டில்டனைச் சற்று நேரம் உற்றுப் பார்த்துவிட்டுத் திடுமென 'அது மகாராஜா எனக்குத் தந்த மரகதப் பதக்கம் அல்லவா?' என்றாள்.

'அதுவேதான்.'

'அது உங்களிடம் எப்படி வந்தது? முற்றுகையை விடுவித்து என் உயிரையும் காப்பாற்றிய ஆங்கிலேய தீரருக்கல்லவா நான் அதைக் கொடுத்தேன். அவர் உங்களுக்கு அதைக் கொடுத்துவிட்டாரா?'

'இல்லை.'

'கொடுத்திருக்கமாட்டார் என்றுதான் நானும் நினைத்தேன்' என்றாள் சிந்தனையில் லயித்தவளாய். பின் திடீரென்று, 'நீங்கள்தான் என் உயிரை இரண்டாவது முறையாகக் காப்பாற்றி இருக்கிறீர்கள். உங்கள் குரல் பழக்கமானதாக இருந்தது. நினைவாழத்தில் மங்கி இருந்த தால் உடனே அடையாளம் தெரிந்துகொள்ளவில்லை, இப்பொழுது தெளிவாகத் தெரிகிறது' என்றாள்.

'என் மூலமாக உங்கள் உயிரை இரண்டாம் முறையாகக் காப்பாற்றக் கடவுள் சித்தம் கொண்டார். நீங்கள் சுகமாய் இருப்பதைக் காண எனக்கு மகிழ்ச்சியாக இருக்கிறது. இனி யாராவது தீங்கு செய்வார்களோ என்று அஞ்ச வேண்டியதில்லை' என்றார்.

அவள் மீண்டும் கண்களை மூடி உதடுகளை அசைத்தாள். தன்னைக் காப்பாற்றிய கடவுளுக்கும் மனிதனுக்கும் நன்றி சொன்னாள் போலும்.

கமலாபாயும் கல்யாணியும் யாவர் என்பதையும், கிளாவிருந்தா கண்விழித்தவுடன் முதல் முதலாக அவர்களைப் பற்றி ஏன் கேட்டாள் என்பதையும் லிட்டில்டன் அறிந்தார். சதியாக விரும்பினாள் என்ற அமாத்யாவின் கூற்று அண்டப்புளுகு என்பதையும் அறிந்துகொண்டார்.

சாரதாவின் கேள்விகளுக்கு கிளாவிருந்தா பின்வருமாறு பதில் சொன்னாள்:

'அன்று மாலை நான் என் அறையில் என் விதியை நினைத்து அழுது கொண்டிருந்தேன். அப்பொழுது கமலாபாய் கதவைத் திறந்துகொண்டு உள்ளே வந்து என்னைச் சாப்பிடவருமாறு அழைத்தாள். இன்னும் கருக்கலாக இருந்ததால் 'இவ்வளவு சீக்கிரமே சாப்பிடவேண்டுமா?' என்று கேட்டேன்.

'ஆமாம். அத்திம்பேர் நிலைமை கவலைக்கிடமாக இருக்கிறது. இன்று இரவு தங்குவதுகூடக் கடினம். அதனால் சீக்கிரமே சாப்பாட்டை

முடித்துக்கொள்வது நல்லது' என்றாள்.

'எனக்குப் பசிக்கவில்லை. சாப்பாடு வேண்டாம்,. அவர் நிலைமை கவலைக்கிடமாக இருப்பதால் எனக்கு அவரைப் பார்க்கவேண்டும் போலிருக்கிறது. நான் போய் அவரைப் பார்க்கலாமா?' என்று கேட்டேன்.

'வேண்டாம், உன்னைப் பார்த்தாலே அவர் உயிர் போனாலும் போய்விடும்' என்று சொல்லி என்னை உள்ளே விட்டு மீண்டும் கதவைப் பூட்டிக்கொண்டு போய்விட்டாள்.

'சில நிமிடங்கள் கழித்து ஒரு கிண்ணத்தில் பால் கொண்டு வந்து என்னைக் குடிக்கும்படி வற்புறுத்தினாள். அவளோடு வம்பு எதற்கு என்று அதைக் குடித்தேன். அவள் போய்விட்ட சில நிமிடங்களுக்கெல்லாம் தலை சுற்றிக்கொண்டு வந்தது. மயக்கமடைந்தேன். எத்தனை நாழிகை அந்த நிலையில் இருந்தேன் என்று எனக்குத் தெரியாது. அவள் என்னை முரட்டுத்தனமாய் உலுக்கியதில்தான் விழித்தேன். அப்பொழுது அவள் என் கணவர் இறந்துவிட்டார் என்று சொன்னாள். எனக்கு அழமுடியவில்லை. அவள் சொன்னதையே மயங்கிய அறிவு நிலையில்தான் கிரகித்துக் கொண்டேன்.

'சற்றுக் கழித்து கல்யாணி வந்தாள். இருவருமாகச் சேர்ந்து என் மைத்துனர் வீட்டிலுள்ள ஓர் அறைக்குள் என்னை நடத்திச் சென்று உள்ளே பூட்டிக் கொண்டார்கள். எனக்குப் படுத்து உறங்கவேண்டும் போல் இருந்தது-

'அம்மாடி அங்கே அவர் இறந்துகிடக்கும்போது நீ உறங்கினால் வெட்கக்கேடு. ஊரில் வம்பு கிளப்புவார்கள். நாங்கள் உன்னுடன் பேசிக்கொண்டிருக்கிறோம். விழித்திருக்கப் பிரயாசப்படு' என்றார்கள். என்னை நடுவில் நிறுத்திப் பிடித்துக் கொண்டு இருவரும் அறையில் மேலும் கீழும் நடக்கவைத்தார்கள். நான் நடந்துகொண்டே அவர்கள் தோளில் தூங்கி விழுந்தபோது என்னைக் கிள்ளினார்கள்.

'இரவுக்கு முடிவே இல்லையோ என்று தோன்றியது. தூங்காமல் இருப்பது நரக வேதனையாக இருந்தது. அந்த ஓர் உணர்ச்சியைத் தவிர மற்ற எதுவுமே எனக்குத் தெளிவாக நினைவில் இல்லை.

'கடைசியில் யாரே கதவை இரண்டு மூன்று முறை தட்டினார்கள். எங்கிருந்தோ ஒரு பளிங்குக் குப்பியைக் கொண்டு வந்து கமலாபாயும் கல்யாணியும் அதிலிருந்ததை என்னைக் குடிக்கச் சொன்னார்கள். இந்த மயக்கத்தையும் உறக்க நிலையையும் அது மாற்றும் என்றார்கள். விஷமாக இருக்கும் என்று சந்தேகித்து அதைக் குடிக்க மறுத்தேன். ஆனால் இருவருமாகச் சேர்ந்து என்னை விழுங்க வைத்துவிட்டார்கள்.

'சிறிது நேரத்துக்கெல்லாம் ஒரு விசித்திரமான பூரிப்புணர்ச்சி எனக்கு ஏற்படுவதை உணர்ந்தேன். உடலும் மனமும் இலேசாக ஆகி ஆகாயத்தில் எழுந்து பறப்பதைப் போல் தோன்றிற்று. இந்த உணர்ச்சி ஒன்றைத்

தவிர வேறு எதுவும் எனக்குப் புரியவும் இல்லை. நினைவிலும் இல்லை.

'என் கணவரின் பாடைக்குப் பின்னால் கூட்டத்துடன் என்னை அழைத்துச் சென்றதும், அதற்கு முன்னால் கமலாபாயும் கல்யாணியு மாகச் சேர்ந்து என் ஆடைகளையும் ஆபரணங்களையும் மாற்றியதும் மங்கலாக நினைவில் இருக்கிறது. ஆட்களின் இரைச்சல், கூச்சல், மேளச்சத்தம் காதில் விழுந்ததும், எல்லாம் திடீரென்று என் கைகால் களில் தீப்பிடித்துச் சுட்டதும் நினைவிலிருக்கிறது. எனக்கு எப்போதுமே நெருப்பு என்றால் பயம். கூச்சலிட்டுக்கொண்டே விழுந்துவிட்டேன். அதற்கப்புறம் நடந்தது நினைவில்லை. கண்விழித்த போது என்னைக் காப்பாற்றிய இரட்சகராகிய உங்களையும் என் அன்புச் சாரதாவையும் கண்டேன்.' வெளிறி வறண்டிருந்த அவள் உதடுகள் மகிழ்ச்சிப் புன்னகையால் அசைந்தன.

கதையைக் கேட்டுவிட்டு 'ஆண்டவா!' என்றார் லிட்டில்டன். சாரதா மனதில் தோன்றியதை எல்லாம் பட்டவர்த்தனமாகப் பேசித் தீர்த்தாள். ஆனால் அவர் மேற்கொண்டு கேள்விகள் கேட்டு விஷயங் களைத் தெரிந்துகொள்ள விரும்பியதால் அவள் தன் பேச்சை நிறுத்திக் கொண்டாள்.

'ஆனால் அவர்கள் எதற்காக உங்களைக் கொல்ல விரும்பினார்கள்?'

'ஏனா? அவ மச்சினருக்கு அவளுடைய சீதனச் சொத்து மேலே கண். அவா அதைக் குடுக்கமாட்டேன்னா, நான் நேத்துச் சொல்லவில்லையா? அந்த வெக்கங்கெட்ட கமலாபாய்க்கு பாயிமேலே எப்பவும் பகை. துக்கிரித்தனம் பண்ணிக்கிட்டேதான் இருந்தா. அந்தக் கல்யாணி ரெண்டு காசு கெடைக்குமுன்னா எதுவும் செய்வா. அவரு தன் காரியம் முடியறதுக்காக இவ ரெண்டு பேரையும் உபயோகிச்சுக்கிட்டாரு. அவரு பெரிய தந்திரசாலி. அவரை இலேசில் புரிஞ்சிக்கிடமுடியாது. இப்பத்தான் எனக்கும் எல்லாம் பிடிபடுது. எல்லாம் சாமி கிருபை. எங்க பாயி தப்பிச்சுக்கிட்டா! அதனாலேதான் என்னைத் திடீர்னு வெரட்டியிருக்கா. இப்பமுல்லா விளங்குது' என்றாள் சாரதா.

லிட்டில்டனுக்கும் கூட இப்பொழுது எல்லாம் புரிந்தது. சூழ்ச்சியில் பழம் தின்று கொட்டை போட்ட அமாத்யாவின் திறமையைக் கண்டு அதிசயித்தார்.

'வேண்டுமானால் என் சொத்தை அவர்களே வைத்துக்கொள்ளட்டும். என்னை விட்டுவிட்டால் போதும். நான் பிச்சை எடுத்தாலும் எடுப்பேனே தவிர அவர்கள் வீட்டு வாசற்படி இனி மிதிக்கமாட்டேன். அவர்களோடு எவ்விதச் சங்காத்தமும் வைத்துக்கொள்ளவும் மாட்டேன்' என்றாள் கிளாவிருந்தா.

'உன்னுடைய சீதனத்தை நீ எதுக்காக அவங்களுக்குப் பயந்து கிட்டு விட்டுக்கொடுக்கணும்? நீ ஒண்ணும் இனிமே பயப்பட

வேண்டியதில்லை. இலட்சக்கணக்கான சொத்தை வச்சிக்கிட்டு நீ எதுக்காகப் பிச்சையெடுக்கணுமுங்கறேன்? நம்ம பெரிய எசமானர் ஆசைகளையெல்லாம் நிறைவேத்த வேண்டாமா?' என்றாள் சாரதா.

லிட்டில்டனும் அப்படியேதான் அபிப்பிராயப்பட்டார். ஆனால் தற்சமயம் அதைப் பற்றிப் பேசவேண்டாம்; தீக்காயங்கள் ஆறி மன அதிர்ச்சியும் முற்றிலும் நீங்கிய பின் அதைப் பற்றி சாவகாசமாக யோசித்துக்கொள்ளலாம் என்று சொன்னார்.

3

மாதவன் ஊர் திரும்புகிறான்

இந்தக் கொலை முயற்சி நடந்து மூன்று மாதங்கள் கடந்துவிட்டன. லிட்டில்டன் அமாத்யா இருவருமே அரசரிடம் புகார் கொடுத்தார்கள். விசாரணையில் அமாத்யா, கமலாபாய், அவளது வேலைக்காரி இவர்களுக்கு எதிராக எதுவும் நிரூபணம் ஆகவில்லை. கணவர் இறந்த செய்தியைக் கேட்டதும் கிளாவிருந்தா மயக்கமாகிவிட்டதாகவும், மிகவும் சிரமப்பட்டு மயக்கம் தெளிவித்ததாகவும், அப்படித் தெளிந்தவுடன், அவள் தான் சதியாக உயிர்விடத் தீர்மானித்திருப்பதாகவும், ஆனால் நெருப்புக்குப் பயப்படுவதால் கடைசிவரை உறுதியுடன் இருப்பதற்காகத் தனக்கு ஏதாவது ஊக்கமூட்டும் மருந்து தரவேண்டும் என்று கேட்டுக்கொண்டதாகவும், அதன்பேரில் அந்த உத்தம நோக்கம் ஈடேற ஒத்தாசையாக அவர்கள் நாட்டுச் சாராயத்தைக் கொடுத்ததாகவும், நடந்தது இவ்வளவுதான் என்றும் அவர்கள் சாதித்தார்கள். நிறைய சாட்சிகளையும் ஏற்பாடு செய்திருந்தார்கள். கிளாவிருந்தாவின் வாக்குமூலத்தை உறுதிப்படுத்த ஒரு சாட்சிகூட இல்லை. ஆகவே குற்றவாளிகள் தப்பிவிட்டார்கள். ஆனால் அரசர் துளசாஜி இதைச் சாக்காக வைத்துக்கொண்டு அமாத்யாவை வேலையினின்று நீக்கிவிட்டார்.

லிட்டில்டன் கிளாவிருந்தாவின் சொத்து விவரங்களை விசாரித்து அறிந்தார். துளசாஜியின் இயல்பையும், அவர் மண்டலாதிபதிக்கு வருடாந்திரக் கப்பம் கட்டுவதற்கே திணறுவதையும் உணர்ந்தார். கிளாவிருந்தா உப்பூர் உரிமையை அறவே விட்டுக் கொடுத்து விடுவதாகவும், தனது சீதனச் சொத்தும், காலஞ்சென்ற தன் கணவர் கையில் இருந்து வந்ததுமான மலையூரை மாத்திரம் தனக்குத் தந்தால் போதுமென்றும் அரசரிடம் மனுச் செய்யுமாறு அவளுக்கு ஆலோசனை சொன்னார்.

அமாத்யாவோ, காலஞ்சென்ற தனது தமையனாருக்கு கிளாவிருந்தா அந்தச் சொத்தை ஏற்கெனவே நிபந்தனையின்றிக் கொடுத்துவிட்டதால்

தன் தமையனார் அதைத் தம் தத்துப் புத்திரனான நாராயணனுக்கு எழுதிக்கொடுத்துவிட்டார் என்று வழக்குப் பேசினார். மேலும், அவள் சதியாகிவிட்ட பின்பு அந்தச் சபதத்தை மீறிவிட்டதாலும், சாதிக் கட்டுப்பாடுகளை வெளிப்படையாக எதிர்த்து ஒரு 'மிலேச்சனோடு' வாழ்ந்து வருவதாலும் ஜீவனாம்சம் பெறுவதற்கும் அவள் பாத்தியதைப் பட்டவள் அல்லள் என்றும் விவாதித்தார். ஆகவே, அரசர் அவளுடைய மனுவைச் சட்டப்படி தகுந்த விசாரணைக்குப் பிறகு தீர்ப்புச் செய்யுமாறு, பிராத்வீகருக்கு அதாவது தலைமை நீதிபதிக்கு அனுப்பி வைத்தார்.

கிளாவிருந்தாவின் தீக்காயங்கள் நன்றாக ஆறிவிட்டன. ஆனால் கால்களிலும் தோள்களிலும் மிக விகாரமான தழும்புகள் விழுந்துவிட்டன. அமாத்யாவுக்குப் பயந்ததினால், அவள் லிட்டில்டனுடைய பங்களாவின் காம்பௌண்டில் இருந்த ஒரு சிறு துணை வீட்டில் சாரதாவோடு வசித்து வந்தாள். வழக்கில் ஜெயிக்கும்வரை அவருடைய பலத்த பாதுகாப்பை விட்டு அகன்றுவிட அவள் விரும்பவில்லை. வழக்கில் ஜெயித்து சொத்துக்குப் பதிலாகப் பணம் கையில் கிடைத்துவிட்டால் அதை எடுத்துக்கொண்டு தொலைவில் உள்ள புண்ணிய ஸ்தலங்களுக்குச் சென்று தன் பாட்டனாரின் அந்திம ஆசைகளை நிறைவேற்றவேண்டும் என்பதே அவள் நோக்கமாக இருந்தது.

லிட்டில்டனும் சாரதாவும் சேர்ந்து சிரத்தையுடன் செய்த பணிவிடைகளால் தீக்காயங்கள் ஆறி அவள் நடமாடத் தொடங்கியதுமே இன்னொருவருடைய செலவில் இருந்து வருகிறோமே என்ற எண்ணம் அவள் மனதை வாதித்து வந்தது. அவள் மனக் கிடக்கையை நாசுக்காகப் புரிந்து கொண்ட லிட்டில்டன் 'நான் என்னுடைய சமஸ்கிருத முன்ஷிக்கு இருபது ரூபாய் சம்பளம் கொடுக்கிறேன். ஆனால் அவர் கற்றுத்தரும் முறை எனக்குத் திருப்தியாக இல்லை. நீங்கள் எனக்கு சமஸ்கிருதம் கற்றுக்கொடுக்க முடியுமா?' என்று கேட்டார்.

அவள் சற்றுத் தயங்கினாள்.

'நீங்கள் ஒப்புக்கொண்டால் அது நீங்கள் எனக்குச் செய்யும் ஒரு பெரிய உபகாரமாக இருக்கும்' என்று அவர் மீண்டும் சொல்லவே அவள் சம்மதித்தாள்.

ஆனால் விளையாட்டாக, 'பிராமணர்கள் கல்வியை இலவசமாக அளிக்கலாமே தவிர அதை விற்கக்கூடாது. ஆனால் நீங்கள் இரண்டு தடவைகள் என் உயிரைக் காப்பாற்றியிருப்பதால் உங்கள் காரியம் வேறுதான்' என்றாள்.

ஆனால் வழக்கு ஜெயித்துப் பணம் கைக்கு வந்தவுடன், இவருக்குக் கொடுக்கவேண்டிய பணத்தை வட்டியும் முதலுமாகக் கொடுத்துவிட வேண்டும் என்று மனதிற்குள் முடிவு செய்துகொண்டாள்.

கிளாவிருந்தா லிட்டில்டனுக்கு தினமும் இரண்டு மூன்று மணி நேரம் சமஸ்கிருதம் கற்றுக்கொடுத்து வந்தாள். இதனால் அவளுக்கும் சற்று ஆங்கிலம் அறிந்துகொள்ள ஏதுவிருந்தது. இந்த இரண்டு மூன்று மணி நேரங்களைத் தவிர மற்ற வேளைகளில் அவர்கள் சந்தித்துக் கொள்வது கிடையாது.

அமாத்யா வேண்டுமென்றே தஞ்சைச் செய்திகளை மாதவனுக்குத் தெரியப்படுத்தவில்லை. பெரிய தந்தையின் மரணம்பற்றியும், அதைத் தொடர்ந்து நடந்த நிகழ்ச்சிகள் பற்றியும் பின் அமாத்யாவின் வேலை நீக்கம் பற்றியும், பல வதந்திகள் அவனை எட்டின. திட்டவட்டமான செய்திகள் எதுவும் கிடைக்கவில்லை. அவனாகவே நேரில் கிளம்பி வந்துவிட்டான். எனினும் தந்தையிடமிருந்தும் கமலாபாயிடமிருந்தும் உண்மையை அவனால் அறிய முடியவில்லை.

அவன் கேள்விப்பட்டபடி உண்மையாகவே கிளாவிருந்தாபாய் புத்திசுவாதீனமில்லாமல்தான் இருக்கிறாளா என்றும் அந்த ஆங்கிலேயனோடு வாழ்ந்து கொண்டிருக்கிறாளா என்றும் அறிந்துகொள் வதற்காகவேனும் அவளை நேரில் காண வேண்டும் என்று விரும் பினான். அவன் காதல் இன்னமும் உறுதியாகவே இருந்தது. அவள் லிட்டில்டனுடன் இருப்பது அவனுக்கு வெறுப்பைக் கொடுத்தது. அந்த ஆங்கிலேயனைச் சுட்டுப் பொசுக்கிட மாட்டோமா என்றும் கூடச் சில வேளைகளில் எண்ணினான். அவளைப் பார்க்கச் செல்வது அவன் தந்தைக்குப் பிடிக்காமல் இருக்கலாம் அல்லது அவளே தன்னைப் பார்க்க மறுத்துவிடலாம். அந்த ஆங்கிலேயனும் அவனைத் தடுத்துவிடலாம் என்றெல்லாம் நினைத்துத் தயங்கினான்.

காதல் வயப்பட்ட அவன், அந்த ஆங்கிலேயன் வெளியில் போயிருக்கும் வேளையிலாவது அவளைச் சந்தித்துவிடுவது என்று தீர்மானித்து ஒரு நாளையும் குறித்துவைத்தான். அந்த நாளும் வந்தது. ஆனால் அந்த நாளில் பார்த்து அவனுடைய மனைவி கிணற்றில் தவறி விழுந்து மூழ்கி இறந்துவிட்டாள்.

அவளோடு அவன் பழகியதே இல்லையாகையால் அவன் ஒன்றும் துக்கம் அடையவில்லை. ஆனால் இறுதிச் சடங்குகளைச் செய்து முடிப்பதில் இரண்டு வாரகாலம் கழிந்துவிட்டது.

கிளாவிருந்தாவைச் சந்திப்பதில் காலதாமதம் ஆகியதில்தான் மாதவனுக்கு அளவற்ற வருத்தம். தன் இளம் மனைவி இறந்ததைப் பற்றி அவன் கவலைப்படவேயில்லை. ஆனால் இந்த மரணத்தினால் அதிகமாகப் பாதிக்கப்பட்டிருந்தவர் அமாத்யாதான்.

அவருக்கு ஆறு ஆண் பிள்ளைகள் இருந்தனர். தமது தந்தை இறந்தபோது குடும்பச் சொத்தைத் தானும் தம் தமையனாரும் பிரித்துக்கொண்டதுபோல இந்த அறுவரும் பிரித்துக் கொண்டால்

மாதவன் ஊர் திரும்புகிறான் ✦ 189

குடும்பப் பெயரும் மதிப்பும் குறைந்துவிடுமே என்று கவலைப்பட்டார். அதனால்தான் சரியும் தவறுமான வழிகளில் சொத்தை அதிகரிக்க பல முயற்சிகள் செய்து வந்தார். கிளாவிருந்தாபாயிக்கு ஆங்கிலேயரின் ஆதரவு இருந்ததால் வழக்கில் அவளை ஜெயித்துவிட முடியும் என்ற நம்பிக்கை அவருக்கு இல்லை. ஆனால் செல்வந்த மருமகளிடமிருந்து குறைந்தது ஒரு இலட்சம் ரூபாயாவது சீதனமாக எதிர்பார்த்திருந்தார். அந்த நம்பிக்கையில் இப்படி எதிர்பாராமல் மண் விழுந்ததால் மிகுந்த ஏமாற்றமடைந்தார். செல்வாக்கும் வருவாயும் மிக்க பதவியும் போய் விட்டது. மாதவனையும் பதவியிலிருந்து நீக்கிவிட வேண்டுமென்று அரண்மனையில் எதிரிகள் சூழ்ச்சி செய்து வருவதாகவும் கேள்விப் பட்டார். தமது பழம் பெரும் குடியின் புகழும் செல்வாக்கும் தேய்ந்து மறைவதைக் கண்டு மனம் புழுங்கினார். வீழ்ச்சிக்குத் தாமே முக்கிய காரணம் என்று நினைத்து மனம் நொந்தார். அவரது தமையனாரோ லட்சாதிபதியை மணந்தும் தம்பியின் மகனைத் தத்து எடுத்தும் குடும்பத்தின் பெயரைப் பொன்னெழுத்துகளில் மின்னும்படி செய்தி ருந்தார், ஆனால் இவரோ?

அமாத்யாவின் அகராதியில் தகுதி என்றால் செல்வம் என்று பொருள். புகழும் அதிகாரமும் பதவியும் தேவர்களுக்குச் சமானம். பணத்தால் கூடாதது என்ன இருக்கிறது? கமலாபாயோடு சேர்ந்து செய்த பயங்கரக் கொலைக்குரிய தண்டனையிலிருந்து அவரைத் தப்புவித்ததும் பணம்தானே? பணத்திலிருந்தே அதிகாரமும், புகழும் பிறக்கின்றன. பணமுடையவனிடம் இரண்டும் இருந்தால் அவை ஒரு தனி மகத்துவத்தையும் அந்தஸ்தையும் பெறுகின்றன. அமாத்யா பணம் பண்ணுவது ஒன்றையே தமது வாழ்க்கைக் குறிக்கோளாகவும், பணத்தை மட்டுமே சகலத்தையும் அளக்கும் அளவுகோலாகவும் கொண்டிருந்தார்.

ஆகவேதான், ஒன்றன்பின் ஒன்றாகப் பணப் பிரச்சினைகள் வந்து குவியவும் அவற்றை நிவர்த்தி செய்யும் வழிகள் புலப்படாமல் அயர்ந்து போயிருந்தார். மலையூர் வழக்கில் அரசர் நேர்முக அக்கறை காட்டியது அவருக்குக் கலக்கமூட்டியது. அரசர்க்கு அவர்மீது இப்பொழுது நம்பிக்கை இல்லை. பிரதம நீதிபதியோ பணத்தின் மதிப்பு அறியாதவர். நடைமுறைக்கு ஒவ்வாத விஷயங்களைப் பேசுவதில் சமர்த்தர். அதனால் அவரைத் தம் வயப்படுத்த இயலாது. ஆகவே மலையூர் கிடைப்பது சாத்தியமில்லை. அவர் சொத்து முழுவதும் சேர்த்தால் எத்தனை பெறுமோ அத்தனை பெறுமானமுள்ளது மலையூர். இதுவரை தன் சொந்தமென பாவித்து அனுபவித்து வந்துவிட்ட ஒன்றை இழப்பதை அவரால் தாங்கிக்கொள்ள முடியவில்லை. இதைப் பறிகொடுத்து விடாமல் இருப்பதற்கு என்ன செய்யலாம் என்று யோசனையில்

மூளையைக் குடைந்து கொண்டிருந்தார்.

முடிவில் முன்னால் ஒருமுறை யோசித்து ஆனால் வேண்டாம் என்று உதறிய திட்டத்தையே மீண்டும் தஞ்சம் அடைந்தார். அதுவும் கண்ணியமானதுதான் என்று தம் மனதையே சமாதானப்படுத்தி வைத்துக்கொண்டு உப தளகர்த்தாவாகிய கமலாபாயின் உதவியைத் தேடிக்கொண்டு வந்தார்.

கமலாபாய் இப்பொழுது கல்யாணியை மாத்திரம் வேலைக்கு வைத்துக்கொண்டு இன்னும் திவானின் வீட்டிலேயே வசித்து வந்தாள். சோனாபாய் அவளைத் தன் வீட்டில் ஏற்றுக்கொள்ளவில்லை. அமாத்யா ஏதாவது ஒரு சாக்கைச் சொல்லிக் கொண்டு அவள் பணத்தில் இன்னும் ஒரு செப்புக் காசைக் கூட அவளிடம் கொடுக்கவில்லை. ஆகவே அவள் இன்னும் அவர் பிடியிலேயே இருந்து வந்தாள் எனலாம்.

கமலாபாயிடம் தன் திட்டத்தை அலசிவிட்டு வீடு திரும்பியதும் மாதவனைக் கூப்பிட்டு குடும்ப சம்பந்தப்பட்ட ஒரு முக்கியமான விஷயத்தைப்பற்றி கமலாபாய் அவனுடன் பேசுவாள் என்றுசொல்லி அவளை அவளிடம் அனுப்பிவைத்தார்.

அந்தச் சதிகாரி அவனிடம் நைச்சியமாகச் சொல்லியது: அவன் சென்று கிளாவிருந்தாவைக் கண்டு பேசி வற்புறுத்தி வீட்டுக்கு அழைத்து வரவேண்டியது. பின் அவளை ஆசைநாயகியாகக் கொண்டு இருவரும் சம்பிரமமாக வாழவேண்டியது. எத்தகைய இன்பம் அவனுக்காகக் காத்திருக்கிறது என்பதைத் தேனொழுக வர்ணித்தாள். சரிந்து கொண்டி ருக்கும் செல்வநிலையைத் தூக்கி நிறுத்த அது ஒன்றுதான் வழி என்றும் சுட்டிக்காட்டினாள். என்ன இருந்தாலும் பட்டுக்கோட்டை உத்தியோகம் பரதேசவாசம்தானே. தந்தையின் உத்தரவுடன் அதை இராஜினாமாச் செய்துகொள்ளலாம் என்றாள். கிளாவிருந்தா அவனையே நினைத்து உருகிக்கொண்டிருந்து, அவனோடு வாழ வாய்ப்புக் கிடைக்கலாம் என்ற ஆசையினால்தான் சதியாகாமல் மனம் மாறிவிட்டாள் என்று சொல்லி அவன் காதலைத் தூண்டிவிட்டாள். எல்லாவற்றையும்விட அவள் அழுத்திச் சொன்னது இதுதான். கிளாவிருந்தா வெள்ளைக் காரனோடு தங்கியிருப்பதால் ஊரில் அவதூறு கிளம்பியிருக்கிறது. அது வெகு விரைவில் நாடு முழுவதும் பரவி விடும். இருப்பவரின் கௌரவத்துக்கும் இறந்தவரின் நினைவுக்கும் பங்கம் விளைவித்து குடும்பப் புகழை அநியாயமாகச் சாக்கடையில் தள்ளி விட்டுவிடும். அதைத் தடுப்பதற்கும் அது ஒன்றுதான் வழி என்றாள்.

மாதவராவ் அவள் பேச்சைக் கேட்டு வியப்பும் மகிழ்ச்சியும் கலந்தவனாய் உணர்ச்சிவசப்பட்டு நின்றான். தந்தையின் சம்மதத்தோடு இப்படி ஒரு திட்டம் உருவாகி வருவதை அவனால் நம்பவே முடிய வில்லை.

குடும்ப கௌரவத்தையும் செல்வத்தையும் பாதுகாப்பதற்காக இதைச் செய்வதுதான் நல்லது என்று அவனும் ஒப்புக்கொண்டான். கிளாவிருந்தாவிடம் நயமாகப் பேசி அவளை வழிக்குக் கொண்டு வருவதற்கான வழிவகைகளை விளக்கமாகச் சொல்லிக் கொடுத்தாள் கமலாபாய். தன் எதிரியும் தன்னைப்போலவே ஒரு கண்ணியக் குறைவான வாழ்க்கைக்கு இறங்கி வரப்போகிறாள் என்பதை நினைத்து கமலாபாய் மனம் பூரித்துப் போனாள்.

4

காதலர் சந்திப்பு

அன்று மாலை கடைத்தெருவிலிருந்து திரும்பிவந்த சாரதா, 'பாயீமா, சங்கதி தெரியுமா? உன் மகன் ராகவனின் பெஞ்சாதி இன்னிக்குக் காத்தாலே கிணத்திலே தவறி விழுந்து செத்துப்போனாளாம்' என்றாள்.

கிளாவிருந்தா திடுக்கிட்டு, 'அப்படியா, ஐயோ பாவம்' என்றாள்.

'சனமெல்லாம் என்ன பேசுது தெரியுமா? ஓன் சீதனத்துக்கு ஆசைப் பட்டு ஒன்னைக் கொல்லப் பார்த்தாரே, இப்ப அவர் மருமகள் செத்து, தெய்வமே அவா சீதனமும் வரவொட்டாமப் பண்ணிட்டதுன்னு பேசுது' என்றாள்.

திடீரென்று வந்த துர்ச் செய்தியால் அதிர்ச்சியுற்ற கிளாவிருந்தா, 'பாவம், நாம் அப்படியெல்லாம் சொல்லக் கூடாது. இந்த மரணம் அவரைவிட அவள் பெற்றோரைத்தான் ரொம்பவும் பாதிக்கும். அவர் களுக்கு அவள் ஒரே பெண். எவ்வளவு அன்புடன் இருந்திருப்பார்கள்? அவள் புருஷனுக்கும் பெரிய அதிர்ச்சியாக இருக்கும். பாவம் சுந்தரி. அமைதியான பெண். எளிய சுபாவம் உள்ளவள். இது விபத்து என்பது நிச்சயம்தானா?' என்று கேட்டாள் கிளாவிருந்தா.

'அப்படித்தான் பேசிக்கிடுதா. வீட்டுக் கொல்லைப்புறத்திலே இருக்கே அந்தக் கெணத்துலே தண்ணி இழுத்துக்கிட்டு இருந்தாளாம். அப்படியே தவறி விழுந்துட்டாளாம். குடம் பாதி ரொம்பினாப்பல இருக்காம். பக்கத்திலே ஆருமே இல்லையாம். குணசீலரான அவ மாமனார் மாதிரியோ, கமலாபாய் மாதிரியோ ஆரும் அவங்க வீட்டிலே இல்லியே, அதனாலே விபத்தாகத்தான் இருக்கணும்.'

'கேட்கிறதுக்கே பரிதாபமா இருக்கிறதே. கணவன் மேலே உயிரையே வைத்து புக்ககத்துக்கு எப்போ வரலாம்னு காத்துக்கொண்டிருந்தாள். பட்டுக்கோட்டையிலே செய்தியைக் கேட்டதும் அவனுக்கு எப்படி இருந்திருக்கும்?'

'அவன் வந்துட்டான். அவன் இப்போ இங்கேதான் இருக்கான். நம்ப பங்களா காம்பவுண்டுச் சுவரையும் ரெண்டு மூணு தடவை சுத்திச் சுத்தி

வந்து நோட்டம் விட்டானே. நீ வீணாகப் பயப்படப்போறன்னுட்டு ஓங்கிட்ட நான் சொல்லல. அவனுக்கென்ன கவலை? நம்ம அழகுக் கேத்த பெஞ்சாதியா அவள் அப்படின்னு நெனச்சிக்கிட்டிருப்பான். மொறை எப்படி இருந்தா என்ன? அழகான பொண்ணாயிருந்தாப் போறுமே அவனுக்கு! பொம்பளையைச் சுத்துற பயல். பட்டுக் கோட்டையிலேகூட ஒரு தாசியை வச்சுக்கிட்டிருக்கான்னு பேச்சு வந்திச்சு. பெண்சாதி போனது நல்லதாப்போச்சின்னுட்டு, அவன் மனசுக்குப் பிடிச்சாப்பிலே வேறே பொண்ணைக் கட்டிக்கிடுவான். கெழவருதான் மனசு கஷ்டப்படுவாரு. அவளைப் போல சீதனம் கொணறதுக்கு இந்தத் தஞ்சாவூர்லே வேற ஆரு இருக்கா?' என்றாள்.

செய்தியைக் கேட்டதிலிருந்து அதை ஒட்டியே கிளாவிருந்தாவின் சிந்தனை சென்றது. மாதவராவ் சம்பந்தமான தன் உணர்ச்சிகளை சாரதாவிடம் கூடச் சொன்னதில்லை. அன்று மாதவன் தட்டிக்கு அப்பால் நின்று சாரதாவுடன் பேசிக்கொண்டிருந்தபோது, விஷயத்துக்கு வருவதற்கு முன்பே அமாத்யா வந்துவிட்டார். அதனால் அவர்கள் இருவரும் ஒருவர் மீது ஒருவர் கொண்டிருந்த உணர்ச்சிகளைப் பற்றிச் சாரதாவுக்கு ஒன்றும் தெரியாது. ஆகவே அவள் மாதவன் கொள்கைகள் அற்ற ஒரு ஸ்திரிலோலன் என்றும், தன் எஜமானியையும் அவன் தனக்கு இரையாக்க முயற்சித்து அகப்பட்டுக்கொண்டதால்தான் அவள் தீராத சந்தேகத்துக்கும் அதைத் தொடர்ந்து பல அவதிகளுக்கும் ஆளாக நேர்ந்தது என்பது அவள் கருத்து.

கிளாவிருந்தாவின் மனத்தின் ஒரு பாகத்தில் மாதவனுக்கு இன்னும் இடம் இருந்துவந்தது. ஆனால் முன்னைப்போல தீவிரமாக இல்லை. ஏனென்றால் அவள் உடல் மட்டும் அல்ல, அவள் அறிவும் மனமும் அக்கினிப்பிரவேசம் ஆகியிருந்தது. சமஸ்கிருதப் படிப்புக்காக லிட்டில்டனோடு செலவிட்ட நேரத்தில், ஒரு பகுதி நேரத்தில் அவர்கள் இருவரும் கனமான ஆழ்ந்த விஷயங்களைப் பற்றி ஆத்மார்த்தமாகப் பேசினார்கள். மணவாழ்க்கையின் போது உறங்கிக் கிடந்த அறிவு வாழ்க்கையை அந்த உரையாடல்கள் தூண்டி எழுப்பி விட்டன. சில வாரங்களுக்காகவே பண்பட்ட அவள் அறிவு எல்லாப் பக்கங்களிலும் விரிவடைந்து, அவள் வாழ்க்கையை இப்பொழுது ஒரு விசாலமான உயர்ந்த நோக்குடன் கண்டாள்.

கணவன் வீட்டில் கமலாபாய், அமாத்யா முதலியோர் சேர்ந்து அவளுக்கு இழைத்த அநீதி, தீங்கு எல்லாவற்றுக்கும், அவர்களுடைய பேராசை, சுயநலம் – இவற்றையும்விட, அறியாமை, மூடநம்பிக்கை, உளுத்துப்போன சாதிக் கட்டுப்பாடுகளே பெரும்பாலும் காரணமாகும் என்று லிட்டில்டன் அவளுக்குச் சுட்டிக்காட்டியிருந்தார். மனிதன் கருணையின்மையால் ஆயிரமாயிரம் மனிதர்களை சோகத்தில்

ஆழ்த்துகிறான் என்பது அவருக்குப் பிடித்த ஒரு கருத்து. வாழ்க்கையின் பொறுப்புகளைச் சரிவரப் புரிந்துகொள்ளாததினாலோ அல்லது குறுகிய நோக்குடன் புரிந்துகொள்வதாலோதான் இவ்வாறு கருணை யற்ற நிலைமை உண்டாகிறது என்றும் சொல்லுவார்.

அவர் சொன்னபடியே தன்னைச் சுற்றிலும் மூடநம்பிக்கைகளும் அறியாமையும் வேரூன்றி வளர்ந்திருப்பதை உணர்ந்தாள், கிளாவிருந்தா. தகுந்த துணை மாத்திரம் ஒன்று கிடைத்தால், கோணலானதைச் செவ்வையாக்கி, உலகத்தில் தான் வாழும் சிறிய மூலையையாவது இன்னும் சற்றுப் பிரகாசமுள்ளதாகவும் மகிழ்ச்சியுடையதாகவும் ஆக்குவதில் தன் எஞ்சிய நாட்களைச் செலவிடலாமே என்று மிகுந்த ஆர்வம் கொண்டாள்.

அவள் காதலிக்கும் மாதவராவ் அப்படிப்பட்ட தகுந்த துணை ஆவானா? அவள் மனதில் இருப்பதைப் போன்ற உன்னத இலட்சியங்கள் அவனுக்கு இப்பொழுது இல்லையாயினும், தன்னைக் காதலிப்பதால் தன் ஆர்வத்தில் அவனும் பங்குகொள்ளுமாறு செய்யலாம். ஆனால் அவன் அவளை இன்னும் காதலிக்கிறானா? இல்லாவிட்டால் ஏன் காம்பௌண்டைச் சுற்றிச் சுற்றி நோட்டமிட்டான்? அப்படியானால் ஏன் அவளை இன்னும் வந்து பார்க்கவில்லை? அவளை விகாரப் படுத்தியுள்ள தழும்புகளைப் பார்த்தால் அவன் என்ன நினைப்பான்? கால்களில் இருந்த தழும்புகளைக் கரண்டைவரை வந்த சேலை மறைத்தது. தோள்களிலிருந்தவற்றையும் வலது முன்னங்கைகளில் இருந்த கோணல்மானலான தழும்பு ஒன்றையும் மறைக்க நீளக்கை வைத்த சட்டை அணிந்திருந்தாள். ஆனால் அவனை ஏமாற்ற அவள் விரும்பவில்லை.

அந்தத் தாசியைப் பற்றி அவள் கேள்விப்பட்டது உண்மையாக இருக்குமா? அவனுக்கு இசை என்றால் பைத்தியம் என்பதை அவள் அறிவாள். அதற்காக வேசியுடன் உறவு வைக்கவேண்டுமா?

இப்பொழுது அவள் விதவை. அவன் தாரம் இழந்தவன். சுந்தரியின் திடீர் மரணம் தெய்வாதீனமாக தக்க வேளையில் நடந்திருக்கிறதோ என்றும் நினைத்துக்கொண்டாள். பின் அப்படி நினைத்ததற்காக வெட்கப்பட்டாள்.

அவன் அவளைக் கல்யாணம் செய்வதற்குச் சம்மதிப்பானோ? பிராமண விதவைகள் மறுமணம் செய்துகொள்ள சாஸ்திர விதிப் படி இடமுண்டு என்றும், பழங்காலத்தில் அப்படி நடந்து வந்தது என்றும், வரவர அவ்வழக்கம் பழக்கத்தில் இல்லாமல் மறைந்துவிட்டது என்றும் பாபாஜி சொல்லி அவள் கேட்டதுண்டு. இவள் பொருட்டு சமுதாயத்தை எதிர்க்க அவனுக்குத் துணிவு இருக்குமா? விதவா விவாகத்தைச் சமுதாயம் ஒப்புக்கொண்டாலும், பெரியப்பாவின்

மனைவியாக இருந்தவளை மணந்துகொள்ள அது சம்மதம் அளிக்குமா என்பதை அவள் நினைத்துப் பார்க்கவில்லை. அவள் தன்னுடைய கலியாணத்தைத் திருமணம் என்று ஒருநாளும் ஒப்புக்கொண்டதே இல்லையாதலாலும், பலவந்தமாகத் தன்னை அடிமைப்படுத்தித் தனக்கு இழைத்தத் தீங்கு என்று அதைத் கருதியதாலும்தான் அவள் அந்தக் கோணத்தை நினைத்துப் பார்க்கவில்லை.

கல்யாணமில்லாமல் அவனோடு வாழ்வது என்ற எண்ணம் அவள் மனதில் படவே இல்லை. அவன் அவளைத் துணிந்து மணந்துகொள் வானா அல்லது தன் மனசுக்குப் பிடித்தமான வேறு எவளையாவது தேடுவானா? அவள் அழகு இன்னும் குறைந்துவிடவில்லை என்பது நிச்சயம். உள்ளத்தில் புதியதொரு அறிவுக்களையும் பரந்த மனப் பாங்கும் உண்டாகி இருந்ததால் அவள் முகம் இன்னும் அதீத அழகுடன் இருந்தது என்பதை அவள் உணர்ந்தாள். ஆனால் அவளுடைய விகாரப்பட்ட உடல்? மேலும் இரும்பாலான சமுதாயச் சட்டத்தை அவனால் தகர்க்க முடியுமா? அவனைப் பார்த்துப் பேசி, ஒரு முடிவுக்கு வரவேண்டும் என்று விரும்பினாள்.

ஒருநாள் மாலை மாதவராவ் பங்களாவுக்கு வந்து அவளுடன் பேச விரும்புவதாகச் சொல்லி அனுப்பியபோது அவள் மிகுந்த மகிழ்ச்சியும் பரபரப்பும் அடைந்தாள். ஆனால் அவன் தனது முக்கிய எதிரியின் மகனாக இருந்ததால் அவனுடன் பேசுவதற்குமுன் லிட்டில்டனின் அனுமதியைப் பெறுவது நலம் என்று கருதினாள். அவள் இதற்கு முன்னால் அவரிடம் மாதவனைப்பற்றியோ தங்கள் பரஸ்பர உணர்ச்சி களைப் பற்றியோ சொல்லியதில்லை. முதலில் ஏதாவது ஆபத்தில் மாட்டிக்கொண்டுவிடக்கூடாதே என்று பயந்து அவளை மாதவனோடு பேசுவதற்கு ஒப்புதல் அளிக்கத் தயங்கினார் லிட்டில்டன். ஆனால் மகன் அப்பாவிடமிருந்து முற்றிலும் வேறுபட்ட இயல்புடையவன், அவனைப் பற்றிப் பயப்படத் தேவையில்லை என்று உறுதியுடன் கிளாவிருந்தா சொன்னதால், அவள் உசிதம்போல் நடப்பதற்கு அவளுக்குச் சுதந்திரம் உண்டு என்று எண்ணி சம்மதித்து விட்டார். ஆனால் அவர் வெளியே செல்லவில்லை. தமது அறையில் முன்னெச்சரிக்கையாக உட்கார்ந்திருந்தார்.

மாதவராவைக் கண்டதும், அவள் நெஞ்சு ‘படக் படக்’ என்று அடித்துக் கொண்டது. அவனும் கூச்சத்துடன் எப்படித் தொடங்குவது என்று தெரியாமல் அவள் அழகிய முகத்தை முறைத்துப் பார்த்துவிட்டுப் பின் வெட்கத்துடன் மறுபுறம் நோக்கினான். அவள் அவனை உட்காரச் சொல்லி, அவன் மனைவியின் மரணத்தைப் பற்றி விசாரித்தாள்.

‘உனக்கு யார் அதைப்பற்றிச் சொன்னார்கள்?’ என்று கவலையே தொனிக்காத குரலில் கேட்டான்.

இவனைப்பற்றி சாரதா கொண்ட அபிப்பிராயம்தான் சரியானதோ என்றுகூட அவளுக்குத் தோன்றியது. 'அது நடந்த அன்றே சாரதா வந்து சொன்னாள். கேள்விப்பட்டதும் நான் மிகவும் வருத்தப்பட்டேன். பெற்றோருக்கு அவள் ஒரே மகள் அல்லவா? எவ்வளவு ஆசை வைத்திருந்தார்கள் அவள் மீது?' என்றாள்.

'ஆமாம், அது உண்மைதான்' என்றான் அவன். அந்த நிகழ்ச்சியை இந்தக் கோணத்திலிருந்து இதுவரை பார்த்திராதவன் போல.

'பட்டுக்கோட்டையிலிருந்து எப்போது வந்தாய்?'

'அப்பாவை அரண்மனை வேலையிலிருந்து நீக்கியதாகக் கேள்விப் பட்டதும் வந்தேன். பலவிதமான வதந்திகள் வந்தன. உன்னைப் பற்றித்தான் மிகவும் கவலை ஏற்பட்டது' என்றான் வெட்கத்துடன். பின் தொடர்ந்து, 'நடந்தவைகளுக்காக நான் மிகவும் வருந்துகிறேன். கமலாபாய் வைத்த பொறியில் விழாமல் நீ தப்பிவிட்டது எனக்கு மிகுந்த மகிழ்ச்சிதான். கமலாபாய் சொல்லியதை அப்பா அப்படியே நம்பி விட்டாராம். நீ சதியாக விரும்பினாய் என்றுதான் கடைசி வரைக்கும் நினைத்துக் கொண்டிருந்தாராம். உன்னிடமும் சொல்லச் சொன்னார். திரும்பத் திரும்ப பலமுறை சொன்னார்' என்றான்.

அவள் குறுக்கிட்டு, 'அப்படியானால், நீ இங்கு வருவது அவருக்குத் தெரியுமா?' என்று கேட்டாள்.

இந்தக் கேள்வி மாதவனைத் தூக்கிவாரிப் போட்டது. சிறிது நேரம் தயங்கியபின், 'ஆமாம், தெரியும்' என்று ஒப்புக்கொண்டான்.

'இதைச் சொல்லுவதற்கென்றே அவர் உன்னை என்னிடம் அனுப்பினாரா?'

'இல்லை, அவர் என்னை அனுப்பவில்லை. நானாகத்தான் உன்னைப் பார்க்க விரும்பினேன். அதை அறிந்ததும் அவர் அவ்வாறு சொல்லி அனுப்பினார்.'

'ஆனால், அவருக்கு நீ இங்கு வருவது எப்படித் தெரியும்? நீ இங்கு வருவதைப் பற்றி வேறு யாரிடமும் சொன்னாயா?'

இந்தக் குறுக்கு விசாரணையால் மாதவன் மனம் குழம்பிவிட்டான். என்ன பேசுவதென்று தெரியாமல் பேச்சை மாற்ற முயன்றான்.

'அவருக்கு எப்படியோ தெரிந்துவிட்டது. அது போகட்டும், நீ இந்த ஆங்கிலேயனோடு வாழ்ந்துகொண்டிருப்பது உண்மைதானா?'

இந்தக் கேள்வியைக் கேட்டதின் பொருளை உடனே புரிந்து கொள்ளாத அளவுக்குப் பேதையாக இருந்த அவள், 'ஒரே வீட்டில் இல்லை. சாரதாவும் நானும் இந்த வீட்டில் இருந்து வருகிறோம். அவர் அந்த பங்களாவில் இருக்கிறார். அவருடைய மேஜையில் நான் சாப்பிடுவது இல்லை' என்றாள்.

அவளுடைய பேதமையால் ஊக்கமுற்ற அவன், 'நான் அதைச்

காதலர் சந்திப்பு ✦ 197

சொல்லவில்லை. அவருடைய பாதுகாப்பில் அவருடைய ஆசை நாயகியாக இருந்துவருகிறாயா என்று கேட்கிறேன்' என்றான். ஆனால், சொன்ன மறுவினாடியே அவன் தன் தவறைப் புரிந்துகொண்டு தாங்க இயலாத வெட்கமும் குழப்பமும் அடைந்தான்.

ஆனால், கொட்டிய சொற்களை அள்ள முடியுமா? கிளாவிருந்தாவின் முகம் குப்பென்று சிவந்தது. அவமானத்தாலும் கோபத்தாலும் புருவங்கள் நெரிந்தன. கண்களில் நெருப்புப் பறக்க, உடனே தன் உணர்ச்சிகளைக் கட்டுப்படுத்திக்கொண்டாள். 'நீ பட்டுக்கோட்டையில் அந்த தாசியை வைத்துக்கொண்டிருப்பது உண்மைதானா?' என்று அமைதியான குரலில் கேட்டாள்.

'இல்லை, அது அபாண்டம், அண்டப் புளுகு' என்றான்.

'இதுவும் அப்படியேதான்.'

'நானும் அப்படித்தான் நினைத்தேன். என்னால் நம்பவே முடியவில்லை. அதுவும் பரங்கியுடனா?' என்றான்.

'வேறு யாருடனாவது இருந்தால் பாதகமில்லை என்று நினைக்கிறாயோ?'

இதற்கு என்ன பதில் சொல்வது என்று குழம்பினான் மாதவன்.

'இல்லை இருந்தாலும்...இவன் ஒரு மிலேச்சன், கிறிஸ்தவன் வேற' என்றான்.

கிளாவிருந்தா ஒன்றும் பேசவில்லை, அவன் தொடர்ந்து:

'வதந்தியைக் கேட்டதும் என்னால் நம்ப முடியவில்லை. விபரீதமாக இருக்கிறதே என்று நினைத்தேன். ஆனால், நான் உன்னைக் காதலிப்பதால், உன் வாயாலேயே எல்லாவற்றையும் தெரிந்துகொள்ள விரும்பினேன்' என்று சொன்னான்.

அவள் வெட்கத்தால் தலைகுனிந்தாள். 'நீ இன்னும் என்னைக் காதலிக்கிறாயா?' என்று கேட்டாள். அவள் குரல் உணர்ச்சியால் நடுங்கியது.

'வெறும் காதல் இல்லை கிளாவிருந்தா. உன்னைப் பூஜித்து வருகிறேன். இது மாறாது. நாட்டிலே அழகியான நீ என் காதலியாக இருக்கும்போது, என் மனைவியின் மரணம் எனக்குச் சிறிதும் கவலை அளிக்கவில்லை. உன் கல்யாணத்தன்று உன்னை முதல் முதலாகப் பார்த்த நாளிலிருந்தே நான் உன்னை நேசித்து வருகிறேன். சோதிட சாஸ்திரம் அல்லவா இந்த அரிய பொக்கிஷத்தை என்னிடமிருந்து பிரித்துவிட்டது என்று தினமும் அதைச் சபிக்கிறேன். இந்தக் காதலும், அதில் என்றாவது ஒரு நாள் வெற்றி கிடைக்கும் என்ற நம்பிக்கையும்தான் என் பரதேச வாழ்க்கையில் எனக்கு ஆறுதலாக இருந்தது. அன்று நான் உனக்கு இட்ட முத்தங்களை மறக்க முடியுமா? அதைப் போன்ற சுகத்தை வேறு ஒரு பெண்ணிடமிருந்து பெறவும் முடியுமா?

‘அந்தத் தாசியைப்பற்றி நீ கேள்விப்பட்டதெல்லாம் அபத்தம். அவள் நன்றாகப் பாடுவாள். ஆதலால் என் வீட்டில் இரண்டொரு கச்சேரிகளுக்கு ஏற்பாடு செய்தேன். அதை ஆதாரமாக வைத்துக்கொண்டு கதை திரித்துவிட்டார்கள். என் வாழ்க்கையின் இன்பமே உன் கையில்தான் இருக்கிறது. அதைக் கேட்டுப் பெறத்தான் நான் உன்னிடம் வந்திருக்கிறேன். உன்னைவிட அழகான ஒரு பெண்ணுடன் என் பெயரை இணைத்துப் பேசுகிற அன்று நீ அம்மாதிரி வதந்திகளை நம்பலாம். ஏனென்றால், அப்படி ஒரு பெண் கிடையாது. நான் இன்று உன்னைக் காதலிக்கிறது போல, முதல் முதலாக உன்னைக் கண்ட அன்று நேசித்தது போல, என்றுமே உன்னையே விரும்புவேன். அன்று கிணற்றடியில் உன்னைப் பார்த்ததிலிருந்து நீயும் என்னை விரும்புகிறாய் என்று நம்பிவந்திருக்கிறேன். உனக்கு என்னிடம் அன்பு இருக்குமானால் இந்த வேதனையை நீடிக்கச் செய்யாதே. இப்பொழுதே என்னுடன் வந்துவிடு. மற்றவர்கள் என்னை என்ன நினைப்பார்கள், பேசுவார்கள் என்பதை எல்லாம் பொருட்படுத்தாமல் நாம் ஒன்றாக வாழலாம்.

‘இத்தகைய பரமானந்தம் இந்தப் பூலோகத்தில் வேறு எந்த ஆடவனுக்கும் பெண்ணுக்கும் கிடைக்காது. உன்னைப்போன்ற அழகையும் என்னுடையதைப் போன்ற காதலையும் இதுவரை யாரும் கண்டிருக்க மாட்டார்கள். இந்திரனைப் போல் ஆயிரம் கண்களைப் பெற்று உன் அழகைப் பருகின பிறகும், என் தாபம் தணியாது’ என்றான்.

இந்த உத்வேகப் பெருக்கின் நடுவில் குறுக்கிடாமல் அவள் தரையைப் பார்த்துக்கொண்டு, வெட்கத்துடனும் சிந்தனையுடனும் உட்கார்ந்திருந்தாள். அவன் பேசிமுடித்து, அவள் பதிலை எதிர்பார்த்தபோதும், சில நிமிடங்கள் அவள் பேசவே இல்லை. நமக்கு மிகவும் பிரியமான ஒருவரைப் பற்றி நாம் கொண்டிருந்த ஆசைக் கனவுகள் சிதைந்து அவரைச் சுற்றி நாம் வளர்த்திருந்த கற்பனைப் பிரகாசம் மங்கி அணைந்து நமது மயக்கம் தெளியும்போது, நெடுநாளாகப் போற்றி வந்த கனவுகளின் ஆசாபங்கத்துக்காக துக்கிப்பது மட்டுமன்றி, அவரைப் பற்றித் தவறாக எடைபோட்ட நமது புத்தியின்மைக்காகவும் அவமானம் அடைகின்றோம். இந்தச் சில நிமிடங்களில் கிளாவிருந்தா அனுபவித்த மனக்கசப்பு அப்படித்தான் மிக ஆழமானதாக இருந்தது. தனது கற்பனைகளின் கதாநாயகன் பாமரத்தனமாகவும், வெறும் உணர்ச்சிபூர்வமாகவுமே பேசியதை தன் கூர்மையான அறிவினால் உணர்ந்தாள்.

அவள் காதலன் தன்னைப்போல உலகத்தைப் பரந்த நோக்குடன் பார்க்கும் அனுபவத்தைப் பெறவில்லை என்பதை அவள் மறந்துவிட்டாள். அவள் உள்ளத்தில் பிரதிஷ்டை செய்திருந்த தங்க விக்கிரகத்தின் ஆடை ஆபரணங்களைக் களைந்தபோது, அது

களிமண்ணால் வனைந்து முலாமும் சாயமும் பூசப்பெற்ற பொம்மை என்று கண்டு ஏமாற்றமடைந்தவள் போல் ஆனாள். அந்த அதிர்ச்சியில் தான் அவள் வாயடைத்துப் போனாள்.

பின் மெதுவாக எதையும் காட்டிக்கொள்ளாமல், 'நான் இப்பொழுது அழகி அல்ல. பல தழும்புகளால் விகாரமடைந்துவிட்டேன்' என்று சொல்லி கால்களில் இருந்த தழும்புகளையும், சட்டைக் கையை நீக்கி முழங்கையிலிருந்த வடுவையும் காட்டினாள். 'என் தோள்களிலும் நிறைய வடுக்கள் இருக்கின்றன' என்றாள். இதன் விளைவு என்னவாகும் என்பதில் அவளுக்குச் சிறிதும் சந்தேகம் இல்லை.

'அப்படியா! என்னிடம் யாருமே சொல்லவில்லையே' என்று சொல்லி விட்டு மௌனமாகத் தழும்புகளையே பார்த்துக் கொண்டிருந்தான். அவன் அதிர்ச்சியடைந்தது மிகத் தெளிவாகத் தெரிந்தது. முகம் விழுந்துவிட்டது. சில நிமிடங்களுக்கு முன்னால் காதல் சொல்மாரி பொழிந்தவனுக்கு, தன் தந்தையின் அற்பப் புத்தியால் கொடுமைக்கு ஆளான இந்த திக்கற்ற பெண்ணுக்கு இவ்வாறு நேர்ந்துவிட்டதே என்ற பச்சாதாபமோ இரக்கமோ உண்டாகவில்லை. மாறாக அழகிய ஓவியம் ஒன்றில் ஆர்ப்பாட்டக்காரன் ஒருவன், தார் எண்ணையைப் பூசிக் கிறுக்கிவிட்டால் கலைஞன் எப்படித் திடுக்கிடுவானோ அப்படி அதிர்ச்சி அடைந்து திடுக்கிட்டான்.

மாற்றங்களினால் மாறும் அன்பு, அன்பு அல்ல என்று தன் கற்பனைச் சக்தியால் மனித உள்ளங்களின் இரகசியங்களைத் துருவிப் பார்க்கும் கவிஞன் ஒருவன், தன் எழுத்துகள் எல்லாவற்றுக்கும் சிகரம் வைத்தது போல எழுதி வைத்துச் சென்றான்.

தன் காதலனின் முகத்தைப்போல உள்ளமும் அழகாக இருக்கும் என்று நம்பிய தன் மயக்கம், அவன் தன் உடல் மீது கொண்ட வெறி, இரண்டுமே உண்மையான அன்பு அல்ல என்பதை இப்பொழுது கிளாவிருந்தா உணரலானாள்.

மிகுந்த சிரமத்துடன் பேச்சை வரவழைத்த மாதவன், 'தீக்காயங்கள் ரொம்பவும் பட்டிருக்கிறதே. நாசமாகப்போக, அந்தக் கமலாபாய்! என்றான். பின் சற்றுக்கழித்து,

ஆனால் நல்லவேளை உன் முகம் இன்னும் அழகாகவே இருக்கிறது. நான் உன்னைக் காதலிக்கத்தான் செய்கிறேன். என்னுடன் வந்துவிடு' என்றான்.

'நான் இத்தனை விகாரமடைந்த பின்னரும் என்னைக் கல்யாணம் செய்துகொள்ளும் அளவுக்கு என்னை விரும்புகிறாயா?'

'கல்யாணமா? நீ விதவை அல்லவா? கல்யாணத்தைப் பற்றி யார் பேசினார்கள்? அவர்கள் சொன்னதுபோல் உன் புத்தி பேதலித்துத்தான் போய்விட்டது.'

‘பின் நீ என்ன எதிர்பார்க்கிறாய்? என்னோடு வந்துவிடு, நாம் சுகமாக வாழலாம் என்று சொன்னதின் பொருள் என்ன? நாடெல்லாம் சிரிப்பாய்ச் சிரிக்க கமலாபாயும் உன் பெரியப்பாவும் இருந்தார்களே அந்த மாதிரி என்னையும் உன் ஆசைநாயகியாக வந்து இருக்கச் சொல்கிறாயா?’

‘கமலாபாய் துக்கிரி. அவள் வெட்கங்கெட்டு வெளிப்படையாகப் பெரியப்பாவுடன் இருந்துவந்தாள். அவளைப் போலொத்தவர்களை வெட்டிப்போட வேண்டும். ஆனால் நீ அப்படி அல்லவே. நீ குணவதி, அழகியும்கூட. நான் உன்னைக் காதலிக்கிறேன். நீ உன்னுடைய வீட்டுக்கே திரும்பிவந்து அங்கு கைம்பெண் வாழ்க்கை நடத்திக் கொண்டிரு. நானும் சந்தேகத்தையும், வம்பையும் தவிர்ப்பதற்காக மறுமணம் செய்துகொள்கிறேன். நமது காதலையும் இன்ப வாழ்க்கை யையும் ஒருவரும் அறிந்துகொள்ள முடியாதபடி மறைத்து விடலாம். முதலாவதாக, நமது மாற்றாந்தாய் – மகன் உறவு முறையே சந்தேகத்தைக் கிளப்பாது. நமது கதை வேறு. கமலாபாய் கதை வேறு’ என்றான்.

கிளாவிருந்தாவுக்கு யாரோ தன்னை முகத்தில் அறைந்தது போலிருந்தது. ஆனால், மீண்டும் சிரமத்துடன் தன் உணர்ச்சிகளை அடக்கிக் கொண்டாள். அந்தச் சூழ்நிலையில் வளர்ந்த ஒருவனிடம் இதைவிட உயர்ந்த இலட்சியங்களை எதிர்பார்த்தது தன்னுடைய தவறுதான் என்று நினைத்தவள் போல் அமைதியுடன் பேசலானாள்.

‘நீ சொல்லும் திட்டத்தை நான் ஒப்புக்கொண்டால், என்னுடைய அழகோ, உன்னுடைய காதலோ, நமது உறவு முறையோ, இரகசிய முறைகளோ எதுவுமே என் நிலையை மாற்றவோ, கமலாபாயினுடையதைவிட என்னுடைய துக்கிரிதனத்தைக் குறைத்துவிடவோ செய்யாது. ஒரு தரம் அப்படி ஓர் இழிநிலைக்கு இறங்கிவிட்டேனானால் பின் மேலும் மேலும் பழி பாவங்களைச் செய்யும் தூண்டுதலுக்கு ஆளாவேன் என்றுதான் நினைக்கிறேன். நீ கலியாணம் செய்துகொள்ளும் மனைவியைப் பொறாமையினால் அழிக்க முற்படுவேன். கமலாபாயைப் போன்று நான் இதற்கு ஒப்புக்கொள்வேன் என்று நினைத்தாயானால் அது மிகத் தவறு. நானும் உன்னைத் தவறாகவே புரிந்து கொண்டிருந்திருக்கிறேன். அதை இன்று அறிந்தது எனக்கு எத்தனை வேதனையாக இருக்கிறது என்பதை அந்தக் கடவுள் ஒருவர்தான் அறிவார். ஆனால், உன்னைக் குற்றம் சொல்வதிலும் பயனில்லை. உனக்குத் தெரிந்தது அவ்வளவுதான். நீ இன்னும் என்னைக் காதலிப்பதாகச் சொல்லுகிறாய். என்னுடைய நெஞ்சின் அடித்தளத்தில் உன்னைச் சுற்றிப் பதிந்துவிட்ட என் கனவும் கலைய மறுக்கிறது. அதனால்தான் நீ என்னை இப்படி அவமானப்படுத்திய பின்னும் உன்னிடம் பேசிக்கொண்டிருக்கிறேன்.

‘நான் இப்பொழுது விதவை. நீ தாரமிழந்தவன். அவர் காலத்தின்

மிகச் சிறந்த அறிவாளியாகத் கருதப்பட்ட என் பாட்டனார், பழங் காலத்தில் பிராமண விதவைகள் மறுமணம் செய்து கொண்டதாகவும் பின்னர் அந்த வழக்கம் மறைந்து விட்டதாகவும் சொல்லியிருக்கிறார்.

'நாம் அந்த வழக்கத்தைப் புதுப்பிக்கலாம். ஆனால், நீ என்னை அழகியென்றும், நான் உன்னை அழகனென்றும் கொண்டாடுவதற் காகவோ அல்லது நமது உடல் இச்சைகளை சமனப்படுத்துவதற்காகவோ அல்ல. உடலழகை ஆதாரமாகக் கொண்ட அன்பு நாளடைவில் அழிந்து விடும். அழகில் சிறந்த இன்னொருத்தியைக் கண்டதும் குறைந்துவிடும்.

'அப்படிப்பட்ட கேளிக்கைகளுக்காகவும் இன்பங்களுக்காகவும் மாத்திரம் நாம் பிறக்கவில்லை. நம்மைச் சுற்றிலும் எவ்வளவு அறியா மையும் குருட்டுப் பக்தியும் அதன் காரணமாக இன்னல்களும் துன்பங்களும் சூழ்ந்திருக்கின்றன என்று கவனித்துப்பார். இவை களெல்லாம் தவிர்க்கப்படக் கூடியவைகளே. உன்னுடைய விரகத் தீயைப் பட்டென்று அணைத்துவிட்ட இந்த என் விகாரமான வடுக் களை, கமலாபாய், கல்யாணிபாய் போன்று அறியாமையில் மூழ்கிக் கிடக்கும் என் சகோதரிகளுக்கு நான் செய்யவேண்டிய கடமைகளை உணர்த்துவதற்காக, கடவுள் எனக்கு இட்ட முத்திரைகளாகவே கருதுகிறேன். ஆனால், நான் இன்னும் இளம் பிராயத்தவளாகவும், உலக அறிவு நிரம்பாதவளாகவும் இருப்பதால் இந்த நகரில் மலிந்து கிடக்கும் துயரத்தில் ஒரு சிறிதைப் போக்க முயல்வதானால்கூட எனக்குத் தகுந்த பலம் வாய்ந்த ஓர் ஆண் துணை தேவையாக இருக்கும். நீ என்னை இன்னும் விரும்பினால், நான் இப்பொழுது சொல்லிய அந்த உயரிய பணியைச் செய்ய உன்னை நீ அர்ப்பணித்துக்கொள்ளத் தயாராக இருந்தால், அந்தப் புனித கைங்கரியத்தின் முதல் படியாக விதவையான என்னை மறுமணம் செய்துகொள். அப்படியானால்தான் நமது வாழ்க்கையில் சிறுமையும் பழியும் அணுகாமல், பரஸ்பர அன்புடன் கடவுளின் ஆசிகளோடு, அறியாமையில் மூழ்கியிருக்கும் நமது சகோதர சகோதரிகளின் வாழ்க்கையை இன்னும் சிறந்ததாக, மகிழ்ச்சியுள்ள தாகச் செய்யமுடியும். இது ஓர் ஆண் மகனின் ஆர்வத்தைத் தூண்டும் முயற்சி. இதில் அவன் வெற்றி அடைந்தால் இதுவே அவன் காதலிக்கு அளிக்கும் சிறந்த பரிசாக இருக்கும் என்றும் கருதுகிறேன். ஓர் இளைஞனிடம் ஒரு பெண் சாதாரணமாகப் பேசும் விஷயம் அல்ல இது என்பதை அறிவேன். ஆனால், ஆர்வம் என்னை உந்தித் தள்ளுவதாலேயே இப்படிப் பேசுகிறேன். வேண்டுமானால் இதைப்பற்றிச் சிந்திப்பதற்கு அவகாசம் எடுத்துக்கொள். ஒரு முடிவுக்கு வந்தபின் என்னிடம் வா' என்றாள்.

மாதவன் தாங்க இயலாத திகைப்புடன், 'பிராமண விதவைகள் மறுமணம் செய்துகொள்வதாக நாம் கேள்விப்பட்டதே இல்லையே.

மற்றவர்கள் சாணார்களிடையே (ஒரு பிரிவினர்) அந்த வழக்கம் இருந்து வருகிறது. ஆனால், இரு பிறப்பாளர்களாகிய நம்மவர் அப்படிச் செய்வது விபரீதமல்லவா? நீ பேசுவதைக் கேட்டால் அதிர்ச்சியில் உனக்கு மூளை குழம்பிவிட்டது என்று அப்பாவும் கமலாபாயும் சொன்னது உண்மைதானோ என்றே நினைக்கத் தோன்றுகிறது. அல்லது அந்த ஆங்கிலேயன் மிலேச்சக் கருத்துகளை உன் மண்டைக்குள் புகுத்திவிட்டானோ?' என்று கேட்டான்.

'ஆனால், இரு பிறப்பு உடைய ஒரு பிராமண விதவை திருட்டுத் தனமாக ஒருவனுடனோ அல்லது பலருடனோ வாழ்ந்தும் அல்லது அது முடியாமல் மருகி மாய்ந்துபோவதும், அவமானப்பட வேண்டிய விஷயமல்லவா? மற்றவர்கள், சாணார்கள் (ஒரு பிரிவினர்), மிலேச்சர்கள் வழக்கப்படி கணவனை இழந்த பெண் மறுமணம் செய்துகொள்வது எவ்வளவு கௌரவமானது! நீ மறுமணம் செய்துகொள்ள மாட்டாயா? ஐம்பது வயதில் உன் பெரியப்பா செய்துகொள்ளவில்லையா? அதைவிட வயதான எத்தனைபேர் சின்னஞ்சிறுமிகளைச் செய்துகொள்ளு கிறார்கள்?'

'ஆண்கள் அப்படிச் செய்துகொள்ளலாம் என்று நமது சாஸ்திரங்களும் வழக்கங்களும் அனுமதிக்கின்றன. பெண்கள் புனிதமாக இருக்க வேண்டாமா?'

'ஆனால், அது நியாயமா? அல்லது அந்த விதிப்படி பெண்கள் புனிதமாக இருந்துதான் வருகிறார்களா? ஒரு பாலாருக்கு மட்டும் இப்படி ஒரு கடினமான விதியை ஏற்படுத்திவிட்டு அடுத்த பாலாருக்கு ஏகப்பட்ட சுதந்திரம் வழங்குவதற்கு யாருக்காவது - அவர் எப்பேர்ப் பட்ட ஞானியாக அல்லது முனிவராக இருந்தபோதிலும் - அதிகாரம் இருக்கிறதா? ஏழைகள், திக்கற்றவர்களுடைய கண்ணீர்த் துளிகளைக் கடவுள் கணக்கு வைத்துக்கொண்டிருக்கிறார். நமது இனத்தினர் தங்கள் வலுவை இழந்து முகம்மதியருக்கும் பரங்கிகளுக்கும் அடிமையாகிக் கொண்டிருக்கிறார்கள் என்றால், அது வலியவர் எளியவரை வாட்டு வதற்குக் கடவுள் கொடுக்கும் தண்டனையே ஆகும். முகம்மதியரும் பரங்கியரும் நாள்தோறும் முன்னேறிக்கொண்டு வருகிறார்கள் என்றால், அவர்களிடையே இப்படிப்பட்ட கொடூரமான அநியாயமான பழக்கங் களும், சாதிக் கட்டுப்பாடுகளும் இல்லாமையே காரணமாகும். நமது இனத்தினரின் உயிர்ச்சத்தை மெதுவாக உறிஞ்சி நமது தினசரி வாழ்க்கையைக் கசப்பும் இருண்டதுமாக்கும் இந்தத் தீய வழக்கங்களை எதிர்த்துப் போராடுவதற்கு நீ எனக்குத் துணைசெய்ய வேண்டும். வாழ்க்கையை நிறைவு பெறச் செய்யும் உன்னதத் தொழிலாக இது உனக்குத் தோன்றவில்லையா?' என்று ஆர்வமிகுதியால் கண்கள் பளபளக்கக் கேட்டாள். அந்த அழகில் மயங்கி அவற்றையே பார்த்துக்

கொண்டிருப்பது சந்தேகமின்றி, உன்னதத் தொழிலாகத்தான் இருக்கு மென்று தோன்றியது மாதவனுக்கு. ஆனால், அவளுடைய சொற்களோ அவளுக்குப் பைத்தியம் பிடித்து விட்டது என்ற சந்தேகத்தையே வலியுறுத்துவதாகத் தோன்றின.

'நான் உன்னை எப்படித் திருமணம் செய்துகொள்ளமுடியும்? அது அசம்பாவிதம். சாத்தியமே இல்லாதது. உனக்கும் அது தெரியும். உனக்கு என்னிடம் அன்பு இருக்குமானால் வம்புப் பேச்சுக்கு இடம் தருகிற - இந்த மிலேச்சனோடு வாழும் வாழ்க்கையை விட்டுவிட்டு என்னுடன் நமது வீட்டுக்கு வா. குடும்பப் பெயருக்குக் களங்கம் உண்டுபண்ணாதே.'

அவள் எழுந்துகொண்டே, 'குடும்பப் பெயருக்கு என்னால் களங்கம் வருமென்று யாரும் பயப்படத் தேவையில்லை. ஆனால், நான் கொண்டிருந்த நம்பிக்கை வீணாகிவிட்டது' என்றாள்.

அவனும் தன் இருக்கையிலிருந்து எழுந்தவனாய் அவள் முகத்தை ஆவல் ததும்பப் பார்த்துக்கொண்டே, 'நான் நாளை அல்லது அடுத்த வாரம் வருகிறேனே? நான் சொல்லுவதையும்தான் கேளேன். நான் உன்னை இன்னும் காதலிக்கிறேன். அப்பாவுக்கும் எனக்கும் இது பெரிய தலைகுனிவாக இருக்கிறது. நகரம் முழுவதும் நம்மைப் பார்த்துச் சிரிக்கிறது. வேண்டுமானால் அப்பா உன்னுடைய சீதனச் சொத்தை உன்னிடம் திரும்பத் தந்துவிடுவார். நீ அதை உன் விருப்பம் போல் உன் ஆயுசு முழுவதும் அனுபவித்து வரலாம். நான் ரொம்பவும் வேண்டிக் கொள்கிறேன். இந்த மிலேச்சனின் நிழலை விட்டுவிட்டு வந்து என்னுடன் இரு. நீ விரும்பினால் நான் வேறு ஒரு பெண்ணை மறுமணம் செய்துகொள்ளாமல் இருக்கிறேன்' என்றான்.

'முடியாது' என்று கசப்புடன் அழுத்தமாகக் கிளாரிந்தா சொன்னாள். 'உன் தகப்பனார் என் சொத்துக்காக என் உடலைக் கொல்லப் பார்த்தார். நீ காம இச்சைக்காக அல்லது சொத்துக்காக என் உடல், ஆத்மா இரண்டையுமே கொல்லப்பார்க்கிறாய். வழக்கில் ஜெயிக்காமல் போனால்கூட உன்னுடன் வாழ்வதைவிடத் தெருவில் பிச்சையெடுத்தே பிழைப்பேன். இனிமேலும் நீ என்னை அவமானப்படுத்த வேண்டாம்.

எதையோ சொல்ல விரும்புபவன் போல அல்லது செய்ய விரும்பு பவன் போலத் தயங்கிய அவன், அவள் பார்வையைப் பார்க்க நேரிட்டதும் பயந்து பின்வாங்கி விட்டான்.

சிறிது தூரம் சென்றதும் திரும்பவும் வந்து வாசல்படியில் நின்று கொண்டு, 'சாப்பாடு எப்படி நடக்கிறது? நரஹரிராவ் தான் தினமும் கொண்டுவருகிறாரா?' என்றான்.

அவள் பொறுமை இழந்தவளாய் அலட்சியத்துடன், 'இல்லை, அவரைச் சிரமப்படுத்த விரும்பவில்லை. சாரதா தண்ணீர் கொண்டு

வந்து சமைக்கிறாள். சமயங்களில் நானும் சமைக்கிறேன்' என்றாள்.

'சாரதா சூத்திரப் பெண் அல்லவா?' கேட்கவே கூசினான் மாதவன். 'நீ எப்படி அதைச் சகித்துக் கொள்கிறாய்?'

'சகித்துக் கொள்ளவேண்டிய தவறு இதில் என்ன வந்தது? ஆயிரம் கமலாபாய்களையும் கல்யாணிபாய்களையும்விட சாரதா எவ்வளவோ மேல். என்னையும் என் மிலேச்சக் கருத்துக்களையும் பற்றி நீ கவலைப் பட்டுக்கொள்ளாதே. போய்விடு' என்றாள்.

அதிர்ச்சியுற்ற மாதவன் கிறுக்குத்தான் பிடித்துவிட்டதோ அல்லது அவள் பாதுகாவலனோடு சேர்ந்து இவளும் மிலேச்சமாகி அவனுடன் 'வாழ்ந்து' கொண்டுதான் இருக்கிறாளோ என்று பலதும் நினைத்துக் கொண்டே வேகமாக வெளியே சென்றான்.

5

ஆசானும் மாணவியும்

அவன் சென்றதும் கிளாவிருந்தா கதவைத் தாழிட்டுக் கொண்டு படுக்கையில் விழுந்து வெகுநேரம் அழுதாள். கண்ணீர், கடவுள் கருணையுடன் அளித்த ஒரு வரம். தனிமையில் துன்பம் அனுபவிக்கும் ஆத்மாக்களுக்கு அது ஒன்றுதான் ஆறுதல்.

கடைத்தெருவிலிருந்து திரும்பி வந்த சாரதா தன் எஜமானி சிந்தனையில் மூழ்கி இருப்பதையும், அவள் கண்கள் அழுது வீங்கி இருப்பதையும் கவனித்தாள். இப்பொழுது அவளுடன் பேசுவதில் பயனில்லை என்று உணர்ந்த அவள் பெண்களுக்கே உரித்தான முறைகளில் அவள் மனதை வேறு பக்கங்களில் திருப்ப முயன்றாள்.

தலைவலியாக இருந்ததால் கிளாவிருந்தா அன்று மாலை லிட்டில்டனைச் சந்திக்கவில்லை. இரவிலும் கவலை நெஞ்சை அழுத்திக் கொண்டே இருந்தது. நெடுநாளாகப் போற்றி வளர்த்துவந்த ஓர் இனிய நம்பிக்கை முரட்டுத்தனமாகப் பிடுங்கி எறியப்பட்டது போன்ற ஒரு வேதனையை உணர்ந்தாள்.

மறுநாள் காலை மனம் சற்று இலேசானதுபோல் தோன்றியது. அன்று லிட்டில்டன் அவளைச் சந்தித்தபோது, மெதுவாக, பேட்டி நன்றாக முடிந்ததா என்று கேட்டுவிட்டு அவள் தலைவலியைப் பற்றியும் விசாரித்ததோடு நிறுத்திக்கொண்டார். அவருடைய இந்த மென்மை அவளுடைய இதயத்தைத் தொட்டது. எல்லாவற்றையும் அவருக்கு விவரமாகச் சொல்ல வேண்டியதில்லை என்று அறிந்ததும் அவள் பெரு நிம்மதி அடைந்தாள். ஆனால் அவர்கள் அன்று வேறு உரையாடல் எதுவும் வைத்துக்கொள்ளவில்லை. பாடத்தைப் படிப்பதோடு நிறுத்திக் கொண்டார்கள்.

லிட்டில்டன் அவள் மனதைக் கிளறி கேட்கவில்லையாயினும், அவளால் தன் உணர்ச்சிகளை அவரிடமிருந்து மறைக்க முடியவில்லை. இந்தத் திடீர் மாற்றத்தின் காரணம் அமாத்யாவின் மகன் வந்து பேசிச் சென்றதுதான் என்று அவர் புரிந்துகொண்டு அமைதியுடனும்

மென்மையுடனும் அவளுக்கு ஆறுதல் அளிக்கும் வகையில் நடந்து கொண்டார்.

அவள் அறிவுக் கூர்மையுள்ளவள் என்பதை லிட்டில்டன் வெகு விரைவிலேயே கண்டுகொண்டார். நடைமுறை முக்கியத்துவம் வாய்ந்த பல விஷயங்களைப் பற்றி அவள் இதுவரை சிந்தித்திராத கோணங் களிலிருந்து அவளைச் சிந்திக்கச் செய்து அவள் அறிவு விழிப்படையவும், மனம் விசாலம் அடையவும் திட்டமிட்டுச் செயல்பட்டார். ஆனால் தன்னுடைய மத நம்பிக்கைகளை அவளிடம் அவர் வலுக்கட்டாயமாகப் புகுத்தவில்லை. அவளுக்குத் தெளிவான மத நம்பிக்கைகள் எதுவும் இல்லை என்பதையும், அவளுடைய சாதிப் பழக்க வழக்கங்களைப் பற்றி அவள் சில முற்போக்கான தீவிர கொள்கைகள் கொண்டிருக்கிறாள் என்பதையும் அறிந்தார். அவர் சந்தித்த எந்த இந்து ஆடவனுக்கும் பெண்ணுக்கும் இதுபோன்ற கருத்துகள் இருந்ததை அவர் கண்டதே இல்லை. அவள் சுயமாகவும் துணிவுடனும் சிந்திக்கும் திறன் உள்ளவள், மிகவும் உணர்ச்சி வசப்படக்கூடியவள் என்பதையும் அறிந்தார்.

நாளடைவில் கிறிஸ்தவ மதத்தின் நடைமுறை அம்சங்களை விளக்கிச் சொல்லத் தொடங்கினார். துன்பத்தில் மூழ்கி இருக்கும் மக்களுக்கு அது நம்பிக்கையும் மகிழ்ச்சியும் அளிக்கவல்லது என்று கூறினார். மனித குமாரனின் எல்லையற்ற அன்பையும் சுகமளிக்கும் அவர் கருணையை யும், அவர் மனிதனாக அவதரித்துத் தாழ்த்தப்பட்டவர்களையும் ஒதுக்கப்பட்டவர்களையும் அரவணைத்து அவர்களுக்குத் தம் தெய்வீக அன்பினால் ஆறுதலும் மனச்சாந்தியும் அளித்ததைப்பற்றியும் சொன்னார். தத்துவம் என்ற நோக்கிலும், வாழ்க்கைப் பிரச்சினைகளை அணுகும் பகுத்தறிவு நோக்கிலும் ஆராய்ந்தால் கிறிஸ்தவ மதம் அவளுடைய கூர்த்த அறிவுக்குத் திருப்தி அளிக்காது என்பதை அவர் அறிவார்.

ஆனால் ஓர் அம்சத்தில் அது மற்ற மதங்களினின்றும் முற்றிலும் வேறுபட்டது. வாழ்க்கையில் துன்பமுற்றோர்க்கும் துர்ப்பாக்கிய மடைந்தோர்க்கும் ஆறுதலளிக்கும் ஒரு தனிச் செய்தி கொண்டதாக இருந்தது. இப்பிறவியிலும், நாம் அறியாத முற்பிறவிகளிலும் செய்த பாவங்களின் விளைவாகவே துர்ப்பாக்கியங்கள் நிகழ்கின்றன என்றும், அவற்றைத் தவிர்க்கவே முடியாததால் காரண காரியத்தைக் கணக்குச் செய்தும், விதியே என்று அவற்றைப் பொறுமையுடன் சகிப்பதையும் தவிர வேறு வழியே இல்லை என்றும் கருணையற்று கிறிஸ்தவ மதம் சொல்வதில்லை. அது அளிக்கும் செய்தி ஆறுதலும் நம்பிக்கையும் மகிழ்ச்சியும் தர வல்லது. ***'துயரப்படுகிறவர்கள் பாக்கியவான்கள்; அவர்கள் ஆறுதல் அடைவார்கள்.'***

'வருத்தப்பட்டுப் பாரஞ்சுமக்கிறவர்களே, நீங்கள் எல்லோரும் என்னிடத்தில் வாருங்கள்; நான் உங்களுக்கு இளைப்பாறுதல் தருவேன்...

உங்கள் இருதயம் சந்தோஷப்படும். உங்கள் சந்தோஷத்தை ஒருவனும் உங்களிடமிருந்து எடுத்துப்போட மாட்டான்.'

'இழந்து போனதைத் தேடவும் இரட்சிக்கவுமே மனித குமாரன் உலகத்திற்கு வந்திருக்கிறார்.'

நான் அவைகளுக்கு ஜீவனுண்டாயிருக்கவும், அது பரிபூரணப் படவும் வந்தேன்.

இந்த வசனங்களின் கருத்தை விளக்கிச் சொல்லி கிறிஸ்து இந்தப் பூமியில் நடத்திய மாசற்ற மலர்போன்ற வாழ்க்கையைப் பற்றியும், அவ்வாழ்க்கை பரப்பிய திவ்விய மணத்தைப் பற்றியும், அவருடைய எல்லையற்ற கருணையையும், அவர் துன்புற்ற மனிதகுலத்திடம் காட்டிய பரிவையும் உணர்ச்சியுடன் எடுத்துக் கூறினார்.

இந்தப் புதிய செய்தி, நொந்து நலிந்துபோயிருந்த அவள் இதயத்தைத் ஈர்த்தது. வாழ்வின் இன்னல்களைப் புரிந்துகொண்டு அன்பாலும், தியாகத்தாலும் அவர்களை மீட்டுக்கொண்ட துன்புறும் கடவுள் அவளைக் கவர்ந்தார். கிறிஸ்துவின் வாழ்க்கைதான் அவள் கற்பனையை மிகவும் கவர்ந்தது. கிறிஸ்து கடவுளா என்னும் பிரச்சினையையும் கிறிஸ்து மதக் கோட்பாடுகளைப் பற்றியும் லிட்டில்டன் வாதங்களைக் கிளப்பவில்லை. ஆனால் கிறிஸ்தவ இந்து மக்களிடையே உள்ள ஒரு வேறுபாட்டை நன்கு எடுத்துக் காண்பித்தார். கிறிஸ்தவக் கோட்பாட்டின்படி கடவுள் மனிதகுலத்தின் தந்தை என்றும், அவர் பார்வையில் எல்லா மனிதரும் சகோதரர்களே என்றும் பணக்காரர், ஏழைகள், பலசாலி, பலவீனன் என்று பாகுபாடு இல்லை என்றும் சொன்னார். ஆனால் இந்து மதமோ ஒரு மனிதனின் தரத்தையும் அவன் முக்திக்கு அருகில் இருப்பதையும் இல்லாததையும் அவன் பிறவி நிர்ணயிப்பதாகக் கொள்கிறதால் வலியவர் எளியவரை வாட்டுவதற்கு வசதியாக இருக்கிறது என்றும் சொன்னார். சாதி முறையினால் ஏற்படக் கூடிய அநீதிகளை அவர் இதற்கு முன்னாலும் அடிக்கடி அவளிடம் விவாதித்திருந்தார். அதனால்தான் சாரதா சமைத்ததைச் சாப்பிடும் படியாக அவள் மனம் பக்குவம் அடைந்திருந்தது – நடைமுறையில் இந்துமதம் சாதிச் சார்புள்ளதாகவும், ஏதேச்சதிகார முறையில் இயங்கு வதாகவும், கிறிஸ்தவ மதம் ஜனநாயக முறையில் இயங்குவதாகவும் அவர் பிரித்துச் சொன்னபோது, கிறிஸ்தவ மதத்தின் மீது அவள் ஆர்வம் காட்ட ஆரம்பித்தாள். உலகில் பாவமும் அக்கிரமும் மலிந்தபோது கடவுள் அவதாரமாக வந்து மக்களை இரட்சிக்கிறார் என்பது இந்து மதத்துக்குப் புதுமையான கருத்தல்ல. ஆகவே **வலது கன்னத்தில் அறைந்தவனுக்கு இடது கன்னத்தையும் திருப்பிக் காட்டு** என்று உபதேசம் செய்து, அதே பணிவையும் தாழ்மையையும் செயலிலும் காட்டி, தம் உயிரையும் பிறருக்காக ஈந்த ஒருவர், கருணைக் கடலான கடவுளின்

அவதாரமாக இருக்க முடியாதா என்று எடுத்துக் காண்பித்தார்.

இவ்வாறாகக் கிறிஸ்தவத்தின் கருத்துக்களை அவள் சிறிது சிறிதாக அறிந்த பிறகு அவள் இன்னும் கடவுளிடம் நெருங்கி வந்து மனச்சாந்தி பெறுவதற்காக ஜெபம் செய்யுமாறு கற்பித்தார். கிளாவிருந்தா இதுகாறும் வெளிப்படையாகவும் ஒழுங்காகவும் ஜெபம் செய்ததில்லை. ஆனால் அவள் துக்கபாரத்தால் அழுந்தி வேதனையுற்ற சமயங்களில் அவள் மனம் அவளையுமறியாமல் தன்னைப் படைத்த ஆண்டவனிடம் உதவியையும் பலத்தையும் வேண்டிக்கொண்டதுண்டு. அதனால் ஏதாவது விசேஷ பலனோ மன அமைதியோ அடைந்ததாக அவள் உணர்ந்ததில்லை.

ஆனால் இப்பொழுது லிட்டில்டன் ஆலோசனையின் படி – சில சமயங்களில் அவருடன் சேர்ந்தும் – ஆண்டவனின் துணையையும் சக்தியையும் வேண்டி ஜெபித்தாள். காலையில் எழுந்தவுடனும் இரவு படுக்கச் செல்லும் முன்பும் ஜெபித்தாள். ஜெபமானது ஒரு சில மனநிலைகளில்தான் சாத்தியப்படும். சிலர் இயல்புக்கு ஜெபம் செய்ய வரவே வராது. ஆனால் உண்மையான பக்தியுடன் ஜெபித்தால், அந்தப் பக்தனின் மனத்தில் விளையும் அற்புதமான உணர்ச்சிக்கு ஈடு இணையே கிடையாது. கிளாவிருந்தாவும் அந்தப் பக்தி உணர்வை வெகு விரை விலேயே அனுபவித்தாள். ஒவ்வொரு தடவை ஜெபித்த பிறகும் அவள் மனம் இதுவரை அனுபவித்தறிந்திராத ஒரு சாந்தமும் ஆத்ம திருப்தியும் அடைந்தது. உள்ளம் இலேசாக இருப்பதையும் உணர்ந்தாள்.

அவள் உள்ளத்தில் லிட்டில்டனிடம் நன்றியுணர்ச்சி பெருகியது. அவள் அறிந்த கிறிஸ்தவர் அவர் ஒருவர்தான். அவருடைய உத்தம வாழ்க்கையை நேரிலேயே கண்டு வந்தாள். தன்னால் முடிந்த உதவி களைப் பிறருக்கு ஆரவாரமின்றிச் செய்வது, பிறர் ஆபத்தில் இருக்கும் போது உயிரையும் துச்சமாக மதித்து உதவி செய்யத் தயாராய் இருப்பது, படாடோபமில்லாமல் தகுதியான பேர்களுக்குத் தர்மம் செய்வது, நேர்மையுடன் வாழ்வது, தோல்வி கண்டபோது தெய்வசித்தமென்று பணிந்து மனமகிழ்ச்சியுடன் அவற்றை ஏற்றுக்கொள்வது போன்ற பண்புகளை, அவள் அவரிடம் கவனித்து வியந்தாள். அவளுடைய புதிய இலட்சியங்களின் மாதிரி புருஷனாக அவரை மதித்தாள். அவர் தீரனாகவும் சாதுவாகவும் அவளுக்குத் தோன்றினார். பரங்கிகளைப் பொதுவாக வெறுத்த அவளுடைய பாட்டனார்கூட லிட்டில்டனிடம் மரியாதை கொண்டிருந்ததையும் நினைத்துக் கொண்டாள்.

இந்து மதக் கொள்கைகளை நம்புகிறவர்களிடையேயும் அவற்றைக் கைக்கொள்ளுகிறவர்களிடையேயும் அவள் இப்படிப்பட்ட ஒரு மனிதனைக் கண்டிருக்கவில்லை. கண்ணியமான வைதிகமான இந்துக்கள் என்று அழைக்கப்படுகிறவர்களில் குறைந்தது ஒரு டஜன் பேர்களாவது

சரியான போக்கிரிகள், மனித குலத்துக்கே அவமானம் ஏற்படுத்தக் கூடியவர்கள் என்பதை அவள் அறிவாள். அவளுடைய சொந்த மைத்துனர் அமாத்யா இதுவரை கௌரவமான நம்பிக்கைக்குகந்த மந்திரியும், பிரமுகர்களில் ஒருவரும் அல்லவா? அரசர் தனிப்பட்ட முறையில் அவரிடம் அதிருப்தி கொண்டதால் அவரை வேலைநீக்கம் செய்தாரே தவிர, அவர் கிளாவிருந்தாவைக் கொலை செய்ய முயற்சித்த தற்காக அல்ல என்பதும் அவளுக்குத் தெரியும். அவள் எண்ணப்போக்கு இந்த வழியில் சென்றதாலும், லிட்டில்டனோடு தினமும் பேசிவந்த தினாலும், நாளடைவில் அவளுக்குத் தன் மதத்தின் மீது பற்றுக் குறைந்து கிறிஸ்தவ மத நம்பிக்கைகளில் நாட்டம் உண்டாயிற்று.

அவளைப் பொறுத்தவரையில் பாவ உணர்ச்சியால் கிளர்ச்சியடைதல் அல்லது செய்து பழகிவிட்ட ஒரு பாவத்தை வெல்ல முயற்சி செய்தல் என்பதெல்லாம் இல்லை. அவளுக்கு விரோதமாகத்தான் பலர் குற்றம் செய்திருந்தனரே தவிர அவள் அதிகமாகச் செய்ததில்லை. தினமும் கடவுளை நெருங்கி ஜெபித்து வந்ததால் மனத்தில் ஓர் அலாதி சந்தோஷமும் அமைதியும் உண்டாயிற்று. சில வாரங்களுக்கு முன்னால் மாதவனிடம் சொல்லியதுபோல பிறருக்குத் தொண்டு செய்யவேண்டும் என்றும், அறிவுபூர்வமாக ஆர்வம் கொண்டாள். தன் மனத்தில் ஏற்பட்ட இந்த மாற்றங்களினால் அவள் பிரமிப்பு அடையவில்லை. அவள் பாதுகாப்பாளன் அவளுக்குத் துணையாக இருக்கவும், புதிய மதத்தின் தத்துவத்தை அவர் படிப்படியாகச் சொல்லக் கேட்டுவருவதும் அவள் அறிவுக்கும் உணர்ச்சிக்கும் மிக இனிமையாகவும் இதமாகவும் இருந்தன. அவள் பாட்டனாரைத் தவிர்த்து அவள் வேறு எந்த மனிதர் மீதும் அவள் இத்தனை நன்றியும் வியப்பும் பிரியமும் கொண்டதில்லை. ஒரு மூத்த சகோதரனைப் போல் அவர்மீது சார்புகொள்ளத் தொடங் கினாள். அவர் அவளிடம் காட்டிய பரிவு, ஆதுரம், மென்மையில் அவள் சுகம் கண்டாள். சூரியனை எதிர்பார்த்திருக்கும் தாமரையைப் போல அவள், அவரையே நோக்கினாள்.

6

லிட்டில்டன் சொன்ன கதை

எந்நாளும் ஒன்றுபோல் அமைதியும் மகிழ்ச்சியுமாய் இருக்கவில்லை.

வழக்கில் ஜெயித்துவிட்டாள். மலையூரின் உடைமையும் அவள் கணவர் இறந்ததிலிருந்து அவ்வூரிலிருந்து வந்த வருமானமுமாகச் சேர்ந்திருந்த சிறிது தொகையும் அவளுக்குக் கிடைத்தது. இதுவரை லிட்டில்டனிடமிருந்து தன் செலவுக்காகப் பெற்றுக்கொண்டிருந்த தொகையையும் கட்டாயப்படுத்தி அவரிடம் கொடுத்துவிட்டாள். லிட்டில்டன் விளையாட்டாக, அப்படியானால் இனி அவளிடம் இலவசமாக சமஸ்கிருதம் கற்றுக்கொள்ள முடியாதென்றும், அதற்குப் பதிலாகத் தாம் அவளுக்கு ஆங்கிலம் கற்றுக் கொடுக்கப்போவதாகவும் சொன்னார். அவளும் மகிழ்ச்சியுடன் ஒப்புக்கொண்டாள். ஆகவே அவர்கள் ஒருவருக்கொருவர் ஆசானாக இருந்ததும் அல்லாமல், முன்னைவிட அதிக நேரம் பழகவும் செய்தார்கள்.

பாட்டனாரின் கடைசி விருப்பமான அறப்பணிகள் நிறுவுவதைக் கவனிப்பதில் சில மாதங்கள் கழிந்தன. அந்த வேலைகளில் லிட்டில்டன் அவளுக்கு உற்சாகத்துடன் உதவி செய்தார். வழிப்போக்கர்களும், களைப்படைந்தவர்களும் சாதி பேதமின்றி தங்கி இலவச உணவு பெறும்படி ஒரு சத்திரத்தையும், நூற்றெட்டுப்பேர் தங்கிச் சாப்பிட்டுப் படிக்கும் ஒரு சமஸ்கிருத பாடசாலையையும் நிறுவினாள். குடிதண்ணீர் வசதி இல்லாத பல இடங்களில் கிணறுகள் தோண்ட உதவினாள். இவைகளை நிர்வகித்து மேற்பார்வை செய்ய, அவளும் லிட்டில்டன் உள்பட ஐந்துபேர் கொண்ட ஒரு குழுவும் உருவாகியது. அந்தக் குழுவின் மேற்பார்வையிலேயே மாதாந்திர வருமானமாக அவளுக்கும் ஒரு சிறு தொகை ஒதுக்கப்பட்டது.

இந்த வேலைகள் எல்லாம் முடிந்த பின்னர் அவள் மனதில் ஏதோ ஒரு குழப்பம் இருந்துகொண்டே இருந்தது. அறப்பணி நிர்வாகத்தைத் தானே நேர்முகமாக நடத்தவேண்டும் என்று அவள் நினைத்திருந்தாள். ஆனால் பல காரணங்களை முன்னிட்டு அது உசிதமாக இல்லாததால் குழுவிடம் ஒப்படைத்து விட்டாள்.

சாரதாவின் பேச்சிலிருந்து தான் லிட்டில்டனின் காம்பௌண்டில் வசித்து வருவது ஊர் வம்புக்கு ஆதாரமாக இருக்கிறது என்பதை அறிந்து கொண்டாள். அவளுக்கே தன் நிலைமை சற்று அசம்பாவிதமாகத்தான் தோன்றியது.

தஞ்சையிலுள்ள கிறிஸ்தவக் குடும்பங்களின் ஆத்மிகக் காரியங்களில் ஆர்வம் காட்டினாள். அவர்கள் மட்டும் அவளை சமுதாயத்திலிருந்து விலக்கப்பட்டவளாகக் கருதாமல் ஏற்றுக்கொண்டார்கள். ஆனால் அந்தக் குடும்பங்கள் மிகச் சிலவே இருந்தன. எனவே அவளுக்குப் பணி செய்யும் சந்தர்ப்பங்கள் அதிகமாகக் கிடைக்கவில்லை. மனதில் ஒரு தெளிவில்லாத வெறுமை உணர்ச்சியும், பெயர் சொல்லமுடியாத ஒரு கலக்கமும் இருந்துகொண்டே இருந்தன. மிகவும் கவலைப்படும் வேளை களில் ஊக்கமாக ஜெபித்து தற்காலிகமாக நிம்மதியும் அடைந்தாள். என்றாலும் மனதிலிருந்து வெறுமையுணர்ச்சி நீங்கவில்லை.

அறப்பணி நிர்வாகத்தில் நேர்முகமாகப் பங்குகொண்டால் அல்லது அயலூர்களுக்குப் பயணம் சென்றால் மனநிம்மதி கிடைக்குமோ என்றுகூட எண்ண ஆரம்பித்தாள். ஆனால் படிப்பதிலும் பேசுவதிலும் லிட்டில்டனோடு தினமும் செலவிட்ட சில மணி நேரங்கள் மிக இனிமையாக, ஆறுதலாக இருந்ததால் அவற்றை அவளால் எளிதில் உதறிவிட முடியவில்லை. எனவே அந்த இடத்தைவிட்டுச் செல்லும் எண்ணத்தைக் கைவிட்டுவிட்டாள். அந்த இனிமைக்குக் காரணம் அவரிடமிருந்து தான் அறிவொளியும் ஆத்மிக ஒளியும் பெறுவதால் ஏற்படும் இன்பம் மாத்திரமல்ல என்பதையும் உணரத் தொடங்கினாள். இதுவரை அவரைத் தன் குருவாக நினைத்து மனக்கிடக்கைகளை எல்லாம் தாராளமாகச் சொல்லி வந்திருந்தபோதும், புதிதாக முளைத்த இந்த மனச் சஞ்சலத்தை, பெயர் சொல்லமுடியாத தாகத்தை அவளால் அவரிடம் சொல்லமுடியவில்லை. அது வெட்கத்தினாலா? அப்படி யானால் ஏன் அவள் அவரிடம் வெட்கப்படவேண்டும் என்று அவளுக்குப் புரியவில்லை. அவரிடம் இதை மறைத்துவிடவேண்டும் என்று மாத்திரம் புரிந்தது.

அவள் இதுவரை அவரைப்பற்றி அவரிடம் ஒன்றுமே கேட்டதில்லை. அவரும் சொன்னதில்லை. தஞ்சாவூருக்கு நியமிக்கப்பட்ட கும்பினி அதிகாரி என்று மாத்திரமே தெரியும். தன் உயிரை இருமுறை காப்பாற்றியவர், தான் அறிந்த ஆண் பெண்களில் சிறந்தவர். நல்ல பண்புகள் கொண்டவர் என்று மட்டுமே அவரைப்பற்றி மதிப்பிட்டு வைத்திருந்தாள்.

லிட்டில்டன் அவள் நெஞ்சில் ஏற்பட்ட இந்தச் சிறு சலனத்தையும் உடனே உணர்ந்துகொண்டுவிட்டார். அவருக்கும் அது மகிழ்ச்சியே. அவள் உள்ளத்தில் பதிந்த இந்த அன்பின் விதை முளைத்து வளர்ந்து

ஆழமாய் வேரூன்றவேண்டும். அப்பொழுதுதான் எந்தப் புயலுக்கும் ஈடுகொடுக்கும் உறுதியான அடிமரத்துடன் கப்பும் கவருமாய்த் தழைத்து இலையும் பூவும் பழமுமாய்ச் செழிக்கும் என்று ஆர்வமுடன் காத்திருந்தார். ஓர் இளம் தாய் தன் தலைப்பிள்ளையைப் பேணுவது போல எல்லையில்லா மகிழ்ச்சியுடன் அவர் அதைப் பாதுகாத்து வந்தார். ஆனால் இந்த மரக்கன்றின் எதிர்காலம் எப்படி இருக்குமோ என்று அவருக்குப் பயங்களும் சந்தேகங்களும் எழாமல் இல்லை.

ஒருநாள் மாலை அவர்கள் வழக்கம்போல் படித்துக் கொண்டிருந் தார்கள். பாடத்தில் வந்த ஒரு விஷயத்தைத் தொடர்ந்து வாழ்க்கை யில் துன்பம், தெய்வசித்தத்தின் மர்மம் என்பவற்றைப் பற்றிப் பேச்சு திரும்பிற்று.

'சில சமயங்களில் எல்லாமே புதிராக இருக்கிறது. குருடனைப் போலத் தடவித் தடவி ஒவ்வோர் அடியிலும் தடுமாறி விழுகிறோம். கடவுள் உலகத்தை ஏன் இவ்வளவு இருண்டதாகச் செய்திருக்கிறார்? இன்னும் சிறிது வெளிச்சம் உள்ளதாக அமைத்திருக்கக் கூடாதா?' என்றாள் கிளாவிருந்தா.

அவர் பரிவு மிகுந்த மெல்லிய குரலில், 'அது நாம் அவரைச் சரியான முறையில் தேடுவதில்தான் இருக்கிறது. தேடும்போது அவர் ஒளி நம்மீது பிரகாசிக்கிறது. *கடவுளை நம்பி நன்மை செய்* என்பது கிறிஸ்தவர் களுக்குப் பொன்வாக்கு. நமது கடமையை நாம் சரிவரச் செய்து வந்தோமானால் கடவுளே அடுத்து நாம் செல்ல வேண்டிய வழியைக் காட்டுகிறார். இதையும்விட நமக்கு வேண்டுவது வேறு என்ன?'

'அடுத்து நடப்பதைப் பற்றியோ அல்லது முடிவைப் பற்றியோ நாம் ஏன் அநாவசியமாகக் கவலைப்படவேண்டும்? கடவுளின் திருவுளத் துக்குப் பொறுமையுடன் பணிந்து, அவர் ஆசிகளை மகிழ்ச்சியோடும் நன்றியோடும் ஏற்றுக்கொண்டு, அவரைச் சார்ந்து, அன்பு செய்யும் உள்ளம் விலைமதிக்கமுடியாத கருவூலத்தைப்போன்றது. அடடா, என்ன இது? ஏன் அழுகிறாய்? என் கண்ணே! உன் கண்ணீரைப் பார்க்கும்போது என்னால் தாங்கமுடியவில்லை. ஏன் அழுகிறாய்? உன் வருத்தம் என்ன என்று என்னிடம் மனம் திறந்து சொல்லமாட்டாயா?' என்றார்.

அவள் சிரமத்துடன் தன்னை அடக்கிக்கொண்டு கண்ணீரைத் துடைத்தாள். உணர்ச்சி மிகுதியால் அவள் குரல் கரகரத்தது. 'எனக்கே என்னைச் சரிவரப் புரிந்துகொள்ள முடியவில்லை. சில வாரங்களாகவே இப்படித்தான் மகிழ்ச்சி இல்லாமல் இருக்கிறேன். வரவரத் தாங்கவே முடியவில்லை. ஜெபித்தால்கூட நிம்மதி பெறமுடியாத பாவியாகி விட்டேன். ஐயோ, நான் ஏன்தான் பிறந்தேனோ?' என்று மீண்டும் கண்ணீர் உகுக்கத் தொடங்கினாள்.

லிட்டில்டன் தம்மையும் அறியாமல் மேசைமீது கிடந்த அவள் கையின்மேல் தமது கையை வைத்து மிகுந்த பரிவுடன் 'அழாதே, உன் கண்ணில் நீர் வடிவதைக் கண்டால் என் நெஞ்சில் உதிரம் கொட்டுகிறது என்பதை நீ அறிந்தால் நிச்சயம் இப்படி அழமாட்டாய். நான் இப்பொழுது உனக்கு ஒரு கதை சொல்லப்போகிறேன். அதைக் கேட்ட பிறகு உலகத்தில் நீ ஒருத்திதான் துர்ப்பாக்கியசாலி என்று நினைக்கத் தோன்றாது. நான் வெகு நாட்களாக இந்தக் கதையை உன்னிடம் சொல்லவேண்டும் என்று விரும்பினேன். சொல்லட்டுமா, நீ கேட்பதற்குத் தயார்தானா?' என்றார்.

அவருடைய கரம்பட்டுக் கிளர்ச்சியடைந்த கிளாவிருந்தா, தன் கையை மெல்ல விடுவித்துக்கொண்டு மெல்லிய குரலில், 'சொல்லுங்கள்' என்றாள்.

'இக்கதை என் தேசத்தினன் ஒருவனைப் பற்றியது. அவன் சிறுவனாக இருந்தபோது பெற்றோர் அவன் மீது மிகவும் பிரியமாக இருந்தார்கள். அவன் தாய்க்கு அவன்மீது மிகுந்த அன்பு. அவனும் தன் தாயை பெண்களில் உத்தமியாகப் போற்றி வந்தான். அவன்தான் வீட்டில் மூன்றாவதும் கடைசிப் பையனுமாக இருந்தான். தகப்பனார் வசதி உடையவராதலால் கிடைக்கக்கூடியதில் சிறந்த கல்வியை அவனுக்கு அளித்தார். பள்ளிப் படிப்பில் சிறந்து விளங்கியதால், பெற்றோர் அவன் எதிர்காலம் மிக உயர்வாக இருக்கும் என்று எண்ணினர். தந்தையைப் போல் பாதிரியாராகி, ஒரு பெரிய சபைக்குத் தலைமை தாங்கக்கூடும் என்று எதிர்பார்த்தனர்.

'பள்ளிப் படிப்பு முடிந்து அவன் கல்லூரியில் படித்துக் கொண்டிருந்த போது, ஒரு விடுமுறைக் காலத்தில் நண்பனைப் பார்ப்பதற்காக ஒரு கடற்கரைப் பட்டினத்திற்குச் சென்றான். அங்கு தன் வயதை ஒத்த ஒரு பெண்ணைக் கண்டு, கண்டதும் காதல் கொண்டான். பெண்மையைப் பற்றி அவன் கொண்டிருந்த கற்பனைகள், காதல் கனவுகள் அனைத்தும் கலந்த ஓர் அவதாரம் அவள் என்று அவன் நம்பினான். அவளருகில் இருக்கும் போது இன்ப வேதனையில் சிலிர்த்துப்போனான். அவளும் அந்த இளைஞனைக் காதலிப்பதாகச் சொல்லி அவன் உத்வேகத் துக்குத் தயக்கமில்லாமல் **தன்னை அர்ப்பணித்தாள்**. அது அவளுடைய உண்மைக் காதலுக்கும் ஆழ்ந்த அன்புக்கும் அடையாளம் என்று அவன் கருதினான். அந்தக் கடற்கரைப் பட்டினத்தில் கடற்படை வீரருக்கும் கெட்டுப்போன பெண்களுக்கும் மணம் செய்வித்து வயிறு பிழைக்கும் பாதிரிமார் உண்டு. அந்த இளைஞனும் பெண்ணும் சந்தித்துக்கொண்ட ஒரு வாரத்துக்கெல்லாம் அப்படிப்பட்ட பாதிரி ஒருவரால் அவர்கள் கல்யாணம் நடந்தேறியது.

'அந்த இளைஞன், மணப்பெண்ணின் அழகையும் குணத்தையும்

வர்ணித்து, தனக்குத் திருமணமாகிவிட்ட செய்தியைப் பெற்றோர்க்கு எழுதினான். அவர்கள் திகைப்புற்று நேரில் புறப்பட்டு வந்து பெண்ணைப் பார்த்து விசாரித்து அறிந்தபோது மிகுந்த அதிருப்தி அடைந்தார்கள்.

'அவளுக்கு ஒரு கணிசமான தொகையைக் கொடுத்து ஒதுக்கிவிட்டு, அவளை விட்டு விட்டுத் தங்களுடன் வந்துவிடும்படி பெற்றோர் அவனுக்கு ஆலோசனை சொன்னார்கள். தன் வாழ்க்கையிலேயே முதல் தடவையாக அந்த இளைஞன் பெற்றோர் சொல்லை எதிர்த்து, அவர்கள் மனம் நோகச் செய்தான். தந்தை கௌரவமான வாழ்க்கை நடத்துபவர். கண்டிப்பு மிகுந்தவரும்கூட. பையனின் பிடிவாதத்தால் கோபமுற்று அவனுடன் உறவை முறித்துக்கொண்டு கிளம்பிவிட்டார். பையன் சிலகாலம் காதல் போதையில் மூழ்கிக் கிடந்துவிட்டு விழித்த போது செலவுக்கு இல்லாமல் திண்டாடினான். பெண் கவர்ச்சி மிகுந்த வளாக இருந்தது போல படாடோப வாழ்க்கையில் ஆசை மிகுந்த வளாகவும் இருந்தாள்.'

கதையை ஆர்வமுடன் கேட்டுக்கொண்டு வந்த கிளாவிருந்தா, 'அவன் அவளை மிகவும் நேசித்ததால், வசதி படைத்த தந்தையிடமிருந்து குடும்பச் சொத்தில் தன் பகுதியைக் கேட்டு வாங்கியிருக்கக்கூடாதா?' என்று கேட்டாள்.

'இந்து மதச் சட்டப்படித்தான் பூர்வீகச் சொத்தில் எல்லா ஆண் மக்களுக்கும் சொத்தில் சம்பாத்தியதை உண்டு. ஆனால், எங்களுடைய சேஷ்டபுத்திர உரிமைச் சட்டப்படி இந்த இளைஞன் மூன்றாவது பையனாதலால் இவனுக்கு ஒரு செப்புக் காசுகூடக் கிடைக்காது. அவன் தாயும் சகோதரிகளும் தங்கள் கையிருப்பிலிருந்து திருட்டுத்தனமாக சில காலம் கொஞ்சம் அனுப்பி வந்தார்கள்.

'அவன் பிழைப்புக்கு வழி தேடிக்கொண்டு இருந்தான். மனைவியிடம் டாம்பீகச் செலவுகளைக் குறைத்துச் சிக்கனமாக இருக்கக்கூடாதா என்று கேட்டுக்கொண்டான். ஆனால், பயன் ஏதும் இல்லை. அவன் பணக்கார வீட்டுப்பிள்ளை என்று அறிந்து அவன் பணத்தின்மீதுதான் அவள் காதல் கொண்டாள் என்பதைப் புரிந்துகொண்டான். இருந்தும் அவன் அவளை அன்புடன் பராமரித்து வந்தான். ஆனால், அவள் வரவர அவனிடம் அன்பில்லாமலும் கொடூரமாகவும் நடந்துகொண்டாள். முதலில், அவன் பெற்றோர் சொன்னபடி பணத்தைக் கொடுத்தால், தான் அவனை விட்டுப் போய்விடுவதாகவும் சொன்னாள். இதனால் அந்த இளைஞன் வெறி பிடித்தவன் போல் ஆகித் தற்கொலை செய்துகொள்ளலாமா என்றும் நினைத்தான். இதற்கிடையில், அவனது அழகிய லட்சிய மனைவி குடிக்கவும் தொடங்கினாள். மேல் நாட்டில் இது ஒரு சாபம். அதைவிடவும் படுகுழியில் விழுந்துகொண்டிருக்கிறாள் என்று சந்தேகிக்கவும் இடமிருந்தது. அவள்மீது இன்னும் அவனுக்குச்

சற்றுப் பாசமும், பாசத்தைவிட அதிகமாக இரக்கமும் இருந்தது. ஆகையால் அவளைக் காப்பாற்றுவதற்காக எத்தனையோ முயற்சிகள் செய்தான். பலன் எதுவும் இல்லாததால் இருபது வயது நிரம்புவதற் குள்ளேயே வாழ்க்கையை வெறுத்தவனாய், நிராசையோடு இந்தத் தொலைதூர நாட்டுக்குப் பரதேசியாக வந்துவிட்டான்' என்றார்.

'அவன் ஏன் தன் பெற்றோரிடம் திரும்பிப் போகவில்லை? போயி ருந்தால் அவர்கள் மன்னித்திருக்கமாட்டார்களா? அவர்கள் உதவியால் அவன் அவளையும் காப்பாற்றி இருக்கலாமே. அப்படியும் அவள் திருந்தாவிட்டால் அவன் வேறு யாரையாவது ஒரு நல்ல பெண்ணைக் கல்யாணம் பண்ணிக் கொண்டிருந்திருக்கலாம்' என்றாள் கிளாவிருந்தா.

அவர் கவலையுடன், 'பெருமைதான் அவனைத் தடுத்திருக்க வேண்டும் அல்லது கண்டிப்பான தந்தையிடம் கொண்ட பயம் குறுக்கிட்டிருக்கலாம். என்ன காரணமோ அவன் தன் பெற்றோரையும் சகோதர சகோதரிகளையும் மீண்டும் சந்திக்கத் துணியவில்லை. கிறிஸ்தவர்கள் ஒரு தாரம் இருக்கையில் மறுதாரம் செய்துகொள்வது சட்ட விரோதம். அதனால்தான் வேறு நல்ல பெண்ணைக் கல்யாணம் பண்ணிக்கொள்ளவும் அவனால் முடியவில்லை.'

'எங்களுடைய சாதிக்கட்டைப்போல்தான் உங்கள் சேஷ்ட புத்திர உரிமைச் சட்டமும் இருக்கிறது. இரு தாரத்தைக் குற்றமென்று கொள்கிற உங்கள் சட்டம் மிகுந்த நியாயமானதாக மனிதாபிமானமுள்ளதாகத் தோன்றுகிறது. ஆனால், உங்களைப் போன்றவர்களுக்கு அது மிகவும் இடைஞ்சலானது இல்லையா?' என்றாள். பின்னும் தொடர்ந்து:

'மன்னிக்கவும். உங்கள் கதையில் குறுக்கிட்டு விட்டேன். சொல் லுங்கள், வெளிநாட்டுக்கு ஓடின அந்த இளைஞனும் அவனது உதவாக்கரை மனைவியும் என்ன ஆனார்கள்?'

'அவள் தீராத குடிகாரி ஆகி மிகவும் கேவலமான முறையில் வாழ்ந்து கொண்டிருந்தாள். அவளுக்குப் பைத்தியம் பிடித்து விட்டது.'

'அவன்?'

'கடவுள் அவனிடம் கருணை காட்டினார்.' அவருடைய ஆழ்ந்த குரல் உணர்ச்சியாலும் சோகத்தாலும் கனத்திருந்தது.

'புதிய தொழிலில் இறங்கினால் பழைய நிகழ்ச்சிகளை மறந்து விடலாம் என்று எண்ணி அவன் ஆபத்தும் சிரமுமான முயற்சிகளில் எல்லாம் தன்னை ஈடுபடுத்திக்கொண்டான். புதுச் சூழ்நிலையில் ஓரள வுக்குப் பழங்கதையை மறந்தும் போனான். ஆனால், சில வருடங்கள் கழித்து, எதிலும் அதிகப் பிடிப்பு இல்லாமல் வாழ்ந்து கொண்டிருந்தவன் வாழ்க்கையில் நடந்த ஒரு நிகழ்ச்சியானது அவனுக்கு வாழ்க்கையில் ஒரு லட்சியத்தையும் நோக்கத்தையும் உருவாக்கிக் கொடுத்தது. பருவத்தின் உச்சத்தை எட்டியிருந்தும் கடந்த காலத்தின் கசப்பு மாறவேண்டும்

என்ற ஒரே நோக்கத்துடன் வாழ்க்கையைக் குருடனைப் போலத் தடவிக் கொண்டிருந்த அவன், இப்பொழுது வாழ்க்கையில் ஒரு புது அழகையும் ஒளியையும் கண்டான். இந்தப் புது மகிழ்ச்சி அவன் நெஞ்சில் பெருக்கெடுத்ததும், பழம் நினைவுகள் கனவைப் போல் மறைந்து விட்டன. இந்த அனுபவத்தால் அவன் வாழ்க்கையே ஒரு வரப்பிரசாதம் என்று கருதினான். யாராவது வரம்வேண்டித் தவம் செய்யும்போது, தேவர்கள் அவனது பக்தியையும் விடா முயற்சியையும் சோதித்துத் திருப்தியடைந்த பின்னரே, வரம் அருள்வதாக உங்கள் புராணக் கதைகள் சொல்லவில்லையா? அதைப்போல கடவுளும் இந்த மனிதனைச் சோதித்து, அவன் தவத்தைக் கண்டு பிரீதி அடைந்தார்போலும். ஏனென்றால், அவன் தன் சகபாடிகளைப் போல் இந்தத் தொல்லை தேசத்தில் ஒழுக்கக் குறைவாக நடந்துகொண்டால் அதனால் கெட்டுப் போவதுதான் என்ன? என்ற மனப்பான்மையுடன், தெய்வ பயமே இல்லாமல் கேளிக்கைகளிலும் சிற்றின்பங்களிலும் ஈடுபடவில்லை. அவமான உணர்ச்சியும், பாவம் செய்தால் மனம் வருந்தும் தன்மையும் அவனிடம் எப்பொழுதும் இருந்தன. சந்நியாசியைப் போல அவன் வாழ்ந்த தனிமை வாழ்வைக் கண்டு கடவுள் மனம் இரங்கியிருக்க வேண்டும். அதனால்தான் கடவுள் அவனுக்கு இத்தகைய அரிய கருவூலத்தை அருளியிருக்கிறார். அவனுக்கு நிகழ்ந்தது என்ன என்று உனக்கு யூகிக்கமுடிகிறதா?'

அவர் அவள் முகத்தை நோக்கித் திடீரென்று அந்தக் கேள்வியைக் கேட்டுவிட்டார். கண்களில் மகிழ்ச்சி சுடர்விட்டுக் கொண்டிருந்தது. அவள் அவரை ஏறிட்டுப் பார்த்தாள். ஆனால், அவர் கண்களைச் சந்திக்க முடியாமல் வெட்கத்தில் தலை கவிழ்ந்தாள்.

'உனக்கு யூகிக்கமுடியவில்லையா?' என்று மீண்டும் மெல்லிய குரலில் கெஞ்சும் பாவனையில் கேட்டார்.

அவள் நெஞ்சில் விசித்திரமான, ஆனால் சுகமான குழப்பம் ஏற்பட்டது. குனிந்த தலையை நிமிர்த்த முடியாமல் மிக மிக மெல்லிய குரலில் 'அவர் திரும்பவும் காதல் கொண்டாரா?' என்றாள்.

'ஆம், நீ சொல்வது போல அவன் திரும்பவும் காதல்கொண்டான். ஆனால், இது முற்றிலும் வேறுபட்டது. அவன் வாழ்க்கையின் வசந்த காலத்தை விஷமாக்கிக் கிறுகிறுப்படையச் செய்த பழைய காதல் அல்ல இது. உங்கள் நாட்டில் பரிசுத்தமான இமாலயத்தின் பனி மூடிய சிகரங்களில் இருந்து புறப்பட்டு வழியெல்லாம் வரங்களை அள்ளிக் கொடுத்துக் கொண்டு ஆழ்கடலை நோக்கிப் போகின்ற பிரமாண்டமான நதியின் சாந்தமும் சக்தியும் கொண்ட வெள்ளப்பெருக்குப் போன்றது அவன் காதல். கோடை மழை பெய்ததும் சேற்றையும் சகதியையும் அடித்துக்கொண்டு சலசலத்த வண்ணம் ஓடிவந்து விரைவில் மணலில்

வற்றிப்போகும் நீரோட்டத்தைப் போன்றது அல்ல அவன் காதல். ஆம், அவன் இப்பொழுது காதலித்தான். ஆனால், எத்துணை வேறுபட்ட காதல்! அவன் அன்பு செய்த அந்தப் பெண் வேறு இனத்தவளாயினும், பெண்மையின் இலட்சியம் என்று அவனுக்குக் கற்பிக்கப்பட்ட சித்திரத்திலிருந்து சில அம்சங்களில் மாறுபட்டவளாயினும், பெண்களில் மாணிக்கம் போன்றவள். சக்கரவர்த்தியின் மகுடத்தில் பதிக்கத் தகுந்த கோஹினூர் வைரத்தை ஒத்தவள். புடமிடப்பட்டுப் பரிசுத்தமாக ஒளிரும் பொன்னைப் போல அவளும் பல துன்பங்களை அனுபவித்துக் கடவுளால் சுத்திகரிக்கப்பட்டவள். இத்தகைய ஒரு விலையேறப்பெற்ற அன்பை அவனுக்கு வழங்க கடவுள் திருவுள்ளம் கொண்டார். இந்த அன்புப் பாதையில் ஏற்படும் இடைஞ்சல்களினாலேயே, அது மேலும் புனிதமடைந்து வலுப்பெற்று, ஆழமுடையதாகிறது. ஆனால், இறைவன் தன் வரத்தை ஒருநாளும் வீணிலே வழங்கமாட்டார். அவர் வழிகள் சர்வவல்லமை பொருந்தியதும் மர்மம் நிறைந்ததாகவும் உள. இந்த அன்பு அனுபவத்தையே அவன் ஒரு வரமாக நினைக்கிறான். அது வெற்றியடையுமா என்ற தயக்கத்தினால் வெளியில் சொல்லாமல் தன் இதயத்துள் அடக்கி வைத்திருந்த காலத்திலும் அது அவனுக்கு விவரிக்க முடியாத இன்பத்தை அளித்தது. ஒரு மகாகவி **இயற்கையின் ஒரு லீலையால்** உலகம் அனைத்தும் ஒன்றாகிவிடுகிறது என்பதுபோல, அவளும் அவன் மகிழ்ச்சியில் சிரத்தை கொண்டிருக்கிறாள் என்று அவன் அறிந்தபோது, அவனது ஆனந்தத்துக்கு அளவே இல்லை. கடவுள் தனக்கு அருளிய ஆசீர்வாதத்தால் மனம் நிறைந்து அவருக்குத் துதி செய்தான்!'

தமது சொற்களின் விளைவைக் கவனிக்குமாறு நிறுத்தினார். இன்னும் அவரைப் பார்க்காமல் வேறு எதையோ பார்த்துக் கொண்டிருந்தாள். ஆனால், மகிழ்ச்சியில் அவள் கண்கள் ஒளி வீசின; மார்பகங்கள் விம்மின. அவருக்கு அவள் உணர்ச்சிகள் தெளிவாகப் புலப்பட்டன. அதற்கு மேல் அவர் பேசத் துணியவில்லை. அவள் முதலில் பேசட்டும் என்று காத்திருந்தார். வெட்கி முகம் சிவந்த கிளாவிருந்தா வேறு பக்கம் பார்வையை ஓட்டிய வண்ணம் தடுமாறிய குரலில் பேச ஆரம்பித்தாள்:

'ஆனால் அவர் திரும்பவும் கல்யாணம் செய்துகொள்ள முடியா தென்று சொன்னீர்கள். அப்படியானால் அவர் அன்பு எப்படி வெற்றி பெறும்? இப்போது சொல்லுங்கள். இது யாருடைய கதை?'

அவள் அவரை ஏறிட்டுப் பார்த்தாள். தன் விதி அங்குதான் எழுதப் பட்டிருப்பது போல அவரும் அவள் கண்களை உற்றுப் பார்த்தார்.

அவளுக்குத் தெளிவாகப் புரிந்துவிட்டது. மனக்கலக்கத்துடன் வேகமாக எழுந்து அறையை விட்டு வெளியே சென்றாள்.

7

நலம் கருதி ஒரு பொய்!

திருச்சிராப்பள்ளி அதிகாரிகள் குடியிருப்பு ஒன்றின் வராந்தாவில் லிட்டில்டன் பரபரப்பான மனநிலையில் மிக வேகமாகக் குறுக்கும் நெடுக்கும் நடந்துகொண்டிருந்தார். அவருடைய நண்பர் ஷெர்கான்-இப்பொழுது நவாபின் படையில் குதிரைப்படை அதிகாரியாக இருப்பவர் - திண்டு வைத்த சோபா ஒன்றில் சாய்ந்தவண்ணம் ஹுக்காவைப் புகைத்து அதன் நறுமணப் புகையை உறிஞ்சிக் கொண்டு அது போட்ட சத்தத்தை தேவகானமாகக் கருதி ரசித்துக் கொண்டிருந்தார். அவர் லிட்டில்டனைப் பார்த்து:

'சந்தர்ப்பத்துக்குத் தக்கபடி சமயோசிதமாகத்தான் நடந்து கொண்டிருக்கிறீர்கள். அப்பட்டமான உண்மை சில வேளைகளில் பயங்கரமாகத்தான் இருக்கும். சில சூழ்நிலைகளில் குற்றமும்கூட. இது நிச்சயமாக அப்படிப்பட்ட ஒரு சந்தர்ப்பந்தான்.'

'உண்மையை அப்படியே சொல்லியிருந்தால் நம்பிக்கையே இல்லாமல் போயிருக்குமே. என் வாழ்நாள் முழுவதும் துக்கம் நிரம்பியதாகிவிடும். ஆனால் எத்தனை நாள் அவளிடமிருந்து இதை மறைக்க முடியும்? இப்பொழுதுகூட அவள் யூகித்திருக்கலாம். ஆனால் நான் சொல்லுவதை நம்பிவிடுவாள். அதனால்தான் எனக்குக் கவலையாக இருக்கிறது. இப்படிப்பட்டவளை நான் எப்படி ஏமாற்றுவேன்?' என்று அங்கலாய்த்தார் லிட்டில்டன்.

ஷெர்கான் தோள்களைக் குலுக்கிக்கொண்டு பேசினார்: 'பொய் யெல்லாம் பொய்யல்ல. உண்மையெல்லாம் உண்மையும் அல்ல. ரொம்பவும் எதிர்பார்க்கக்கூடாது. எழுத்தைவிட கருத்தே முக்கியமாகிறது. நான் சொல்லுகிற திட்டம் உங்கள் இரண்டுபேருக்கும் மகிழ்ச்சிதரவல்லது. நீங்கள் சொல்லுவதைப் பார்த்தால் கலியாணம் என்று ஆகாவிட்டால் அவள் உங்களோடு எந்தச் சம்பந்தமும் வைத்துக் கொள்ளமாட்டாள் போலிருக்கிறது இல்லையா?'

'ஆம். அது நிச்சயம்'

'பின்னே இந்தச் சந்தர்ப்பத்தில் உண்மையை அப்படியே சொல்வதால் யாருக்கு என்ன லாபம்? பேசாமல் இருந்து விடுவதால் என்ன நஷ்டம் வந்துவிடப் போகிறது? உங்களுக்கு எப்பொழுது விடுதலை கிடைக்கிறதோ அப்பொழுது அவளை உடனே திருமணம் செய்து கொள்ளப் போவதாகச் சொல்லுகிறீர்கள். உங்கள் மனச்சான்றைத் திருப்திப்படுத்த அது போதுமானது. அவளுடைய விசித்திரமான சாதிச் சட்டப்படி அவள் விதவையாக இருப்பதால் திருமணம் செய்து கொள்ளவே முடியாது. நான் முன்பு சொன்னது போல ஏதாவது ஒரு சடங்கைச் செய்துகொண்டீர்களானால் அதுவே அவளுக்குத் திருப்தியாகப் போய்விடும். உண்மையைச் சொல்லி இரண்டு பேரும் மருகி மாய்ந்து வாழ்க்கையை வீணடிப்பதை விட்டுவிட்டு ஆனந்தமாக இருக்கலாம்.'

பொய், பொய்தானே; அது இல்லாமலே காரியம் கைகூடுவதானால் எவ்வளவு மனநிம்மதியாக இருக்கும்!' என்றார் லிட்டில்டன் விசனத்துடன்.

'பொய்தான். ஆனால் இது பரிசுத்தமான பொய் என்பேன். உங்கள் நாடகமொன்றில் ஒரு ஐரோப்பிய மாது, தனது ஊர் காதலனால் கொலையுண்டு கிடக்கும்போது உயிர்போகும் தறுவாயில் அவனைக் காப்பாற்றுவதற்காகப் பொய் சொன்னதாகச் சொல்லுவீர்களே. அதைப் போன்றது இது. பொய் சொல்லுகிறோமே என்று நீங்கள் மனமார வருந்துவதாலேயே அந்தப் பொய் இன்னும் மகத்துவம் பெறுகிறது. காதலுக்காகச் செய்யப்படும் தியாகம் இது. அந்நாளில் ஆதாம் பாவம் செய்துவிட்டான் பாருங்கள். அதனால்தான் எந்த மகிழ்ச்சியும் பரிபூரண வடிவில் நமக்குக் கிட்டமாட்டேன் என்கிறதுபோலும். நீங்களும் நானும் உலகத்தை அமைக்கிறதானால் இதைவிடச் சிறப்பாக அமைத்துவிடலாம். அப்படி நாம் நினைத்துக்கொள்ளுகிறோம் என்றாவது வைத்துக் கொள்ளுங்களேன். முள்ளில்லாத ரோஜா இல்லை என்பதுதான் உண்மை. பூ வேண்டுமானால் முள் குத்துவதைச் சகித்துக் கொள்ளத்தான் வேண்டும்' என்றார் ஷெர்கான்.

'உங்கள் தத்துவம் அது. சற்று சௌகரியமானதுங்கூட. எனக்கு அதிலெல்லாம் நம்பிக்கை இல்லை. ஆமாம். என் சங்கடம் உங்களுக்குப் புரிகிறதா, இல்லையா?'

'நன்றாகப் புரிகிறது ஐயா. உங்களைப் பார்த்தால் பாவமாகவும் இருக்கிறது' என்றார் பரிவுடன். தொடர்ந்து:

'நான் என்றாவது பொய் சொல்லவோ, வேறு கண்ணியக் குறைவான செயல்களைச் செய்வதையோ நீங்கள் பார்த்திருக்கிறீர்களா? உங்கள் சங்கடம் புரியாத முட்டாளும் அல்ல நான். ஆனால் இந்த விசித்திரமான நிலையில் நான் இருந்தால், நான் இப்படித் தயங்கமாட்டேன். இதனால் யாருக்கும் தீங்கு விளையப்போவதில்லை. உங்கள் மனைவி குணமாகி உங்களிடம் வந்து இருக்கக்கூடிய நிலையில் இருந்தால், நானும் இதைக்

கண்டனம்தான் செய்வேன் – அதுவும் உங்கள் ஒழுக்கமுறையை அளவு கோலாகக்கொண்டுதான். நல்ல காலம் எங்கள் மதாசாரப்படி இந்த விஷயத்தில் நபி எங்களுக்கு நிறைய சுதந்திரம் கொடுத்திருக்கிறார்.'

'அவள் சுகம்பெறுவது இனி நடக்கிற காரியமில்லை. அவளுக்கு எந்த நிமிடமும் மரணம் நேரலாம். அந்தச் செய்தியைத்தான் எதிர்பார்க்கிறேன்.' என்றார் லிட்டில்டன்.

'பின் என்ன? நீங்கள் இனிமேலும் காத்திருப்பது தேவையில்லை. அது முடியவும் முடியாது என்ற நிலையில் இருந்து கொண்டு எதற்காக நீங்கள் அவதிப்படவேண்டும். ஒரு வேளை உங்கள் மனைவி இறந்து போன செய்தி வழியில் வந்து கொண்டுகூட இருக்கலாம்.

'ஆனால் இந்தப் பெண் என்றாவது உண்மையைத் தெரிந்து கொண்டால் என்னைப்பற்றி என்ன நினைப்பாள்? இப்படி ஏமாற்று வதைக் கடவுள் மன்னிப்பாரா?'

'நீங்களாக முட்டாள்தனமாக அவளிடம் சொன்னால் தவிர வேறு எந்த வழியிலும் அவள் தெரிந்துகொள்ள முடியாது. உங்கள் மனைவியின் மரணத்திற்குப் பின் நீங்கள் உண்மையைச் சொன்னாலும் கூட, அவள் உங்களை மிகவும் நேசிப்பதால் அவள்மேல் கொண்ட ஆழ்ந்த அன்பால் அவளை மகிழ்ச்சியாக்குவதற்காகவே நீங்கள் இதைச் செய்யத் துணிந்தீர்கள் என்பதை அவள் நிச்சயம் புரிந்துகொள்வாள். கடவுள் மன்னிப்பாரா என்று கேட்டீர்களே அதற்குப் பதில் சொல்லுகிறேன் கேளுங்கள். நீங்கள் எங்கள் தத்துவத்தைக் கண்டனம் செய்கிறீர்கள். இருந்தும் சந்தர்ப்பத்துக்குப் பொருத்தமாக இருப்பதாலும் நல்ல கருத்து உடையதாலும் சொல்லுகிறேன் கேளுங்கள். எங்கள் முதிய கூடாரக் காரர் எழுதியது; சற்று தேவ நிந்தனையாகக் கூடத் தோன்றும்.

'ஆண்டவா! புழுதியிலிருந்து மனிதனை உருவாக்கினாய்.
ஏதேனைப் படைத்த கையோடு பாம்பையும் படைத்தாய்,
பாவியாய்ப் போன இந்தப் பாழும் மனிதனுக்கு
மன்னிப்பைக் கொடு. பின் நீயும் அதைப் பெற்றுக்கொள்'
என்றார்.

லிட்டில்டன் பதில் எதுவும் சொல்லாமல் யோசனையுடன் மேலும் கீழும் நடந்தவண்ணம் இருந்தார். ஷெர்கான் ஹுக்காவை ரசித்து உறிஞ்சிக்கொண்டு தம் அழகிய தாடியை உருவிவிட்டவண்ணம், நண்பரின் முகபாவனையைக் கவனித்துக் கொண்டிருந்தார்.

லிட்டில்டன் இரண்டு கைகளையும் பின்புறம் கட்டிக் கொண்டு ஷெர்கான் எதிரில் வந்து 'சரி, அப்படியே துணிந்து விடுகிறேன். வேறு வழி எதுவும் இல்லவும் இல்லை' என்றார்.

'ஆம், இது அவளைக் காப்பாற்றியதாகவும் இருக்கும். அவளுடைய நிலைமையை நினைத்துப்பாருங்கள். நீங்கள் இப்பொழுது உண்மையைச்

சொல்லப்போனால், நீங்கள் முன்னால் அவளைக் காப்பாற்றிய பாம்புக்கடி, நெருப்பு முதலியவற்றைவிட இது கொடுமையானதாக இருக்கும். தஞ்சையில் இப்பொழுது ஒரு குருவோ, ஒரு ஐரோப்பிய அதிகாரியோ இல்லாதது நல்லதாகப் போயிற்று. உங்கள் கல்யாணச் சடங்குக்குச் சாட்சியாக நான் எப்பொழுது வேண்டுமானாலும் வருகிறேன். உங்கள் வழக்கப்படி மோதிரம் மாற்றிக் கொண்டு, சடங்கு என்ற பேரில் ஏதாவது ஒன்றை அமைதியாக நடத்திவிடுங்கள்!'

லிட்டில்டன் சற்றுக் கோபமாகவே, 'இதைக் கோவிலில் செய்யக் கூடாது. இம்மாதிரிப் போலிச் சடங்குகளால் தேவாலயத்தைக் கறைப்படுத்தக்கூடாது' என்றார்.

ஷெர்கான் வந்த சிரிப்பை அடக்கிக்கொண்டு, 'அது சரிதான்! உங்கள் பங்களாவிலேயே வைத்துக்கொள்ளுங்கள். உங்கள் கலியாணச் சடங்கு முறைகள்பற்றி அவளுக்கு ஒன்றும் தெரியாதுதானே?'

'தெரியாது' என்றவர் சற்று யோசித்து 'எனக்கு ஒன்று தோன்றுகிறது. அவளுக்குத் திருப்தியளிக்கும்படியாகவே இதை முடித்துவிடலாம். வல்லத்தில் அவள் பாட்டனாரை அடக்கம் செய்திருக்கும் இடத்தில் ஒரு சிறு கோவில் இருக்கிறது. புண்ணியம் வாய்ந்த இடம் என்று அவளுக்கு அந்த இடத்தில் பிரியமும் நம்பிக்கையும் உண்டு. திருமணத்தைக் கோவிலில் நடத்த இயலாமைக்கு தஞ்சையில் குரு இல்லாததையும், அவள் இன்னும் முறைப்படி ஞானஸ்நானம் பெறாததையும் சாக்காகச் சொல்லி அவள் பாட்டனாரின் கல்லறையின் முன்பு மோதிரம் மாற்றிக்கொள்ளலாம். நாம் மூவரும் ஒருநாள் வல்லத்துக்குச் சென்று முடித்துவிடலாம்' என்றார்.

ஷெர்கான் அதை ஒப்புக்கொண்டவராக 'ஆம் அதுதான் சரி, நீங்கள் விரும்பினால் நான் இப்பொழுது வேண்டுமானால்கூட வருகிறேன். ஆனால் அவள் ஒருவேளை தன் இனத்தாருக்குச் சொல்லவேண்டும் என்று நினைப்பாள் இல்லையா?'

'இல்லை, அவள் இனத்தார் அவளை அடியோடு விலக்கி விட்டார்கள். இப்பொழுதுகூட நாங்கள் இருவரும் சேர்ந்து வாழ்ந்துகொண்டிருக் கிறோம் என்றுதான் தஞ்சை முழுவதும் நினைத்துக்கொண்டிருக்கிறது. அவள் பணிப்பெண் சாரதா ஒருத்திக்குத்தான் விஷயம் தெரியும். எஜமானி சொல்வதும் செய்வதும்தான் அவளுக்குச் சட்டம்.'

'பின்னே என்ன, எல்லாம் இலேசாகப் போய்விட்டது. இந்தப் புத்தி சாலித்தனமான முடிவுக்கு என் மனமார்ந்த வாழ்த்துக்கள். பண்டிதராவ் உங்களைப்பற்றிச் சொன்னாராமே, நல்லோர் சேர்க்கையால் பயன் பெறுவது எப்படி என்று, நீங்கள் நன்றாகத் தெரிந்து வைத்துக் கொண்டிருக்கிறீர்கள் என்று. அது சரியாகத்தான் இருக்கிறது!' என்றார்.

8

ஒளியும் நிழலும்

பாட்டனாரின் கல்லறைக் கோவிலுக்கு எதிரே அவர்கள் அந்தப் புதுமைச் சடங்கின்படி மோதிரங்களை மாற்றிக் கொண்டார்கள். லிட்டில்டன் அன்புடன் அவளை முத்தமிட்டார். கிளாவிருந்தா மகிழ்ச்சி பெருக ஆனந்தக் கண்ணீர் விட்டாள். ஷெர்கான் தமது வாழ்த்துக் களைத் தெரிவித்து விட்டுத் தமக்கு உடனடியாகக் கவனிக்க வேண்டிய இராணுவ அலுவல்கள் இருப்பதாகச் சொல்லி குதிரையில் ஏறித் திருச்சிராப்பள்ளி சென்றுவிட்டார். லிட்டில்டன் கிளாவிருந்தாவை அணைத்தபடி கோவிலின் அருகில் உட்கார்ந்தார். அவர் அரவணைப்பில் மகிழ்ந்து நிம்மதிப் பெருமூச்சு விட்டாள் கிளாவிருந்தா.

முன்னொரு நாள் லிட்டில்டன் உணர்ச்சி பெருக, உள்ளத்திலிருந்து பொங்கி வந்த வார்த்தைகளால் பேசி தமது அன்பை வெளியிட்டு அவளது அன்பைக் கோரியபோது, அவளது நெஞ்சம் ஆனந்தத்தாலும் பெருமிதத்தாலும் பொங்கியது. தன் மனதில் இதுவரை இருந்துவந்த சஞ்சலத்தின் தாபத்தின் காரணம் என்ன என்பதை அவள் அப்பொழுது ஒரு நொடியில் இயற்கையறிவால் உணர்ந்தாள். அவள் தானும் அவரை விரும்புவதாகச் சொன்னதுமின்றி, உள்ளத்தைத் திறந்து எல்லாவற்றையும் - அவளுக்கும் மாதவனுக்குமிடையே இருந்த சம்பந்தத்தைப்பற்றியும் கூடச் சொன்னாள். நன்றிப் பெருக்கினால் அவள் காதல் பரிசுத்தமும் ஆழமும் பெற்றது போல, அவளுடைய அதீத அழகும் துன்ப அனுபவங் களும் அவருடைய காதலை வலுவடையச் செய்தது.

இன்று கணவனும் மனைவியுமாக அவள் சிறுவயதில் மகிழ்ந்து விளையாடிய தோட்டத்தில் பாட்டனாரின் கல்லறைக்குச் சற்றுத் தள்ளி உட்கார்ந்திருந்தபோது அவள் உள்ளம் மகிழ்ச்சியால் நிறைந்தது. கண்களில் நீர் பொங்க, 'பாபாஜி நிச்சயம் இதை ஒப்புக்கொண்டிருப்பார். உங்கள் மீது அவருக்கு மிகவும் பிரியம். நான் பட்ட துன்பங்களை நினைக்கும்போது, அவர் இருந்திருந்தால் நான் மகிழ்ச்சியடைவதற் காவது இதை அனுமதித்திருப்பார். இப்பொழுது உங்கள் மார்பில் என்

தலை சாய்ந்திருக்கும் இந்த இன்ப வேளையில் என் உயிர் போவதானால் கூட நான் மன நிம்மதியுடன் செல்வேன். இந்தக் கணத்தின் மகிழ்ச்சிக்கு ஈடாக உலகில் வேறு எதுவுமே இருக்கமுடியாது. கடந்த காலத்தின் துன்பம் அனைத்தையும் மாற்றிவிட இது ஒன்றே போதுமானது' என்றாள்.

அவர் பதில் எதுவும் சொல்லாமல் தம் நெஞ்சோடு அவளை அணைத்து, முத்தங்களினால் அவள் கண்ணீரைத் துடைத்து **'கிளாரிந்தா,** என் அன்பே' என்றார். அவர் அவள் பெயரை ஏற்கெனவெ **இந்திய நாட்டின் ஒளி மலர்** என்று பொருள்கூறி கிளாரிந்தா என்று மாற்றி யிருந்தார். பெண்மையின் இலட்சியமாக அவர் போற்றி வந்த தாயின் பெயர் **கிளாரிபெல்** என்பதும் அவர் கிளாவிருந்தாவை கிளாரிந்தாவாக மாற்றியதற்கு ஒரு காரணமாகும்.

அக்கினி தேவனின் சந்நிதியில் மணந்தவர்களோ, மன்மதனின் கணையால் ஒன்று சேர்ந்தவர்களோ, யாராயிருப்பினும், அந்த நகரத்தில் இவர்களுக்கு இணையாக மகிழ்ச்சியுள்ள வேறு தம்பதிகள் இருக்க வில்லை. ஓர் உயர் குல இந்து மனைவி தனது கணவனிடம் கொண் டுள்ள பக்தி, ஸ்பார்ட்டா நகரத்து அன்னையரின் வீரத்தைப் போல, ஸ்விச்சர்லாந்தியரின் சுதந்திரப் பற்றைப்போல, ஸ்காட்லாந்தியரின் விசுவாசத்தைப் போல, மனித சமுதாயத்தில் ஓர் அலாதித் தன்மை யுடன் விளங்குவதாகும். அது முற்றிலும் சுயநலமற்றதாக, தனிப்பட்ட முறையில் அல்லாமல் முழுமனதுடன், நிஷ்காம கரும நோக்குடன் அனுஷ்டிக்கப்படுவதால் கவிஞர்களும் தத்துவ ஞானிகளும் ஜீவாத்மா பரமாத்மாவிடம் கொண்டுள்ள பக்திக்கு இதை உவமானப்படுத்து கிறார்கள். இந்திரிய, லோகாயத நோக்கில் திருமணத்தை ஓர் ஒப்பந்த மாகக் கருதும் இனத்தவருக்கு இந்த உவமானம் புரியாதது மட்டுமல்ல, அவர்களுக்கு இது தேவ நிந்தனையாகவும் படுகின்றது. கணவனின் குண இயல்புகள் ஓர் உயர் குல இந்து மனைவியின் **பதிவிரதா தர்மத்தைப்** பாதிப்பதில்லை. அவன் எப்படி இருந்தபோதிலும் இவள் தன் கடமையைப் பக்தியுடன் செய்துகொண்டு போகிறாள். அவன் அவளுடைய நாயகனும் எஜமானனும் மாத்திரம் அல்ல, தெய்வமும் கூட, அவனைத் தொழுதால் அவள் வேறு தெய்வத்தைத் தொழ வேண்டிய அவசியமில்லை என்ற கருத்தை அவள் சிறு வயது முதலே நற்போதனையாக புராணக் கதைகள் மற்றும் உபதேசங்கள் மூலமாக அறிந்துகொள்கிறாள். இதைக் கண்டு சில மேனாட்டு எழுத்தாளர்கள் இந்து சமயம், பெண்களுக்கு, 'ஆத்மா இல்லை என்ற கருத்தை உடையது' என்றுகூடக் கூறியிருக்கிறார்கள்.

விதவா விவாகத் தடை, கைம்பெண்கள் படும் துயரம், சதி - அந்த வழக்கம் இருந்தவரை - இவைகளும் பெண்களுடைய கடமையைச் சற்றுப் பலமாகவே புகட்டி வந்தன என்று சொல்லலாம். நமது

முன்னோர் கட்டுப்பாடாகச் செய்து வைத்த ஒழுக்கங்களில் இந்தப் **பதிபக்தியும்** ஒன்று. ஆண்களுக்கு மிகச் சௌகரியமாக இது அமைந் திருப்பதால் இந்தக் கட்டுப்பாட்டை ஆண்கள் ரொம்பவும் அப்பழுக் கில்லாமல் அமல் நடத்தி விட்டார்கள்.

கிளாவிருந்தாபாய்க்கு - இனி அவளைக் கிளாரிந்தா என்றே அழைப்போம் - பல விஷயங்களில் வழக்கத்துக்கு முரணான கொள்கைகள் இருந்தபோதிலும், வழி வழியாக வந்த **பதிவிரதா தர்மம்** அவள் இயல்பிலும் ஆழமாக ஊறிப்போயிருந்தது. பலமான எதிர்ப்பு களும் இடைஞ்சல்களும் இல்லாதிருந்தால் காலமான திவானிடம் கூட அவள் அதே பதிபக்தியுடன் தான் நடந்துகொண்டிருப்பாள்.

இப்பொழுது கடமைகளுடன் இன்பமும் அன்பும் நன்றியும் சேர்ந்து கொள்ளவே அவள் இதயபூர்வமாக கணவனுக்கு ஆற்ற வேண்டிய கடமைகளைச் செய்துவந்தாள். புத்திசாலியான ஒரு பிராமணப் பெண்ணை மனைவியாக அடைவதன் அனுபவத்தை லிட்டில்டன் இப்பொழுது உணர்ந்துகொண்டார். அவர் எண்ணங்களையும் தேவை களையும் அவர் சொல்லும் முன்பே குறிப்பாக இயற்கையுணர்வால் அறிந்துகொண்டு, அவைகளை நிறைவேற்ற முயன்றார். கிளாரிந்தா பழக்க தோஷத்தால் சாதி அனுசாரத்தைப் பற்றித் தன்னிடம் இன்னும் ஒட்டிக்கொண்டிருந்த சில தப்பெண்ணங்களை விட்டுவிடவும் பிரயாசம் எடுத்துக்கொண்டாள். தனது சைவ உணவையே அவரோடு மேசையில் அமர்ந்து உண்டாள். அவருடைய பிரம்மச்சாரி வாழ்க்கை யில் இவள் இன்பத்தையும் மென்மையையும் கொண்டுவந்தாள். சாரதா தன்னை எஜமானி என்று நினைப்பதைப் போல அவரையும் எஜமானனாகக் கருதும்படி அவளையும் பழக்கி வந்தாள். அவள் செய்த சிறு சிறு வேலைகளிலும் அன்பும் அருளும் ஒளிவீசி, அந்த வீட்டில் மகிழ்ச்சிக் களை கொட்டியது.

அவளுடைய பக்திக்கேற்றவாறு அவரும் அவள்மீது பிரியத்தைச் சொரிந்தார். வெகுநாள் கழித்துப் பிறந்த ஒரே குழந்தையைப் பேணும் தாயைப்போல அவளிடம் கனிவும் பரிவும் ஆதுரமும் காட்டி அரவணைத்தார். வைரமும் முத்தும் பட்டும் பீதாம்பரமும் வாங்கிக் குவித்தார். அன்புக்கு ஏங்கியிருந்த அவள் வாழ்வில் பிரவகித்த இந்த அன்பால் அவள் மகிழ்ந்து நன்றியுடன் இறைவனுக்குத் துதிசெலுத் தினாள். கலப்படமில்லாத இந்த அன்புக்கு முத்தாய்ப்பாக, அவள் கருவுற்றிருப்பதை அறிந்ததும், அவள் ஆனந்தத்தின் பாத்திரம் நிரம்பி வழிந்தது.

ஆனால் இந்தப் புத்தொளியின் நிழலும் அவளைத் தொடர்ந்து வந்துகொண்டிருப்பதை அவள் சிறிதும் அறியவில்லை. அவள் அவரை முற்றிலும் நம்பிவிட்டதை அவள் தன் சொல்லாலும் செயலாலும்

எப்பொழுதாவது ஆணித்தரமாகக் காண்பிக்க நேர்ந்தபோதெல்லாம் அவர் பச்சாதாபத்தாலும் அவமானத்தாலும் குன்றிவிடுவார்.

இவள் நம்மை இவ்வளவுக்கு நம்பும் வேளையில் நாம் அவளை ஏமாற்றி வருகிறோமே என்ற பச்சாதாபத்தால் உணர்ச்சி வசப்பட்டு அவளிடம் உண்மையைச் சொல்லிவிடலாமா என்றுகூடச் சில வேளை களில் துணிவார். ஆனால் அவள் வெறுத்துப் பகைத்து விடுவாளோ என்ற பயத்தில் நாக்கு எழும்பாது. அவளுடைய பால்ய காதலன் மாதவராவ் அவள் சாதியைச் சேர்ந்தவனாக இருப்பினும், அவன் அவளை மணம் செய்துகொள்ள முன்வரவில்லை என்ற ஒரே காரணத் தினால்தான் அவனை உதறி, அத்தோடு சம்பிரமமமாக உயர்குலப் பெண்மணியாகத் தன் மனிதர்களிடையே வாழும் பழக்கப்பட்ட ஒரு வாழ்க்கையையும் உதறிவிட்டதையும் நினைத்துக் கொள்வார். அப்படிப்பட்ட ஒரு பெண்ணை நடுத்தர வயதினனும் முற்றிலும் அந்நிய இனத்தவனுமான தான் ஏதோ தற்செயலாக இருமுறை அவள் உயிரைக் காப்பாற்றிவிட்ட சாதாரண மனிதாபிமானச் செயலுக்காக அவள் காட்டும் நன்றியுணர்ச்சியை அற்பத்தனமாகப் பயன்படுத்தி, அனுபவமில்லாத அவள் மனதைத் தந்திரமாகத் தன்வயமாக்கி அவள் தன்னைப் பரிபூரணமாக நம்பும்படிச் செய்து ஏமாற்றி, தன் ஆசை நாயகியாக்கிவிட்டோமோ என்று அங்கலாய்ப்பார். ஒரு சிற்றின்பப் பிரியரின் தெய்வ பயமில்லாமல் பேசிய புரட்டு வாதத்தில் மயங்கி தன் மனச்சாட்சியை ஏமாற்றி, ஏன்தான் இப்படி ஓர் இழிவான அற்பமான செயலைச் செய்தோமோ என்று புழுங்கினார். அவளை இழந்து போவதாகவே இருக்கட்டும்; அவளிடம் எல்லாவற்றையும் சொல்லிவிட வேண்டியதுதான் என்று ஒருகணம் நினைப்பார். ஆனால் மறுகணம் அவளை இழப்பதா? குருடனுக்குப் பார்வை கொடுத்தது போல, நோக்கமில்லாமல் திரிந்துகொண்டிருந்த தன் வெற்று வாழ்க்கைக்கு அர்த்தம் தந்து தன் வீட்டுக்கு விளக்கேற்றி வைத்த அவளையா? அதை அவரால் நினைத்துப் பார்க்கவும் முடியவில்லை. இங்கிலாந்திலிருந்து கடைசியாக அவருக்கு வந்த கடிதத்தில், அவருக்குச் சீக்கிரத்தில் விடுதலை கிடைக்கலாம் என்றும், எந்த நிமிடமும் அந்தச் செய்தி வரலாம் என்றும் கண்டிருந்தது. இன்னும் சிறிது காலம் இந்த இரகசிய பாவச் சுமையை மனவருத்தத்தோடு சுமந்து கொண்டிருக்க வேண்டியதுதான். செய்தது செய்தாகி விட்டது. இனி அவளறியாமலே அதைச் சீர்படுத்திவிடக்கூடிய அறிகுறிகள் தோன்றிக்கொண்டிருக்கும் சமயத்தில் அவளிடம் அதைச் சொல்லி இன்னும் கெடுப்பானேன்?

மனச்சாட்சி உறுத்தி வதைத்தாலும், அந்த வேதனையை அவள் அறிந்துகொள்ளாவண்ணம் மறைத்துக்கொண்டு அலுவல்களைக் கவனித்து வந்தார். ஆனால் சில சமயங்களில் இந்த இரகசிய

வேதனையைச் சகிக்க முடியாமல் அதை மறப்பதற்காகக் குடிக்கத் தொடங்கினார். குடும்பத்தில் அவர் தகப்பனாரும் அண்ணனும் குடி மிகுதியால் வரக்கூடிய சூலை நோயால் இறந்திருந்தனர். அதனால் அவர் பொதுவாக அதிகமாகக் குடிப்பதில்லை. ஆனால் இப்பொழுது அந்தப் பழக்கத்தை மேற்கொண்டார்.

9

உண்மை வெளிப்பட்டது

வயிற்றில் குழந்தை வளர வளர, அது பிறக்குமுன் முறைப்படி ஞானஸ்நானம் பெற்று கிறிஸ்தவளாகிவிட வேண்டும் என்ற ஆசை இப்பொழுது கிளாரிந்தாவுக்கு அதிகமாக உண்டாயிற்று. கிறிஸ்தவ சமயக் கொள்கைகளை இப்பொழுது நன்றாகக் கற்று அறிந்திருந்தாள். ஆங்கிலத்திலும் விரைவில் தேர்ச்சி பெற்றுவிட்டாள். **புதிய ஏற்பாடும் மோட்சப் பிரயாணமும்** அவளுக்குப் பிடித்தமான நூல்கள். ஞானஸ் நானத்துக்கு ஏற்பாடு செய்யவேண்டும் என்று லிட்டில்டனை அடிக்கடி கேட்டுக்கொண்டாள். அவள் ஆர்வ மிகுதியை உணர்ந்த லிட்டில்டன் சந்தேகத்துக்கு இடம் தராமல் அதை எப்படித் தள்ளிப்போடுவது என்று தெரியாமல் மனம் குழம்பினார். தஞ்சையில் தகுதிபெற்ற குரு இல்லை என்று சொல்லிச் சிலகாலம் தட்டிக் கழித்தார். திருச்சிராப்பள்ளி எஸ்பிஸிகே (SPCK) ஆங்கிலக் கிளையில் பணியாற்றிய **கிறிஸ்டியன் பிரெடிரிக் சுவார்ட்ஸ்** என்ற பிரசித்தி வாய்ந்த ஜெர்மானிய சமயத் தொண்டர் தஞ்சாவூருக்கு விஜயம் செய்தபோது (1771) அவர் அவளுடைய விருப்பத்துக்கு இணங்க வேண்டியதாயிற்று.

லிட்டில்டன் சுவார்ட்ஸின் குண இயல்புகளைப் பற்றிக் கேள்விப் பட்டதும், வேறு குருவால் ஞானஸ்நானம் பெற்றால் நல்லது போலிருக் கிறதே என்று நினைக்கத் தொடங்கினார். ஆனால், வெளிப்படையாக அவருக்கு விரோதமாக ஒன்றும் சொல்லமுடியாத நிலையில், வேறு வழியில்லாமல் துணிந்துவிட வேண்டியதுதான் என்று மனதைத் திடப்படுத்திக் கொண்டார். தூர தேசத்தில் கிறிஸ்தவமல்லாத நாட்டில் இருக்கும் ஒரு சுவிசேஷகன், அத்தனை கண்டிப்பாக, நடைமுறை புரியாத மனிதராகவா இருக்கப்போகிறார் என்று நினைத்து மனதைத் தேற்றிக் கொண்டார்.

முன்னெச்சரிக்கையாக விஷயத்தை விளக்கி ஞானஸ்நானம் கோரும் பெண்ணின் சரித்திரத்தையும், அவளுக்கும் தனக்கும் உள்ள தொடர் பையும், தான் ஏன் அவளைக் கோவிலில் கல்யாணம் செய்துகொள்ள

இயலவில்லையென்றும், ஆனால் தனக்கு விடுதலை கிடைத்ததும் அவ்வாறு செய்ய நிச்சயித்திருப்பதையும் விவரித்து சுவார்ட்ஸுக்கு ஒரு கடிதம் எழுதினார்.

இனிமேல் எவ்விதச் சிக்கலும் ஆபத்தும் இல்லை என்று கருதி மறுநாள் காலை கிளாரிந்தாவை அழைத்துக்கொண்டு மிஷனெரியைக் காணச் சென்றார்.

சென்னையில் திருச்சபை என்ற நூலின் சரித்திர ஆசிரியர், பதினெட்டாம் நூற்றாண்டின் பிற்பகுதியைப் பற்றி எழுதும் போது, 'பல விஷயங்களில் இது மாகாணத்தின் இருண்ட காலம். சமய வரலாற்றுப்படி மட்டும் அல்ல, சமுதாய வரலாற்றுப்படியும் அப்படியே. மேனாட்டிலிருந்து பருவ இளைஞர்கள் ஆயிரக்கணக்கில் இறக்குமதியாகி வந்திருக்கிறார்கள். இங்கே ஒழுக்கக்கேடு மிகுதி, மதுவுக்கு வரி இல்லை. கிறிஸ்தவக் கடமைகளையும் தெய்வ நீதியையும் புகட்டி, ஆபத்தை உணர்த்தத் தகுந்த வழிகாட்டிகள் இல்லை' என்று குறிப்பிடுகிறார்.

நாகரிக சமுதாயப் பிரச்சினைகளில் மிக முக்கியமான பிரச்சினை ஒன்று இப்பொழுதுதான் முளைக்கத் தொடங்கியது.

இந்த ஜெர்மானிய மகானைப்பற்றி, 'எளிமையிலும், விவேகத்திலும், நன்மை செய்யும் ஆர்வத்திலும் இவர் எந்த மிஷனெரிக்கும் குறைந்தவர் அல்ல' என்று **பிஷப் கால்டுவெல்** மிகவும் புகழ்ந்து எழுதியிருக்கிறார். ஆனால், லிட்டில்டனின் போதாத காலம், இவர் விட்டுக்கொடுக்காத மனப்பான்மையுடையவராகவும் இருந்தார். ஒழுக்கக்கேடு எங்கு இருந்தாலும், மிகப் பெரிய பதவியுடையோரிடம் காணப்பட்டாலும், அதைக் கண்டிப்பது தமது புனிதமான கடமை என்று கருதினார். தமது சபையினர் இவ்வாறு குற்றத்தில் விழுந்து, நேர்மையான நீதியின் பாதையை விலகி, மீண்டும் மீண்டும் அதே குற்றத்தைச் செய்தால் பிடிவாதமாக அவர்களைச் சபையைவிட்டு விலக்கிவிடுவதும் உண்டு. 'கிறிஸ்தவ சமயத்தில் சேர விரும்புபவர்களுக்கு ஞானஸ்நானம் கொடுத்து சபையில் சேர்ப்பதைப் பற்றி அவருக்கு மனச்சான்றுடன் கூடிய உயர்வான கொள்கைகள் இருந்தன. குருத்துவக் கடமைகளைச் சரிவர ஆற்றியவர் என்ற தகுதியான புகழையும் அடைந்திருந்தார். அவரது சக மிஷனெரிகளும் அவருக்குப் பின் வந்தவர்களும் கண்ணியம் மிகுந்தவர்களே ஆயினும், சுவார்ட்ஸைப்போல புகழுடையவர் அல்லர். தென்னிந்திய புராட்டெஸ்தந்து மிஷன் வரலாற்றில் அவர் பெயர் மறக்கவியலாதது' என்று பிஷப் கால்டுவெல் மேலும் எழுதுகிறார்.

முன்னர் திருச்சிராப்பள்ளியில் இருந்தபோதே சுவார்ட்ஸ் லிட்டில்டனைப் பற்றிக் கேள்விப்பட்டிருந்தார். நல்ல கிறிஸ்தவன் என்று பெயரெடுத்திருக்கும் ஒரு மனிதன். மற்ற ஐரோப்பியர் மனம்

போல் ஒழுக்கம் கெட்டு வாழ்வதைப் போன்று, ஓர் இந்து மாயக்காரி யின் வலையில் வீழ்ந்து வீணாய்ப் போவதாகக் கேள்விப்பட்டு மனம் வருந்தினார்.

லிட்டில்டனின் கடிதத்தைப் படித்த பின்னரும் சுவார்ட்ஸுக்கு அவரைப்பற்றி ஒரு தாழ்வான எண்ணமே உண்டாயிற்று. தாம் செய்து கொண்டிருக்கும் பாவத்தின் பயங்கரத்தை உணராமல், தவிர்க்க முடியாத சந்தர்ப்பங்களினால் நேர்ந்துவிட்டதாகவும், விடுதலை கிடைத்ததும் அவளை மணந்து கொள்ளப்போவதாகவும் சாதாரணமாக அல்லவா குறிப்பிட்டிருக்கிறார் என்று நினைத்தார். இந்துவாகப் பிறந்து வளர்ந்த ஓர் இந்தியப் பெண்ணை மணந்துகொள்ளும் பேச்சும் அந்த ஐரோப்பிய மிஷனெரியின் காதில் ஓர் அபஸ்வரமாகத் தொனித்தது. இந்த ஆங்கிலேயனிடமும், ஒரு சக ஐரோப்பியனை மயக்கிய அந்த இந்துப் பெண்ணிடமும் தன் மனதிலிருப்பதைப் பட்டவர்த்தனமாகச் சொல்லிவிடுவது என்று தீர்மானித்துக் கொண்டார்.

தன் பிரிய எஜமானிக்கு வருவது தனக்கும் வந்துவிட்டுப் போகட்டும் என்று நினைத்த சாரதா கடைசி நிமிடத்தில் தானும் கிறிஸ்தவ சமயத் தைத் தழுவ விரும்புவதாய்ச் சொல்லவே லிட்டில்டன் இருவரையும் அழைத்துக்கொண்டு மறுநாள் காலை மிஷனெரியின் சிறிய அறையை அடைந்தார்.

சுவார்ட்ஸ் புத்தகங்கள் பேப்பர்கள் சூழ மேசை அருகில் இருந்தார். மடியில் ஒரு புத்தகத்தை வைத்துக்கொண்டிருந்த அவர், லிட்டில்டன் உள்ளே நுழைந்து வணக்கம் சொல்லி கையை நீட்டியதும், நீட்டிய கையைக் கவனிக்காதவர்போல், எழும்பாமல் தலையை மாத்திரம் ஆட்டி பதில் வணக்கம் தெரிவித்தார். கிளாரிந்தா லிட்டில்டனுக்குப் பின்னால் நின்றிருந்தாள். குண்டாக வாய் நிறையச் சிரித்துக்கொண்டு நின்ற சாரதா அவர் கண்ணில் முதலில் படவே தாம் கண்டிக்க வேண்டிய மாயக்கள்ளி இவள்தான் என்று நினைத்துவிட்டார். தாம் தயார் செய்து வைத்திருந்த பிரசங்கத்தையும் மறந்து சிரிப்பு வந்தது அவருக்கு.

தம்மை உட்காரச் சொல்லித் தலை அசைத்துக் காண்பித்த நாற்காலியை லிட்டில்டன் கிளாரிந்தாவுக்கு விட்டு விட்டு அடுத்த நாற்காலிக்கு நகர்ந்தார். கிளாரிந்தா மிஷனெரியை நளினத்துடன் வணங்கிவிட்டு அதில் அமர்ந்தாள்.

கிளாரிந்தாவைப் பார்த்த சுவார்ட்ஸ் தம்மையும் அறியாமலே எழுந்துவிட்டார். மடியிலிருந்த புத்தகமும் கீழே விழுந்தது. அவளுடைய வணக்கத்தில் தெரிந்த ஒரு சாந்த கம்பீரமும், அவளது அழகிய முகமும் அவர் கவனத்தைக் கவர்ந்து அவளுக்கு மரியாதை செய்யத் தூண்டிற்று. குனிந்து புத்தகத்தை எடுத்துக்கொண்டு, அவளை முதலில் கவனிக் காததற்காக மன்னிப்புக் கோரினார். பின் சற்றுநேரம் வேறு எதுவும்

பேசாமல் வியப்புடன் அவள் முகத்தைப் பார்த்துக் கொண்டிருந்தார்.

லிட்டில்டன்தான் பேச்சைத் தொடங்கினார். 'இதற்கு முன் உங்களைச் சந்திக்கும் வாய்ப்புக் கிடைக்கவில்லையாயினும், நீங்கள் திருச்சிராப்பள்ளியிலும் இதற்கு முன்னர் தரங்கம்பாடியிலும் செய்து வந்திருக்கும் சிறந்த பணிகளைப் பற்றி நிறையக் கேள்விப்பட்டிருக் கிறேன். உங்கள் பல அலுவல்களிடையே தஞ்சைக்கும் வந்தது எனக்கு மிகுந்த மகிழ்ச்சி. இந்தப் பெண்மணியைப் பற்றித்தான் நான் உங்களுக்கு எழுதியிருந்தேன். கிறிஸ்தவ விசுவாசம் உடையவள். முறைப்படி கிறிஸ்தவளாகிவிடவேண்டும் என்ற ஆர்வம் கொண்டு, உங்கள் கையால் ஞானஸ்நானம் பெறவேண்டும் என்று விரும்புகிறாள். இவளுக்கு ஆங்கிலம் தெரியும். உங்களுக்கு இந்துஸ்தானியும், மராத்தியும் புரியா விட்டால் நீங்கள் இவளுடன் ஆங்கிலத்திலேயே பேசலாம்.'

சுவார்ட்ஸ் இதற்குள் திரும்பி, வாசலருகில் நின்று சுவரில் மாட்டி யிருந்த பெரிய ஜெர்மன் கடிகாரத்தையும், தாவீது சிங்கங்களைக் கிழித்துக்கொண்டிருப்பதைச் சித்திரிக்கும் ஓவியத்தையும் மாறி மாறி உறுத்துப் பார்த்துக்கொண்டிருந்த சாரதாவைப் பார்க்கவே, லிட்டில்டன், 'அது சாரதா, அவளுடைய பணிப்பெண். அவளும் ஞானஸ்நானம் பெற விரும்புகிறாள்' என்று சொல்லிமுடித்தார்.

ஏதோ தொலைவிலிருந்து பேசுவதுபோல் இந்தச் சொற்கள் கிளாரிந்தாவின் காதில் விழுந்தன. பாதிரியார் இன்னும் சற்று நேரம் அமைதியாக இருந்துவிட்டுப் பின் கடுமையான குரலில் பேச ஆரம் பித்தார். 'வெட்கமில்லாமல் வெளிப்படையாக இந்தப் பெண்ணுடன் விபசாரம் செய்துகொண்டிருக்கும் நீர் என்ன துணிவுடன், கிறிஸ்தவ விசுவாசம், கிறிஸ்தவக் கொள்கைகள், ஞானஸ்நானம் என்று என்னிடம் பேசுகிறீர்? நமது ஆண்டவர் சொல்லியிருப்பது உங்களுக்குத் தெரியாதா? **உனது வலது கண் உனக்கு இடறல் உண்டாக்கினால் அதைப் பிடுங்கி எறிந்துபோடு. உன் சரீரம் முழுவதும் நரகத்தில் தள்ளப்படுவதைப் பார்க்கிலும் உன் அவயவங்களில் ஒன்று கெட்டுப் போவது உனக்கு நலமாயிருக்கும்** என்பதை நீர் வாசித்ததில்லையா? இந்தப் பெண்ணுடன் இப்படி வாழ்ந்து கொண்டிருக்கும் நீர் உம்மைக் கிறிஸ்தவர் என்று சொல்லிக் கொள்கிறீரா?' என்று பொரிந்தார்.

அதற்கு மேலும் கிளாரிந்தாவால் சும்மா இருக்க முடியவில்லை. ஆத்திரத்தில் குமுறிக்கொண்டிருந்த மிஷனெரியின் பேச்சில் குறுக்கிட்டு, கண்களில் நீர் வழிய,

'கிறிஸ்துவின் அடையாளத்தையும் முத்திரையையும் தேடி, ஒரு சுவிசேஷகராகிய உங்களிடம் வந்த என்னையும் என் கணவரையும் நீங்கள் ஏன் ஐயா அவமானப்படுத்துகிறீர்கள்? நாங்கள் ஒரே இனத்தவர் இல்லையாயினும் நாங்கள் கணவன்-மனைவியர்தாம். காப்டன்

ஷெர்கானும் இந்த மோதிரமும் அதற்குச் சாட்சிகள். கடவுளின் பார்வையில் இனம், நிறம் என்ற வேறுபாடுகள் இல்லை. நீங்கள் அபிஷேகம் பண்ணப்பட்ட ஒரு சுவிசேஷகன் என்பது எவ்வளவு உண்மையோ அவ்வளவு உண்மை நாங்கள் கணவன் மனைவி என்பதும். என்னவென்று நினைத்துக்கொண்டு எங்களை அவமானப்படுத்து கிறீர்கள்?' விளக்கத்தை எதிர்பார்த்து நேருக்கு நேராய் சுவார்ட்ஸைப் பார்த்துக் கேட்ட அவள் கண்களில் கோபம் கொப்பளித்தது.

லிட்டில்டன் தலை குனிந்தவாறு உட்கார்ந்திருந்தார். அவர் உள்ளத்தில் கோபமும், அவமானமும், மனவருத்தமும் மாறி மாறிக் கொந்தளித்துக் கொண்டிருந்தன. மிஷனெரி அவரைப் பார்த்து, 'அது என்ன ஐயா, நான் கேள்விப்பட்ட வதந்தியை உமது கடிதமும் உறுதிப்படுத்துகிறது. அப்படியானால் ஒரு பாவம் செய்தது போதாது என்று நீங்கள் இந்த அப்பாவிப் பெண்ணை ஏமாற்றி வேறு வருகிறீரா? சொல்லும், எங்கள் இருவருக்குமே இப்பொழுது விளக்கம் தேவை' என்றார்.

லிட்டில்டனின் பதிலுக்குக் காத்திருந்த இடைவேளையில் கிளாரிந்தாவின் நெஞ்சு அடிப்பது சற்று நின்றுவிட்டது. அவள் அவரை நோக்கினாள். அவள் கண்களைச் சந்திக்கத் துணியாமல் அவள் அவர் குனிந்தே இருந்தார்.

வெகுநேரம் கழித்து தடுமாற்றத்துடன்,

'அப்படி இல்லாவிட்டால் இவள் சம்மதித்திருக்கமாட்டாள். நான் இவளை மிகவும் நேசித்தேன்.' பின் சற்று அவசரமாகவும் உற்சாகத் துடனும் தொடர்ந்து, 'ஆனால் என் வில்லங்கம் நீங்கியதும் நான் இவளை முறைப்படித் திருமணம் செய்துகொள்வேன். எந்த நிமிடமும் அந்தச் செய்தி வருமென்றுதான் காத்துக்கொண்டிருக்கிறேன். ஆனால் குற்றம் என்னுடையதுதான். நாங்கள் செய்துகொண்ட விசித்திரச் சடங்கு முறையானது என்றும், நாங்கள் கணவன் மனைவியர்தாம் என்றும் இவள் இன்னும் நம்பிக்கொண்டிருக்கிறாள். நான்தான் இவளை ஏமாற்றினேன். குற்றம், அவமானம் எல்லாம் என்னுடையதுதான். இவளை ஒன்றும் சொல்லவேண்டாம். இதற்குமேல் நான் என்ன சொல்ல இருக்கிறது. தயவுசெய்து என் தவறுக்காக, நீங்கள் இவருக்கு ஞானஸ்நானம் அளிக்க மறுத்துவிடாதீர்கள். இவள் ஓர் உண்மையான கிறிஸ்தவள். நான் அதைச் சொல்லக்கூடத் தகுதி அற்றவன். இந்த விஷயத்தில் இவள் குற்றமற்றவள். அப்படியே இவளும் என்னுடன் சேர்ந்து குற்றம் இழைத்ததாகவே வைத்துக் கொண்டாலும்கூட நமது இரட்சகரின் மூதாதையரான **ராகாப், தாமார்** கதையை நினைத்துக் கொள்ளுங்கள். விபச்சாரத்தில் பிடிக்கப்பட்ட பெண்ணைக் குற்றஞ் சாட்டியவர்களிடம் நமது ஏசுநாதர் **உங்களில் குற்றம் இல்லாதவன்**

முதலில் இவள் பேரில் கல்லெறியட்டும் என்று சொல்லவில்லையா?' என்றார் விட்டில்டன்.

'**சாத்தான் கூடத்தான் அவசியமானால் வேதத்திலிருந்து மேற்கோள் காட்டிவிடுவான்.** உமது தற்காப்பு முயற்சி எனக்கு ஆச்சரியம் அளிக்க வில்லை. குற்றத்தை உமது பேரில் மாத்திரம் ஒப்புக்கொள்ளுகிறீரே அந்த நாணயத்தையும் பாராட்ட வேண்டியதுதான். ஆனால் கிறிஸ்தவர், கனவான் என்று சொல்லிக்கொள்கிற உம்மைவிட இந்த இந்துப் பெண்மணி மானமுடையவள் என்பதை நினைக்கும்போதுதான் வேதனையாக இருக்கிறது. உமது வெறியை அடக்க முடியாமல் இந்தப் பெண்ணை ஏமாற்றி இவள் மானத்தை அழித்துவிட்டீர். நீர் கிறிஸ்தவக் கொள்கைகளை இவளுக்குக் கற்றுக் கொடுத்து ஞானஸ்நானம் பெறும்படி அழைத்துக்கொண்டு வந்திருப்பது வியப்பாக இருக்கிறது. உமது ஒழுக்க நியதி வக்கிரமானது. கிறிஸ்தவக் கடமையுணர்ச்சியும் மரத்துப் போய்விட்டது என்றே நினைக்கிறேன். இத்தனை நாளும் இவளை ஏமாற்றிப் பாவம் செய்யத் தூண்டியது போதும். இனிமேலாவது அவள் பாவம் செய்யாமல் வாழ்ந்துவிட்டுப் போகட்டும். இவள் மனத் தாழ்மையுடன் தன் பாவத்தை உணர்ந்து மனம் வருந்தி இரட்சகரை நம்பி நல்ல வாழ்க்கை நடத்தி வாழ்ந்தாளானால் இன்னும் சில காலம் கழித்து நான் சபையில் சேர்த்துக் கொள்வேன்.'

'உனக்கு நான் சொல்லுவது இதுதான். நான் மேற்கோள் காட்டிய வேத வசனத்தை நினைவில் வைத்துக்கொள். உன் ஆத்மாவுக்கு ஈடாக அனைத்துலகத்தையும் பெறினும் அது இலாபமாகாது. பூமியில் மனிதனாகப் பிறந்துவிட்ட யாவருமே பாவம் செய்யக்கூடியவர்கள்தான். இருப்பினும் பாவ ஸ்திரீக்குத் தீர்ப்புக் கூறிய நமது ஆண்டவர் என்ன சொல்லி அனுப்பினார் தெரியுமா? **நானும் உன்னைக் குற்றப்படுத்துவ தில்லை, போ, இனி பாவம் செய்யாதே** என்று சொன்னார். இன்னும் காலம் இருக்கும்போதே மனம் திரும்பி மன்னிப்புக் கேட்டுக்கொள்.'

'உம்மிடம் எனக்கு அனுதாபம் இல்லை என்று நினைத்துக் கொள்ள வேண்டாம். இந்தத் தொடர்பு ஏற்படும்முன் நீர் தெய்வபக்தியுடன் அப்பழுக்கற்று வாழ்ந்து வந்தீர் என்று நான் கேள்விப்பட்டிருக்கிறேன்.'

'உமது பிரச்சினை கடுமையானதுதான். நீர் நல்லெண்ணத்துடன்தான் நடந்துகொண்டிருக்கிறீர். பொதுவாக நமது அதிகாரிகள் தொடர்பு கொள்ளும் கீழ்த்தரமான பெண்ணல்ல இவள் என்பதையும் நான் அறிவேன். ஆனால் ஆயிரம்தான் சொன்னாலும் நீர் இவளை ஏமாற்றிச் செய்துகொண்ட போலிச் சடங்கு, திருமணம் ஆகிவிடாது. அதை நினைக்கையில்தான் உமது குற்றம் மன்னிப்பு அளிக்கவே முடியாததாகத் தோன்றுகிறது. போய் மனந்திரும்பும். இனிப் பாவம் செய்யாதீர், கடவுள் உங்களை மன்னிப்பாராக!' என்று சுவார்ட்ஸ் மொழிந்தார்.

லிட்டில்டன் எழுந்திருந்தார். முகம் வெளுத்திருந்தது. கைகள் நடுங்கின. இரண்டு அடிகள் நடந்தவர் நின்று, கிளாரிந்தாவிடம் திரும்பி மெல்லிய குரலில் 'கிளாரிந்தா, வா நாம் போகலாம்' என்றார்.

அதைக் கவனித்த சுவார்ட்ஸ் இடி முழக்கம் போன்ற குரலில் 'அவளைப் பாவத்தில் விழவைக்கவேண்டாம். நீரும் பாவத்தில் விழவேண்டாம். இனிமேல் அப்படி நடந்துகொண்டால் உமது உடலும் ஆத்மாவும் முடிவில்லா நரக வேதனையை அனுபவிக்கும். இவளை விட்டுவிட்டு நீர் போகலாம். நான் இவளுக்கு ஆறுதலும் புத்திமதியும் சொல்லவேண்டியது அவசியமாகிறது. இவள் ஆத்மா வேதனையில் அழுந்துவதையும், அழக்கூட முடியாதபடி துக்கத்தால் நிரம்பி இருப்பதையும் நீர் கவனிக்கவில்லையா? சில காலமாவது இவளை விட்டு வையும், இனி பாவம் செய்யாதீர்' என்றார்.

வண்டியைக் கிளாரிந்தாவுக்காக விட்டுவிட்டு லிட்டில்டன் இயந்திரம் போல் நடந்து பங்களாவை அடைந்தார்.

10

மாசற்ற முத்து

மனிதனின் சுகதுக்கத்தைச் சிறிதும் சட்டைசெய்யாமல் இயற்கை தன்பாட்டில் இயங்கிக்கொண்டு போவதைக் கவனிக்கும்போதுதான் இந்தப் பிரபஞ்சத்தின் கச்சித அமைப்பில் மனிதனுக்கு ஒதுக்கப்பட்ட இடம் எத்தனை அற்பமானது என்பது புரியும். ஆசைகள், கனவுகள், சிந்தனைகள் தனித்தனியே கொண்ட மனிதச் சரக்கை ஏற்றிச்செல்லும் பிரமாண்டமான எஃகுக் கப்பல் ஆழ்கடலில் ஆழ்ந்து போகிறது. சுரங்கம் வெடித்து நூற்றுக்கணக்கான உழைப்பாளிகள் ஒரு நொடியில் சாம்பலாகிப் புதைந்து போகின்றனர். பஞ்சமோ, கொள்ளை நோயோ உண்டாகி இலட்சக்கணக்கான மக்கள் வேதனையில் துடித்து கதி யில்லாமல் மாண்டுபோகிறார்கள். அல்லது பூமாதேவி தன் வாயைத் திறந்து பல நகரங்களையும் ஊர்களையும் ஒருங்கே விழுங்கித் தன் வயிற்றுக்குள் அடக்கிக்கொண்டுவிடுகிறாள். இருந்தும் சூரியன் ஜோதியாய்ப் பிரகாசிக்கிறது. சந்திரனும் நட்சத்திரங்களும் வானத்தில் பவனி வருகின்றன. பறவைகள் பாடுகின்றன. மரங்கள் கோலாகலமாகப் பூத்துச் சொரிகின்றன. இயற்கை உயிர்த்துடிப்புடன் மகிழ்ச்சியாக இயங்கிக்கொண்டுதான் வருகிறது.

இயற்கையின் இந்த அசட்டையை உணர்ந்தவளாய், கிளாரிந்தா ஒரே ஓர் எண்ணெய் விளக்கால் வெளிச்சமூட்டப்பட்ட ஒரு சிறிய இருட்டு அறையில் உள்ளத்தின் கலக்கத்தையும், உடல் வலியையும் தாங்கமுடியாமல் தாங்கிக்கொண்டு ஒரு கயிற்றுக் கட்டிலில் படுத் திருந்தாள். அவள் விரும்பி ரசிக்கும் நிலவும், வெள்ளிகளும் அவள் நிலையைப்பற்றிச் சிறிதும் கவலைப்படாமல் தம்பாட்டில் ஒளிமயமாகத் திகழ்ந்து கொண்டிருந்ததை சிறிது திறந்திருந்த கதவின் வழியே கண்டாள். ஜாஜ்வல்யமான அவள் ஆசைக் கனவுக் குமிழி வெடித்து, அவள் காதல் அகல்விளக்கு நீர்ப்பெருக்கில் மூழ்கி, விரக்தியுடனும் வெறுப்புடனும் அவள் தனியே தத்தளிக்கத் தொடங்கி நான்கு நாட்கள் ஆகியிருந்தன.

அன்று அவள் சுவார்ட்ஸிடம் விடைபெற்றபின் லிட்டில்டன் பங்களாவுக்குத் திரும்பாமல், வண்டியை அனுப்பிவிட்டு, தன்னையும் தன் அவமானத்தையும் மறைத்துக்கொள்ளும் எண்ணத்தில் சாரதா வுக்குச் சொந்தமான ஒரு சிறு குடிசைக்கு அவளுடன் வந்து சேர்ந்தாள். அவள் ஆசையுடன் நெஞ்சில் ஏற்றி வைத்த தங்க விக்கிரகத்தின் பாதங்கள் வெறும் களிமண்ணால் ஆனவை என்று இரண்டாம் தடவையாகக் குரூரமாக அம்பலமாகிவிட்டது. இந்த அதிர்ச்சியில் அவளுக்குக் குறைப்பிரசவமும் ஏற்பட்டுவிட்டது. இதனால் இந்தப் பாழும் வாழ்க்கையின் குரூரப்பிடியிலிருந்து ஒருவேளை விடுதலை கிடைத்துவிடலாம் என்று எதிர்பார்த்தாள். ஆனால் சாரதாவின் கவனமான பணிவிடையாலும் திறமையான வைத்தியத்தாலும் அந்த நம்பிக்கையும் போய்விட்டது.

அழுதழுது கண்கள் வீங்கிப்போயிருந்தன. கலங்கிய மனத்தில் ஆயிரக் கணக்கான சிந்தனைகளும் உணர்ச்சிகளும் குறுக்கும் நெடுக்குமாக ஓட, அவள் கண்கள் நிலவின் குளுமையை வெறித்துப் பார்த்தன. குறைந்தபட்சம் லிட்டில்டனுக்கு விலங்கம் நீங்கி விடுதலை கிடைத்து அவர் அவளை முறைப்படி மணந்துகொள்ளும்வரையிலாவது, அவரிடம் திரும்பிச் செல்வதில்லை என்று சுவார்ட்ஸுக்கு வாக்குறுதி கொடுத் திருந்தாள்.

அப்படியானால் அவர் சொன்னது அவள் சந்தேகித்தபடி அவருடைய சுய கதைதானா? ஆனால் அவர் மழுப்பி ஏமாற்றி விட்டார். அவளும் அவரை நம்பிவிட்டாள். வீரதீரமாக அவளைக் காப்பாற்றி பின் அரவணைத்துப் பாதுகாத்த அவரை எப்படி நம்பாமல் இருக்கமுடியும்? அவரை இப்பொழுது நன்றாகப் புரிந்துகொண்டதால், அவர் அன்பின் ஆழமே அவரை அப்படி ஓர் அற்ப ஏமாற்றுவேலைக்குத் துணியவைத்தது என்ற முடிவுக்கு வந்தாள். குரு கண்டனம் செய்ததும், எத்தனை பணிவுடன் மனமுடைந்தவராக அறையைவிட்டு வெளியே சென்றார்! அவர் கதி இனி என்ன ஆகும்? தன் கதிதான் என்ன?

அவள் சாவுக்கு அஞ்சவில்லை. எதிர்பார்த்தபடி இப்பொழுது சாகாமல் பிழைத்துக்கொண்டாலும், அவசியம் ஏற்பட்டால் எப்பொழுது வேண்டுமானாலும் விஷம் அல்லது வேறு உபாயத்தால் உயிரை மாய்த்துக்கொள்ளலாம் என்ற துணிவு இருந்தது. கடவுள் அத்தகைய மரணத்தைக் கண்டனம் செய்திருப்பது உண்மைதான். ஆனால் தன் போன்ற அபாக்கியவதிகளின் துன்பங்கள் தாளமுடியாமல் இருப்பதினால், கடவுள் அப்படியொரு செயலுக்குக் கருணையுடன் தீர்ப்பளிப்பார் என்று நினைத்தாள்.

அவர்? அவர் கதையின் பரிதாப நிகழ்ச்சிகளை ஒவ்வொன்றாய் நினைவுபடுத்திப் பார்த்தாள். சராசரி மனிதனுக்கு ஏற்படும் துன்பங்களை

விட அவர் பங்குக்கு விழுந்த துன்பங்கள் அதிகமானவையே என்று ஒப்புக்கொண்டாள்.

இப்பொழுது குற்றம் புரிந்தவர் அவர். நாணயமான நடத்தையுடைய அவர், குற்றம் வெளிப்பட்டுவிட்டதை உணர்ந்து வேதனையால் எப்படி மருகுவார் என்பதையும் நினைத்துப்பார்த்தாள். அவர் குடும்ப வாழ்க்கையில் நிகழ்ந்த பல நிகழ்ச்சிகள் இப்பொழுதுதான் அவளுக்கு விளங்கின. அவர் இவ்வளவு நாளும் குற்றத்தை மனதுக்குள் வைத்து மருகிக் கொண்டிருந்தார் என்பது இப்பொழுதுதான் அவளுக்கு விளங்கிற்று. எல்லாம் அவளுக்காகத்தானே!

பெண் ஆணின் துர்தேவதை என்று ஞானியான பாட்டனார் சொல்லி யிருந்தது உண்மைதான் போலும். அன்று மாதவராவ் தன்னை மறந்து அப்படி வெறியனைப்போல நடந்துகொண்டதற்கும் தான்தான் காரணம். இப்பொழுதும் தன் உயிரையும் பொருட்படுத்தாது தன்னைக் காப்பாற்றிய இந்தக் கிறிஸ்தவரை - நேர்மையும் பக்தியும் உடைய ஒரு மனிதரைக் கெடுத்து அவருக்கு அவப்பேர் உண்டாக்கியதற்கும் தான் தான் காரணம். பாதிரியார் தன்னை மன்னித்து அவரைக் குற்றம் சாட்டினாலும் குற்றவாளி நானேதான். உயிரைப் போக்கிக் கொள்வது தான் இந்தக் குற்றத்திற்குப் பிராயச்சித்தமாகும். சில சமயங்களில் இந்த உண்மையை ஏன்தான் அறிந்தேனோ, ஞானஸ்நானத்தை ஏன்தான் விரும்பினேனோ, அதனால் அல்லவா இந்தத் துன்பம் நேர்ந்துவிட்டது என்றுகூட நினைத்து அங்கலாய்த்தாள்.

ஆனால் சில சமயங்களில் சிந்தனை ஓட்டம் வேறு திசையில் சென்றது. அவர் தன்னை ஏமாற்றிக் கெடுத்துவிட்டார் என்ற எண்ணம் ஏற்பட்டு அவர்மீது வெறுப்பைத் தூவியது.

ஒருவேளை அவர் ஆஷாடபூதிதானோ? **படிப்பது வேதம், இடிப்பது பெருமாள் கோயில்** என்ற கணக்கில் நடந்துகொள்பவரோ? உண்மை யைச் சொன்னால் நான் ஒருநாளும் இணங்கமாட்டேன் என்று அறிந்திருந்ததால் அந்த முஸ்லிம் நண்பரின் உதவியோடு என்னை வேண்டுமென்றே வஞ்சித்துவிட்டார். எத்தனை பெரிய முட்டாளாக இருந்திருக்கிறேன். உலக அறிவுகொண்ட மற்றப் பெண்கள் இதை உடனே கண்டுபிடித்திருப்பார்களே. காதல் என் கண்களை மூடி இருந்ததால் அவர் வைத்த அந்தச் சாதாரணப் பொறியிலேயே விழுந்திருக்கிறேன். தூர நாட்டில் தனிமையைத் தாங்க முடியாத அந்த அந்நியர், தன் பசியைத் தீர்த்துக்கொள்ள என்னைப் பயன் படுத்திக் கொண்டார். அவருக்கு என்ன அன்பா என்னிடம்? அவர் கதையே என்னை ஏமாற்றுவதற்காக ஜோடிக்கப்பட்ட பொய்க் கதையோ என்னவோ, இவராக வெளியிட்டிருந்த தகவல்களைத்தவிர பாதிரியாருக்கு இவரைப்பற்றி அதிகமாக ஒன்றும் தெரிந்திருக்க

வில்லை. ஆம்; இப்பொழுது எல்லாம் விளங்குகின்றது. அதனால்தான் இப்பொழுது அவர் என்னைத் தேடிவரவில்லை. ஓர் அந்நியப் பெண்ணை ஏமாற்றிக் கெடுத்ததைவிட, ஒரு சக ஐரோப்பியருக்குத் தன் வண்ட வாளம் வெளிப்பட்டுவிட்டதே என்பதுதான் அவர் மனத்தை அதிக மாக உறுத்துகின்றது. அந்த ஐரோப்பிய மிஷனெரியைப் பகைத்துக் கொள்ள விரும்பாமல் என்னை அப்படியே ஒதுக்கி விலக்கிவிட்டார். அவர் உண்மையிலேயே சீலரானால், என்னை மிகவும் நேசித்ததனால் மட்டுமே என்னை ஏமாற்றியிருந்தாரானால், பாவத்தையும் அவமானத் தையும் பொருட்படுத்தாமல் எனக்கு வாழ்வளிக்கக் கருதியிருந் தாரானால், இப்பொழுது கொள்கையைப் பிரதானமாகக் கொண்ட ஒரு குருவின் கட்டளைக்குப் பணிந்து என்னை ஒதுக்கி இருப்பாரா? நான்கு நாட்களாகியும் இன்னும் வரவில்லை. அவர் எனக்கு இழைத்து விட்ட பெரிய தீங்குக்கு மன்னிப்புக் கேட்கக்கூட வரவில்லை. ஒரு பெண்ணுக்கு அவளுடைய நற்பெயரைவிட விலையுயர்ந்த பொருள் வேறு என்ன இருக்கிறது? இவர் வெறியைத் தணிக்க என்னைப் பயன்படுத்தி, என்னை ஏமாற்றி, என் நற்பெயரைக் கெடுத்துவிட்டு, அதற்கு மன்னிப்புக் கேட்கவாவது வந்திருக்கலாம். இதற்காகவா மாதவனின் கோரிக்கையை மறுத்து அவனை விரட்டி அனுப்பினேன்? அவன் விருப்பப்படி நடந்திருந்தால் என் சொந்த மனிதர் இதைவிடக் குறைவாகவே என்னைக் கண்டனம் செய்திருப்பர்.

மேலும் ராஜரிஷிபோல் வாழ்ந்த என் பாட்டனாரின் பூத உடல் இருந்த இடத்தைக் கறைப்படுத்தவும் அவர் தயங்கவில்லையே. சாவைத் தவிர இனி எனக்கு என்ன வழி இருக்கிறது. எளியோரை வலியோர் வாட்டுகின்ற இந்தப் பூமியில் நிம்மதி இல்லை. சாவு ஒன்றுதான் விடுதலை தரும். தற்கொலையினால் என் துன்பங்களுக்கெல்லாம் முடிவு கட்டினால்தான் ஒருவேளை என்னை நாசமாக்கிய அவருக்கு மனவிரக்கம் உண்டாகலாம்.

எண்ண ஓட்டம் எந்தத் திசையில் சென்றாலும் அது கடைசியில் உயிரை மாய்த்துக்கொள்ளும் கட்டத்தில்தான் வந்து நின்றது. இந்தச் சிந்தனைகள், அவள் கட்டில் கால்மாட்டில் பாயில் படுத்திருந்த சிறுவன் வீறிட்டு அலறியதால் கலைந்தன.

அவனைச் சாந்தப்படுத்த, 'என்ன கோபால், என்னப்பா நடந்தது? பயந்துவிட்டாயா? கிட்டே வா, ஏதாவது கடித்து விட்டதா?' என்று ஆதரவாகக் கேட்டாள்.

பையன் எழுந்து உட்கார்ந்து கண்களைத் துடைத்துக் கொண்டு, 'ஒரு சொப்பனம் கண்டேன். ஒரு ஆள் ஒரு பெரிய கத்தியை வச்சுக்கிட்டு வந்து ஓங்களையும் எங்கம்மாவையும் குத்த வந்தான். பயமா இருக்கு. எங்கம்மா எங்கே?'

‘அம்மா, மருந்து வாங்கிவர உங்க மாமா வீட்டுக்குப் போயிருக்கா. இப்ப வந்துடுவா, நீ என் கட்டிலில் என்கிட்ட வந்து உக்காந்துக்கோ, பயமெல்லாம் போயிடும்’ என்றாள்.

பையன் அப்படியே வந்தான். அவனை அணைத்துக்கொண்டதும் அவனும் அவளை ஒட்டிக்கொண்டான். அவனுக்கு நாலைந்து வயது இருக்கும். கெட்டிக்காரப் பையன். சாரதாவின் மணவாழ்க்கையின் ஒரே சின்னம் அவன். இந்தப் பையன் பிறந்த சில மாதங்களுக்கெல்லாம் அவளுடைய சிப்பாய்க் கணவன் சண்டையில் இறந்துவிட்டான்.

சாரதாவின் சகோதரன் ஒரு பழ வியாபாரி. தொழில் செழிப்பாக நடந்ததால், தன் பையனும் சகோதரனின் பிள்ளைகளுடன் வளர்ந்து ஏதாவது தொழில் படிக்கட்டும் என்று சாரதா அவனை அங்கு விட்டு வைத்திருந்தாள். இந்தக் குடிசை அவளுடைய கணவனுடையது. இப்பொழுது அவள் சகோதரன் சாமான்கள் போட்டு வைப்பதற்கு அதைப் பயன்படுத்தி வந்தான். பையனும் இப்போது அம்மாவுடன் ஒட்டிக்கொண்டான். கிளாரிந்தாவுக்காக அதை அவசரமாகக் காலி பண்ணி சுத்தம் செய்து கொடுத்திருந்தான். கிளாரிந்தாவை அவன் மாமி என்று அழைத்தான். அவனுடைய மழலைப் பேச்சுகள் கிளாரிந்தாவின் கவலையை ஆற்றிவந்தன.

சற்றுநேரம் கழித்து மீண்டும் தன் தாய் கத்தியால் குத்தப்படவில்லை என்பதை உறுதி செய்ய விரும்புவன் போல ‘எங்கம்மா எங்க? எப்ப வருவா?’ என்று நச்சரிக்க ஆரம்பித்தான். அதற்குள் சாரதாவும் மருந்துக் கிண்ணத்துடன் வந்து சேர்ந்தாள்.

‘உன் பையன் உன்னைத் தேடுகிறான். யாரோ நம் இருவரையும் கத்தியால் குத்த வந்ததாகச் சொப்பனம் கண்டானாம். உன்னைப் பார்க்கிறவரையில் அவனுக்கு நம்பிக்கையே ஏற்படவில்லை. நான் தூங்கும்போது நிஜமாகவே என்னை யாராவது கத்தியால் கொன்று போட்டுவிட்டால் இந்த வேதனைக்கு ஒரு முடிவாவது வரும்!’ என்றாள்.

சாரதா பரிவு நிறைந்த குரலில், ‘பாயீமா, அப்படிப் பேசாதேமா. எத்தனையோ துன்பம் அனுபவிச்சாச்சு, உண்மைதான். ஆனால் இப்ப ஒரு வழியா தொந்தரவில்லாமத்தானே இருக்கோம். இனிமே ஒரு கஷ்டமும் இல்லை. இந்தக் குழந்தைகூட எனக்குப் பெரிசில்லை. நீ சுகமா சந்தோஷமா இருந்தா அதுவே எனக்குப் போதும். நான் உயிரோடு இருக்கும்வரை நீ சாவைப்பத்தி பேசக்கூடாது. நம்ம பாட்டுக்கு கடவுளேன்னு இங்கேயே இருந்துடலாம். வேணும்னா இதைவிடப் பெரிய வீடாப் பார்த்து இருந்துட்டுப் போறது. அந்த மானங்கெட்ட பரங்கிப்பய ஏமாத்துக்காரங்கிட்ட இனிமே போகப் படாது. பாவி, என்னமா ஏமாத்திப் போட்டான்.’

மனிதனுடைய மற்ற உடைமைகளைப் போலவே அவன் நற்பெயரும் நிரந்தரமானது அல்ல. போன வாரம்வரை, **நல்ல எசமானர்** அல்லது **பரங்கி உத்தமரு** என்று குறிப்பிட்டு வந்த சாரதா இப்பொழுது அவரை வேறு பதங்களால் குறிப்பிடத் தொடங்கியிருந்தாள். உண்மை அன்புக்கு ஒரு வேடிக்கையான குணம் உண்டு. அன்புக்குரியவரைப் பிறர் நியாய மாகவே பழித்துச் சொன்னாலும் அதைக் கேட்கச் சகிக்காது. புகழவோ பழிக்கவோ உரிமை தனக்குத்தான் உண்டு என்று நினைக்கும்.

கிளாரிந்தா கோபமாக 'அவரை அப்படிச் சொல்லாதே என்று எத்தனை தடவை சொல்லுவது சாரதா? அந்த மாதிரி ஏமாற்றுவது அவர் சுபாவத்திலே இல்லை. நான்தான் அவரை அப்படிச் செய்யத் தூண்டினேன். நானும்தான் குற்றவாளி. என் காதுகேட்க இனிமேல் இப்படி அநியாயமாக அவரைப் பற்றிப் பேசினாயானால் எனக்கு ரொம்பக் கோபம் வரும். கடவுளுக்குத் தெரியும். என்னாலேதான் அவருக்குத் துன்பம். அவருடைய பெருந்தன்மையான குணத்தினாலே, அவர் பாதிரியாரிடம், குற்றம் எல்லாம் தன்னுடையதுதான் என்று சொல்லிக்கொண்டார். எப்பொழுதுமே அவர் பெருந்தன்மையானவர் தான். எப்படி இருக்கிறாரோ? யாருக்குத் தெரியும்? யார் வந்து சொல்லுவார்கள்?' என்றாள் ஏக்கத்துடன்.

'ஏன், அவர் பட்லர் ராமப்பா இருக்கானே. அவன் எங்கண்ணன் வீட்டுக்கு வந்து இப்பத்தான் நம்மைப்பத்தி விசாரிச்சான். அவனுக்குத் தெரியப்படாதுன்னு நான் பின்வாசல் வழியா வந்தேன். ஆனா நான் உன்னிடம் வர்ர வரையில் அவனை அங்கே நிறுத்தி வைக்கச் சொல்லி அண்ணங்கிட்டே சொன்னேன். எசமானருக்கு ரொம்ப சுகமில்லாத துனாலே உன்னைப் பார்க்கணும்னு சொன்னாராம். இந்த மூணுநாளும் நம்மைத் தேடி பட்டணம் பூராச் சுத்தியிருக்காங்களாம். அண்ணங் கிட்ட ராமப்பா சொன்னதைக் கேட்டேன்' என்றாள் சாரதா.

ஏதோ ஓர் இன்ப உணர்ச்சி கிளாரிந்தாவினுள்ளே பரவியது. நெஞ்சு படபடவென்று அடித்தது. கட்டிலிலிருந்து எழுந்து உட்கார்ந்து பரபரப்புடன் 'அவனை உடனே இங்கே அழைத்துக்கொண்டு வா' என்றாள்.

'நான் இப்பவே போய்க் கூட்டியாறேன். ஆனால் நீ ஒண்ணும் அதுக்காக எழுந்து அலட்டிக்காதே' என்று சொல்லி தன் எஜமானியை வலுக்கட்டாயமாகப் படுக்கவைத்தாள். 'நான் வரதுக்குள்ளே இந்தக் கஷாயத்தைக் குடிச்சிரு' என்று சொல்லிக்கொண்டே புறப்பட்டாள். சாரதா சில நிமிடங்களில் பட்லர் ராமப்பாவைக் கையோடு கூட்டி வந்தாள்.

11

என்னை மன்னிப்பாயா?

ராமப்பா வந்து நடந்தவற்றைச் சொன்னான். அன்று பாதிரியாரைப் பார்த்தபின் லிட்டில்டன் கவலை தோய்ந்த முகத்துடன் நடந்தே வந்து சேர்ந்தார். தன் அறைக்குச் சென்று மதுவைச் சற்று அதிகமாகவே குடித்தார். வராந்தாவில் குறுக்கும் நெடுக்கும் நடந்துகொண்டே கோச்சு வண்டியை எதிர்பார்த்து, அது வராததினால் பொறுமையிழந்தார். பின் வண்டி வெறுமையாக வந்தது. எஜமானி அம்மா பணிப்பெண்ணுடன் நடந்து நகரத்துக்குள் எங்கேயோ போய்விட்டதாகச் சாரதி சொன்னான். அவன் அவர்களைத் தொடர்ந்து போய்க் கூட்டிவராமல், காலி வண்டி யுடன் ஏன் திரும்பிவந்தான் என்று கேட்டு கடுங்கோபத்தில் அவனைச் சாட்டையால் அடித்துவிட்டார். தன்னை யாரும் வந்து தொந்தரவு செய்யக்கூடாது என்று உத்தரவு போட்டுவிட்டு மீண்டும் அறைக்குள் சென்று கதவைத் தாழிட்டுக்கொண்டார். அன்று நிறையக் குடித்தார். ராமப்பா அவருடன் பழகிய பத்து வருஷத்தில் அவரை இந்தவித மன நிலையில் ஒரு நாளும் கண்டதில்லை. ஆகையால், சந்தேகம் கொண்டு அறைக்கு வெளியில் காத்திருந்தான். அவர் எழுதிக் கொண்டிருப்பதாக தெரிந்தது. பின் சில நிமிடங்கள் கழித்து வெடிச் சத்தம் கேட்கவே, அவன் கதவை அடித்துத் தள்ளிக்கொண்டு போய்ப் பார்த்ததில் எஜமான் தற்கொலை முயற்சி செய்திருப்பதைக் கண்டான். குடித்திருந்ததாலோ அல்லது வேறு காரணத்தினாலோ குண்டு தவறி அவரது வலது காதைத் தாக்கியிருந்தது. ராமப்பா துப்பாக்கியை அகற்றிவிட்டு மற்ற வேலை யாட்களின் உதவியோடு அவரைப் படுக்கையில் கிடத்தினான். அவர் இன்னும் மது கேட்டார். அவரை அமைதியாகப் படுக்கச் செய்வ தற்காக அவர்கள் அதைக் கொடுக்க வேண்டியதாயிற்று. உணவை மறுத்து விட்டார்.

எஜமானி திரும்பி வந்துவிட்டாளா? என்று அடிக்கடிக் கேட்டார். மறுநாள் காலையில் கண் விழித்ததும் இடதுகால் பெருவிரல் மிகவும் வலிக்கிறது என்று சொன்னார். அதற்குள் குளிரும் காய்ச்சலும்

சேர்ந்துகொண்டது. பெருவிரல் வலியும் தீவிரமாகி, வேதனை தாங்கமாட்டாதவராய்த் துடித்தார். மறுநாள் உடலின் வேறு சில பாகங்களும் சூலை நோயால் தாக்கப்பட்டு வீங்கிவிட்டன. படுக்கையை விட்டு அசையமுடியவில்லை. வலி மிகுதியால் ஆத்திரங்கொண்டார். காய்ச்சலின் போதும் எஜமானியைப் பற்றி அடிக்கடி விசாரித்தார். வரவர மணிக்கு ஒரு தடவை கேட்கத் தொடங்கினார். ராமப்பா, தான் மாத்திரம் படுக்கை அருகில் இருந்துகொண்டு மற்ற வேலையாட்களை அழைத்து எஜமானியைத் தேடிக் கொணரும்படி அனுப்பினான். ஆனால் எஜமானியை அவர்கள் கண்டுபிடிக்காமலே திரும்பிவந்தனர். அவர் நிலைமை மோசமாகிக்கொண்டு வரவே, அவர் நினைந்துருகும் எஜமானியை எப்படியாவது கூட்டிவரவேண்டும் என்ற எண்ணத்தில் தானே புறப்பட்டதாகவும் சொன்னான். அவள் அவரை உயிருடன் காணவேண்டுமானால், அவள் அந்த வினாடியே தன்னுடன் கிளம் பினால்தான் முடியும் என்று சொல்லி முடித்தான்.

'உங்க எசமானர் செஞ்ச வேலையினாலே அவளுந்தான் படுக்கை யில் விழுந்துட்டா. செத்துத்தான் பொழச்சிருக்கா. இப்போ வந்தா அவா ஒடம்பு என்னத்துக்கு ஆகும்?' என்றாள், சாரதா சற்றுக் கோபமாக.

'நான் உடனே போகணும் சாரதா. ராமப்பா சொன்னதுதான் சரி' என்றாள் கிளாரிந்தா தீர்மானமான குரலில். மனதிலிருந்த வேதனையும் பரபரப்பும் குரலில் தோன்றா வண்ணம் மறைத்துக்கொண்டு:

'என் உடம்பு இப்பொழுது எவ்வளவோ தேவலை. நடந்துகூட வந்துவிடுவேன். இங்கிருந்து நமது வீடு எவ்வளவு தூரம் ராமப்பா?' என்று கேட்டாள்.

பட்லர், ரெண்டு கூப்பிடு தூரம் இருக்கும் அம்மா. ஆனால் நீங்க பலவீனமாக இருக்கீங்கன்னா நான் போய் வண்டியை எடுத்துக்கிட்டு நொடிப்பொழுதில் வந்துடறேன்' என்றான்.

'வேண்டாம், நேரமாகிவிடும். நான் நடந்தே வந்து விடுகிறேன்' என்று சொல்லிக் கட்டிலில் இருந்து எழுந்தாள்.

'சும்மா இருக்கமாட்டே? இந்தத் தெரு தாண்டறதுக்குள்ளே உயிர் போயிடும் உனக்கு?' என்று சாரதா சொல்லி:

'உனக்கே நியாயமா இருக்கா, சொல்லு. என் கண்ணல்ல, சித்த நாழி உட்கார்ந்திரு. நான் போய் எங்க அண்ணனுடைய மாட்டு வண்டியைக் கொண்டாறச் சொல்றேன்' என்றாள்.

கிளாரிந்தா ஒப்புக்கொண்டாள்.

அவர்கள் பங்களாவை வந்து சேரும்போது இரவு மணி பதினொன்று. பலவீனத்தையும் பொருட்படுத்தாமல் கிளாரிந்தா வண்டியிலிருந்து இறங்கியதும் வேகமாக நடந்து வீட்டினுள் சென்றாள். சிறிய ஓசை கேட்டாலும் தரை அதிர்ந்தாலும்கூட அவருக்கு வேதனை உண்டாக்கி

விடுகிறது என்று ராமப்பா ஏற்கெனவே எச்சரிக்கை செய்திருந்ததால், அவர் படுத்திருந்த அறைக்குள் ஓசைப்படாமல் அடியெடுத்துவைத்து நுழைந்தாள். அவர் தூங்கிக் கொண்டிருந்தார்.

கடவுளே இது என்ன? நான்கே நாட்களுக்கு முன், பாதிரியாரின் வீட்டெதிரில் அவள் கைகளை மென்மையுடனும் பரிவுடனும் பிடித்து வண்டியிலிருந்து இறக்கிவிட்ட அந்தத் திடகாத்திரமான ஆங்கிலேயரா இவர்? குழிவிழுந்த கண்களுடன் வெளுத்து இளைத்துப் படுத்திருந்தார். சவரம் செய்யாமல் முடி நெருக்கமாக வளர்ந்திருந்தது. பத்து ஆண்டுகள் மூப்பாகிவிட்டவர் போல் தோன்றினார். நெற்றியிலும் கண்களைச் சுற்றிலும்கூட சுருக்கங்களும் கோடுகளும் புதிதாக விழுந்திருப்பன போலிருந்தது. உரமேறியிருந்த கைகள் கூடுகளைப் போல் தோற்ற மளித்துக் கட்டிலில் சோர்ந்து கிடந்தன. மனச்சாட்சி குத்திய வேதனை யும் அவளைப் பிரிந்த ஏக்கமும் இப்படி ஒரு பயங்கர மாற்றத்தை உண்டுபண்ணியிருந்தன.

கிளாரிந்தா லிட்டில்டன் நெற்றியில் மெதுவாக முத்தமிட்டாள். ஆனால் அவர் அயர்ந்து தூங்கிக்கொண்டே இருந்தார். கண் விழிக்க வில்லை. அவளும் அவர் தூக்கத்தைக் கலைக்க விரும்பாமல் வைத்தியரை உடனே வரவழைக்கவேண்டும் என்று தீர்மானித்தவளாய் அறையை விட்டு மெல்ல வெளியே புறப்பட்டபோது, கிளாரிந்தாவுக்கு என்று விலாசமிட்ட ஒரு கடிதம் அவர் மேசையில் இருப்பதைக் கவனித்தாள். அதை எடுத்துக்கொண்டு தன் அறைக்குச் சென்றாள். அங்கே யாவும் அவள் விட்டு வைத்த நிலையிலேயே இருந்தன. கண்ணீர் கண்களை மறைத்ததால் கடிதத்தை அவளால் சரியாகப் படிக்க முடியவில்லை.

என்னுடையவளே, என் அன்பிற்குரியவளே,

அப்படியானால் உன் கற்பையும் மானத்தையும் அபகரித்த இந்த ஈனனை விட்டுவிட்டு நீ போய்விட்டாய். உன்னுடைய மன்னிப்பைக் கேட்பதையோ பெறுவதையோ பற்றி நினைத்துப் பார்க்கவும் முடியவில்லை. என்னைப் பழிப்பதுபோல் நீ பார்த்த பார்வையை என் உயிருள்ள அளவும் மறக்கமுடியாது. அந்தப் பார்வையை நினைக்கையில் உன் முகத்தைப் பார்க்கவும் கூசுகிறேன். உன் அழகிய முகத்தைப் பாராமல், உன் இனிய குரலைக் கேளாமல், உத்தமியான என் காவல் தெய்வமே! நீ என் அருகில் இல்லாமல் இந்த உயிரை நான் தாங்க இயலாதவனாக இருக் கிறேன். நான் செய்துவிட்ட இந்த வெட்கங்கெட்ட ஈனச் செயலுக்கு சாவு ஒரு சிறிய தண்டனையோகும். ஆனால் என் கண்ணே, நீ இதை நம்ப வேண்டும். உன்மீது கொண்ட அன்பும் ஆசையும், என் ஆத்மா எங்கும் வியாபித்து என்னை மீண்டும் மனிதனாக்கிற்று. உன்னை இழந்து விடுவேனோ என்ற பயமே என்னை அப்படிச் செய்யத் தூண்டிற்று. என் ஆத்மா பல

ஆண்டுகளாக நோயுற்றுச் செத்திருந்தது. உன் அன்பின் வலிமைதான் அதை மீட்டு, மீண்டும் வாழுமாறு உயிர் அளித்தது. அந்தப் புத்துயிரைத் திரும்பவும் இழந்து இறந்து போவதென்றால் என்னால் தாங்க இயல வில்லை. ஆகவேதான் உன்னை ஏமாற்றினாலும்கூட, உன்னைவிட்டுப் பிரியாதிருக்க விரும்பினேன். வில்லங்கம் நீங்கிய கணமே முறையாக உன்னைத் திருமணம் செய்துகொள்ளவேண்டும் என்றே எண்ணியிருந்தேன். எந்த மணி நேரமும் அந்தச் செய்தி வரலாம் என்று காத்திருந்தேன். என்னுடைய உயில் இதை நிரூபிக்கும்.

எல்லா ஜீவராசிகளுக்கும் உயிர் இனிமையானது. என் இன்பத்துக்காக இன்னொருத்தியினுடைய மரணத்தை விரும்பியது சுயநலமும் குரூரமும் மிகுந்த செயலாகும். ஆனால் வெட்கத்தை விட்டுச் சொல்லுகிறேன். அவளுக்காக நான் சகித்துவிட்ட துன்பங்களுக்கெல்லாம் பரிகாரமாக, அந்தக் கசப்பான பிடியிலிருந்து விடுதலைபெற நான் தகுதியுடையவனே என்ற எண்ணத்தில் அந்த விருப்பத்தை நான் மனதில் வளர்த்தே வந்தேன். அது அவளுக்குமே விடுதலையாகத்தானிருக்கும். ஆனால் கடவுளின் சித்தம் வேறு விதமாக இருந்தது. என்னுடைய அவசரப் புத்தியினாலும் சுயநலத்தினாலும் நான் அப்படி நடந்துகொண்டு விட்டேன். அதன் பலனை இப்பொழுது அனுபவிக்கிறேன்.

நீ என்னை விட்டுவிட்டுப் போய்விட்டாய், நீ இல்லாமல் வாழ்க்கை தாங்கமுடியாததாக இருக்கின்றது. மரணம் எனக்கு தண்டனை அல்ல, பெருந்துன்பத்தினின்று பெறும் விடுதலை. நீ இல்லாமல் உயிர் வாழவே இயலாதாகையால் நான் தற்கொலை செய்துகொள்வதென்று முடிவு செய்துவிட்டேன். தனிமை என்ற நினைவே என்னை வெறியடையச் செய்கிறது. எனது கையாலாகாத்தனத்தால், வண்டியைக் காலியாகக் கொண்டுவந்த சாரதியைச் சாட்டையால் அடித்து விட்டேன். நான் தனியாக வாழ்ந்தால் எனக்கு வெகு விரைவில் பைத்தியம் பிடித்துவிடும் என்பது உறுதி. அப்பொழுது இந்தப் பாழும் வாழ்க்கையை நானே முடித்துக் கொள்ளும் சக்தியையும் இழந்துவிடுவேன். அதனால்தான் நான் இப்பொழுதே தற்கொலை செய்துகொள்கிறேன்.

நான் போய்விட்ட பிறகு என்னைப்பற்றிக் கருணையுடன் நினைத்துக் கொள். என் நேசத்தை, நமது நேசத்தை, நான் வாழ்க்கையில்பட்ட துன்பங் களை, கடவுள் என் கைகளில் வைத்த விலை மதிப்பற்ற பிரசாதத்தை, நான் அனுபவிக்க எண்ணிய ஆர்வத்தை நினைத்துக்கொள். உன்னுடைய அன்பையும், நீ சகித்த இன்னல்களையும், சட்டம், ஒழுக்க விதிகளின் பேரால் உனக்கு இழைக்கப்பட்ட கொடிய அநீதிகளையும், மனிதன் சகமனிதனுக்குக் கருணை காட்டத் தவறுவதால் எண்ணற்ற மனிதர்கள் துன்புற நேர்வதையும் நினைத்துக்கொள். இவை எல்லாவற்றையும், நாம் ஒன்றாக வாழ்ந்த வாழ்வையும், மிகக் குறுகிய காலத்துக்குள்

குரூரமாக முளையிலேயே கிள்ளி எறியப்பட்டுவிட்ட அந்த வாழ்வையும் நினைத்துக்கொள்வதால் ஒருவேளை நீ என்னை மன்னிக்க முடியும் என்று ஆசையுடன் நம்புகிறேன்.

இனி நான் என்ன சொல்ல இருக்கிறது? தகுதியற்ற தந்தையின் பாவமும் பழியும் அந்தப் பச்சிளங் குழந்தையை – இந்தக் கண்கள் இனி பார்க்க இயலாத - அந்தச் சிசுவைத் தொடாதிருப்பதாக.

ஆனால் ஒன்று, நித்தியத்தின் தீரத்தில் நின்று கொண்டிருப்பதால் முன்னைவிடத் தெளிவாகவே என் ஆத்மா அதைத் தரிசிக்கின்றது. நம்முடையதைப்போன்ற அன்பு தவறானதாகவோ பாபகரமானதாகவோ இருக்க முடியாது; கருணை என்னும் தெய்வீக சிம்மாசனத்துக்கு எதிரில் நான் உன்னை என்னுடையவளாக உரிமை கொண்டாடுவேன் என்பது உறுதி.

என் அன்பே, நான் விடைபெறுகிறேன். இதைவிடச் சிறந்த ஓர் உலகத்தில் நாம் மீண்டும் சந்திக்கும்வரை கடவுள் உன்னைப் பாதுகாப் பாராக. அவருடைய எல்லையற்ற கருணையினால் என்னையும் மன்னிப் பாராக.

ஆமென்.
மரணம்வரை உன்னுடையவனான
ஹாரி

கிளாரிந்தா கடிதத்தைத் திரும்பத் திரும்பப் படித்து ஆனந்தக் கண்ணீர் சொரிந்தாள். அவள் இருதயத்தில் அமைதி குடிகொண்டது; கடவுள்பால் நன்றியுணர்ச்சி பொங்கியது. அவ்விடத்திலேயே முழங்காலிட்டு உள்ளத்தின் உணர்ச்சிகளைக் கொட்டி அமைதியாக கடவுளுக்கு நன்றிப் பிரார்த்தனை ஏறெடுத்தாள்.

அப்போது அடுத்த அறையில் ஏதோ சப்தம் கேட்டது. அங்கே விரைந்தாள். லிட்டில்டன், 'எஜமானி அம்மா வந்துவிட்டார்களா, ராமப்பா' என்று கேட்டுக் கொண்டிருந்தது காதில் விழுந்தது. ஆனால் ராமப்பா அறையில் இல்லை. கிளாரிந்தா விரைந்து சென்று, 'என் அன்பே! நான் இங்கேதான் இருக்கிறேன். இதோ திரும்பி வந்து விட்டேன். இனி யார் சொன்னாலும், சரி, உங்களை விட்டுவிட்டுப் போகவே மாட்டேன்' என்று தழுதழுக்கக் கூறினாள்.

அவளையே சிறிதுநேரம் அமைதியாகவும் நிச்சயமில்லாமலும் பார்த்துக் கொண்டிருந்துவிட்டு, தளர்ந்த குரலில் 'நிஜமாகவே நீதானா, என் பிரியமே, என்னுடையவளே, என் அன்பே' என்றார் லிட்டில்டன். அவர் தயங்கியதிலும் வியப்பில்லை. இந்தச் சில தினங்களில் கிளாரிந்தாவும் வெளுத்து மெலிந்து, அழகிய முகமும் களைப்படைந்து, மாறிப் போயிருந்தாள்.

'என் அன்பே, நானேதான், உங்கள் கிளாரிந்தாவேதான். என் அன்புச் செல்வரிடம் என்றுமே திரும்பி வந்துவிட்டேன்' என்று அவருடைய மெலிந்த கரத்தைக் கனிவுடன் எடுத்து கிளாரிந்தா முத்தமிட்டாள்.

'என்னை மன்னிப்பாயா?' என்று வதங்கிய குரலில் கேட்டார் லிட்டில்டன். குழிவிழுந்த அவர் கண்களினின்று பெரிய கண்ணீர்த் துளிகள் சில உருண்டு விழுந்தன.

'என் அன்பும் மன்னிப்பும் உங்களைத் தவிர வேறு யாருக்கு உண்டு. இக்கட்டான வேளையில் உங்களை விட்டுவிட்டுப் போய்விட்டேனே. நீங்கள்தான் என்னை மன்னிக்கவேண்டும். கடவுள் ஒன்றாக இணைத் தவர்களை இனி மனிதன் ஒரு காலும் பிரிக்க முடியாது. நாம் இனி பல காலம் அன்பாக வாழ்வோம். காலம் நமது அன்பை இன்னும் வலுவுடையதாக்கும். நான் வந்துவிட்டபடியால் நீங்கள் இனி விரைவில் குணமடைந்து விடுவீர்கள்' என்றாள் மகிழ்ச்சியுடன்.

அவளுடைய கையை எடுத்துத் தன் உதடுகளில் பதித்துக்கொண்டு, உணர்ச்சி வசப்பட்டவராய் 'ஆண்டவனுக்குத் தோத்திரம்! ஆண்டவ னுக்குத் தோத்திரம்!' என்றார் லிட்டில்டன்.

12

விடுதலை

பழமையான சோழ நாட்டினின்று காட்சி, பாண்டிய நாட்டில் உள்ள பாளையங்கோட்டைக்கு மாறுகிறது. நவாபின் ஆதிக்கத்துக்குட்பட்ட திருநெல்வேலி ஜில்லாவை நவாபின் சார்பில் ஆங்கிலேயர் ஆண்டு வந்தனர். அப்பொழுது பாளையங்கோட்டையில் ஒரு சிறிய பட்டாளம் இருந்தது. 1880வரை அது அங்கே இருந்தது. அங்கிருந்து மூன்று மைல் தொலைவில் தாமிரபரணிக்கு அப்பால் உள்ள தச்சநல்லூரில் இந்திய சிப்பாய்கள் கொண்ட பட்டாளம் ஒன்றும் நிறுத்தப்பட்டிருந்தது. பாளையங்கோட்டையில் ஒரு தளகர்த்தர், ரெவின்யூ கலெக்டர், சம்பளப் பட்டுவாடா அதிகாரி மற்றும் அதிகாரிகள், சிப்பந்திகள் இருந்தார்கள். எல்லோரும் ஐரோப்பியர்தாம். ஒருவர்க்கொருவர் குதூகலமாகவும் கலகலப்பாகவும் பழகி வாழ்ந்து வந்தனர். லிட்டில்டனுக்கு இப்பொழுது இங்கே மாற்றலாகிவிட்டது.

கிளாரிந்தாவின் கவனமான பணிவிடையால் லிட்டில்டன் விரைவில் உடல் தேறி முன்னைவிட தேகாரோக்கியமாகவும் உற்சாகமாகவும் இருந்தார். லிட்டில்டனும் துளசாஜியும் நண்பர்களாக இருந்து வந்தது நவாபுக்குப் பிடிக்காமல் இருந்தது. ஆங்கிலேயர் தஞ்சையை முற்றுகையிட்டுப் பிடித்து மூன்றாண்டு காலம் (1773-1776) அதை நவாபுக்கு அளித்து மீண்டும் முடியிழந்திருந்த மராட்டிய அரசனுக்குக் கொடுத்த சம்பவம் இனி நடக்கவிருந்தது. அதற்கான அடிப்படை நிகழ்ச்சிகள் இப்பொழுதுதான் உருவாகிக் கொண்டிருந்தன.

இடம் மாறிச் செல்வது இருவருக்குமே பிடித்துத்தான் இருந்தது. பாட்டனாரின் கல்லறைக்குச் சென்று விடைபெற்றுக்கொண்டு, தஞ்சையையும் அதோடு தொடர்புள்ள கசப்பும் வேதனையுமான நினைவுகளையும் விட்டுவிட்டு பாளையங்கோட்டையை நோக்கி தெற்கே சென்றார்கள். சாரதாவும் அவர்களோடு சென்றாள். கிளாரிந்தா விரும்பிக் கேட்டுக்கொண்டதால் சின்னக் கோபாலனையும் அவள் உடன் அழைத்துவந்தாள்.

நகரின் தென்கிழக்குப் பகுதியில் உள்ள ஐரோப்பியர் குடியிருப்பு மனைகளில் ஒரு பங்களாவில் லிட்டில்டனின் விசித்திர குடும்பம் வசித்துவந்தது. படைவீடும் அங்குதான் இருந்தது. இப்பொழுதும் அந்தப் படைவீட்டை வெடிமருந்து மற்றும் மருந்துச் சாமான்கள் சேகரித்து வைக்கும் இடமாகப் பயன்படுத்தி வருகின்றனர்.

இப்பொழுது அவர்கள் குடும்ப வாழ்க்கை மிகவும் மாறுபட்டதாக இருந்தது. தஞ்சையில் அவர்கள் சுவார்ட்ஸைப் பார்க்கும் முன்னால் கிளாரிந்தாவின் மகிழ்ச்சி கலப்படமில்லாமல் பரிபூரணமாக - இந்தப் பூமியில் மகிழ்ச்சி என்பது எவ்வளவு சாத்தியமோ - அவ்வளவாக இருந்துவந்தது. ஆனால் லிட்டில்டன் குற்ற உணர்ச்சியினால் உற்சாகம் இழந்தவராய், அதை மறப்பதற்காக நடு நடுவே குடியைத் தஞ்சமடைந்து வந்தார். ஆனால் இப்பொழுது மறைக்கவேண்டிய ரகசியம் இனி ஒன்றும் இல்லை என்ற நிலையில், லிட்டில்டன் உடலும் மனமும் தேறி, தமது குற்றம் அப்படி ஒன்றும் பிரமாண்டமானது இல்லை என்று நினைப்பவர் போல் உற்சாகமாக இருந்தார்.

அவர் தாம் செய்துவிட்ட குற்றத்துக்காக மனம் வருந்தி அதனால் நோய்வாய்ப்பட்டபோது, கிளாரிந்தாவுக்கு அவர்பால் பரிவும் நேசமும் சுரந்து எப்படியாவது அவர் உடல்நலம் பெற்றால் போதும் என்று கனிவுடன் பணிவிடை செய்திருந்தாள். அவர்கள் அன்புக்கு நடுவே நின்ற ரகசியம் வெளியாகி, எல்லாம் இனிதாக முடிந்துவிட்டது போல் தோன்றினாலும், கிளாரிந்தா அவரை முற்றிலுமாக நம்பிய அந்த நம்பிக்கை பங்கமடைந்துவிட்டது. சகல நற்குணங்களும் ஒருசேர உருவெடுத்த வீரதீரர் அவர் என்று அவள் நினைத்திருந்த நினைப்பில் விரிசல் கண்டது.

அவரும் அவளை ஆழ்ந்து நேசித்தார் எனினும் தாம் செய்த அற்பச் செயல் ஒன்றைக் கண்டுபிடித்து விட்டாளே என்றதால் கோபமும் எரிச்சலும் அவருடைய மன ஆழத்தில் இருந்தே வந்தது என்றே சொல்ல வேண்டும். அவளைப்போல் தான் பெருந்தன்மையும் புனிதமும் உடையவன் அல்ல என்ற எண்ணமும் அவரை உறுத்தி வந்தது. புல்லாங்குழலில் ஏற்பட்டுவிட்ட சிறு விரிசலினால் இசை வருவது தடைபடா விடினும் அபஸ்வரம் விழுந்து இசையின் இனிமை குறைவது போல் மனதில் கண்ட விரிசலால், அவர்கள் செய்த அல்லது செய்யாமல் விட்ட செயல்கள், சொற்கள், சைகைகள், அமங்கலமான மௌனங்கள் அவர்கள் வாழ்வின் இசையைக் கலைக்கத் தொடங்கின.

லிட்டில்டன் மற்ற ஐரோப்பியர்களுடன் பழகத் தொடங்கியதும், லிட்டில்டன்-கிளாரிந்தா உறவில் மேலும் சங்கடங்களும் குழப்பங்களும் ஏற்பட்டன. ஐரோப்பியர்கள் யாரும் அந்த உறவைக் கண்டனம் செய்யவில்லை. ஆனால் லிட்டில்டன் கிளாரிந்தாவை மணந்து

கொள்வதை அவர்கள் தடுக்க முயன்றனர். அவர்கள் சிலர் வெளியரங்க மாகவே ஆசைநாயகிகளுடன் வாழ்ந்துகொண்டு அவர்கள் அழகையும் குணநலன்களையும் புகழ்ந்துவந்தார்கள். ஆனால் பாளையங்கோட்டை யில் வசித்து வந்த ஐரோப்பியப் பெண்மணிகளுக்கு அவர்களை அறிமுகம் செய்யமாட்டார்கள். அப்படி ஆசைநாயகிகளை வைத்திருப் பவர்கள் அவர்களைப் போன்றவர்கள் வீடுகளுக்குத் தங்கள் ஆசை நாயகிகளுடன் போய்வந்து உறவாடி வந்தார்கள். அப்படிப்பட்ட ஐரோப்பியருடன் லிட்டில்டன் எவ்வித சமூக உறவையும் வைத்துக் கொள்ளவில்லை.

ஆனால் இரண்டு மூன்று ஆங்கிலேயர்களிடம் இவர் அந்நியோன்னிய மாகப் பழகியதால், இவருடைய வரலாற்றை அறிந்து அவர்கள் இவரிடம் உண்மையாகவே அனுதாபம் கொண்டனர். அப்படிப்பட்டவர்களைத் தம் வீட்டுக்கு அழைத்து உபசரித்து, கிளாரிந்தாவையும் அறிமுகம் செய்வித்து அவளுடைய அழகையும் அறிவையும் அவர்கள் பாராட்ட வேண்டும் என்று விரும்பினார்.

அவர்கள் அவளை அவருடைய மனைவியாகப் போகிறவள் என்ற மரியாதையுடன் நடத்துவார்கள் என்பது மட்டுமல்ல, அவளுடைய பெருந்தன்மையையும் வாழ்க்கையில் அவள் சகிக்க நேர்ந்த கஷ்டங் களையும் உணர்ந்து அனுதாபமும் காட்டுவார்கள் என்று அவர் எதிர்பார்த்தார்.

ஆனால் அவர் எவ்வளவு கெஞ்சியும் கிளாரிந்தா அதற்கு இணங்க வில்லை. அவள் இன்னும் அவருடைய மனைவியாகவில்லை. உண்மை யில் இன்னொரு பெண்ணுக்குச் சொந்தமான மனைவி என்ற அந்தஸ்தைப் பறித்துக்கொண்டு மனைவி போல் நடிக்க அவளால் முடியவில்லை. ஆகையால் அவருடைய நண்பர்களைத் தன் வீட்டில் வரவேற்கவோ, அவர்களோடு வேறு எந்தத் தொடர்பு வைத்துக்கொள்ளவோ அவள் விரும்பவில்லை. இந்த முடிவு அவருக்கு ஆத்திரத்தை விளைவித்தது. உக்கிரமான பிடிவாதத்துடன் தன்னை வேண்டுமென்றே அவமானப் படுத்துகிறாள் என்று கருதினார். அவர் எவ்வளவோ நயமாக எடுத்துச் சொல்லிக் கெஞ்சிக் கேட்டுக்கொண்ட போதுங்கூட அவள் விட்டுக் கொடுக்காததால் அவருக்கு மிகுந்த சலிப்பு உண்டாயிற்று. அவளை அசட்டை செய்யத் தொடங்கினார். ஐரோப்பியர் வீடுகளில் அதிக நேரத்தைச் செலவிட்டார் அல்லது அவர்களை அழைத்து கிளாரிந்தாவின் உதவியில்லாமலே தன் வீட்டில் உபசரித்தார்.

ஆடம்பரமான வாழ்க்கையும் பெரும் குடிப்பழக்கமும் நாகரிக மாக நிலவிய காலம் அது. அதிலும் ஆங்கிலேயர்கள் குடிப்பதில் எவருக்கும் சளைத்தவர்கள் அல்ல. அவர்கள் கவிஞர் சொல்வதுபோல், **குடியில் டேனிஷ்காரரும், ஜெர்மானியரும், தொந்திசரிந்த ஹாலந்தியரும்**

ஆங்கிலேயர்முன் நிற்கமுடியாது என்று தம்பட்டம் அடித்துக் கொள்வார்கள்.

லிட்டில்டனுக்கும் அளவுக்கு மீறிய குடி, குடும்ப வாரிசான இயல்பு. கிளாரிந்தாவோடு நேர்ந்த சச்சரவுகளினால் துயரமடைந்தவராய் மேலும் குடித்தார். நாம் நேசிக்கும் ஒருவரிடம் கோபம் கொள்வது, மூளையில் வெறிபிடித்ததுபோல் வேலைசெய்யும் என்று சொல்வார்கள். ஆகவே லிட்டில்டன் உடல்நலம் மீண்டும் கெடத் தொடங்கியது. கிளாரிந்தா எவ்வளவு சொல்லியும் லிட்டில்டன் குடிப்பதை நிறுத்த வில்லை.

நடுநடுவே அவர்கள் சமாதானம் செய்துகொண்டார்கள். முத்தங் களினாலும், கண்ணீராலும் உடன்படிக்கைப் பத்திரம் எழுதிக் கொண்டார்கள். ஆனால் இந்தப் பத்திரங்கள் வெகுநாள் செல்லுபடி யாகவில்லை. ஏனென்றால் அவர்களுடைய சச்சரவுகள் புதுமணத் தம்பதிகள் வரவேற்க வேண்டிய ஊடல்களாக இல்லை. ஆகவே புல்லாங்குழலில் கண்ட விரிசல் நாளடைவில் விரிந்து விரிந்து இசையே வரவொட்டாமல் தடுத்துவிட்டது. அவருடைய புது நண்பர்களின் உறவையும் குடியையும் அவரால் விட்டுவிட முடியவில்லை. தஞ்சை யில் அவர் பட்ட நோயின் கடுமையையும், அப்பொழுது கிளாரிந்தா அடைந்த மனத்துயரத்தையும்கூட அவர் நினைத்துப் பார்த்ததாகத் தெரியவில்லை. இதனால் அவளுக்கு அவர்மீது மனக்கசப்பு மிகுதி யாயிற்று.

அவள் இப்பொழுது வெகுநேரம் தனிமையில் வாடியதால் மனதில் அலுப்பும் தளர்ச்சியும் அடைந்தாள். அவர் வெளியே சாப்பிடுகிற இரவு களில், அவர் திரும்பும்வரை அவள் அழுதுகொண்டே விழித்திருந்தாள். தன் பிரிய பாயியின் துக்கத்தையும், அவமானத்தையும், வேதனையை யும் சாரதாகூட முழுவதும் அறிந்துகொள்ளவில்லை. கிளாரிந்தா சின்னக் கோபாலன் மீது இப்பொழுது மிகவும் பிரியம் வைத்தாள். அந்தச் சிறுவனுக்கு வயதை மீறிய நகைச்சுவை இருந்தது. அவனுடைய குழந்தமைப் பேச்சும் செயலுந்தான் அவ்வப்போது அவள் முகத்தில் புன்சிரிப்பைத் தோன்றச் செய்தன.

மனச்சாட்சி அறியாத குற்றம் இல்லை. குற்றம் செய்கிறவர்கள் முதலில் மனச்சான்றுக்கு ஏதாவது சாக்குச்சொல்லி மழுப்புகிறார்கள். நோக்கமே இல்லாத பழிச் செயல் செய்ததாகச் சொல்லப்படும் **இயாகோகூட** மனச்சான்றை சமாதானப்படுத்த ஏதேதோ நோக்கங்கள் கற்பித்துக் கொண்டான். ஆனால் லிட்டில்டன் கொடுமைக்காரர் அல்ல. தன்னைப் புரிந்துகொள்ளவில்லையே என்றுதான் அவருக்குக் கிளாரிந்தா மீது கோபம். அதனால்தான் அவரையும் அறியாமலே அவர் அப்படிப் பழி தீர்த்துக்கொண்டிருந்தார். தமது கசப்பான வில்லங்கம்

நீங்கியதும், அவர் அவளைத் திருமணம் செய்துகொண்டு அவள் ஞானஸ்நானமும் பெற்றுவிட்டால், அவள் முறைப்படி கண்ணியமான மனைவியாகிவிடுவாள். அப்பொழுது அவளுடைய சோர்வு, கெட்ட கனவைப் போல் நீங்கி விடும். வறட்டுக் கொள்கையைக் கொண்ட மிஷனெரிப் பாதிரியாரைச் சந்திக்குமுன் அவர்கள் தஞ்சையில் அனுபவித்த இன்பநாட்கள் திரும்பிவிடும் என்றுதான் அவர் எண்ணி யிருந்தார். அவருடைய மனச்சாட்சியை அவர் இப்படித்தான் சமாதானம் செய்து வைத்திருந்தார்.

ஆனால் அவர் எண்ணியது நடக்கவில்லை. பாளையங்கோட்டை வந்த ஒரு வருடத்துக்கெல்லாம் அவரை மீண்டும் சூலை நோய் கடுமையாகத் தாக்கியது. தன் குடும்பத்தில் இருவர் இந்நோயினால் இறந்து போயினர் என்பதையும் அவர் அறிவார்.

ஒன்றும் இயலாதவராய் படுக்கையாய்ப் படுத்துவிட்டார். முந்தியதை விடத் தீவிரமான தாக்குதலாக இருந்ததால், வேதனையும் தாங்க மாட்டாமல் இருந்தது. கிளாரிந்தாவின் மனம் இளகிவிட்டது. இரவும் பகலும் அருகிலேயே இருந்து பணிவிடை செய்தாள். அவர் நோயின் கடுமையால் அவளிடம் எரிந்து விழுந்தபோது பொறுமையுடன் இருந்தாள். வைத்தியரின் உத்தரவுகளை அப்படியே நிறைவேற்றினாள். அவருடைய நண்பர்கள் வந்தபோது அவரைவிட்டு விலகி ஒளிந்து கொள்ளவில்லை. அவள் பக்தியுடன் செய்த பணிவிடைகளையும், அமைதியான கம்பீரத்தையும் கண்டு எல்லோருமே வியந்தனர். ஜியார்ஜ் வெஸ்ட்காட், லிட்டில்டனின் நண்பர். அவர் கிளாரிந்தா லிட்டில்டனுக்குச் செய்து வரும் பணிவிடை கண்டு வியந்தார். அவள் ஒருதடவை ஒத்தடம் கொடுப்பதற்காக அபின் கொண்டுவர உள்ளே சென்றபோது ஜியார்ஜ் வெஸ்ட்காட், 'லிட்டில்டன்! நீ கொடுத்து வைத்தவன், இவ்வளவு பக்தியுடன் பணிவிடை செய்ய ஒருத்தி உனக்குக் கிடைத்திருக்கிறாளே. இப்படிக் கவனிப்பதற்கு ஒருவர் இருக்கும்போது, நோயாளியாகக் கிடப்பதே பெரிய சுகமாக இருக்கும்' என்றார்.

'கடவுள் அவளை ஆசீர்வதிப்பார். அவளுக்கு நான் தகுந்தவன் அல்லன்' என்றார் லிட்டில்டன்.

'அதிகப்பிரசங்கித்தனமாகக் கேட்கிறேன் என்று நினைக்காதே. அவள் வசதி உள்ளவள்தானா?' என்று மெல்லக் கேட்டார்.

'அவள் பாட்டனார் அவளுக்கு ஏகப்பட்ட சொத்து வைத்துவிட்டுப் போனார். ஆனால் தஞ்சாவூர் இராஜா அதில் பாதியைப் பிடுங்கிக் கொண்டுவிட்டார். மறுபாதியை தரும காரியங்களுக்கு அவளாகவே கொடுத்துவிட்டாள். தனக்கென்று மிகச் சிறிய பாகம் மட்டும் வைத்திருக்கிறாள். இப்பொழுது தஞ்சை இராஜ்ஜியம் நவாபின்

கைவசம் வந்த பிறகு அங்கிருந்து இன்னும் ஒரு செப்புக்காசுகூட வரவில்லை. நான் என்னுடைய சொத்தை எல்லாம் அவளுக்குத்தான் விட்டுச் செல்லுகிறேன். அவளைத் திருமணம் செய்துகொள்ளும் வரையாவது இந்த நோய் என்னை விழுங்காமல் இருக்கவேண்டும். அதுதான் எனக்குக் கவலையாக இருக்கிறது. அவளை முறைப்படி மணந்துகொண்டால்தான் நான் நிம்மதியாக உயிரை விடுவேன்' என்றார் லிட்டில்டன்.

'ஆகா! அவள் அதற்கும், அதற்கு மேலும் தகுதி உடையவளாகவே தோன்றுகிறது. உனக்கு என்னை நன்றாகத்தெரியும். நம்மவர்கள் இந்தியப் பெண்களை மணந்துகொள்வது எனக்குப் பிடிக்காது. ஆனால் உனக்கு நேர்ந்திருக்கும் நிலையில் அங்ஙனம் மணஞ்செய்துகொள்வது அனுமதிக்க வேண்டியதுமன்றி கடமையுமாகும் என்று சொல்வேன். பாவம்! மார்ட்டினுக்கும் சூலை நோய்தான். மனைவியும் இருக்கிறாள். சொந்த உறவுக்காரிதான். இருந்தும் இருவரும் வக்கிரமாக ஓயாது சண்டையிடுகிறார்கள். அது ஒரு விதிவிலக்கு. ஆனால் எந்த ஆங்கிலப் பெண்ணும் அவள் எவ்வளவுதான் நல்லவளும் கடமை உணர்ச்சி உள்ள வளாக இருந்தாலும் உன்னுடையவளைப் போல் உத்தம மனைவி யாகவோ செவிலியாகவோ இருக்கமுடியாது' என்றார் வெஸ்ட்காட்.

'அதற்காகக் கடவுள் அவளை ஆசீர்வதிப்பாராக' என்று மெலிந்த குரலில் சொன்னார் லிட்டில்டன். 'நான் சமீபத்தில் அவளிடம் சற்றுக் கடுமையாகவே நடந்துகொள்ளும்படி நேரிட்டுவிட்டது' என்று கவலைப்பட்டார். இதற்குள் கிளாரிந்தா மருந்துடன் உள்ளே வந்து விட்டதால் அவர்கள் பேச்சு வேறு விஷயத்துக்குத் திரும்பிற்று.

வெஸ்ட்காட் போன பிறகு அவருடைய சொற்கள் லிட்டில்டன் நெஞ்சில் ஒலித்துக்கொண்டே இருந்தன. முன்னர் தஞ்சையில் நோயில் பட்டு எழுந்ததும் கிளாரிந்தாவுக்குச் செய்ததை நினைத்து வருந்தியதை விட, இப்போது அதிகமாகவே அவளுக்காக வருந்தினார். கிளாரிந்தா விடம் பரிவுடனும் பிரியத்துடனும் பேசி அவள் மன்னிப்பை மீண்டும் கோரினார்.

தழுதழுக்கும் குரலில், 'கண்ணே, நான் உன்னிடம் யோசனை யில்லாமலும் கடுமையாகவும் நடந்துகொண்டிருக்கிறேன். இந்த நோயிலிருந்து பிழைத்து உனக்குக் கைம்மாறு ஏதாவது செய்யாவிட்டால், என்னால் நிம்மதியாக இறக்க முடியாது. உன் எளிய, அன்புமயமான மனதை நான் எவ்வளவெல்லாமோ நோகச் செய்துவிட்டேன். இப்போதும், நான் இறந்த பிறகும் என்னைப்பற்றி நீ எவ்வளவு கடுமையாக நினைக்கப்போகிறாயோ' என்று அங்கலாய்த்தார்.

கிளாரிந்தா கண்களில் நீர்மல்க, 'அன்பே! அப்படி எல்லாம் பேசாதீர்கள். இந்த உலகத்தில் என்னைத் தனியாக விட்டுவிட்டு நீங்கள்

252 ❦ கிளாரிந்தா

மாத்திரம் போய்விடுவதாகச் சொல்லாதேயுங்கள். இங்கு வந்த நாளிலிருந்து என் இதயம் உங்களுக்காகத் தவித்த தவிப்பு அந்த ஆண்டவனுக்குத்தான் தெரியும். நான் சொல்லியும் கேட்காமல் இந்தப் பயங்கரமான குடிப்பழக்கத்துக்கு உங்களை அடிமையாக்கிக் கொண்டீர் களே, அதை நினைத்தால்தான் எனக்கு எவ்வளவோ கஷ்டமாக இருக்கிறது. தவறு செய்யும் குழந்தைகளிடம் கருணை காட்டுவது போல கடவுள் இந்த ஒரு தடவையும் உங்களிடம் கருணை காட்டுமாறு இரவும் பகலும் நான் கடவுளை நோக்கி ஜெபிக்காத நேரமில்லை. உங்கள் உடம்பு குணமாகி விட்டால் நீங்கள் பழையபடி மனத்தெம்பு பெற்றுவிடுவீர்கள். எனக்கும் மகிழ்ச்சி அளிப்பீர்கள். எல்லாம் சரியாகிவிடும்' என்றாள்.

லிட்டில்டன் அவள் கையை எடுத்துத் தன் கையில் வைத்து வருடிக் கொண்டே ஒன்றும் பேசாமல் சிறிதுநேரம் சிந்தனையில் ஆழ்ந்திருந்தார்.

பின் அமைதியான, உறுதியான குரலில், 'நான் இனிப் பிழைக்க மாட்டேன். இன்று காலையிலிருந்து நோயின் வெளிப்படையான குறிகள் வேகமாகக் குறைந்துகொண்டே வருகின்றன. பார்ப்பதற்குக் குணமானவன்போல் இருக்கிறேன். ஆனால் என் தலையை என்னவோ செய்கிறது. நோயின் உக்கிரம் வேறு திசையில் திரும்பியிருக்கிறது என்று நினைக்கிறேன். மூளைக்குத் தாவிவிட்டால் எந்த நிமிடமும் முடிவு ஏற்படலாம். இறப்பதற்கு முன் எனக்கு விடுதலை கிடைத்து, அவசிய மானால் இந்தப் படுக்கையருகிலே உன்னை முறைப்படி திருமணம் செய்துகொள்ள கடவுள் சித்தம் கொண்டால் நன்றாக இருக்கும். அப்பொழுதுதான் நான் அமைதியாகச் சாக முடியும்' என்றார்.

'என் அன்பே, இப்படி எல்லாம் பேசாதீர்கள். நம்பிக்கையை விட்டுவிடாதீர்கள். கடவுள் நிச்சயமாய் என் பிரார்த்தனைக்குச் செவிசாய்ப்பார். இந்த ஒரு தடவையும் கருணை காட்டுவார். இன்று நீங்கள் தெளிவுடன் காணப்படுகிறீர்கள். இனி விரைவில் உடல் தேறிவீடுவீர்கள்.'

'இந்தத் தடவை கடவுள் எனக்கு இரங்கினாரானால், அது உனக்கா கவேதான். அவருடைய தயைக்கும் கருணைக்கும் நான் பாத்திர மானவன் அல்ல. என் வாழ்க்கை முழுவதுமே நான் அவர் சித்தத்துக்குப் பணியாமல் எதிர்த்தே வந்திருக்கிறேன். அவர் நடுநடுவே காட்டிய கருணையையும் நான் சரிவரப் பயன்படுத்திக் கொள்ளவில்லை. முதல் முதலாவதாக, சாபத்தைப்போல் என் வாழ்க்கையைத் தொடர்ந்துவரும் அந்தப் பெண்ணை மணந்து, என் பெற்றோரின் மனதை நோகச் செய்தேன். பின் பச்சாதாபங்கொண்டு சிறிது காலம் இறைவன் காட்டிய வழியிலேயே நடக்க முயன்றேன். அப்பொழுது தான் பெருநிதியைப் போன்ற உன் அன்பை அளித்து என் வாழ்க்கையை

மலரச் செய்தார். ஆனால் முற்றும் முடிய அவர் கரங்களிலே அதை விட்டுவிடாமல் ஆத்திரப்பட்டு என் மனம் போல அதை அனுபவிக்கத் துடித்து அதனால் பிறருக்கு ஏற்படும் இன்னல்களை எண்ணிப்பாராமல் அற்பத்தனமாகவும் சுயநலத்தோடும் நடந்துகொண்டேன்.

'சோதனையைத் தாங்குகிறவனே பாக்கியவான், அவன் ஜீவ கிரீடத்தைப் பெறுவான் என்று பைபிள் சொல்லுகிறது. ஆனால், நானோ சிறிது காலம்கூடக் காத்திருக்க முடியாமல் சோதனையில் தோற்றுவிட்டேன். அதனால் என் பாடுகள் அதிகமாயின. வெகு சீக்கிரத்தில் கிடைத்து விடும் போல் தோன்றிக்கொண்டிருந்த விடுதலையையும் எனக்கு அளிக்க கடவுள் திருவுள்ளம் கொள்ளவில்லை. வரப்பிரசாதம்போல் வந்த உன்னையும் இழிந்த முறையில் நடத்தியதால், என் தலையில் நானே மண்ணை வாரிப் போட்டுக்கொண்டேன். அவருடைய கருணையை எதிர்பார்க்க எனக்கு என்ன தகுதி இருக்கிறது? அடிக்கடி அவரை எதிர்த்த நான் எந்த முகத்தோடு என் வாழ்நாளை நீடிக்குமாறு அவரிடம் ஜெபிப்பேன்?' என்று கூறினார்.

கிளாரிந்தா பரிவுமிக்க குரலில், 'ஹாரி, உங்களை நீங்களே குறைவுபடுத்திக் கொள்ளக்கூடாது. இவ்வளவு மனச்சோர்வு கொள்ளு தலும் சரியல்ல. குற்றங்கள் இல்லாத மனிதர்கள் இந்தப் பூவுலகிலே கிடையாது. நீங்கள் இப்பொழுது வருந்துவதுபோல குற்றங்களுக்காக மனமார வருந்தினால் கடவுளின் எல்லையற்ற கருணைக்கும் மன்னிப் புக்கும் முன்னால் நமது பாவச் சுமை குறைந்து விடும். **மனந்திரும்ப அவசியமில்லாத தொண்ணூற்றொன்பது நீதிமான்களைக் குறித்து சந்தோஷம் உண்டாவதைப் பார்க்கிலும் மனம் திரும்புகிற ஒரே பாவி யினிமித்தம் பரலோகத்தில் மிகுந்த சந்தோஷம் உண்டாயிருக்கும்** என்று அவர் வாக்கருளவில்லையா? உங்களைவிடப் பாவிகள் பல பேரிருக்க நீங்கள் ஏன் உங்கள் குற்றங்களை மிகைப்படுத்துகிறீர்கள்? நீங்கள் தேவையில்லாமல் இப்படி மனச்சோர்வு கொள்வதால், உங்கள் நோய் அதிகரித்துவிடும். நீங்கள் அமைதியாகவும் நிர்ச்சிந்தையாகவும் இருக்க வேண்டும் என்று மருத்துவர் என்னிடம் சொல்லிவிட்டுப் போயிருக் கிறார்' என்றாள்.

அவளுடைய கையை எடுத்து முத்தமிட்டுக்கொண்டே 'என் அன்புக் கிளாரிந்தா, நீ என் காவல் தெய்வம், உனக்காகவாவது கடவுள் என் உயிரைக் காப்பாற்றி வைக்கட்டும். பின் உனக்குத் தகுந்தவனாக நடக்க முயல்வேன்' என்றார்.

அவள் அவருடைய நெற்றியில் முத்தமிட்டாள். அவள் உள்ளம் எதிர்காலத்தை எண்ணி மகிழ்ந்தது. அவர் விரைவில் குணமடைய வேண்டும் என்று உருக்கமாகப் பிரார்த்தித்தாள்.

ஆனால், நோயின் வெளி அடையாளங்கள் குறையவும், அது அவர்

மூளையை அன்றிரவே தாக்கிற்று. பிரக்ஞை இழந்து பிதற்றத் தொடங் கினார். கிளாரிந்தாவை மணந்துகொள்ளும் படியாகக் கடவுள் தனக்கு விடுதலை அளிக்கவேண்டும் என்ற நினைவுடனேயே மயக்கம் உண்டாகி இவ்வுலகைவிட்டுப் பிரிந்து விட்டார்.

இந்தப் பேரிழப்பு கிளாரிந்தாவின் நெஞ்சில் சம்மட்டி கொண்டு அடித்ததுபோல் இருந்தது. அவளுடைய துக்கத்தை விவரிக்க நமக்குச் சொற்கள் இல்லை. பாபாஜி இறந்தபோது அவள் அடைந்த துக்கத்தை விட இந்தத் துக்கம் தாங்கமுடியாததாக இருந்தது. இந்த வாழ்க்கையில் இனி யாரும் நிரப்பமுடியாத ஒரு வெறுமை அவள் நெஞ்சில் உண்டாயிற்று.

13

அற்புத மருந்து

லிட்டில்டனோடு அந்தக் கல்யாணம் நடப்பதற்குமுன் கிளாரிந்தா தஞ்சையிலுள்ள கிறிஸ்தவக் குடும்பங்களுடன் தொடர்பு கொண்டிருந்தாள். ஆனால், கல்யாணத்திற்குப்பின் அவர்மேல் கொண்ட அன்பாலும், படிப்பு, குடும்ப வேலைகளாலும் அவளுக்கு வேறு எதற்குமே நேரம் இல்லாமல் இருந்தது. பாளையங்கோட்டையில் இருந்தபோதோ அவமான உணர்ச்சி மேலிட்டிருந்ததால் வேண்டுமென்றே வீட்டினுள் அடைந்துகொண்டு வெளியுலகத்தோடு எந்தவித சமூக உறவுகளும் வைத்துக்கொள்ள விரும்பாதிருந்தாள்.

ஆங்கில சார்ஜெண்ட் ஒருவனின் மனைவியான இந்தியக் கிறிஸ்தவப் பெண் மேரி என்பவள், கிளாரிந்தாவின் அழகு, பண்பாடு, செல்வம் ஆகியவற்றைப் பற்றிக் கேள்விப்பட்டு அவளுடன் நட்புக்கொள்ள விரும்பிப் பலமுறை முயன்றும், முடியாது போய்விட்டது. இப்பொழுது லிட்டில்டன் திடீரென இறந்ததால் அந்நிய இடத்தில் தனியாளாக நின்ற கிளாரிந்தாவைக் கண்டு ஆறுதல் சொல்ல வந்தாள். அவள் கிளாரிந்தாவின் முந்திய வாழ்வு குற்றமுள்ளது என்பதை மெல்லச் சுட்டிக்காட்டி குற்றத்தை உணர்ந்து இரட்சகர்மீது தீவிர நம்பிக்கை வைத்தால் நல்வழி சேரலாம் என்று சொல்லிச் சென்றாள். மேரி தன்னை ஒரு பக்தியுள்ள கிறிஸ்தவளாகவும் வாஞ்சைமிக்க சுவிசேடகியாகவும் கருதிப் பெருமை கொண்டிருந்தாள். ஆனால், கிளாரிந்தாவுடன் பழகிய பின்பு, தான் நினைத்தது போல் அவள் ஒழுக்கங் கெட்டவள் அல்ல, பண்பாடு மிக்கவள் என்பதை உணர்ந்து கொண்டாள்.

மேரியின் பேச்சு கிளாரிந்தாவுக்கு முதலில் அலுப்பைத் தந்தது. ஆனால், வர வர அவள் தன் குற்றங்களையும், வறுமையையும், துன்பங்களையும் பற்றியும் மனம் திறந்து பேசியபோது, கிளாரிந்தாவின் துயரமுற்றிருந்த நெஞ்சை அது தொட்டது.

மேரியின் கணவன் பாளையங்கோட்டைப் பட்டாளத்தில் சார்ஜெண்டாக இருந்து வந்தான். அவன் மத வெறிகொண்ட கிறிஸ்தவன்.

சண்டையில் நூற்றுக்கணக்கான பேர்களைக் கொன்று, அவர்களது குற்றமுள்ள ஆத்துமாக்களை நித்திய நரகத்துக்கு அனுப்புவதைக் காட்டிலும் ஓர் அஞ்ஞானியை சத்தியமார்க்கத்துக்குக் கொண்டு வருவதுமேல் என்பது அவன் கருத்து. அவனுடைய கிறிஸ்தவ வேலை யாளின் மகள்தான் மேரி. கட்டுவாய்ந்த நல்ல அழகி. இவன் பிரசங்கம் செய்யும் இடங்களுக்கெல்லாம் தொடர்ந்து சென்று அவற்றை மிகக் கவனமாகக் கேட்பாள். இதனால் அவள்மீது காதல்கொண்டு தான் செய்யும் சுவிசேட பிரபல்ய வேலைக்குத் தகுந்த துணையாக இருப்பாள் என்றெண்ணி அவளைக் கலியாணம் செய்து கொண்டான். பிறரை மதம் மாற்றி ஞானஸ்நானம் கொடுப்பதில் கணவனுக்கு அனுசரணையாக இருந்தாள். அவள் இயல்பாகவே இரக்க சுபாவம் உடையவள். பிறர் துன்பத்தைக் கண்டால் மனம் உருகி அவர்களுக்கு உதவி செய்யவேண்டும் என்று நினைப்பவள். ஆகவே நல்வழிப்படுத்த அவள் பாப ஆத்துமாக்களை மட்டும் தேடிக்கொண்டிருக்கவில்லை. அவளுடைய பரோபகார வேலைகளுக்குப் போதுமான பண உதவி செய்யக்கூடிய செல்வந்த வள்ளல்களையும் தேடிக்கொண்டிருந்தாள். வறுமையுடையோர்க்கும் அல்லலுற்றோர்க்கும் பஞ்சமா என்ன? அவர்கள் தேடாமல் கிடைத்தனர். ஆதலால் அவள் கிளாரிந்தாவின் உறவை விரும்பியதற்குப் பல காரணங்கள் இருந்தன. கிளாரிந்தா தன்னைவிடவும் பக்தியும் கிறிஸ்தவ சித்தாந்த ஞானமும் அதிகமாகவே உள்ளவள் என்பதைப் பழகிய பிறகு புரிந்துகொண்டாள். தான் நேரில் கண்ட துன்பக் கதைகளை எல்லாம் கிளாரிந்தாவிடம் சொல்லலானாள். பாவத்திலும், பட்டினியிலும், நோயிலும், அல்லல்களிலும் உழன்று தவிக்கும் மக்களைப்பற்றியும், அவர்களை அவற்றிலிருந்து மீட்க தான் எடுத்துக்கொள்ளும் முயற்சிகளைப்பற்றியும் சொன்னாள். தானாகவே சுமத்திக்கொண்ட இந்த உயரிய வேலையில் அவள் தன்னையே மறந்து உண்மையுடன் உழைப்பதைக் கிளாரிந்தா கண்டாள். அவள் களங்க மில்லாமல் எளிமையாகப் பேசுவதும் கிளாரிந்தாவுக்குப் பிடித்திருந்தது. ஆகவே அவளும் அந்த வேலையில் சிரத்தை கொள்ளலானாள்.

முதலில் அவள் துக்கம் ஆறுவது கடினமாக இருந்தது. சின்னக் கோபாலன் அவள் சோகத்தை மாற்ற சற்று உதவியாக இருந்தான். அவன் அவளையே சுற்றி வந்தான். அவளும் தன் எண்ணங்களைக்கூட அவனிடம் சொல்லுவாள்.

லிட்டில்டன் அவளுக்கு விட்டுச் சென்ற சொத்து அதிகமாகவே இருந்ததால் அதை நிர்வகிக்கும் வேலையும் இருந்தது. சாரதா தஞ்சைக்குத் திரும்பிவிடலாம் என்று சொல்லிப் பார்த்தாள். ஆனால், கிளாரிந்தா அதை விரும்பவில்லை. லிட்டில்டன் தன் கடைசி நாட் களைக் கழித்த அதே வீட்டில் வசித்து, அவருடைய கல்லறைக்கு

அடிக்கடி சென்று மலர் அஞ்சலி செலுத்திவிட்டு வருவது அவளுக்கு ஓரளவு ஆறுதலைத் தந்தது.

அவர் இறப்பதற்குச் சில மணி நேரங்கள் முன்னதாக அவர்கள் நிகழ்த்திய உரையாடல் அவள் மனதில் மீண்டும் மீண்டும் ஒலித்தது. அவர் நினைவை இனிமையாக்கியது. ஆனால் சுகமளிக்கும் காலத்தின் கரமோ அல்லது அவள் **அருமைச் சிறுமகனே** என்று பிரியமாய் அழைத்த குழந்தை கோபாலனின் மழலையோ அவள் துக்கத்தை மாற்றவில்லை. மேரி காட்டிய புது வாழ்க்கையும் புது முயற்சிகளுமே அவள் சோகத்தை மறக்கடித்தன. வாழ்க்கையில் அசாதாரண துன்பங்களை அனுபவித்த வளே ஆயினும், செல்வத்திலும், ஆடம்பரத்திலும் பிறந்து வளர்ந்த வளாதலால் பசி, பட்டினி, அழுக்கு, நோய் முதலிய துன்பங்களை நேருக்கு நேர் இதுவரை கண்டவள் அல்ல. உயர்குலப் பெண்ணான படியால் அவள் வாழ்ந்த பாதுகாப்பான சூழ்நிலையில் இவ்விதத் துன்பங்கள் தலைகாட்டவே இல்லை. முதல்முதலாக அவற்றைக் கண்ட போது பெரிய கண் திறப்பாக இருந்தது. கூடியவரையில் பிறருடைய துன்பங்களை அகற்ற முயற்சியெடுத்தாள்.

சில சமயங்களில் மேரியின் இளகிய மனதால் தூண்டப்பட்டுப் பாத்திரம் அறியாமலே பிச்சையிட்டுவிடுவாள். ஆனால் கிளாரிந்தாவுக்கு இருந்த இயற்கையான பொது அறிவு, நாளடைவில் அம்மாதிரித் தவறுகளைச் செய்துவிடாமல் அவளைக் காத்தது. **தங்களுக்கே உதவி செய்துகொள்பவர்களுக்குத்தான் கடவுளும் உதவிசெய்கிறார்** என்னும் பழமொழியின் உண்மையைப் புரிந்துகொண்டவளாய் அளவோடு தர்மம் செய்தாள்.

ஆத்திர, அவசரத்திற்கு உதவிகள் செய்வதோடல்லாமல், ஏழைக் குழந்தைகள் படிக்குமாறு தன் வீட்டிலேயே ஓர் இலவசப் பள்ளிக் கூடமும் தொடங்கினாள். அவர்களின் அன்பையும் நம்பிக்கையையும் பெறுவதற்காக அவர்களுக்கு அவளே படிப்பும் சொல்லிக்கொடுத்தாள். அந்தக் குழந்தைகள் **அவளை அம்மா** என்று அழைத்தபோது மகிழ்ச்சி யால் பூரித்துப் போனாள். அவளுடைய ஆர்வம் சாரதாவையும் தொற்றியது. அவளும் அவளுடைய மகன் கோபாலனும் பள்ளியில் மாணாக்கர்களாகித் தமிழ் எழுதவும் வாசிக்கவும் கற்றுக்கொள்ளத் தொடங்கினார்கள். புராணங்களிலிருந்தும் பைபிளிலிருந்தும் கிளாரிந்தா குழந்தைகளுக்குக் கதைகள் சொன்னாள். இதுவே எல்லாவற்றையும்விட அவளுக்கும் அவள் மாணாக்கர் அனைவருக்கும் மிகவும் பிடித்தி ருந்தது. கதைகள் மிகவும் சுவையாக இருந்ததோடல்லாமல், சொல் வதற்கு நிறையவும் இருந்தன.

இவ்வாறான பல பணிகளால் அவள் தன் துக்கத்தை மறந்து வாழ்க்கையைப் பயனும் ஆக்கமுமுள்ளதாக்கிக் கொண்டாள். இதயம்

புண்பட்டு வாழ்க்கை அலுத்துப்போன வேளையில், வாழ்க்கைக்குப் புது நோக்கமும் புது இன்பமும் தரும் அற்புத மருந்தாக அவை வேலை செய்தன.

கிளாரிந்தா ஆற்றி வந்த பணிகள் கலெக்டர், தளகர்த்தர், மற்றும் பல ஐரோப்பிய அதிகாரிகளின் கவனத்தையும் ஆர்வத்தையும் கவர்ந்தன. கிளாரிந்தாவைப் பற்றிய உயர்வான எண்ணம் அவர்களிடையே தோன்றி நிலவியது. லிட்டில்டன் இறந்தவுடன் அவளுடைய பணத்துக்காகவும், அழகுக்காகவும் அவளைத் தங்கள் ஆசைநாயகியாக்கிக் கொள்ளலாம் என்று நப்பாசை கொண்டிருந்த ஒரு சில இழிந்த மனப்பான்மையுடைய அதிகாரிகள் வெட்கித் தலைகுனிந்தார்கள்.

கிளாரிந்தா இன்னும் ஞானஸ்நானம் பெறவில்லை என்பது வாசகர்களுக்கு நினைவிருக்கலாம். மதம் மாற்றுவதில் நிபுணரான மேரியின் கணவர் அவளை ஞானஸ்நானம் பெறும்படி அடிக்கடி சொல்லி வந்தார். அவள் காரணம் எதுவும் சொல்லாமல் மறுத்துவந்தாள். சில ஆண்டுகள் கழிந்தன. இப்படி இருக்கையில் ஜியார்ஜ் வெஸ்ட்காட்டுக்கும் ஆன்மிரின் என்னும் பெண்மணிக்கும் திருமணம் நிச்சயம் ஆயிற்று. தங்கள் திருமணத்தை நடத்துவதற்கு ஒரு ஐரோப்பிய குருதான் வர வேண்டுமென்று விரும்பினார் வெஸ்ட்காட். ஆகவே வெஸ்ட்காட் சுவார்ட்ஸை பாளையங்கோட்டைக்கு வருமாறு அழைத்தார். அப்போது மதுரையிலும், திருநெல்வேலியிலும் ஞானஸ்நானம் பெறுவதற்காக நிறைய குழந்தைகளும் காத்திருந்தனர்.

அந்த ஜெர்மன் மகானும் வெஸ்ட்காட் அழைப்புக்கு இணங்கி திருச்சிராப்பள்ளியிலிருந்து புறப்பட்டு பல இடங்களில் தங்கித் தங்கி 1778 பெப்ருவரி மாதக் கடைசியில் தச்சநல்லூர் வந்து சேர்ந்தார். **அங்கிருந்த இந்தியப் பட்டாளத்திலுள்ள கிறிஸ்தவர்களின் ஆன்மீகத் தேவைகளைக் கவனித்துவிட்டு அன்று பிற்பகல் பாளையங்கோட்டைக்கு வந்து சேர்ந்தார் சுவார்ட்ஸ்.** மறுநாள் குழந்தைகளுக்கு ஞானஸ்நானம் கொடுக்க சுவார்ட்ஸ் தயாராக இருந்தபோது கிளாரிந்தா தனது வளர்ப்பு மகன் கோபாலனோடும், பணிப்பெண் சாரதாவோடும் அங்கு வந்து ஞானஸ்நானம் வேண்டினாள்.

மிஷனெரி சுவார்ட்ஸ் அவளைத் தஞ்சையில் பார்த்து ஏழு ஆண்டுகள் ஆகிவிட்டிருந்தன. அவரால் அவளை உடனே அடையாளம் கண்டு கொள்ள முடியவில்லை. அவள் தன்னை அடையாளம் சொல்லி நினைவூட்டி தற்பொழுதுள்ள தன் மாறிய நிலையையும் பற்றிச் சுருக்கமாக விளக்கினாள். உள்ளூரிலும் சுற்றுவட்டாரத்திலுமுள்ள ஐரோப்பிய இந்தியக் கிறிஸ்தவர் அனைவரும் கிளாரிந்தாவை ஒருமுகமாகப் புகழ்ந்து போற்றியதையும் சுவார்ட்ஸ் கண்டார். அவர் அவளுக்கு ஞானஸ்நானம் அளிக்க உவகையுடன் ஒப்புக்கொண்டார். 1778ஆம்

ஆண்டு மார்ச்சு மாதம் மூன்றாம் தேதி கிளாரிந்தா அந்த மாபெரும் மிஷனெரியின் கையால் ஞானஸ்நானம் பெற்றாள். அவளுக்குக் **கிளாரிந்தா** என்றும், வளர்ப்பு மகனுக்கு **ஹென்றி லிட்டில்டன்** என்றும், சாரதாவுக்கு **சாராள்** என்றும் பெயர் வழங்கி ஞானஸ்நானம் அளித்தார் சுவார்ட்ஸ். கிளாரிந்தாவின் வாழ்க்கையில் அது ஒரு மாபெரும் திருநாளாகும்.

14

பணி செய்து கிடப்பதே

கிளாரிந்தா இரட்சகராக ஏற்றுக்கொண்ட கடவுளுடைய குமாரன், தான தருமங்களை அந்தரங்கமாகச் செய்யவேண்டும் என்று தம்மைப் பின்பற்றியவர்களுக்கு அடிக்கடி எச்சரிக்கை விடுத்தார். அவர் சொன்னார்: **'நீ தர்மஞ்செய்யும் போது மனுஷரால் புகழப்படுவதற்கு மாயக்காரர் ஆலயங்களிலும் வீதிகளிலும் செய்கிறதுபோல உனக்கு முன்பாகத் தாரை ஊதுவியாதே; மேலும் உன் வலதுகை செய்கிறதை உன் இடதுகை அறியாதிருக்கக்கடவது'** என்றார். கிளாரிந்தாவின் இறுதி நாட்களின் விவரங்களை நாம் சுருக்கமாகச் சொல்லுவதின் காரணமும் அதுவேயாகும். அவள் ஞானஸ்நானம் பெற்று தன் ஆண்டவரின் பணிச் சின்னத்தைத் தரித்தபின் செய்தவற்றை இங்கே சுருக்கியே சொல்லிவிடுவோம்.

கிளாரிந்தாவின் அறிவும் ஆற்றலும் மீண்டும் தலையெடுத்து செயல்படத் தொடங்கின. ஆனால் அவை முற்றிலும் வேறுபட்ட எல்லையில் செயல்புரிந்தன. புராட்டஸ்டாண்டு சித்தாந்தங்களை நன்கு கற்றறிந்தாள். ரோமன் கத்தோலிக்கர்களும் புராட்டஸ்டாண்டியர்களும் அவள் வீட்டில் கூடி சர்ச்சைகளையும் தத்துவ விசாரணைகளையும் நடத்தினர். கிளாரிந்தாவும் அவற்றில் பங்கெடுத்துப் புராட்டஸ்டாண்டுக் கொள்கைகளில் தனக்கிருந்த பற்றை மிகத் திறமையாக விளக்கினாள். இதன் பயனாகச் சில ரோமன் கத்தோலிக்கர்கள் புராட்டஸ்டாண்டு பிரிவுக்கு வந்ததாகவும் குறிப்புகள் கிடைக்கின்றன.

பாளையங்கோட்டைக்குத் தெற்கில் சில மைல்கள் தள்ளி தேரிவிளை என்றொரு கிராமம் இருக்கிறது. அக்கிராமம் கிளாவிருந்தாவிடம் அடைமானமாக இருந்தது. அக்கிராமத்திலிருந்து சாணர் வகுப்பைச் சேர்ந்த இரண்டு குடும்பத்தினர் கிறிஸ்தவ மதத்தில் சேர்ந்தனர். இவர்களே **இந்த வகுப்பிலிருந்து வந்த முதல் கிறிஸ்தவர்கள்** என்று சொல்லப்படுகிறது.

தன் வீட்டில் வைத்தே இந்து சகோதர சகோதரிகளுக்குக் கிறிஸ்தவ

சுவிசேஷத்தை எடுத்துரைத்தாள். **அவளுடைய சமயச் சொற்பொழிவுகளுக்கு நல்ல பலன் கிடைத்தது.** தனது பணியில் உதவியாக இருக்கும்படி, தன் செலவிலேயே **மரிய சவரி** என்ற பெயருடைய **உபதேசியாரை** நியமித்துக் கொண்டாள். அவள் தர்மங்கள் வளர்ந்துகொண்டே போயின. லிட்டில்டன் அவளுக்கு வைத்துச்சென்ற சொத்துக்களைப் பிறர் துன்பங்களைத் துடைப்பதற்குத் தங்குதடையின்றித் தாராளமாகச் செலவிட்டு வந்தாள்.

கிறிஸ்தவ சமயத்துக்காக அவள் செய்த தொண்டு நல்ல பலனைத் தந்தது. பாளையங்கோட்டையில் ஐரோப்பியரும் இந்தியருமாகச் சேர்ந்து திருச்சபை கணிசமான அளவில் பெருகியிருந்தது. ஆனால் அங்கு ஒரு புராட்டஸ்டாண்டு ஆலயம் இல்லையே என்ற குறை அவள் உள்ளத்தை உறுத்தியது. அந்தக் குறையைத் தானே போக்க ஆர்வத்துடன் முன்வந்தாள். தனது அன்புக்குரியவரின் பூதவுடலை வைத்த கல்லறைக்கு அருகே ஒரு சிற்றாலயத்தை 1783ஆம் ஆண்டு தன் செலவிலேயே கட்டி முடித்தாள். அவ்வாலயம் இன்றும் இருக்கின்றது. இன்று அகில இந்தியாவிலும் கிறிஸ்தவர்கள் எண்ணிக்கை அதிகமாகவுள்ள திருநெல்வேலி மாவட்டத்தில் **கிளாரிந்தா கட்டிய ஆலயமே முதல் முதல் தோன்றிய புராட்டஸ்டாண்டு ஆலயமாகும்.**

இதற்குச் சற்று முன்னர் 1780இல் பாளையங்கோட்டைக்கு விஜயம் செய்த மறைதிரு. **போல்** கிளாரிந்தாவைப் பற்றிப் பின்வருமாறு எழுதுகிறார்: **'அவள் கிறிஸ்தவ மதத்தை விடாப்பிடியாகப் பற்றிக்கொண்டிருப்பதாக அறிகிறேன். அவளைச் சுற்றியுள்ளோரின் நலனைப்பற்றியும் அவள் மிகவும் அக்கறை கொண்டிருக்கிறாள். அவளைச் சந்திக்கக் கிடைத்த வாய்ப்புக்காக நான் மகிழ்ச்சியுறுகிறேன்.'** உண்மையில், இப்படி ஒரு ஐரோப்பிய மிஷனெரியால் உன்னதமாகப் புகழப்பெறுவது மிகச் சிறப்பானதாகும். போல் அவ்வமையம் கிளாரிந்தாவின் இன்னொரு வேலையாளுக்கு யோவான் என்று பெயரிட்டு ஞானஸ்நானம் அளித்தார். தரங்கம்பாடியில் உள்ள ஒரு இந்திய உபதேசியார், **'அவளுடைய ஆழ்ந்த ஞானத்தையும் முன்மாதிரி வாழ்க்கையையும் புகழ்வதற்கு எனக்குச் சொற்கள் போதா'** என்று சான்று பகருகிறார்.

ஆலயம் கட்டி முடித்ததும் எந்தத் தூய நோக்கத்திற்காக அவ்வாலயம் எழுந்ததோ அதற்காக அதைப் பிரதிஷ்டை செய்யவும் நாடினாள். அப்பொழுது பாளையங்கோட்டையில் ஒரு மிஷனெரியும் இல்லை. ஆரம்பித்த **நற்பணியைப்** பரப்பவும், தொடர்ந்து நடத்தித் தரவும் தகுந்த இந்திய குரு கூட இல்லை. இதுவும் அவளுக்குக் கவலை அளித்தது. இளைஞனாக வளர்ந்துவிட்ட அவளுடைய தத்துப்புத்திரன் ஹென்றி லிட்டில்டனை ஜெர்மன் மகானான சுவார்ட்ஸின் நேரடிப் பார்வையில் விட்டுவைத்து அவரிடம் கல்வி கற்குமாறு விரும்பினாள். இந்த மூன்று

விருப்பங்களையும் மனதில் கொண்டவளாய் தனது வளர்ப்பு மகன் ஹென்றி லிட்டில்டனையும் கூட இரண்டு ஆர்வமுள்ள கிறிஸ்தவர்களையும் அழைத்துக்கொண்டு மீண்டும் தஞ்சை வந்தாள் கிளாரிந்தா. சுவார்ட்ஸ் 1784லிலிருந்து தஞ்சாவூரைத் தமது தலைமை இருப்பிடமாகக் கொண்டிருந்தார். கிளாரிந்தா தஞ்சாவூருக்குச் செல்வதற்குமுன் அவளிடம் அத்யந்த விசுவாசத்துடன் உழைத்த சாரதா இறந்து விட்டிருந்தாள். அடக்க ஆராதனையில் கிளாரிந்தா குழந்தையைப் போல் தேம்பித் தேம்பி அழுதாள்.

கிளாரிந்தாவின் குண இயல்புகளில் சிறப்பாகக் குறிப்பிடப்பட வேண்டிய அம்சம் ஒன்று உண்டு. அவளுடன் உழைத்தவர்கள் அனைவரும் தாழ்ந்த குலத்தைச் சேர்ந்தவர்களாவர். **பரம தந்தையின் பார்வையில் அவர் பிள்ளைகள் அனைவரும் சமமானவர்கள்** என்ற கிறிஸ்தவக் கொள்கையைப் பரிபூரணமாகக் கடைப்பிடித்து வந்தாள். பாளையங்கோட்டையிலும் பிற இடங்களிலுமுள்ள அவள் சக மதத்தினர் அவளிடமிருந்து கற்றுக்கொள்ள வேண்டிய பாடங்களுள் இதுவும் ஒன்றாகும்.

அவள் வடக்கே சென்றிருக்கும்போது ராமநாதபுரத்திற்கும், தரங்கம்பாடிக்கும் சென்றுவர வாய்ப்புக் கிடைத்தது. சுவார்ட்ஸிடம் அவள் எதிர்பார்த்த காரியத்திலும் மிக்க வெற்றிகொண்டாள். அவர் அவளுடன் **ஞானப் பிரகாசம்** என்ற புகழ்மிக்க உபதேசியாரை அனுப்பி வைத்தார். சில மாதங்கள் கழித்து ஞானப்பிரகாசத்தின் மாமனாராகிய **ராயப்பன் என்ற குருவையும், அவரால் மிகத் திறமைசாலியாக மதிக்கப் பெற்ற உபதேசியார் சத்தியநாதனையும்** பாளையங்கோட்டைக்கு அனுப்பி வைத்தார். கிளாரிந்தாவின் ஆர்வபூர்வமான விருப்பத்திற்கு இணங்கி சுவார்ட்ஸ் இரண்டாம் தடவையாக 1785ஆம் ஆண்டு பாளையங் கோட்டைக்கு விஜயம் செய்து அவள் கட்டிய சிறிய ஆலயத்தைப் பிரதிஷ்டை செய்தார். கிளாரிந்தாவின் வாழ்க்கையில் அந்நாளும் ஒரு பெருநாளாகும்.

அவள் தஞ்சைக்குச் சென்றபோது தன் பாட்டனாரின் கல்லறையைத் தரிசிக்க வல்லத்துக்குச் சென்றாள். ஆனால் ஹைதர் அலி அண்மையில் அங்கு எழுப்பிய படையெடுப்பால் அது இருந்த இடமே தெரியாமல் அழிந்துவிட்டிருந்ததைக் கண்டு மிக்க கவலையடைந்தாள்.

தஞ்சாவூரை நவாப் ஆக்கிரமித்தபோது மலையூர் கிராமமும் போய்விட்டது. அவளுடைய அறப்பணிகள் நிறுத்தப்பட்டுவிட்டன. துளசாஜி மீண்டும் அரியணையில் அமர்ந்திருந்ததால் அது விஷயமாக அவரிடம் கிளாரிந்தா மனுச் செய்துகொண்டாள். ஆனால் பலன் எதுவும் இல்லை. தஞ்சைக்கும் அவளுக்கும் இருந்த ஒரே தொடர்பு இப்படித் திடீரென அறுந்துவிட்டது. நிரந்தரமாக இருக்கக்கூடியவை

என்று அவள் எண்ணியிருந்த அறப்பணிகளும் இவ்வாறு நின்று விடவே அவள் பாளையங்கோட்டையில் அறப்பணிகளுக்காகத் தனது செல்வத்தை மேலும் தாராளமாகவே செலவிட்டாள். உள்ளார்ந்த அனுதாபத்துடனும் இன்முகத்துடனும் அவள் தர்மம் செய்தமையால் அவற்றைப் பெற்றவர்கள் மனம் குளிர்ந்தனர். தர்மத்தின் மதிப்பும் நூறு மடங்காக உயர்ந்தது. துன்புற்ற குடும்பங்களும், ஏழைக் குடும்பங்களும் அவள் பெயரை வாழ்த்தின. **'உயரிய உள்ளங்கள் செயல்பட உயரிய தொண்டுகள் இருந்துகொண்டே இருக்கின்றன'** என்ற கவிஞர் வாக்கை அவள் வாழ்க்கையின் இறுதிக் காலத்தில் நன்றாக உணர்ந்தாள்.

பின்னிணைப்பு

வரலாற்றுக் குறிப்புகள்

உசாத்துணை: ஓர்மே எழுதிய *ஹிஸ்டரி ஆஃப் ஹிந்துஸ்தான் (ஹிந்துஸ்தானத்தின் வரலாறு)*; ரனாடே எழுதிய *ரைஸ் ஆஃப் த மராட்டா பவர் (மராட்டிய அரசின் வளர்ச்சி)*; ஹெமிங்வே எழுதிய *கெஜெட்டீர் ஆஃப் த டாஞ்சூர் டிஸ்ட்ரிக்ட் (தஞ்சாவூர் மாவட்ட அரசுக் குறிப்பேடு)*; பிஷப் கால்டுவெல் எழுதிய *த தின்னெவேலி மிஷன் (திருநெல்வேலி சரித்திரம்)*; கானன் பென்னி எழுதிய *த ஹிஸ்டரி ஆஃப் த சர்ச் இன் மெட்ராஸ் (சென்னையிலுள்ள தேவாலயத்தின் வரலாறு)*; கர்னல் மலிசன் எழுதிய *க்ளைவ் அண்ட் ட்யூப்ளே (க்ளைவும் ட்யூப்ளேயும் – இந்தியாவை ஆட்சி செய்தவர்கள்)*; சர் சார்ள்ஸ் வில்சன் எழுதிய *க்ளைவ்* (சாகசமிக்க ஆங்கிலேயர்கள்); ஹிக்கி எழுதிய *த டாஞ்சூர் ப்ரின்ஸிபாலிடி (தஞ்சாவூர் மாகாணம்)*; பையர் லெய்ன் எழுதிய *த லேண்ட் ஆஃப் த தமுலியன்ஸ் (தமிழர்களின் நாடு)*; நரசிம்மலு எழுதிய *தமிழ் ஹிஸ்டரி ஆஃப் சவுத் இண்டியா & சி (தென்னிந்தியாவின் தமிழ் வரலாறு)*.

மேற்கூறிய நூல்களுள் அந்தக் காலகட்டத்தின் வரலாற்று நுணுக்கங்களை அறிந்துகொள்வதில் பெரிதும் உதவியவை ஓர்மே, ரனாடே ஆகியோரின் படைப்புகள். அத்துடன் *டாஞ்சூர் கெஜெட்டீர்* (தஞ்சாவூர் அரசுக் குறிப்பேடு) போன்ற ஆதாரங்களுக்கும், அதன் கதாநாயகி பற்றிய முழுமையான தகவல்களை அளித்ததற்காக பிஷப் கால்டுவெல், கானன் பென்னி ஆகியோருக்கும் இந்த நூலின் ஆசிரியர் தமது நெஞ்சார்ந்த நன்றியைத் தெரிவித்துக்கொள்கிறார். ஆனால் வரலாற்று வல்லுநர்களுக்கிடையிலும் மருத்துவர்களைப் போலவே மிகுந்த கருத்து வேறுபாடு நிலவுகிறது. எடுத்துக்காட்டாக, புனித தோமாவின் போர் 1746ஆம் ஆண்டு அக்டோபர் மாதம் 24ஆம் நாள் நடந்ததாக வில்சன் குறிப்பிடுகிறார். ஆனால் மாலிசன் அது நவம்பர் 4ஆம் நாள் நடந்தது என்கிறார். பேராயருக்கும் கானனுக்கும் கருத்தளவில் பெரிய வேறுபாடு உள்ளது; அது அடிக்கடி நிகழ்ந்த வண்ணம் இருக்கிறது. எடுத்துக்காட்டாக, சுவார்ட்ஸ் பாளையங்கோட்டைக்கு நான்குமுறை (1717இல், 1779இல், 1785இல் இரண்டு முறை) பயணம் செய்வதாகக் கதையமைத்திருக்கிறார் பென்னி. ஆனால் கால்டுவெல் இரண்டு

பயணங்களை மட்டுமே குறிப்பிடுகிறார் – 1778, 1785. கதாநாயகி லிட்டில்டனை மணந்து கொண்டதாகக் கூறும் கானன், அவர்களுடைய மகன் பற்றியும் குறிப்பிடுகிறார் – இதை பிஷப் குறிப்பிடவில்லை. இவையாவும் அந்தக் காலகட்டம் பற்றிய உள்நாட்டு மற்றும் திருச்சபைக் குறிப்புகளில் எழும் இத்தகைய வேறுபாடுகளுக்கான சில எடுத்துக்காட்டுகளே. நாவலின் மூன்றாம் பகுதியில் ஆசிரியர் மிகுதியாக கால்டுவெல் கூறுவதையே பின்பற்றியிருக்கிறார்; அல்லது, தமது மனதிற்குச் சரியென்று பட்ட நடுநிலையைப் பின்பற்றியிருக்கிறார். வாசகர் உண்மையைப் புனைவிலிருந்து வேறுபடுத்திப் புரிந்து கொள்ளவும், முன்னே செல்லும் கதையில் எந்த அளவு கற்பனையானது என்பதைத் தீர்மானித்துக் கொள்ளவும் கூடிய வகையில், *கெஜெட்டீர்*, கால்டுவெல் எழுதிய *த தின்னெவேலி மிஷன் (திருநெல்வேலி சரித்திரம்)* ஆகிய நூல்களிலிருந்து சில பகுதிகள் கீழே தரப்பட்டுள்ளன:

ஹெமிங்வே எழுதிய 'கெஜெட்டீர் ஆஃப் த டாஞ்சூர் டிஸ்ட்ரிக்ட்' (தஞ்சாவூர் மாவட்ட அரசுக் குறிப்பேடு) என்னும் நூலிலிருந்து சில பகுதிகள்

'...முகலாயப் பேரரசர்களின் வீச்சு 1691வரையில் தஞ்சையை நோக்கி விரிவடையவில்லை. அந்த ஆண்டுதான் ஜுல்ஃபகர் கான் தஞ்சை வள நாட்டின்மீது படையெடுத்தார். அவர் அப்பொழுது ஔரங்கசீப் ஆட்சியின்கீழ் கர்நாடகப் பிரதேசத்தின் இராணுவ ஆளுநராகப் பொறுப்பு வகித்தார். அனேகமாக இந்தச் சந்தர்ப்பத்தில்தான் அவர் ஆண்டு வரியை வசூலிக்கத் தொடங்கியிருக்க வேண்டும். தொடர்ந்து நடந்த விசாரணைகளின் முடிவில் 1762இல் ஆண்டு வரித் தொகை 4 லட்சம் ரூபாய்கள் எனத் தீர்மானிக்கப்பட்டது – 2 லட்சம் வழக்கமான கப்பமாக, 2 லட்சம் தர்பார் கட்டணமாக.'

'...1725இல் வசைப்பெயர் எடுத்த கிழவனின் வளர்ப்பு மகனான விஜய ரகுநாதனின் இறப்பைத் தொடர்ந்து அரியணையில் அமர்வது யார் என்பது குறித்து மறவர்களிடையே உட்பூசல்கள் எழுந்தன. தஞ்சையும் திருச்சியும் எதிரெதிர் அணிகளை ஆதரித்தன. தஞ்சைப் படைகள் அமோக வெற்றிபெற்று, தங்கள் பிரதிநிதியை அரியணையில் அமர்த்தினர். புதிய தலைவர் ஏதோ ஒருவகையில் தனக்கு ஆதரவளித்தவர்களைத் திருப்திப்படுத்தத் தவறிவிட்டார். ஆகவே தலைவர் பதவிக்குப் போட்டியிட்ட எதிரணியைச் சேர்ந்த இருவரோடு இணைந்து கொள்ளத் தஞ்சை சிறிதும் தயக்கம் காட்டவில்லை. அவர் சிறையிலிடப்பட்டார்; 1730இல் ராமநாதபுரம் மூன்று பகுதிகளாகப்

பிரிக்கப்பட்டது. அவற்றுள் இரண்டு, சதித்திட்டம் தீட்டிய இரு மறவர்களுக்கும் அளிக்கப்பட்டன. அவை தற்போதைய ராமநாதபுரம், சிவகங்கை ஜமீன்களுக்கு அடிப்படையாக அமைந்தன. மூன்றாவதைத் தஞ்சை தக்கவைத்துக் கொண்டது. இந்தப் பகுதிதான் பாம்பனாற்றின் வடக்கே மராட்டிய அரசர்கள் ஏற்கனவே 1687-88இல் அபகரித்துக் கொண்ட பின்னர் மறவர்களால் மீட்டெடுக்கப்பட்ட நிலம். வெகு விரைவிலேயே தஞ்சைக்காரர்கள் தங்களுடைய முதல் பிரதிநிதியை மீண்டும் அரியணையில் அமர்த்துவதற்கு எடுத்துக்கொண்ட முயற்சிகளை வெற்றிகரமாகத் தடுத்து நிறுத்தி, பெரும்பாலான பகுதிகள் மறவர் களால் மீட்கப்பட்டு விட்டன...'

'...அவர்களில் கடைசி மன்னரின் (துக்கோஜி) இறப்பைத் தொடர்ந்து பல ஆண்டுகளாய் உட்பூசல்கள் நிலவிவந்தன. அவற்றின் விளைவுகளும் அவ்வப்போது உருவாயின. அவருக்கு பாவா சாஹிப், சையாஜி, அன்னா சாஹிப், நானா சாஹிப், பிரதாப்சிங் என ஐந்து மகன்கள் இருந்தனர். மூன்றாவது, நான்காவது மகன்கள் தந்தைக்கு முன்னரே இறந்து விட்டனர். இளைய மகன் பிரதாப்சிங் முறை தவறிப் பிறந்தவர். மூத்த மகன் பாவா சாஹிப் தந்தை இறப்புக்குப்பிறகு ஏறத்தாழ ஓராண்டு காலம் ஆட்சி செய்தார். பிறகு அவரும் இறந்துபோனார். அவருடைய மனைவி சுஜானா பாய் சிலகாலம் இராஜ்ஜியத்தை ஆண்டு வந்தார் – ஏறத்தாழ இரண்டு ஆண்டுகளுக்கு. 1738இல் துக்கோஜியின் மருமகன் என்று சொல்லிக் கொண்டு வந்த ஒருவர் (சவாய் ஷாஜி, சித்துஜி, காட்டு ராஜா என்று பல்வேறு பெயர்களில் அறியப்பட்டவர்) சய்யீத் என்ற முகமதிய கோட்டைத் தளபதியின் செல்வாக்கால் அரியணையில் ஏற்றப்பட்டார். துக்கோஜியின் இரண்டாவது மகன் சையாஜி சிதம்பரத்திற்கு நாடு கடத்தப்பட்டு, பாண்டிச்சேரியிலுள்ள பிரெஞ்சுக்காரர்களிடம் தம்மை மீண்டும் அரியணையில் அமர்த்தும்படி வேண்டி வந்தார். இதிலிருந்து சையாஜி தனது அண்ணனின் மனைவியைத் தொடர்ந்து குறுகிய காலத்திற்கு ஆட்சி செலுத்தி வந்ததும், மருமகனாகப் பாவனை செய்து வந்தவரால் தூக்கியெறியப்பட்டதும் தெரியவரும். பாவனை செய்தவரின் இந்த வெற்றி அதிகம் நீடிக்கவில்லை – அதே ஆண்டு ஆகஸ்ட் மாதம், சையாஜி பிரெஞ்சு உதவி இல்லாமல் லஞ்சம் கொடுத்து போட்டி யாளரை வென்று தஞ்சை மன்னராகத் தன்னை நிலைநாட்டிக் கொண்டார். அவருடைய தற்காலிக நாடு கடத்தல் பிரெஞ்சுக் காரர்களோடு உறவு ஏற்படுத்தியதால் முக்கியத்துவம் பெற்றது. அதன் பலனாக அவர்கள் காரைக்காலைக் கைப்பற்றினர். அதைத் தொடர்ந்து இரண்டாவது முறையாக அவர் 1739 அல்லது 1740இல் பதவி இறக்கம் செய்யப்பட்டார் – அநேகமாக இவ்விரண்டில் முந்தைய ஆண்டில்.

பாவா சாஹிப் இறப்பிற்கும் சையாஜியின் இறுதி வீழ்ச்சிக்கும் இடையில் நடந்த புரட்சிகள் அனைத்தும் முகமதிய தளபதி சையீதால் விளைந்தவை என்று மில் கூறுகிறார். ஆனால் சையாஜி பதவி இறக்கம் செய்யப்பட்டு பிரதாப் சிங் நாட்டின் சான்றோர்களால் அரியணையில் அமர்த்தப்பட்டார் என்பது ஓர்மேயின் கருத்து – "இதை 1798இன் தஞ்சைக் குழு ஏற்றுக்கொண்டுள்ளதாகத் தெரிகிறது." இந்த மாற்றத்திற்கு நேரடியாகவோ மறைமுகமாகவோ 1739இன் முதல் பகுதியில் சையாஜியை அடக்கிய சந்தா சாஹிப்தான் காரணம் என்பதற்கான சாத்தியமில்லை என்று கூறிவிட முடியாது. பதவி இறக்கம் செய்யப்பட்டு ஏறத்தாழ 9 ஆண்டுகளுக்குப் பின், சையாஜி சென்னை அரசாங்கத்திடம் தன்னை மீண்டும் பதவியில் அமர்த்தும்படி கேட்டு விண்ணப்பித்தார். அவர்களும் ஒப்புக்கொண்டார்கள் (1749) – ஒரு நிபந்தனையோடு. அதாவது தேவிக்கோட்டையையும் அதன் கோட்டையையும் விட்டுத் தருவதுடன், போருக்கான செலவுகளையும் ஏற்கவேண்டும் என்றனர். அவர்களுடைய உள்நோக்கங்களை ஓர்மே பின்வருமாறு விவரிக்கிறார்:

> அவர் கம்பெனிக்கு அளித்த சலுகைகள்; அவரை அறிமுகப்படுத்தி வைத்த மொழிபெயர்ப்பாளர்கள் தந்த சாதகமான வர்ணனைகள்; அவருடைய துரதிருஷ்டங்கள் பற்றிய தவறான வர்ணனையால் ஏற்பட்ட அவசர நம்பிக்கை முதலியவற்றால் ஆங்கிலேயர்கள் அவரை மீண்டும் பதவியில் அமர்த்த முயற்சிகள் மேற்கொண்டால் தங்களுக்குக் கௌரவம் கிட்டும் என்று கருதினர்.

அதன்படி தேவிக்கோட்டைக்கு எதிராக இரண்டு படைகள் அனுப்பப் பட்டன. முதலாவதில் 430 ஐரோப்பியர்களும் 1000 சிப்பாய்களும் இருந்தனர். அது படுதோல்வி அடைந்தவுடன், தஞ்சையில் சையாஜிக்கு எவ்விதப் பரிதாபமும் இல்லை என்பதையும் அறிய உதவியது. ஆனால் ஆங்கிலேயர்கள் தொடர்ந்து முயற்சி செய்யத் தீர்மானித்துக் கொண்டனர் – தங்களுடைய கௌரவத்தை மீட்டுக் கொள்வதோடு, முந்தைய தோல்விக்கான செலவைச் சரிக் கட்டிக்கொள்ளும் ஆவலுடன். இரண்டாவது படை யெடுப்பின் போது ஸ்ட்ரிங்கர் லாரென்ஸ் தலைமை வகித்தார்; இளம் வயது கிளைவும் உடனிருந்தார். தேவிக் கோட்டை வெற்றிகரமாகக் கைப்பற்றப்பட்டது. ஆனால் தஞ்சை மாவட்டத்தில் அதற்கு மேலும் படையெடுப்பது மிகவும் கடினமாக இருந்தது; அத்துடன் பிரதாப் சிங்கும் பகைமை உணர்வுகளுக்கு முடிவுகட்ட ஆவல் கொண்டிருப்பதைக் காட்டும் சம்பவங்கள் நடந்திருந்ததால், அதற்கு மேல் எதுவும் செய்யப்படவில்லை. இருந்த போதிலும் தேவிக்கோட்டை ஆங்கிலேயர் வசம் ஒப்படைக்கப்பட்டது. பிரதாப் சிங் அமைதியை விரும்பக் காரணமாக இருந்த முக்கிய

சம்பவம் ஆம்பூர் போர் (1749) – இதில் சந்தா சாஹிப் ஆர்காடு நவாபாக நிலைநாட்டப்பட்டார்.

மராட்டியர்களால் 1749வரை கைதியாக வைக்கப்பட்ட சந்தா சாஹிப், அதே ஆண்டு ஓரளவு டூப்ளே பிரபுவின் செல்வாக்கால் விடுதலை செய்யப்பட்டார். பின் நிஜாமாகவிருந்த முஜாஃபர் ஜங்குடன் சேர்ந்து கர்நாடகத்தின் மீது படையெடுத்து, நஸீர் ஜங் என்ற உரிமையுள்ள நிஜாமின் மகுடத்திற்காக (தெ ஃபேக்டோ) வாக்குவாதம் செய்வதற்குச் சென்றார். இது ஆம்பூர் போரில் முடிந்தது. அதில் நஸீர் ஜங்கின்கீழ் ஆர்காடு நவாபான அன்வருதீன் [அன்வாருதீன்] தோற்கடிக்கப்பட்டு, கொல்லப்பட்டார். சந்தா சாஹிப் முஜாஃபர் ஜங்கால் ஆர்காடு நவாபாக முடிசூட்டப்பட்டார்.

பிரதாப் சிங், சந்தா சாஹிபின் சீற்றத்தைக் கண்டு அஞ்சியதில் வியப்பில்லை. மராட்டியர்களை வரவழைத்தது, தனது செல்வச் செழிப்பு மிக்க நாட்டைக் கொள்ளையடிக்க முயன்றது ஆகியவற்றில் பிரதாப் சிங் ஆற்றிய பங்கு சந்தா சாஹிப்பைத் தூண்டிவிடப் போதுமானதாக இருந்தது. புதிய நவாபின் முதல் நடவடிக்கையே ஏறக்குறைய தஞ்சையைக் கவரும் முயற்சிதான். இது அரசர் பிரதாப் சிங்கின் சாமர்த்தியத்தால் தவிர்க்கப்பட்டது. நஸீர் ஜங் தலைமையில் வரும் பெரும்படைகள் கைப்பற்ற வந்தவர்களைப் பின்வாங்கச் செய்யும்வரை பிரதாப் சிங் பேச்சு வார்த்தைகள் மூலம் நேரத்தைக் கடத்திவந்தார். இருந்தாலும், சந்தா சாஹிப்பிற்கு 46 லட்சம் ரூபாய் மதிப்புள்ள ஒப்பந்தத்தை எழுதிக் கொடுக்குமாறு பிரதாப் சிங் கட்டாயப்படுத்தப் பட்டிருந்தார். இப்பொழுது தஞ்சை ஒரு பெரும் போராட்டத்தில் சிக்கியிருந்தது. சந்தா சாஹிப்பும் பிரெஞ்சுக்காரர்களும் ஒருபுறம்; அன்வருதீனின் மகன் முஹம்மத் அலியும் ஆங்கிலேயர்களும் மறுபுறம். தஞ்சை அரசர் பிரதாப் சிங், டூப்ளே பிரபுவினால் ஆசை காட்டப் பட்டாலும், சந்தா சாஹிப்பிற்கு எதிராகக் கருத்தறிவித்தார். பெரும் தயக்கத்திற்குப்பின், அவருக்கு எதிராகப் போராட்டத்தை அறிவித்து படையை அனுப்பினார். தாம் எடுத்துக்கொண்ட மிகப் புனிதமான வாக்குறுதிகளையும் மீறி, கொலைச் சதியில் இறங்கிய தஞ்சைத் தளபதி மங்கோஜியின் கையால் மரணமடைவதற்காகவே தம்மைக் கொடுக்க சந்தா சாஹிப் தூண்டப்பட்டார். ஆங்கிலேயர்களுக்கும் பிரெஞ்சுக் காரர்களுக்கும் இடையே பகைமை உணர்வு புதுப்பிக்கப்பட்டதால் முதன்முதலில் துன்புற்றவற்றுள் தஞ்சையும் ஒன்று.

சந்தா சாஹிப்பிற்குக் கொடுக்கும்படி பிரதாப் சிங் கட்டாயப் படுத்தப்பட்ட 46 லட்சம் ரூபாய்களுக்கான பத்திரம் பிரெஞ்சுக்

காரர்கள் கைவசம் இருந்தது – பண்டைக் காலம் தொட்டே, அதாவது 1749லேயே. மேலும் அவர்களுக்குப் பணம் முடையாக இருந்ததால், அவருடைய நாட்டிற்குள் லாலியின் தலைமையில் 1758இல் படையெடுத்தார்கள் – அதை வசூல் செய்வதற்காக. காரைக்காலை வந்தடைந்த லாலி, நாகூரையும் கிவலூரையும் கொள்ளையடித்து, முடிவில் தஞ்சையைக் கைப்பற்றினார். என்றாலும் அரசர் பிரதாப் சிங் வன்மையாக எதிர்த்து நின்றார். ஆங்கிலக் காவல்படைகள் தஞ்சையை வந்தடைந்து, ஆங்கிலக் கப்பற்படை காரைக்காலை எட்டியவுடன், லாலி தமது முற்றுகையைக் கைவிட்டார். அவருடைய பின்வாங்கல் உணவுப் பற்றாக்குறை, அரசர் பிரதாப் சிங்கின் படைகள் ஆகியவை மூலம் தடைபட்டது. மிகுந்த சிரமத்திற்குப்பின் லாலி காரைக்காலை எட்டினார். அவருடைய கப்பம் கட்டப்படாமலே இருந்தது. ஆங்கிலேயர்களுக்கு எல்லா விதத்திலும் உண்மை விசுவாசியாக இருந்த நவாப் முஹம்மது அலி, இந்த வளமிக்க நாட்டை வளைத்துப்போட ஒரு சந்தர்ப்பம் கண்டறிவதில் ஆர்வமாக இருந்தார்.

முதலில் தஞ்சை தனக்குக் கட்டவேண்டிய கப்பம் பற்றிப் பொதுவான கேள்வியொன்றை நவாப் முஹம்மது அலி [மஹமது அலி] எழுப்பினார். இந்தப் பிரச்சினை ஆங்கிலேயர்களின் தலையீட்டால் தீர்வு காணப்பட்டது (அக்டோபர் 12, 1762). அடுத்ததாக இரு அணைகளுள் ஒன்று தொடர்பாக (மேலூர் அணைக்கட்டு) அரசர் பிரதாப் சிங்கின் அதிருப்திக்கு ஆளானார். அந்த அணைகள் இரண்டும் காவிரிநீர் கொள்ளிடத்திற்குள் பாய்ந்துவிடாமல் தடுத்தன. மேலூர் அணைக்கட்டு நவாபின் ஆளுகைக்கு உட்பட்டதாக இருந்தது. ஆனால் அதன் பாழடைந்த நிலை தஞ்சாவூருக்குத் தீங்கு விளைவிப்பதாக இருந்தாலும், நவாபை எந்த விதத்திலும் பாதிக்கவில்லை. ஆக, அணைக்கட்டைத் தானும் செப்பனிடாமல், தஞ்சாவூர் அரசரையும் செய்யவிடாமல் இருப்பது, நவாபின் நட்புணர்வற்ற உள்நோக்கத்தை உணர்த்தியது. இந்தப் பிரச்சினையும் ஆங்கிலேயர் தலையீட்டால் தீர்வுகண்டது. 1764இல் அவர்கள் நவாப்புடன் பேச்சுவார்த்தை நடத்தி, சீரமைப்புப் பணிகளுக்காகத் தஞ்சை அரசருக்கு அனுமதி வழங்கச் செய்தனர். *கிவலூர்:* "லாலி 1758இல் தஞ்சை செல்லும் வழியில் இங்கு தங்கி, கோவிலைக் கொள்ளையடித்தார் - அதன் பொக்கிஷங்களுக்காக. இங்கு அவர் தஞ்சை தூதர்களைச் சந்தித்து, ஆறு அப்பாவி பிராமணர்களை உளவாளிகள் என்று சந்தேகித்து சுட்டுக் கொன்றார்." *நாகூர்:* "இது வரலாற்று ஏடுகளில் முதன்முதலாக இடம் பெற்றது 1758இல். அப்போது லாலி தஞ்சைக்குப் படையெடுத்துச் செல்லும் வழியில் காரைக்காலில் இறங்கி, அதைக் கொள்ளையடித்தார். அவர் பெரிய பொக்கிஷத்தை

எதிர்பார்த்திருந்தார். ஆனால் வணிகர்கள் தங்கள் பணம் மற்றும் நகைகளை அப்புறப்படுத்தியிருந்தனர். மேலும் தங்கள் கிடங்குகளை மீட்டெடுப்பதற்காக வெகு குறைவான தொகையை மட்டுமே அளிக்க முன்வந்தனர். இதைத் தொடர்ந்து அந்தச் சிற்றூரைக் கொள்ளையடிக்கும் பொறுப்பை லாலி தமது படை அதிகாரியிடம் ஒப்படைத்தார் – 2 லட்சம் ரூபாய்களுக்கு.'' '

தேவிக்கோட்டை (டேவி கோட்டா)

'தஞ்சாவூரின் முன்னாள் அரசர் சையாஜி 1749இல் தன்னை மீண்டும் அரியணையில் அமர்த்தும்படி கேட்டு ஆங்கிலேயர்களின் உதவியை நாடிய பொழுது, அதற்கான சன்மானமாக அவர்கள் தேவிக்கோட்டையைக் கேட்டார்கள். அவர்களுடைய முதல் முயற்சிகளும் அதற்கு எதிராகத்தான் இருந்தன. கொள்ளிடத்தின் உற்பத்தி ஸ்தானத்தில் உள்ள தடுப்பை அகற்றி அற்புதமான துறைமுகத்தை உருவாக்கலாம் என்றும், அந்த இடத்தைச் சொந்தமாக்கிக் கொள்வதுதான் முதல் முக்கியத்துவம் கொண்டது என்றும் அவர்கள் கருதினர். அதற்கு அடுத்த மாதம் 800 ஐரோப்பியர்கள், 1500 சிப்பாய்கள் கொண்ட படை மேஜர் ஸ்ட்ரிங்கர் லாரென்ஸின் தலைமையில் இரண்டாவது படையெடுப்பு கடல் வழியே அனுப்பப்பட்டது. கிளைவ் (அப்போது அவர் லெஃப்டினண்ட்) அந்தத் தாக்குதலை நடத்த முன்வந்து, அனுமதியும் பெற்றார். 34 ஐரோப்பியர்களும் 700 சிப்பாய்களும் கொண்ட புயல் படை கோட்டைக்கு முன்பு இருந்த சிறு ஆற்றைக் கடக்கையில் பிரிவுபட்டது. முன்னே சென்ற ஐரோப்பியர்கள் முதலில் ஆற்றைக் கடந்து வேகமாக முன்னேறியபடி செல்ல, அவர்கள் அனைவரும் கடக்கும்வரையில் சிப்பாய்கள் காத்திருந்தனர் – கரையில் தங்கள் படைகளை வலுப்படுத்திக் கொள்வதற்காக. இவ்வாறிருக்க, கோட்டையிலிருந்து பாய்ந்து வந்த காலாட் படையினர் ஆதரவற்று நின்றிருந்த ஐரோப்பியர்களின் சிறு குழுவை ஏறக்குறைய மாய்த்து விட்டனர். கிளைவ் எப்படியோ வெட்டுப்படாமல் மயிரிழையில் தப்பித்துக் கொண்டார். இந்த நிலையில் லாரென்ஸ் தனது பெரும் ஐரோப்பியப் படைகளைக் கொண்டு அகழியைத் தாக்கி, கோட்டையை மிக எளிதாகக் கைப்பற்றினார். எதிரிகள் கோட்டையைத் தற்காத்துக் கொள்ள எவ்வித முயற்சியும் எடுக்கவில்லை; மாறாக, மறுபுறமாக அவசரகதியில் வெளியேறினர். அந்த இடம் படைகளால் சூழப்பட்டு விரைவிலேயே மிகவும் பயனுள்ள ஒன்றானது – திருச்சிராப்பள்ளி அருகே போருக்காகப் படைகள் வந்திறங்கும் இடமாக மட்டுமன்றி, காயமுற்றவர்கள் ஓய்வெடுக்கும் இடமாக.'

தஞ்சாவூர் (டாஞ்சூர்)

'இந்தச் சிற்றூரில் பெரிய, சிறிய கோட்டைகள் தவிர, இரண்டு புறநகர்ப் பகுதிகள் இருந்தன – தென்கிழக்கில் மானம்புச் சாவடி, வடக்கில் கருந்தட்டாங்குடி. இவற்றுள் முதலில் கூறிய புறநகர்ப் பகுதியில்தான் ஐரோப்பியர்களின் வீடுகள் இருந்தன. இறுதி நாயக்க இளவரசர் இறந்த இடம் தஞ்சாவூர்; இந்தத் துயரச் சம்பவத்தின் விவரங்கள் *மெக்கன்சி சுவடிகளுள்* ஒன்றில் தரப்பட்டுள்ளன. மதுரையி லிருந்து படையெடுத்து வந்தவர்கள் அந்தப் பெரிய கோட்டைக்குள் மிக எளிதாகப் புகுந்து, அரண்மனை வாயிலில் தோன்றினர். அப்பொழுது தமது குடும்பத்தினர் அனைவரையும் பதுங்க வைத்திருந்த கட்டடத்தில் வெடிமருந்தை நிரப்பச் செய்திருந்த அரசர், அந்த கட்டடத்தைத் தகர்க்க ஆணையிட்டார். பிறகு, தமது மகன் மன்னாரை அழைத்துக் கொண்டு வாளும் கையுமாகத் தாமே கோட்டையை விட்டு வெளியே வந்து இறுதிவரை போராடி உயிர் நீத்தார். அரண்மனையின் வடமேற்கு மூலையில் நாயக்கர் மஹாலின்மீது அமைந்துள்ள பாழடைந்த கோபுரம் இந்தச் சோகக் கதையை இன்றளவும் நினைவுபடுத்திக் கொண்டிருக்கிறது. கட்டடத்தின் அந்தப் பகுதி இன்றைய நாள்வரை வெறுமையாகக் கிடக்கிறது. அங்கு வாய்ப்புக்கேடாக, உயிரிழந்த பெண்களின் ஆவிகள் அவ்வப்போது வந்து போவதாக ஒரு நம்பிக்கை நிலவுகிறது.

1758இல் லாலி தஞ்சாவூரின்மீது தாக்குதல் நடத்தினார் – முக்கியமாக 1749இல் தனக்குத் தருவதாக வாக்களிக்கப்பட்ட தொகையின் மீதத்தைத் தக்க வைத்துக்கொள்வதற்காக. மீண்டும் பேச்சுவார்த்தைகள் தொடங்கின – பலனற்ற விதத்தில். ஆனால் லாலி பொறுமையிழந்து கோட்டையைத் தகர்ப்பதற்காகக் காரைக்காலிலிருந்து உடனடியாகத் தமது துப்பாக்கிகளை வரவழைத்தார். ஜூலை 18 அன்று அவர் தஞ்சாவூரை நோக்கி வந்தார். தொடக்கத்தில் ஒரு குண்டுவெடிப்பு; பின்னர் மேலும் சில பலனற்ற பேச்சுவார்த்தைகள்; தொடர்ந்து ஆகஸ்ட் 2 முதல் 7 வரை கோட்டை கொத்தளங்களை நோக்கிச் சுட்டபடி இருந்தார். சிறிய கோட்டையின் தென்கிழக்கு மூலைக்கு அருகே தெற்கு முகப்பில் ஒரு பிளவு ஏற்படுத்தப்பட்டது. ரயில் பாதைக்குத் தெற்கே உள்ள நீர்நிலைக்கு முன்னே பீரங்கிகள் வைக்கப் பட்டன. இந்தநிலையில், ஆங்கிலக் கப்பல்படைகள் காரைக்காலை அச்சுறுத்தி வருவதாகச் செய்தி வந்தது. லாலியிடம் வெடிமருந்துக் கையிருப்பும் குறைவாக இருந்தது. அவருடைய சில தளபதிகள் சற்று வேறுபட்ட கருத்தைக் கொண்டிருந்தாலும், அந்தப் பிளவு நடை முறையில் பலன் தரும் என்று அவர் கருதவில்லை. ஆகவே, அதன்படியே

பின்வாங்க முடிவு செய்தார். பின்வாங்க முடிவு செய்த அன்று விடியற்காலையில் அவர் ஏறக்குறையக் கொல்லப்பட்டார் – கோட்டையிலிருந்து வந்த காலாட்படை வீரர் ஒருவரால் தள்ளிவிடப் பட்ட அதிர்ச்சியில். இந்தச் சந்தர்ப்பத்தில் ஆங்கிலேயர் உதவியுடன் படை வலுவூட்டப்பட்டது. ஐந்நூறு ஆங்கிலச் சிப்பாய்கள், பத்து ஐரோப்பிய ஆயுத வீரர்கள், முந்நூறு கள்ளர்கள் ஆகியோர் லாலி வருவதற்கு முன்பாகவே திருச்சியிலிருந்து அனுப்பி வைக்கப்பட்டனர். பிளவு வேலைகள் தொடங்குவதற்குச் சற்று முன்பாக மேலும் 500 சிப்பாய்கள் இரண்டு சிறந்த ஆங்கில தளபதிகளோடும் 27 பீரங்கி வீரர்களோடும் வந்திறங்கினர்.'

***

'இந்தக் கோபுரத்தின் (பிரஹதீஸ்வரர் கோயில்) அலங்கார வேலைப் பாட்டில் சுவாரசியமான விஷயம் என்னவென்றால், கொத்து வேலைகள் பொதுவாக வைணவப் பாணியில் இருந்தாலும், பிற பகுதிகளில் அலங்கார வேலைப்பாடுகள் சைவப்பாணியில் உள்ளன என்பதுதான். இன்னும் ஒரு ஆர்வமூட்டும் விஷயம் – கோபுரத்தின் வடக்குப் பகுதி யிலுள்ள சிற்பங்களுக்கிடையே ஓர் ஐரோப்பியரின் சிற்பமும் உள்ளது. இந்தக் கோயிலின் கட்டுமானப் பணியில் உதவி புரிந்த ஒரு டென்மார்க் நாட்டவரின் சிற்பம்தான் அது என்று பரவலாக ஒரு நம்பிக்கை நிலவு கிறது. ஒருவேளை இந்த ஐரோப்பியரின் சிற்பத்தையும் வைணவச் சிற்பங் களையும் நாயக்கர்கள் அமைத்திருக்கலாம் (அந்த மாவட்டத்திலுள்ள பெரும்பாலான வைணவக் கோயில்கள் அவர்களால் கட்டப்பட்டவை தான்); பின்னர் 1620இல் தரங்கம்பாடியை டென்மார்க் கையகப் படுத்திக்கொள்வதற்குச் சிறிது முன்போ பின்போ அந்த நாட்டைச் சேர்ந்த ஒருவரோ பலரோ நாயக்கர்களுக்கு உதவியிருக்கலாம். தஞ்சை நாட்டில் டென்மார்க் தனது செயல்பாடுகளைத் தொடங்க முதன் முதலில் வித்திட்ட ரோலந்து கிரேப் தமது இளமைக் காலத்தில் தஞ்சை அரசவைக்கு வந்திருந்தார் என்பது உண்மை. ஆகவே, அந்த ஐரோப்பி யரின் சிற்பம் இந்தக் கட்டடப் பணியில் நாயக்கருக்கு உதவிய ஏதோ ஒரு டென்மார்க் நாட்டவராக இருக்க வாய்ப்பு இருக்கிறது.'

'அரண்மனையில் பார்க்க வேண்டிய முக்கிய காட்சிகள் அங்குள்ள இரண்டு தர்பார் அரங்குகள் – நாயக்கர்கள், மராட்டியர்கள் பெயரில் அவை வழங்கப்படுகின்றன. இரண்டுமே அளவில் மிகப் பெரியவை; தூண்கள் பொருத்தப்பட்ட கூரைகளைக் கொண்ட வண்ணமயமான கூடங்கள். முன்னதில் ஒரு அற்புதமான சலவைக்கல் பலகை உள்ளது; அனேகமாக அதில் முன்பு அரியணை வைக்கப்பட்டிருக்க வேண்டும்.

தற்போது அதன் மீது சிற்பி சாண்ட்ரி வடித்த சரபோஜி மன்னரின் நேர்த்தியான உருவச்சிலை வைக்கப்பட்டுள்ளது. சலவைக்கல் 18' × 16' × 2' - 1.5' என்ற அளவுகளைக் கொண்டது. மராட்டிய தர்பார் அரங்கில் (கலைத்திறம் குறைவான) மராட்டிய அரசர்கள் அனைவரின் பெரிய சித்திரங்கள் காணப்படுகின்றன – வெங்காஜியின் தந்தையான ஷாஜி அரசர் முதலாக. மதுரையிலுள்ள திருமலை நாயக்கர் மஹாலில் இப்பொழுதும் காணப்படும் அவைக்கூடத்தின் சிறுவடிவமான சங்கீத மஹாலும் ஓர் அற்புதமான கட்டடமாகும்.'

'ராஜாவிற்குச் சொந்தமான ஸ்ரேயாஸி, வென்னார் என்ற இரண்டு சத்திரங்கள் சிற்றூரில் உள்ளன. இவற்றுள் முந்தையது 1837இல் ராஜா சிவாஜியால் நிறுவப்பட்டது. மற்றது ஏறத்தாழ 1749இல் பிரதாப் சிங்கால் நிறுவப்பட்டது.'

பிஷப் கால்டுவெல் எழுதிய 'தின்னெவேலி மிஷன்' என்னும் நூலின் தொடக்ககால வரலாற்றின் பதிவுகளிலிருந்து சில திரட்டுகள்

'ஓர் ஆங்கிலேய அதிகாரி (அவருடைய மனைவி நமது திருச்சபையில் உறுப்பினராக உள்ளார்) இந்தப் பொறுப்பை எடுத்துக் கொண்டுள்ளார். ஒரு இளம் கணக்காளர் இந்தக் கூற்றை மனநிறைவோடு கேட்டுள்ளார்.

அதிகாரி அவருக்கு 'கிறிஸ்தவ வினா-விடையின் ஐந்து முதன்மையான விதிகளைக் கற்பித்து, ஞானஸ்நானமும் செய்துவைத்தார். அந்த இளைஞர் கிறிஸ்தவத்தின் செறிவான அறிவை எட்டுவதற்குள் அவருக்கு ஞானஸ்நானம் செய்து வைத்தது எங்களுக்கு வருத்தமளித்தது' (சுவார்ட்ஸ'ஸ் ஜர்னல்ஸ், 1771)

'1778 பிப்ரவரி இறுதியில் சுவார்ட்ஸ் தின்னெவேலியிலுள்ள பாளம்கோட்டாவுக்குச் [பாளையங்கோட்டை] சென்றார். திருமணத்திற்காக ஒரு ஐரோப்பியர் அவரை அழைத்திருந்தார். அங்கும் மதுரையிலும் ஞானஸ்நானம் செய்து வைக்க வேண்டிய குழந்தைகள் உள்ளதாக அவர் தெரிவித்திருந்தார். தச்சனூரில் உள்ளூர்ப் படையில் தமது சபையைச் சேர்ந்த ஐம்பது அல்லது அறுபது உறுப்பினர்கள் உள்ளதை அறிந்துகொண்டார். அவர்களுடைய ஆன்மிகத் தேவைகளைப் பூர்த்தி செய்து, கிறிஸ்தவ வினா-விடையில் குழந்தைகளை ஆய்வு செய்தபின் மதியம் பாளம்கோட்டாவுக்குள் நுழைந்தார்.'

'சுவார்ட்ஸ் சில குழந்தைகளுக்கு ஞானஸ்நானம் செய்துவைக்க இருந்தபோது, ஒரு இளம் பிராமணப் பெண்மணி தமது வளர்ப்பு

மகனோடு முன்வந்து ஞானஸ்நானம் செய்து வைக்கும்படி கேட்டுக் கொண்டார். அவர் ஒரு மராட்டியப் பிராமணரின் விதவை. அந்தப் பிராமணர் தஞ்சையில் அரசருக்காகப் பணியாற்றி வந்தார். தமது கணவரின் இறப்புக்குப் பிறகு லிட்டில்டன் என்ற ஆங்கிலேய அதிகாரியுடன் மணமுடிக்காமலே இணைந்து வாழ்ந்தார். அந்த அதிகாரி சில காலத்திற்குத் தஞ்சையில் பொறுப்பு வகித்ததாகத் தெரிகிறது. தஞ்சாவூரில் இருந்தபொழுதே அவர் சுவார்ட்ஸிடம் ஞானஸ்நானம் செய்து வைக்கும்படி கேட்டிருந்தார். ஆனால் அவர் அந்தத் தகாத உறவில் ஈடுபட்டிருக்கும்வரை அது மறுக்கப்பட்டிருந்தது. அந்த அதிகாரி கீழ்வாத நோயால் பீடிக்கப்பட்டிருந்த நிலையில், அவர் அவருக்கு மிகவும் விசுவாசமாகப் பணிவிடைகள் செய்துவந்தார். திருமணம் செய்துகொள்வதாக வாக்களித்ததாகவும் கூறப்படுகிறது – தமது சொத்துக்கள் முழுவதையும் அவருடைய பெயரில் எழுதி வைத்ததை அடிப்படையாகக் கொண்டு இந்தக் கருத்து உருவாகி யிருக்கலாம். அந்த அதிகாரிக்கு சுவார்ட்ஸ் நேரடியாக அளித்த எச்சரிக்கைகள் கருத்தில் கொள்ளப்படாமலே போயின. என்றாலும், ஆச்சரியப்படத்தக்க வகையில் அவர் தமது ஆசைநாயகிக்கு விவிலியக் கதைகளும் கிறிஸ்தவக் கொள்கைகளையும் தொடர்ந்து போதித்து வந்தார். சில ஆண்டுகள் கழித்து (பாளையங்கோட்டையில்) தமக்குக் கிறிஸ்தவத்தைப் போதிக்குமாறு அவர் மீண்டும் ஒரு கோரிக்கையை முன்வைத்தார். பல்வேறு தரப்புகளிலிருந்தும் அவரைப் பற்றி நல்ல முறையில் கருத்துகள் தெரிவிக்கப்பட்டதால், இம்முறை ஞானஸ்நானம் என்பது அவருக்கு மறுக்கவியலாத ஒன்றாக ஆனது. மிகுந்த உணர்ச்சி பூர்வமாக அவர் ஞானஸ்நானத்தை ஏற்றுக்கொண்டார். அவருடைய விருப்பப்படி கிளாரிந்தா என்று பெயர் சூட்டப்பட்டார். அரச குடும்பத்தைச் சேர்ந்தவர் என்பதால் பொதுமக்கள் மத்தியில் *ராசா வீட்டு கிளாரிந்தா* என்று அழைக்கப்பட்டார். தெய்வ வசனத்தைப் பரவச் செய்வதில் இது ஒரு பெரும் கிரியா ஊக்கியாக விளங்கும் என்று சுவார்ட்ஸ் எதிர்பார்த்தார். ஆகவே, மார்ச் 4 அன்று பாளையங் கோட்டையிலிருந்து திருச்சியிலுள்ள போளேக்குக் கடிதம் எழுதினார்: 'இங்கு பரந்து, விரிந்த களமொன்று உள்ளது. விசுவாசமுள்ள ஊழியர் களுக்காகப் பிரார்த்தனை செய்வோம். கிறிஸ்துவிற்காக இறைவன் நமக்கு இத்தகைய ஊழியர்களை அனுப்பி வைப்பாராக. இத்தகைய ஊழியப் படைகளை மேலும் மேலும் அனுப்பி வைப்பாராக.'

'ஓர் ஐரோப்பியருடைய அழைப்பின் பேரில் போளே பாளையங் கோட்டைக்கு வருகை தந்திருந்தார் – ஒரு திருமணத்தை நடத்தி வைப்பதற்காக. அப்போது கிளாரிந்தாவின் பணியால் ஒருவருக்கு

ஞானஸ்நானம் செய்துவைத்தார் – மக்களிடையே கிடைத்த முதல் கனியாக. அவருக்கு ஜான் என்று பெயர்சூட்டி, இந்தச் சந்தர்ப்பத்தில் கிளாரிந்தாவிற்குப் பின்வருமாறு சான்று தந்தார்: *அவர் தவறாமல் தியானம் செய்துவரும் கிறிஸ்தவர். தமது குடும்பத்தின் உண்மை நலன் பற்றி அவர் அக்கறை கொண்டிருக்கிறார். அவரைச் சந்தித்தது குறித்து நான் மகிழ்ச்சியடைவதற்குக் காரணங்கள் இருக்கின்றன.* இதற்கு இணையான நல்ல கருத்து ஒன்றை சுவார்ட்ஸிற்கு அடுத்தபடியாக மறவர் நாட்டிலிருந்து வந்த தரங்கம்பாடி உபதேசியார் தெரிவிக்கிறார். கிளாரிந்தாவின் அற்புதமான அறிவையும் நல்ல பண்புகளையும் போதிய அளவு பாராட்ட அவருக்கு வார்த்தைகள் புலப்படவில்லை. கிளாரிந்தா தமது வீட்டில் அவருக்கு நிறைய வாய்ப்புகள் அளித்தார் – மக்களுடனும் ரோமன் கத்தோலிக்கர்களுடனும் உரையாட. அதில் தமது விளக்கங்களையும் அவ்வப்போது சேர்த்துக்கொண்டார். இது பல சந்தர்ப்பங்களில் நல்ல பலனைத் தந்தது' (ஜெர்மன் எழுதிய *லைஃப் ஆஃப் சுவார்ட்ஸ்*)

'அந்த அதிகாரி அவரைத் திருமணம் செய்துகொள்வதாக வாக்களித்திருந்தது போலத்தான் தெரிகிறது. அதேசமயம், அவருக்கு ஆங்கில மொழியையும் கிறிஸ்தவத்தின் கொள்கைகளையும் போதித்தார்.' (ப்ரௌனின் *ஹிஸ்டரி ஆஃப் த புரொபகேஷன் ஆஃப் கிறிஸ்டியானிடி*)

*1780*ஆம் ஆண்டு பாளையங்கோட்டை தேவாலயப் பதிவேட்டிலிருந்து:

'கிளாரிந்தா, பிராமண சாதி.
சாரா.
மகன் ஹென்றி லிட்டில்டன்.
ஜான்.
மேரி.'

'கிளாரிந்தா தொடர்ந்து தென்னிந்தியாவில் வாழ்ந்துவந்தார்; போர் (*1784*இல் ஹைதர் அலியுடன் அமைதி ஒப்பந்தம் செய்துகொண்டு) முடிவிற்கு வந்த நேரம், கிளாரிந்தாவும் அதே நாட்டைச் சேர்ந்த வேறு இரு ரோமன் கத்தோலிக்கக் கிறிஸ்தவர்களும் சுவார்ட்ஸைச் சந்திப்பதற்காகத் தஞ்சைக்கு வந்தனர்.' (ஜேனிக்கேயின் *மெமோய்ரிஸிலிருந்து*).

'அவர்களுடைய முக்கிய நோக்கம் நாட்டையார் ஒருவர் தங்களுடைய இடத்திற்கு வரவேண்டுமென்று கெஞ்சிக் கேட்பதுதான். விரைவில் பிராமணப் பெண் கிளாரிந்தாவும் அதே நோக்கத்துடன் அவர்களைத் தொடர்ந்து வந்தார். அத்தோடு, தமது வளர்ப்பு மகனை சுவார்ட்ஸ்

பராமரிக்கவும் அவருடைய போதனையின்கீழ் விடுவதும் கிளாரிந்தாவின் விருப்பமாக இருந்தது. எவ்விதப் பலனுமின்றி ஒருமாத காலம் காத்திருந்த பின், அவர் அந்த இரண்டு ரோமன் கத்தோலிக்கர்களுடன் இராமநாத புரத்திற்குச் சென்றார். அவர்களுடன் விசுவாசி என்ற பெயர் கொண்ட உபதேசியாரும் சென்றார். பிறகு மீண்டும் தமது மகனை சுவார்ட்ஸிடம் விடுவதற்காகவும், நாட்டையர் ஒருவர் வேண்டுமெனக் கேட்டுக் கொள்வதற்காகவும் திரும்பிவந்தார். தரங்கம்பாடி மிஷனெரிகள் அவருடைய கோரிக்கைக்கு அவ்வளவாக முக்கியத்துவம் அளிக்க வில்லை. தங்களுடைய செவிகளுக்கு எட்டிய பல்வேறு வதந்திகளின் பலனாக, அவர்கள் அவரைச் சந்தேகிக்கவும் செய்தார்கள். ஆகவே, தங்கள் வசமுள்ளவர்களுள் மிகவும் மதிப்பும் நம்பிக்கையும் குறைந்தவ ரான விசுவாசியை அவருடன் அனுப்புவதோடு திருப்தியடையத் தீர்மானித்துக் கொண்டார்கள்.

ஆனால் சுவார்ட்ஸ் இந்த விஷயத்தில் முற்றிலும் மாறுபட்ட சிந்தனைகளைக் கொண்டிருந்தார். ஆகவே, திரும்பி வந்தவுடன், தஞ்சாவூரிலிருந்து மிகவும் புகழ்பெற்ற ஞானப்பிரகாசத்தை அனுப்பி வைத்தார். அவரைப் பற்றி வந்த செய்திகள் மிகவும் விசேஷமாக இருந்ததால், உடனடியாக (1784) ஜூலையில் அவரை அனுப்பி வைத்தார் – அதுவும் இப்படியொரு சந்தர்ப்பத்தில், குறைந்தபட்சம் அவருடைய மாமனாராகிய நாட்டையர் ராயப்பனுக்குத் துணையாக.'

'பாளையங்கோட்டைக்குத் தெற்கே உள்ள தேரிவிளையிலும் 24 பேர் இருந்தனர். தேரிவிளை என்பது கிளாரிந்தாவிடம் அடகு வைக்கப்பட்ட பல கிராமங்களுள் ஒன்று. அந்த 24 பேர்களுள் சாணார்கள் அல்லது பனையேறிகள் சாதியைச் சேர்ந்த இரண்டு குடும்பங்களும் இருந்தன. அந்தச் சாதியில் முதன்முதலில் மதம் மாறியவர்கள்... மரியா சவாரி, இவர் முன்பு கிளாரிந்தாவால் நியமிக்கப் பட்ட உபதேசியார்.' (ஜெர்மன் எழுதிய *லைஃப் ஆஃப் சுவார்ட்ஸ்*)

'ஏறத்தாழ 1783இல், மதம்மாறிய அந்தப் பிராமணப் பெண்மணி பாளையங்கோட்டையின் கோட்டையில் ஒரு தேவாலயம் நிறுவும் நல்ல பணியில் தம்மை முழுமையாக ஈடுபடுத்திக்கொண்டார் – ஐரோப்பிய மற்றும் அந்நிய தேசங்களைச் சேர்ந்த கிறிஸ்தவர்கள் அடங்கிய சிறு கூட்டத்தினருக்காக. தின்னெவேலி *மிஷன்* தொடர்புடன் எழுப்பப்பட்ட முதல் தேவாலயம் இதுதான்' – *பிஷப் கால்டுவெல்.*

'இவ்வாறிருக்க, 1785 ஜனவரியில் சுவார்ட்ஸ் பெருமதிப்பிற்குரிய சத்தியநாதனைப் பாளையங்கோட்டைக்கு அனுப்பிவைத்தார். அவர் வல்லத்தில் மிகுந்த விசுவாசத்தோடு நீண்ட நாள் பணியாற்றியவர்.

சத்தியநாதனைப் பரிந்துரைத்து பாளையங்கோட்டை அதிகாரிக்கு ஒரு கடிதம் எழுதி, அதை அவர் வசம் கொடுத்தனுப்பினார். அதன்படி, ஊர்வழக்கத்திற்கு மாறாக, பாளையங்கோட்டையில் பொதுப் பிரார்த்தனைக் கூட்டங்களில் பிச்சமுத்துவையும் சலவைக்கார சாதியைச் சேர்ந்த மற்றும் பலரையும் உடன் சேர்த்துக்கொள்ள அவருக்கு அதிகாரம் வழங்கப்பட்டிருந்தது. அதிகாரி தேவாலயம் கட்டும் பணிக்கு உதவும் வகையில் கிளாரிந்தாவுக்கு சுண்ணாம்பையும் பல்வேறு பொருட்களையும் அளித்தார். மீதமுள்ள பணியைக் கிளாரிந்தா தனது சொந்தச் செலவில் மேற்கொண்டார். அத்துடன், அந்தச் சிறிய தேவாலயத்தைப் புனிதப்படுத்தித் தரவேண்டும் என்ற கிளாரிந்தாவின் பணிவான வேண்டுகோளை சுவார்ட்ஸால் மறுக்க இயலவில்லை' (ஜெர்மன் எழுதிய *லைஃப் ஆஃப் சுவார்ட்ஸ்*)

'அந்தக் கட்டடம் தூய்மையானது; சிறியது; ஓடுவேய்ந்த கூரை கொண்டது. சுவார்ட்ஸால் போதனை செய்யப்பட்டு, ஞானஸ்நானம் செய்யப்பட ஒரு பிராமணப் பெண்மணியால் கட்டப்பட்டது. இதில் ஒன்றிரண்டு ஆங்கிலேய கனவான்கள் அவருக்குக் கட்டுமானப் பொருட்கள் அளித்து உதவினர்' (*எஸ்பிஸிகேயின் 1788 ஆண்டுக்கான அறிக்கையிலிருந்து*)

பாளையங்கோட்டையில் அதிக வெற்றி அனுபவம் கிட்டும் என்று சுவார்ட்ஸ் கணக்கிட்டார் – ஏனெனில், அங்குள்ள மக்களுக்கு ஐரோப்பியர் களோடு உள்ள தொடர்பு குறைவாக இருந்தது (எஸ்பிஸிகேயின் 1790 ஆண்டுக்கான அறிக்கையிலிருந்து)

அ. மாதவைய்யா

கீழ்க்காணும் உண்மைக் குறிப்புகள் பிஷப் வெஸ்டாினின் தின்னெவேலி தேவாலய வரலாற்றிலிருந்து இந்தத் தமிழ்ப் பதிப்புக்காகத் திரட்டியவை

1779இல் தரங்கம்பாடியிலிருந்து வந்த ஃபிலிப் என்ற ஒரு மேல்நாட்டு அமைச்சர் பாளையங்கோட்டையில் கிளாரிந்தாவைச் சந்தித்தார். புனித விருந்தில் அவள் மிகுந்த பக்தியுடன் கலந்து கொண்டதைப் பற்றி அவர் கூறுகிறார்.

1779 ஜூன் மாதம்**16**ஆம் நாள் போளே பாளையங்கோட்டைக்கு வருகைபுரிந்து கேப்டன் பார்ரிங்டன் என்ற ஆணைய அதிகாரியுடன் தங்கியிருந்தார். அவர் ஞானஸ்நானம் பற்றிப் பின்வருமாறு கூறுகிறார்:

'ஜூன் **26** அன்று ஏறத்தாழ **30** வயதுடைய ஒருவர் தனக்கு ஞானஸ்

நானம் செய்து வைக்கவேண்டும் என்று கேட்டுக்கொண்டார். இதற்கு நான் தயாராகியிருக்கவில்லை. இவ்வளவு குறுகியகாலம் தங்க வந்துள்ள நான், போதுமான அளவிற்கு அவருக்குக் கிறிஸ்தவத்தைப் போதிக்கத் தேவையான நேரத்தை ஒதுக்குவது மிகவும் சிரமமாகத் தோன்றியது. என்றாலும், அவர் ஞானஸ்நானம் செய்துகொள்ள விரும்புவதன் காரணத்தை வினவினேன். *அவர் என்னைக் காப்பாற்றிக் கொள்வதற்காக* என்று பதிலளித்தார். அங்குள்ள எங்களுடைய கிறிஸ்தவப் பெண்மணிகளுள் ஒருவரிடம் அவர் ஊழியராகப் பணியாற்றுவதை நான் புரிந்துகொண்டேன்; ஆகையால், அவரை ஒரேயடியாகத் திருப்பியனுப்பவும் முடியவில்லை. அந்தக் கிறிஸ்தவப் பெண்மணி இதற்குமுன் அரசவைப் பணியிலிருந்த மராட்டிய பிராமணர் ஒருவரின் மனைவியாக இருந்தவர். அவரே அரச வம்சத்தைச் சேர்ந்தவர் தான். அதனால் அவர் ராசா கிளாரிந்தா என்று அழைக்கப்பட்டார். அவர் உண்மையான கிறிஸ்தவராக அறியப்படுபவர்; தமது குடும்பத்தினரின் நன்மையில் அவர் அக்கறை கொள்வது குறித்து எனக்கு எவ்வித ஐயமும் இல்லை. அவரைச் சந்தித்தது குறித்து மகிழ்ச்சியடைய எனக்குப் பல காரணங்கள் உள்ளன.'

அவர் ஜூன் 29 அன்று அந்த மனிதருக்கு ஜான் என்ற பெயர் சூட்டி ஞானஸ்நானம் செய்து வைத்தார். ஜூன் 30 அன்று ஜானுக்கு மரியம்மாள் என்ற பெண்ணோடு திருமணம் செய்து வைத்தார். அந்தப் பெண்ணை ராசா கிளாரிந்தா தனது வளர்ப்பு மகளாக்கிக் கொண்டார்.

1784இல் கிளாரிந்தா தேரிவிளையில் ஒரு வழிபாட்டுக் கூடம் அமைத்து, அங்கு ஆலய வழிபாடு நடத்துவதற்காக மரியா சவரிமுத்து என்பவரை நியமித்திருந்தார். ஆகஸ்ட் 29 அன்று 9 சாணார்களும் 16 பறையர்களும் ஞானஸ்நானம் செய்விக்கப்பட்டனர்.

1785இல் எழுதப்பட்ட சத்தியநாதனின் நாட்குறிப்பு அவர் தெரிவிளைக்குச் சென்றது பற்றிக் கூறுகிறது. அங்கு திருச்சபை ஒரு வழிபாட்டுக் கூடத்தையும் உபதேசியருக்காக ஒரு சிறு வீட்டையும் கட்டித் தந்திருந்தது.

சத்தியநாதன் கூறுகிறார்: 'அந்த ஊரில் வாழ்ந்துவரும் கிளாரிந்தா என்ற பிராமணப் பெண்மணி தற்பொழுது பெரிய கல்வீடு ஒன்றைக் கட்டி வருகிறார். அதில் சில ஆங்கிலேயர்களும் பங்களித்து வருகிறார்கள். முந்தைய கூரை வீட்டையே புதுப்பித்தால் போதுமே என்று நான் பரிந்துரைத்தேன். ஆனால் தற்போதைய வழிபாட்டுக் கூடம் மிகவும் சிறியதாக, அசௌகரியமாக உள்ளது என்று வலியுறுத்திய அவர், புதிய

கட்டடத்திற்கு நான் ஏதேனும் உதவி அளிப்பதுடன், பிறரையும் உதவ ஊக்குவிக்கும்படி கேட்டுக் கொண்டார்.'

ராயப்பன் எழுதுகிறார்: 'தேவாலயத்தின் விட்டங்களுக்கான கற்கள், ஓடுகள், மரம் என அனைத்தையும் கோட்டையிலிருந்து தேவாலயத்திற்கு எடுத்துச்செல்ல அனுமதி அளிப்பதாக அதிகாரி கிளாரிந்தாவிடம் கூறியிருந்தார்.'

சுவார்ட்ஸ் மீண்டும் 1785ஆம் ஆண்டு ஆகஸ்ட் மாதம் பாளையங் கோட்டைக்கு வந்தார் - கிளாரிந்தா கட்டிய தேவாலயத்தைப் புனிதப் படுத்துவதற்காக. தனது கடிதத்தில் அவர் கூறுகிறார்:

> அவர் இதுவரையில் பள்ளியின் தலைமையாசிரியரைப் பராமரித்து வந்துள்ளார். மேலும் ஏழை, எளிய மக்களுக்குப் பெரிதும் உதவியுள்ளார்.

கிளாரிந்தா ஏறத்தாழ 1806இல் மறைந்தார். கோலாஃபும் ஹார்ஸ்டும் எஸ்பிஸிகேவிற்கு எழுதிய கடிதத்தில் இவ்வாறு எழுதுகிறார்கள்: 'பிராமண சாதியைச் சேர்ந்த ஒரு கிறிஸ்தவப் பெண்மணி சில ஆண்டுகளுக்குமுன் பாளையங்கோட்டைக்கு அருகே மறைந்தார். அவர் தமது தத்துப்பிள்ளைக்கும் அவருடைய மனைவிக்கும் பெருமளவு பணத்தை எழுதி வைத்துள்ளார். ஆனால் அந்தப் பணம் மலபாரைச் சேர்ந்த ஒரு பணக்காரரிடம் இருந்தது. அவர்களால் அதை அதுவரையில் அவரிடமிருந்து பெற முடிந்திருக்கவில்லை.'

புனித ஜேம்ஸ் ஹ்யூக் 1818இல் அறிவிக்கிறார்: '(கிளாரிந்தாவின்) இந்தத் தேவாலயம் தற்போது பராமரிப்பின்றி இருக்கிறது. என்றாலும் உள்ளூர் திருச்சபை இன்னமும் ஞாயிற்றுக்கிழமைகளிலும் தேவாலயத் திருவிழாக்களின் போதும் அதைப் பயன்படுத்துகிறார்கள்.' ஹ்யூகின் காலத்தில் அது சீரமைக்கப்பட்டு பின்னர் தொடர்ந்து ஆங்கிலத் திருச்சபையாலும் இந்தியத் திருச்சபையாலும் தேவாலயமாகப் பயன் படுத்தப்பட்டது. 1826க்குப் பிந்தைய ஒரு நாளில் மதறாஸ் அரசாங்கம் ரூ.1174 செலவில் தேவாலயத்தைச் சுற்றி புதிய, வலுவான சுவரொன்றை எழுப்பியது. 1848இல் எஸ்பிஜியின் மதறாஸ் குழு ரூ.277 செலவில் தேவாலயத்தை மீண்டும் செப்பனிட்டது. இதில் பாளையங்கோட்டையில் வாழும் ஐரோப்பிய மக்களும் உதவினர்.

கிளாரிந்தாவின் தேவாலயத்தை ரூ.1000க்கு வாங்கி, அத்துடன் அதிகப்படியாக ரூ.456க்கான செலவையும் மேற்கொள்ளும் திட்டமொன்றும் இருந்தது. ஆனால் அது கைவிடப்பட்டு, பிஷப் டில்ட்ரியால் புதிய தேவாலயமொன்று அர்ப்பணிக்கப்பட்டது.

*1857*இல் எஸ்பிஜி பழைய தேவாலயத்தை அரசாங்கத்திடம் சில நிபந்தனைகளோடு ஒப்படைத்தது: – அந்த தேவாலயம் நல்ல நிலையில் பராமரிக்கப்பட வேண்டும். அதற்குள் உள்ள வழிபாட்டுக் கூடம் சிதிலமடைந்துவிடக் கூடாது.

பால் கதம்பவனம் எழுதிய
'ஒரிஜின்ஸ் ஆஃப் த டயோசிஸ் ஆஃப் திருநெல்வேலி'
(திருமண்டலத்தின் தோற்றம்)

*1787*இல் கிளாரிந்தா குழந்தைகளுக்கான பள்ளியொன்றை நிறுவினார். இதுதான் நெல்லை மாவட்டத்தின் முதல் கிறிஸ்தவப் பள்ளியாக அமைந்தது. கோட்டையைச் சுற்றிலும் வாழ்ந்த ஏழை, எளிய மக்களுக்காக ஒரு பெரிய கிணறு வெட்டினார். அது கிளாரிந்தா தேவாலயத்திற்கு அருகே உள்ளது. 'பாப்பாத்தியம்மாள் கிணறு' என்று அழைக்கப்படுகிறது.

கிளாரிந்தா தேவாலயத்தைத் திருநெல்வேலி திருமண்டலம் *1947* முதல் பராமரித்து வருகிறது.

*1959*இல் தேவாலயம் புதுப்பிக்கப்பட்டது. அதன்பின் வழிபாட்டிற் காகவும், பெண்கள் குழு, தாயார்கள், ஐக்கிய அணி, இளைஞர் குழு ஆகியவற்றால் வழிபாடு, பைபிள் ஆய்வு ஆகியவற்றுக்காகவும் பயன்படுத்தப்பட்டு வருகிறது. கிளாரிந்தாவின் சமாதியில் குழுவினர் பின்வரும் குறிப்பு அடங்கிய ஒரு நினைவுப் பலகையை அமைத்துள்ளனர்:

கிளாரிந்தா
கி.பி. *1750–1806*
முதன்முதலாகப் பாளையங்கோட்டையில் தேவாலயம் கட்டினார்.
அர்ப்பணித்தவர்: சுவார்ட்ஸ், *1785*
அன்னாரின் ஆன்மா அமைதிபெறுவதாக
நிறுவியது: நன்றியுள்ள தேவாலயம்
1959
கிளாரிந்தா தேவாலயம் – இன்று *1976*

(திருநெல்வேலி பிஷப், புனித ஜான் கல்லூரி, பாளையங் கோட்டையி லிருந்து கிடைத்த அறிக்கைகளின்படி)

கிளாரிந்தா தேவாலயம் *1976*இல் ஏறக்குறைய ரூ.*3000* செலவில் புதுப்பிக்கப்பட்டது – இந்த தேவாலயத்தில் அக்கறையுள்ள தனிமனிதர்

களிடமிருந்து திரட்டிய பணத்தைக் கொண்டு. இவை அனைத்தும் தேவாலயத்தின் முந்தைய வடிவிலோ, தோற்றத்திலோ எந்தவித மாற்றமும் செய்யாமல் மேற்கொள்ளப்பட்டன.

வழிபாடு

புனித கூட்டுப் பிரார்த்தனை ஒவ்வொரு மாதத்தின் முதல் நாளில் காலை 6 மணிக்குக் கொண்டாடப்படுகிறது.

இளம்பெண்களுக்கான பிரார்த்தனைக் கூட்டங்கள் ஒவ்வொரு ஞாயிறும் மதியம் 2 மணிக்கும், ஆண்களுக்கானவை ஒவ்வொரு சனிக்கிழமை மாலை 7 மணிக்கும் நடைபெறும்.

தனிமனிதர்களின் தனிப்பட்ட வழிபாட்டிற்காகவும் தியானத்திற் காகவும் தேவாலயம் நாள்முழுதும் திறந்துவைக்கப்படுகிறது.